महाराष्ट्रातील सर्व विद्यापीठांच्या बी.एड., एम.एड., पी.एचडी.
तसेच विद्यापीठ अनुदान आयोगाच्या सेट/नेट परीक्षांसाठी अत्यंत
उपयुक्त संदर्भ ग्रंथ !

I0649036

शैक्षणिक संशोधन व संख्याशास्त्र

लेखक

प्रा. डॉ. संजीव सोनवणे
विभाग प्रमुख, शिक्षणशास्त्र,
सावित्रीबाई फुले पुणे विद्यापीठ, पुणे.

प्रा. डॉ. शोभा कागदे
प्राचार्या, संजीवनी प्रतिष्ठानचे
अध्यापक महाविद्यालय, कुरुंद, जि. नगर.

प्रा. डॉ. नेहा देव
सहयोगी प्राध्यापिका, शिक्षणशास्त्र विभाग,
एस. एन. डी. टी. महिला विद्यापीठ, पुणे.

प्रा. सौ. गौरी खैरे
स्व. रामभाऊ म्हाळगी विद्यालय,
पुणे.

NIRALI PRAKASHAN
ADVANCEMENT OF KNOWLEDGE

N0608

शैक्षणिक संशोधन व संख्याशास्त्र ISBN 978-93-5164-682-2

प्रथम आवृत्ती : एप्रिल २०१६

© : लेखकवृंद

प्रकाशक

निराली प्रकाशन

१३१२, शिवाजीनगर, अभ्युदय प्रगती,
जे.एम. रोड, बँक ऑफ बडोदा लेन, पुणे ४११ ००५.
☎ : (०२०) २५५१ २३३६/३७/३९
फॅक्स : (०२०) २५५१ १३७९.
Email : niralipune@pragationline.com

प्रगती बुक सेंटर : पुणे : Email : pbcpune@pragationline.com

निराली प्रकाशन : पुणे :

- ११९, बुधवार पेठ, जोगेश्वरी मंदिर मार्ग, **पुणे ४११ ००२**. Email : niralilocal@pragationline.com

निराली प्रकाशन : पुणे धायरी

  Email : bookorder@pragationline.com

  फॅक्स : (०२२) २३८६ ९९७६. Email : niralimumbai@pragationline.com

निराली प्रकाशन :

info@pragationline.com • www.pragationline.com

To Order * Email : bookorder@pragationline.com Fax : (020) 2445 1538

मनोगत

पदव्युत्तर शिक्षणातील तसेच पीएच.डी. साठीचे संशोधन कसे व कोणत्या विषयात करावे हा सर्वप्रथम प्रश्न विद्यार्थ्यांच्या डोळ्यांसमोर येतो. आपल्याला काय करायला सर्वांत अधिक आवडतं... आवडेल याचा शोध एका रात्रीत नक्कीच लागत नाही. पण जेव्हा आतून जाणवतं की 'हेच' मला करायला आवडेल तेव्हा मात्र त्यात झोकून द्यायचं खूप धाडस हवे. संशोधन विषय निवडताना नेमके हेच विद्यार्थ्यांना समजणे गरजेचे असते.

परीक्षेपलीकडे जेव्हा असा एखाद्या विषयाचा अभ्यास विद्यार्थी करायला लागेल तेव्हा त्याला खूप मजा येईल; निदान विद्यार्थ्यांच्या आवडत्या विषयाच्या बाबतीत तरी. सदरचे पुस्तक विद्यार्थ्यांना संशोधन विषय निवडण्यापासून ते कोणती संशोधन पध्दती वापरावी, कशा प्रकारे माहितीचे अर्थनिर्वचन करावे याविषयी मार्गदर्शन करते. संख्याशास्त्रीय विश्लेषणाबाबत मोलाची माहिती सहज-सुलभ शब्दांत सांगितली आहे.

गुणात्मक संशोधन या विषयाची माहिती मराठीमध्ये सविस्तर देण्याचा प्रयत्न केला आहे. सातत्य, चिकाटी, नवीन कौशल्ये आत्मसात करण्याची प्रबळ इच्छा मनात ठेवली तर संशोधनातील विविध तंत्रे आत्मसात करणे सहज शक्य आहे.

पिढ्या बदलतात, काळ बदलतो, उदाहरण सांगणारी आणि ऐकणारी माणसं बदलतात. परंतु माणसाची सतत नावीन्याचा शोध घेण्याची संशोधन वृत्ती ही कायमच राहील. माणसाच्या या संशोधन वृत्तीला मानाचा मुजरा करून शैक्षणिक संशोधन व संख्याशास्त्र हे एकत्रित लिहिण्याचा संकल्प केला आणि पूर्णत्वासही नेला. सावित्रीबाई फुले पुणे विद्यापीठाच्या बी.एड., एम.एड., एम.फील., पीएच.डी. या सर्व स्तरांवरील नवीन अभ्यासक्रम कार्यरत झाला आहे. **'शैक्षणिक संशोधन व संख्याशास्त्र'** या पुस्तकामध्ये हा नवीन अभ्यासक्रम पूर्णपणे घेतलेला आहे. महाराष्ट्रातील सर्व विद्यापीठांच्या अभ्यासक्रमासाठीही हे पुस्तक उपयुक्त ठरेल असा विश्वास वाटतो.

या पुस्तकातील भाषा, उदाहरणे आणि आशय इत्यादींबाबत काही सूचना केल्यास त्यांचा विचार करण्यात येईल व पुढील आवृत्तीमध्ये त्याप्रमाणे बदल करण्यात येईल. या पुस्तकाच्या निर्मितीत ज्यांचे प्रत्यक्ष व अप्रत्यक्ष साहाय्य झाले त्या सर्वांचेच आम्ही ऋणी आहोत.

सर्वप्रथम निराली प्रकाशनचे सर्वेसर्वा श्री. **दिनेशभाई फुरिया** व **श्री. जिग्नेशभाई फुरिया** यांनी आमची पुस्तक प्रकाशनाची विनंती मान्य केली. त्याबद्दल आम्ही त्यांचे मनःपूर्वक ऋणी आहोत. तसेच निराली प्रकाशनाच्या कार्यक्षम कार्यकारी संघाने अतिशय उत्कृष्ट काम केल्याबद्दल या सर्वांचे सस्नेह आभार!

- लेखकवृंद

अनुक्रमणिका

विभाग 1

विभाग 2

➤   चिन्हांची ओळख

◆◆◆

विभाग - 1

1 शैक्षणिक संशोधनाची संकल्पना आणि संबंधित साहित्याचे परिशीलन (Concept of Educational Research and Review of Related Literature)

1.1 शैक्षणिक संशोधन

1.3 शैक्षणिक संशोधनाची विषयक्षेत्रे

1.4 शैक्षणिक संशोधनातील एकात्मिता

1.7 संदर्भ साहित्याची नोंद

❈ प्रस्तावना ❈

रिमा, एका माध्यमिक शाळेत नोकरी करीत होती. तिला अध्यापन करताना काही समस्या निर्माण झाल्या. तिला असे दिसून आले की मुलांचे हस्ताक्षर अतिशय खराब आहे. तसेच 9 वी, 10 वी तील मुले गट करून एकमेकांशी भांडणे करतात. याच्यावर काहीतरी उपाय केला पाहिजे असे तिला वाटू लागले.

रिमाने एम्.एड्. साठी शिक्षणशास्त्र विभागात प्रवेश घेतला होता त्यामुळे तिला एखाद्या समस्येवर लघुप्रबंधही लिहायचा होता. मग तिला एकदम सुचले की आपण आपल्या शाळेतील समस्येवरच का लिहू नये? पण तिला संशोधनाविषयी फारसं काही माहिती नव्हती. समस्या सोडविण्यासाठी काय-काय केले पाहिजे याचे काही पूर्वनियोजन नव्हते. तिने संशोधनाविषयी थोडीफार माहिती घेतली.

व्यक्ती ज्या जगात राहते ते जग समजण्यासाठी संशोधन प्रक्रियेचे ज्ञान तिला असणे गरजेचे आहे. रिमाचे व्यावसायिक जग शिक्षकीपेशाचे असल्याने या जगाची पूर्ण कल्पना येण्यासाठी तिला संशोधन प्रक्रियेचे ज्ञान उपयुक्त ठरणार आहे.

अशाच प्रकारच्या समस्या अनेक विद्यार्थ्यांपुढे असतात. सदर घटकातून तुम्हाला संशोधन म्हणजे काय? संशोधनाची विषयक्षेत्रे, संशोधनाच्या पायऱ्या, संबंधित साहित्य कोठे शोधायचे याविषयी माहिती मिळेल.

या घटकाचा अभ्यास केल्यावर तुम्हाला खालील प्रश्नांची उत्तरे मिळू शकतील.

1. शैक्षणिक संशोधनाचे महत्त्व सांगून, त्याची वैशिष्ट्ये उदाहरणासहित स्पष्ट करा.

2. टीपा लिहा - शैक्षणिक संशोधनाची गरज

3. टीपा लिहा - संबंधित साहित्याचे परिशीलन

4. शैक्षणिक संशोधनाची संकल्पना पुढील मुद्द्यांसह स्पष्ट करा.

   (अ) अर्थ

   (ब) शिक्षणातील गरज

   (क) शैक्षणिक संशोधनाची विषयक्षेत्रे

1.1 शैक्षणिक संशोधन (Educational Research)

1.1.1 अर्थ (Meaning)

❖ Research is a process of steps used to collect and analyze information to increase out understanding of a topic or issue. - Creswell

एखादा विषय किंवा समस्या समजून घेण्यासाठी माहिती गोळा करण्यासाठी आणि माहितीचे विश्लेषण करण्यासाठी ज्या पायऱ्या वापरल्या जातात त्यांना एकत्रितपणे 'संशोधन' म्हणतात. संशोधनात मूलभूत तीन पायऱ्या असतात.

1. प्रश्न शोधणे.
2. प्रश्नाचे उत्तर शोधण्यासाठी माहिती गोळा करणे.
3. प्रश्नाचे उत्तर सादर करणे.

❖ The systematic investigation into the study of materials, sources etc. in order to establish facts and reach new conclusions.

❖ An Endeavour to discover new or collate old facts etc. by the scientific study of a subject or by a course of critical investigation. **– ऑक्सफर्ड इनसायक्लोपीडिया**

1.1.2 स्वरूप (Nature)

शैक्षणिक क्षेत्रातील विविध विचार, तत्त्वे, प्रवाह हे जितके समृद्ध असतील तितकी यातून शिकून बाहेर पडणारी पिढी ही विचारांनी परिपूर्ण असेल. जीवनातील प्रत्येक क्षेत्र हे शिक्षणावरच अवलंबून असणार यासाठी शिक्षणक्षेत्रामध्ये मूलभूत संशोधन करून नवेनवे प्रवाह शोधून काढणे गरजेचे आहे.

संशोधनासाठी समस्या शोधून काढणे आणि त्याची उत्तरे शोधणे महत्त्वाचे आहे. संशोधनामुळे आधीच्या माहितीत भर पडते. संशोधनामुळे सध्या असलेल्या ज्ञानामध्ये सुधारणा सुचविली जाते. त्यामुळे शैक्षणिक क्षेत्रात शिक्षक हे अधिक कौशल्याने शिकवू शकतील. कौशल्यप्राप्त शिक्षकांमुळे मुलांचे शिक्षण चांगले होईल. नोकरीत असलेले शिक्षक नवनवीन कल्पना वापरून मुलांना शिकवू शकतील आणि संशोधनामुळे या नवीन पद्धतींचे मूल्यमापन करण्याची संधी शिक्षकांना मिळेल. यामुळे कोणती अध्यापन पद्धती प्रभावी आहे हे शिक्षकांना समजून येईल. शिक्षकांना प्रथम वर्गात नक्की काय राबवायचे आहे हे ठरवावे लागेल. संशोधनातील पायऱ्यानुसार त्यांची तपासणी करावी लागेल आणि शेवटी सदर राबविलेली पद्धती मुलांच्या गरजा पूर्ण करू शकते का याचा विचार करावा लागेल.

शैक्षणिक क्षेत्रातील संशोधने देशाचे शैक्षणिक धोरण ठरविण्यासाठी उपयोगी पडतात. यामध्ये अगदी सरकारी शाळेतील शिक्षकांपासून खाजगी महाविद्यालयांतील शिक्षक, संचालक या सर्वांना घेऊन चर्चा होते व अंतिम शैक्षणिक मसुदा तयार होतो. परंतु यासाठी संशोधनाचे निष्कर्ष स्पष्ट हवेत. त्याचे माहिती संकलन पुरेसे केलेले असले पाहिजे. संशोधन सुरू करताना काही प्रश्न संशोधकाने स्वत:ला विचारणे गरजेचे असते.

(1) **तुम्ही काय करणार आहात ? :** समस्येचे शीर्षक आणि उद्दिष्टे यावरून वरील प्रश्नाचे उत्तर मिळू शकते. माझी पृच्छा काय आहे ? ती कोणत्या चलांसंबंधित आहे ? पृच्छा कोणासंबंधित व कोणत्या बाबींबाबत आहे ? अर्थात याचे स्पष्टीकरण संशोधन करताना विस्ताराने मिळतेच.

(2) **तुम्ही हे का करत आहात ? :** सध्या तुम्हाला कोणती समस्या भेडसावत आहे आणि तिचे उत्तर शोधणे खूप गरजेचे का आहे हे तुम्ही समजावून सांगू शकता, याची कारणे सांगणे अपेक्षित आहे.

(3) तुम्ही कशा प्रकारे समस्या सोडवणार आहात ? : समस्या सोडविण्यासाठी तुमच्याकडे कच्चा आराखडा असणे गरजेचे आहे. माहिती गोळा करण्यासाठी कोणती साधने वापरणार, तसेच मिळालेल्या माहितीचे विश्लेषण कशा प्रकारे करणार याची माहिती संशोधकाला असणे गरजेचे आहे.

(4) तुम्ही कधी संशोधन करणार आहात ? : संशोधनात वेळ ठरविणे महत्त्वाचे असते कारण वेळ थोडा असतो. अडचणींची शक्यता जास्त असते.

वरील गोष्टींवरून संशोधनाविषयी खालील महत्त्वाच्या गोष्टी कळून येतात.

1. संशोधन हे नियमबद्ध आणि नियंत्रित असते.
2. संशोधन हे सर्वांगीण आणि अनुभवजन्य असते.
3. संशोधनामध्ये निष्कर्ष तपासले जातात, तसेच संशोधन पद्धती, निष्कर्ष हे लोकांच्या चर्चेसाठी उघड केले जातात. जेणेकरून आलेले निष्कर्ष खरेपणाच्या कसोटीवर तपासले जातील.

1.1.3 महत्त्व (Importance)

ज्ञानाची निर्मिती करणे तसेच निर्माण केलेल्या ज्ञानाचा समस्या सोडविण्यासाठी उपयोग करणे हे शैक्षणिक संशोधनाचे महत्त्व आहे.

- "Educational Research is that activity which is directed towards development of a science of behaviour in Educational situation. The ultimate aim of such a science is to provide knowledge that will permit the educator to achieve his goals by the most - effective methods. "
- रॉबर्ट ट्रॅव्हर्स
- ''शैक्षणिक संशोधन म्हणजे अशी कृती जी शैक्षणिक परिस्थितीमधील वर्तनशास्त्राच्या प्रगतीच्या दिशेने गतिमान झालेली असते. अतिशय प्रभावी पद्धतींनी आपली ध्येये प्राप्त करण्यास शिक्षकास मदत करणारे ज्ञान प्राप्त करून देणे हे या शास्त्राचे अंतिम ध्येय असते.''

या व्याख्येमध्ये शैक्षणिक संशोधनाचे दोन हेतू सांगितले आहेत.

1. शैक्षणिक परिस्थितीत प्रगती साधणे
2. शिक्षकाला आपली ध्येये प्राप्त करण्यास आवश्यक असणारे ज्ञान देणाऱ्या प्रभावी पद्धती उपलब्ध करून देणे.

शैक्षणिक संशोधनांमध्ये अभ्यासक्रम, अध्ययन-अध्यापन पद्धती, मूल्यमापन, विद्यार्थी, शिक्षक, त्यांच्यातील आंतरक्रिया, विविध संकल्पना, शालेय वातावरण, विद्यार्थ्यांचे मानसिक आरोग्य, शैक्षणिक साहित्य, पाठ्यपुस्तके, मुलांच्या विविध समस्या अशा अनेक शैक्षणिक घटकांचा व त्या अनुषंगाने येणाऱ्या समस्यांचा शास्त्रशुद्ध पद्धतीने अभ्यास केला जातो.

(1) प्रत्येक व्यक्तीचा वैयक्तिक व सामाजिक विकास हा शिक्षणानेच होतो. त्यामुळे विद्यार्थ्यांना जास्तीत जास्त चांगले शिक्षण मिळावे, काळाच्या बरोबर विद्यार्थ्यांनी राहावे, यासाठी शिक्षकांनी शैक्षणिक क्षेत्रात नवनवीन संशोधने हाती घेतली पाहिजेत. जेणेकरून विद्यार्थ्यांचा सर्वांगीण विकास झाला पाहिजे.

(2) शैक्षणिक संशोधनामुळे देशाची धोरणे ठरतात. अभ्यासक्रम आणि संशोधन पद्धतींवरील संशोधने राष्ट्रीय नियोजनात मोलाची भर घालतात. तसेच शिक्षकांसाठीही प्रेरणादायी ठरतात.

(3) कृती संशोधनामुळे शिक्षक स्वत:च्या अध्यापनात सुधारणा घडवून आणू शकतो. कृती संशोधन हे शिक्षक, संचालक इत्यादींसाठी आदर्श ठरते. कारण शिक्षक पूर्वीपासून चालत आलेल्या पद्धतींवरून स्वत:च्या अध्यापनाचे मूल्यमापन करू शकत नाहीत. शिक्षक जेव्हा कृती संशोधन करतात तेव्हा ते जास्तीत जास्त वैज्ञानिक दृष्टिकोन ठेवतात व समस्येचे निदान करताना काळजी घेतात.

(4) आज आपल्या समाजामध्ये परिवर्तन होते आहे. त्या बदललेल्या समाजाला अनुकूल अशी शिक्षण पद्धती हवी. शिक्षण हे शास्त्र बनले आहे. म्हणजेच शिक्षणशास्त्राच्या अभ्यासक्रम, अध्ययन-अध्यापन पद्धती, मूल्यमापन, नियोजन, विद्यार्थी, शिक्षक, पालक, पाठ्यपुस्तके, प्रशासन, शालेय वातावरण या सर्वांमध्ये सुधारणा करण्यासाठी शास्त्रीय पद्धतीने संशोधन होणे गरजेचे आहे.

(5) नवीन ज्ञानाची जिज्ञासा, नोकरीच्या संधी, मूलभूत संकल्पना समजण्यासाठी, सामाजिक जाणीव अशा घटकांमुळेही संशोधन केले जाते. त्यामुळे व्यक्तीचा वैयक्तिक पातळीवर फायदा होतो.

1.2 वैज्ञानिक चिकित्सा (Scientific Inquiry)

प्रथम विज्ञान म्हणजे काय ते पाहू.

❖ "Science may be described as a systematized body of knowledge pertaining to an area of study and contains some general truths explaining past events or phenomena."

विज्ञानातील नियमबद्धता म्हणजे चले आणि मर्यादा यांच्यातील संबंध पडताळतात आणि त्यातील तत्त्वे शोधून काढतात.

विज्ञानामध्ये स्पष्टीकरण, समजून घेणे, भविष्यकथन करणे, संबंधित चले नियंत्रित करणे या पद्धतींचा समावेश असतो.

विज्ञानाच्या वैशिष्ट्यांमध्ये दृश्य पुराव्यावर व प्रयोगाअंती आलेल्या निष्कर्षांवर विश्वास ठेवणे; पुराव्याने सिद्ध केलेल्या संकल्पनांचा योग्य उपयोग करणे, एकदा केलेले संशोधन कितीही वेळा केले तरी पुनःपुन्हा सिद्ध झाले पाहिजे; संशोधक पूर्वग्रहदूषित नसावा, संशोधनाचे निष्कर्ष हे संभाव्येतर आधारित असतात.

1.2.1 वैज्ञानिक चिकित्सेची वैशिष्ट्ये (Characteristics of Scientific Inquiry)

(1) **सुरुवात प्रश्नाने :** संशोधकाच्या मनात प्रश्न निर्माण झाले पाहिजेत. आपल्या आजूबाजूला अनेक समस्या असतात, त्या ओळखता आल्या पाहिजेत. का, कसे, केव्हा, कशासाठी गोष्टी घडतात ? त्यांची कारणे कोणती ? अशा प्रकारचे प्रश्न समस्येबाबत संशोधकाच्या मनात निर्माण झाले पाहिजेत. हे प्रश्नच संशोधन समस्या निर्माण करतात.

(2) **स्पष्ट, निःसंदिग्ध ध्येये :** संशोधन यशस्वी होण्यासाठी स्पष्ट उद्दिष्टे आणि काय करायचे आहे हे संशोधकाला पूर्णपणे माहीत हवे.

(3) **पूर्वनियोजित आराखडा :** वैज्ञानिक पद्धतीमध्ये उद्दिष्टांपर्यंत पोहोचण्यासाठी संशोधनाचा आराखडा आधीच तयार असावा. जेणेकरून वेळ, पैसा, ऊर्जा यांची बचत होईल.

(4) **अर्थनिर्वचन पद्धती निवड :** माहितीचे अर्थनिर्वचन करताना काही सत्य कळले पाहिजे आणि त्याच्या अर्थाविषयी निश्चित निष्कर्ष काढता आले पाहिजेत. मिळालेल्या संकल्पनेचे महत्त्व हे संशोधक मिळालेल्या माहितीचे कशा प्रकारे अर्थनिर्वचन करतो यावर अवलंबून असते.

(5) **अचूक विधानांचा वापर :** निष्कर्षांना पाठिंबा देणारी योग्य विधाने हवीत. घटकांमधील क्रम लावण्यासाठी तर्कशुद्ध विधानांची आवश्यकता असते.

(6) **पूर्वज्ञान भूमिका :** पूर्वज्ञान हे नवीन ज्ञानाचा व सत्य हे अर्थनिर्वचनाचा पाया असते. कारण नवीन ज्ञान म्हणजेच पूर्वज्ञानाचा विस्तार होत असतो.

(7) **उपप्रश्न निर्मिती :** मुख्य प्रश्न हा उपप्रश्न निर्माण करत असतो.

(8) **पर्याप्त माहिती :** मापन करता येईल अशी माहिती समस्येचे उत्तर शोधण्यासाठी आवश्यक असते.

1.3 शैक्षणिक संशोधनाची विषयक्षेत्रे
(Areas of Educational Research)

शिक्षणाचा मूळ उद्देश व्यक्तीचा सर्वांगीण विकास करणे हा आहे. त्यामुळे शिक्षणाचा संबंध मानसशास्त्र, तत्त्वज्ञान, समाजशास्त्र, अर्थशास्त्र, व्यवस्थापन, मार्गदर्शन व समुपदेशन, तंत्रज्ञान, आरोग्य शिक्षण अशा अनेक विषयांशी येतो. माणूस हा समाजप्रिय प्राणी आहे. त्यामुळे व्यक्तीला समाजात राहण्यायोग्य बनविण्यासाठी या सर्व विषयांचे शिक्षण मिळणे गरजेचे असते. त्यामुळे शिक्षकाला शैक्षणिक संशोधनाची विषयक्षेत्रे माहीत असणे आवश्यक आहे. ती पुढीलप्रमाणे -

(1) **शिक्षणाचे मानसशास्त्र (Psychology of Education) :** मुलांच्या वाढ व विकासाचा संबंध मानसिक विकासाशी असतो. मानसिक विकासाचा संबंध अध्ययनाशी असतो. त्यामुळे शिक्षकाला शिक्षणाचे मानसशास्त्र माहीत असणे फार गरजेचे असते. मानसशास्त्राच्या बऱ्याच उपपत्तींचा उपयोग अध्ययन - अध्यापन करताना होतो. विशेष मुलांच्या गरजांचा अभ्यासही मानसशास्त्रात होतो. व्यक्तिमत्त्व, प्रेरणा, बुद्धिमत्ता, अभिरुची, स्वसंकल्पना अशा प्रकारच्या घटकांचा अभ्यास मानसशास्त्रात होतो.

(2) **शिक्षणाचे तत्त्वज्ञान (Philosophy of Education) :** तत्त्वज्ञान हे जीवनाचे महत्त्वाचे अंग आहे. शिक्षण व तत्त्वज्ञान हे वेगळेवेगळे असूच शकत नाहीत. त्या एकाच नाण्याच्या दोन बाजू आहेत. शैक्षणिक संकल्पना या तत्त्वज्ञानावर अवलंबून असतात. तर्कशास्त्रामुळे अध्ययन - अध्यापन पद्धतीला मदत होते. नीतिमूल्ये हे तर शिक्षणाचे अविभाज्य अंग आहे. भारतामध्ये फार पूर्वीपासून व्यास, बुद्ध, स्वामी विवेकानंद, सर अरविंद घोष, रवींद्रनाथ टागोर, महात्मा गांधी असे अनेक संतमहात्मे होऊन गेले ज्यांनी शिक्षण आणि तत्त्वज्ञान यांची सांगड घातली.

शिस्त, प्रेम, आवड, बेशिस्त यांचा संदर्भ तत्त्वज्ञानातूनच आपल्याला मिळतो. मूल्यशिक्षण वेगळे द्यायची वेळ आली आहे म्हणजेच आपल्या शैक्षणिक धोरणांची तपासणी आणि पुनर्बांधणी करण्याचा विचार केला पाहिजे, असे धाडसाने म्हणावे लागेल.

(3) **शिक्षणाचे समाजशास्त्र (Sociology of Education) :** शिक्षणाच्या समाजशास्त्रात शिक्षणावरील समाजाचा दबाव, शैक्षणिक उद्दिष्टे, अभ्यासक्रम, सामाजिक स्तरीकरण, सामाजिक पार्श्वभूमी, कुटुंबसंस्था अशा विविध घटकांचा शिक्षणशास्त्राशी असणाऱ्या संबंधाचा अभ्यास हा संशोधनाचा भाग आहे. समाजबदलातील शिक्षकाचा सहभाग, लोकसंख्यावाढीचा मुलांच्या प्रवेशाशी असलेला संबंध, शाळेचा दर्जा, लोकसंख्या शिक्षणात शाळेचा सहभाग, लोकशाही मूल्यांची रुजवणूक अशा सर्व गोष्टींचे संशोधनही या क्षेत्रात येते.

(4) **शिक्षणाचे अर्थशास्त्र (Economics of Education) :** शिक्षणावरील खर्च, शिक्षणाचा उत्पादन क्षमतेशी असलेला संबंध, शिक्षणसंस्थांचा अर्थपुरवठा, शाळांना मिळणारे अनुदान असे विषय शिक्षणाच्या अर्थशास्त्रात येतात.

(5) **शिक्षणाचे व्यवस्थापन (Management of Education) :** शिक्षणाचे व्यवस्थापन यात नियम, कायदे, सत्यतेचे केंद्रीकरण होणे, पर्यवेक्षण - तपासणी, स्थगन - गळतीची समस्या, शिक्षणक्षेत्रातील विविध समस्या, शैक्षणिक नियोजन या घटकांचा समावेश होतो. मुख्याध्यापक, शिक्षणाधिकारी, उपशिक्षणाधिकारी, शिक्षण संचालक, शिक्षण उपसंचालक यांच्या पर्यवेक्षणाचा दर्जा हाही संशोधनाचा विषय होऊ शकेल.

(6) **तुलनात्मक शिक्षण (Comparative Education) :** आज जग हे इंटरनेट, वाहतूक सुविधा यांच्यामुळे जवळ आले आहे. विविध देशांमधील शिक्षणपद्धतींचा अभ्यास करणे हा एक संशोधनाचा विषय आहे. शिक्षण, अर्थशास्त्रीयदृष्ट्या वाढ, शैक्षणिक नियंत्रण, विद्यापीठांचा दर्जा व त्यांचे महत्त्व असे विषय तुलनात्मक शिक्षणाच्या संशोधनासाठी घेता येतील.

(7) शैक्षणिक संख्याशास्त्र (Statistic of Education) : शिक्षणातील अध्ययन-अध्यापन पद्धती, विद्यार्थी - शिक्षक यांच्यातील आंतरक्रिया, व्यक्तिमत्त्व, अभिरुची व प्रेरणा अशा विषयांवर संशोधन केल्यानंतर त्याचे निष्कर्ष संख्याशास्त्रीय पद्धतीने तपासले जातात.

(8) अभ्यासक्रम व पाठ्यपुस्तके तयार करणे (Curriculum of Education) : काळानुसार अभ्यासक्रमाचे मूल्यमापन होणे गरजेचे आहे. बदलत्या काळाशी सुसंगत असा अभ्यासक्रम तयार केला गेला पाहिजे. विद्यार्थ्यांच्या गरजा, कौशल्य यांच्याशी निगडित पाठ्यपुस्तके असली पाहिजेत. परंतु हे बदल वेळोवेळी अपेक्षित संशोधन प्रक्रियेवर आधारित वेगवेगळ्या समित्या नेमून केले गेले आहेत. जसे की कोठारी आयोग, यशपाल आयोग इत्यादी. राष्ट्रीय धोरणे ही अभ्यासक्रमातून प्रतिबिंबित झाली आहेत. संपूर्ण देशात समान अभ्यासक्रम राबविला पाहिजे. जेणेकरून देशातील प्रत्येक व्यक्तीला जगण्यासाठी आवश्यक कौशल्ये समान पातळीवर शिकवली गेली पाहिजेत.

(9) शिक्षक प्रशिक्षण (Teacher Training) : शाळांमध्ये शिकविणाऱ्या शिक्षकांना प्रशिक्षित केले जाते. शिक्षणासाठीच्या पद्धती, मानसशास्त्र याविषयी माहिती दिली जाते. यात सेवापूर्व अणि सेवांतर्गत प्रशिक्षण असे भाग येतात. नोकरी लागण्यापूर्वी शिक्षक विशिष्ट डिग्री घेऊन शिक्षक म्हणून काम करू लागतो. परंतु पुढे-पुढे बदलत्या काळाबरोबर नवनवीन पद्धती, तंत्रे विकसित झालेली असतात. त्याची माहिती सेवांतर्गत प्रशिक्षणाद्वारे शिक्षकांना देण्यात येते.

(10) मार्गदर्शन आणि समुपदेशन (Guidence & Counselling) : माध्यमिक शिक्षण आयोगाने सदर विषयाची गरज सुचविली. यासाठी बी.एड. स्तरावर हा विषय ऐच्छिक म्हणून स्वीकारला गेला. परंतु खाजगी स्तरावर विविध मानसशास्त्रीय संस्थांद्वारे समुपदेशन करणाऱ्या संस्था अस्तित्वात आल्या. उदाहरणार्थ ज्ञानप्रबोधिनी, परिवर्तन इत्यादी संस्थांमधूनही समुपदेशन करण्यात येत आहेत. वेगळी वर्तणूक असलेल्या मुलांचे तसेच पालकांचे समुपदेशन करण्याचा प्रवाह शालेय पातळीवर सुरू झाला आहे. समाजातील बदल पाहता याची गरज वैयक्तिक पातळीवरही आवश्यक झाली आहे.

(11) शैक्षणिक तंत्रविज्ञान (Educational Technology) : दृक्-श्राव्य साधने, दूरशिक्षण, संगणक, समूहसंपर्क साधने, इंटरनेट, अध्यापनाची प्रतिमाने अशा अनेक घटकांवर संशोधने चालू झाली आहेत.

(12) अनौपचारिक शिक्षण (Non- Formal Education) : पूर्वप्राथमिक शिक्षणापासून विद्यापीठीय शिक्षणापर्यंत पारंपरिक पद्धतीशिवाय जे शिक्षण मिळते ते अनौपचारिक शिक्षण होय. यामध्ये प्रौढ शिक्षण, साखरशाळांतील मुलांचे शिक्षण, रात्रशाळा, विविध व्यवसायांसाठी दिलेले शिक्षण हे घटक येतात.

(13) व्यावसायिक व तांत्रिक शिक्षण (Vocational & Technical Education) : या विषयक्षेत्रात, प्रवेश कसोट्या, जीवनाभिमुख व्यावसायिक शिक्षण, प्रशासकीय प्रश्न, मूल्यमापन, कृषिशिक्षण, विधिशिक्षण, वैद्यकीय शिक्षण, इंजिनिअरिंगचे शिक्षण, उच्च माध्यमिक शिक्षणाची सद्यःस्थिती असे विषय येतात.

(14) वंचित गटांचे शिक्षण (Education of the Disadvantaged) : यामध्ये मागासवर्गीय जाती - जमाती, शारीरिकदृष्ट्या अपंग, आर्थिक - सामाजिकदृष्ट्या मागासलेले या उपगटांचा समावेश होतो.

(15) कसोट्या आणि मापन (Tests and Measurement) : अभिवृत्ती, वर्तन आणि कौशल्य तपासण्यासाठी विविध चाचण्यांचा उपयोग केला जातो. यासाठी मानसशास्त्रीय चाचण्या तयार करणे आणि त्या प्रमाणित करणे या प्रकारचे संशोधन या क्षेत्रात येते. वाचनक्षमता, लेखनक्षमता यांच्या मापनाचे संशोधनही या क्षेत्रात येते. बुद्धिगुणांकांचे मापनही या क्षेत्रात येते.

(16) स्त्रियांचे शिक्षण (Women's Education) : ग्रामीण भागातील मुलींच्या शिक्षणाचे कमी प्रमाण, त्यांच्या अडचणी, शहरी भागातील नोकरदार महिलांच्या अडचणी, स्त्री-शिक्षणातील गळती, मागासवर्गीय विद्यार्थिनींना येणाऱ्या अडचणी असे विषय संशोधनासाठी घेतले जातात.

(17) अध्ययनशास्त्र (Science of Education) : शास्त्र हा शब्द 'Scientia' या लॅटिन शब्दापासून बनला आहे. याचा अर्थ ज्ञान आहे. जाणण्यासारखे जे-जे असेल ते ज्ञान म्हणजे शास्त्र. विद्यार्थ्यांना शिकविताना विविध अध्यापन पद्धती, शैक्षणिक साहित्य, मानसशास्त्र अशा विविध गोष्टी समजून घेणे अध्ययनशास्त्रात महत्त्वाचे असते.

(18) सर्वसमावेशित शिक्षण (Inclusive Education) : सर्वसमावेशित शिक्षणामध्ये शारीरिक, मानसिक, सामाजिक, सांस्कृतिक व शैक्षणिकदृष्ट्या, अपंग विद्यार्थ्यांना नेहमीच्या विद्यार्थ्यांबरोबर मुख्य प्रवाहात आणणे अपेक्षित आहे.

(19) शैक्षणिक धोरण (Educational Policy) : शिक्षणाच्या उद्दिष्टांचे राष्ट्रीय अभ्यासक्रमात प्रतिबिंब पडलेले असते त्यावरून देशाचे शैक्षणिक धोरण ठरत असते.

(20) शैक्षणिक भविष्यवेध (Educational Futurology) : शिक्षणातून भविष्यातील संधीचा शोध घेता यावा यासाठी विविध प्रयोग शिक्षणखात्यातर्फे केले जातात. विविध देशांमधील शैक्षणिक पद्धतींचा अभ्यास केला जातो.

(21) आरोग्य व शारिरीक शिक्षण (Health and Physical Education) : विद्यार्थ्यांच्या आयुष्यातील आरोग्याचे महत्त्व जाणून शारीरिक शिक्षणाच्या तासिकांना महत्त्व दिले गेले आहे. याविषयी बी.पी.एड. पदवी पर्यंतच्या शिक्षणाची सोय केली आहे.

(22) कौशल्य विकास (Skill Development) : आजकाल पुस्तकी ज्ञानाचा उपयोग फारसा होताना दिसत नाही. त्यासाठी रोजगार संधी मिळण्यासाठी विद्यार्थ्यांना कौशल्यावर भर देणारे विविध अभ्यासक्रम आयोजित केले आहेत.

(23) मूल्यशिक्षण (Value Education) : समाजातील चंगळवाद बघता आज मूल्यशिक्षणाची गरज प्रकर्षाने जाणवते. यासाठी प्राथमिक स्तरावर मूल्यशिक्षण तासिकांचा समावेश केला गेला आहे.

(24) पर्यावरण शिक्षण (Environmental Education) : जागतिकीकरणाच्या रेट्यात पर्यावरणाचा ऱ्हास होत आहे. विद्यार्थ्यांना लहान वयातच पर्यावरणाचे नुकसान केल्याने काय दुष्परिणाम होतात याची जाणीव होण्यासाठी पर्यावरण शिक्षण देणे गरजेचे आहे. यासाठी इयत्ता नववीपासून पर्यावरण शिक्षण विषय अभ्यासक्रमात समाविष्ट केला आहे.

(25) लोकसंख्या शिक्षण (Population Education) : जगाची वाढती लोकसंख्या लक्षात घेऊन त्याच्या होणाऱ्या दुष्परिणामांची जाणीव करून देणे आवश्यक आहे. अपुरी जागा, पिण्याच्या पाण्याची कमतरता, अन्नधान्याचा तुटवडा अशा अनेक कारणांची विद्यार्थ्यांना माहिती देणे आवश्यक आहे. यासाठी लोकसंख्या शिक्षणाचा अभ्यासक्रमात समावेश केला आहे.

(26) मानवी हक्क शिक्षण (Human Rights Education) : विद्यार्थ्यांना व्यक्तींच्या हक्कांची जाणीव करून देणे आवश्यक आहे. स्वतःचे आयुष्य चांगल्या प्रकारे घालविण्यासाठी मानवी हक्क शिक्षणाचा अभ्यासक्रमात समावेश केला आहे.

1.4 शैक्षणिक संशोधनातील एकात्मिता (Interdisciplinanity in Educational Research)

शैक्षणिक संशोधनामध्ये दोन किंवा अधिक विषयांच्या वैशिष्ट्यांचा समावेश होतो. उदाहरणार्थ, शालेय विद्यार्थ्यांवर जेव्हा अध्यापन पद्धतींचा, शिक्षकांचा, शालेय वातावरणाचा प्रभाव तपासला जातो तेव्हा मानसशास्त्राचा अभ्यास

अपरिहार्य ठरतो. कुटुंबाचा, सामाजिक परिवर्तनाचा विद्यार्थ्यांवर होणारा परिणाम तपासताना समाजशास्त्राची वैशिष्ट्ये लक्षात घेतली जातात. भारतीय शिक्षणाला फार प्राचीन ऐतिहासिक परंपरा आहे. याचा संदर्भ इतिहासातून आपल्याला मिळतो. शिक्षणावरील खर्च व राष्ट्रीय अर्थसंकल्प, आर्थिक विकासातील योगदान, शासकीय धोरणे याविषयीचे संशोधन अर्थशास्त्राशी संबंधित क्षेत्रात येते. राज्यशास्त्रामध्येही राष्ट्रीय ध्येयधोरणांचे प्रतिबिंब शैक्षणिक उद्दिष्टांतून व अभ्यासक्रमातून दिसून येते. अशा प्रकारे शिक्षणाचा संबंध जीवनातील जवळजवळ सर्व विषयांशी दिसून येतो.

1.5 शैक्षणिक संशोधनातील विविध पायऱ्यांचा हेतू व गरज
(Purpose and Need at Different Stage of Research)

संशोधक जेव्हा संशोधनास सुरुवात करतो तेव्हा त्याला विविध पायऱ्या पार करून अंतिम ध्येय गाठावे लागते. प्रत्येक संशोधन पद्धतीमध्ये ठरावीक पायऱ्या असतात.

संशोधन प्रक्रियेच्या पायऱ्या

(1) **संशोधन समस्या ओळखणे (Identifying a Research Problem)** : संशोधकाला शैक्षणिक क्षेत्रात काम करताना एखादी समस्या भेडसावते व ती समस्या सोडवण्यासाठी संशोधक प्रवृत्त होतो. संशोधन समस्येच्या कोणत्या पैलूचे संशोधन करणार आहोत, समस्या सोडविण्याची गरज का आहे याची कारणे, हे संशोधन कोणाकोणाला उपयोगी पडणार आहे या सर्वांचा समावेश संशोधन समस्या ओळखण्यात असतो. विशिष्ट चलाविषयी संशोधन करण्याचे स्पष्ट झाले की विषयाची मर्यादा ठरते.

- समस्या निश्चित करणे.
- त्याची कारणे देणे.
- निवडलेल्या नमुन्यासाठी त्याची गरज स्पष्ट करणे.

(2) **संबंधित साहित्याचा आढावा घेणे (Reviewing the Literature)** : संशोधन समस्या निश्चित केल्यावर सदरच्या समस्येवर आधी झालेली संशोधने तपासणे गरजेचे असते. त्यामुळे संशोधन समस्येची पुनरावृत्ती होत नाही ना हे कळते. समस्येविषयी आधी झालेल्या संशोधनामुळे पूर्वी काय अस्तित्वात आहे याची माहिती मिळते. पूर्व संशोधनामुळे संशोधन पद्धती, नमुना निवड पद्धती, माहितीचे विविध स्रोत यांचीही माहिती मिळते.

संबंधित साहित्याचा आढावा घेणे म्हणजे समस्येशी निगडित जे-जे साहित्य आपण वाचले असेल त्या सर्वांचा उल्लेख करणे. यामध्ये पुस्तके, लेख, सारांश, ऑनलाइन माहिती, वृत्तपत्रे, चित्रपट या सर्वांचा समावेश होतो. यासाठी संशोधक ग्रंथालये, संगणकावरील डाटाबेस वापरू शकतो व त्याचा सारांश संशोधनात लिहू शकतो.

- स्रोतांची माहिती करून घेणे.
- स्रोतांची निवड करणे.
- स्रोतांचे सारांशलेखन करणे.

(3) **संशोधनाचा हेतू (Specifying purpose for Research)** : संशोधन समस्येवर लक्ष केंद्रित करून जे विधान मांडले जाते ते समस्या विधान असते. या विधानात समस्येची गरज स्पष्ट होते. समस्या विधान समस्येची ओळख करून देते, माहिती गोळा करण्यासाठी कोणती पद्धती वापरावी याची दिशा दाखविते. तसेच तुम्हाला कोणते निष्कर्ष मिळणार आहेत हे दर्शविते.

समस्या विधानावरून उद्दिष्टे आणि परिकल्पना स्पष्ट होते. त्याचप्रमाणे संशोधनातील नमुना निवड तसेच संशोधनाचे स्थळ कळून येते.

- **समस्या विधान ओळखणे.**
- **परिकल्पना मांडणे.**

(4) **माहिती गोळा करणे (Collecting Data) :** संशोधन प्रश्नाचे व परिकल्पनेचे उत्तर मिळविण्यासाठी पुरावे गोळा करावे लागतात. पुरावे गोळा करण्यासाठी माहिती गोळा करावी लागते. संशोधनाची माहिती गोळा करण्यामध्ये नमुना निवडीविषयी माहिती, त्याविषयी लागणारी परवानगी, प्रश्नावलीद्वारे मिळालेली उत्तरे, प्रतिसादकांच्या वर्तनाचे निरीक्षण यांचा समावेश होतो. संशोधनाच्या या टप्प्यावर चाचणीचे गुणांक, वर्तनाची वारंवारिता, प्रतिसाद याही गोष्टी गोळा केल्या जातात. सांख्यिकी वर्णन व संशोधनाची कार्यपद्धती याविषयी माहिती कळते.

- **नमुना निवड करणे.**
- **प्रतिसादकांची परवानगी घेणे.**

(5) **माहितीचे विश्लेषण आणि अर्थनिर्वचन करणे : (Analyzing & Interpreting the Data) :** माहितीचे विश्लेषण आणि अर्थनिर्वचनामध्ये मिळालेल्या सांख्यिकी माहितीवरून निष्कर्ष काढणे, त्याचे आलेख किंवा सांख्यिकी चित्ररूपात सादरीकरण करणे, निष्कर्षांचे स्पष्टीकरण हे संशोधन प्रश्नाला धरून करणे यांचा समावेश होतो.

- **माहितीचे वर्गीकरण करणे.**
- **माहितीचे पुनर्सादरीकरण करणे.**
- **माहितीचे स्पष्टीकरण देणे.**

(6) **संशोधनाचे मूल्यमापन व अहवाल लेखन करणे (Reporting and Evaluating Research) :** संशोधनाचा अहवाल विद्यापीठाला ज्या पद्धतीने अपेक्षित आहे त्याच पद्धतीने लिहिणे. अहवाल हा सुस्पष्ट व नि:संदिग्ध असला पाहिजे जेणेकरून वाचणाऱ्याला समस्येची व त्याच्या उत्तराची स्पष्ट कल्पना यावी. अहवाल लेखन कोणत्याही जात, धर्म, लिंग, सामाजिक दर्जा यावर टीका करणारे असू नये. संशोधनाचे मूल्यमापन हे शैक्षणिक क्षेत्रातील तज्ज्ञ व्यक्तींकडून केले जाते.

- **अहवाल लेखन काळजीपूर्वक करणे.**
- **मूल्यमापन हे तज्ज्ञ लोकांवर तसेच वाचणाऱ्यांवर अवलंबून असते.**

1.6 संबंधित साहित्याचा आढावा घेण्यासाठीचे स्रोत (Sources of Literature Review)

संशोधकाने समस्या निश्चित केल्यानंतर त्या विषयाशी संबंधित माहिती मिळविणे अपेक्षित असते. सदर विषयामध्ये आधी झालेली संशोधने, ग्रंथ, लेख इत्यादींतून माहिती मिळवून स्वत:च्या ज्ञानात संशोधक भर टाकत असतो. यामुळे पूर्वी झालेल्या संशोधनावरून संशोधन पद्धती, चले, मर्यादा व व्याप्ती, उद्दिष्टे, गृहीतके, कार्यपद्धती यांची माहिती मिळते. यासाठीचे संबंधित साहित्य कोणकोणत्या ठिकाणी मिळेल याची माहिती खाली दिली आहे.

(1) **विद्यापीठ ग्रंथालय :** संशोधक प्रत्यक्ष जाऊन पुस्तके पाहू शकतो, मायक्रोफाइक वाचू शकतो, डाटाबेसशी जोडू शकतो. मायक्रोफाइक (Microfiche) म्हणजे चित्राची एक पट्टी असते. त्यात हाताने काढलेल्या अथवा पुस्तकरूपाने

सूक्ष्म प्रतिमा तयार केलेल्या असतात. ग्रंथालयात वार्षिक पुस्तके, निर्देशिका, संशोधन नियतकालिके, शोधप्रबंध, लघुशोध प्रबंध, संशोधनांचा सारांश, सरकारी दस्तऐवज अशा सर्व प्रकारचे साहित्य पाहायला मिळतो.

(2) प्राथमिक स्रोत (Primary Source) : यामध्ये संशोधक स्वतःच्या संशोधन कार्याची माहिती लेख, पुस्तके, लघुशोध प्रबंध अथवा शोधप्रबंध इत्यादींच्या मार्गातून स्वतः प्रकाशित करू शकतो. प्राथमिक स्रोतातील प्रबंध हे मूळ स्वरूपात पाहायला मिळतात आणि मूळ संशोधकाचे मत यातून कळू शकते.

(3) द्वितीयक स्रोत (Secondary Source) : संशोधक स्वतःच्या संशोधन कार्याची माहिती संक्षिप्त रूपात करतो. यासाठी माहिती गोळा करण्यासाठी संशोधक विश्वकोश (Encyclopedia) शिक्षण निर्देश सूची (Index), सारांश (Abstracts), संदर्भ ग्रंथ सूची इत्यादींचा वापर करतो. ज्या क्षेत्रात संशोधन करण्यात येत आहे अशा क्षेत्रात अल्प प्रमाणात संशोधन झालेले असेल तर द्वितीयक स्रोताचा वापर करावा लागतो.

(4) विश्वकोश (Encyclopedia) : Encyclopedia of Educatonal Research यासारखे विश्वकोश येथून संशोधक विषयाशी संबंधित माहिती शोधायला सुरुवात करू शकतो. विश्वकोशात 16 विषयांशी संबंधित संशोधने मिळू शकतात. उदाहरणार्थ प्राथमिक व माध्यमिक शिक्षण अभ्यासक्रम, विशेष मुलांचे शिक्षण, शैक्षणिक धोरण इत्यादी.

(5) शब्दकोश (Dictionary and Glossaries) : Dictionary of Education, New York, MC Grow Hill BodkCo. 1973 The SAGE Dictionary of Qualitative Inquire (Schwandt 2007) .

अशा प्रकारे विविध शब्दकोश हे तांत्रिक, शैक्षणिक, व्यावसायिक शब्दांचे स्पष्टीकरण देतात.

(6) हस्तपुस्तिका (Handbooks) : चालू घडामोडी व समस्या यांची माहिती व ती समस्या सोडविण्यासाठी केलेले प्रयत्न यांची माहिती हस्तपुस्तिकेतून होते.

(7) सांख्यिकी निर्देश सूची (Statistical Indexes) : यामध्ये समस्या विधान किंवा संबंधित साहित्य लिहिण्याचे नवे प्रवाह सांगितले आहेत.

(8) पुस्तके (Books) : महाविद्यालयीन वा विद्यापीठीय ग्रंथालयात जाऊन संशोधन विषयाशी संबंधित पुस्तकांची यादी करणे व सोईनुसार पुस्तके वाचणे हे संशोधनासाठी उपयुक्त आहे.

(9) लेख, नियतकालिके (Articles, Periodicals) : अनेक व्यावसायिक नियतकालिके आणि वार्षिक पुस्तके भारतात आणि परदेशातही प्रकाशित होतात. त्यात संशोधनाचा आढावा घेतलेला असून तांत्रिक विषयावर व शैक्षणिक समस्यांवर चर्चा करण्यात येत असते. उदाहरणार्थ, जीवनशिक्षण.

(10) संशोधनाचा सारांश (Abstract) : ग्रंथालयात ऑनलाइन कॅटलॉगमध्ये Abstract शब्द वापरून, संशोधन समस्या टाईप करून संबंधित विषयावर पूर्वी झालेल्या संशोधनांचे सारांश पाहायला मिळतात. बूच.एम.बी. (संपा.) शिक्षणातील पाचवे संशोधन सर्वेक्षण 1988 - 1992 नवी दिल्ली, एन सी ई आर टी 1988-92 खंड 1

अशा प्रकारे 1 ते 5 खंड प्रसिद्ध झाले असून त्यात संशोधकांची नावे, त्यांच्या समस्या, विद्यापीठाचे नाव, संशोधनाची उद्दिष्टे, माहिती गोळा करण्याची साधने, संशोधनाच्या परिणामांची थोडक्यात चर्चा करण्यात आली आहे.

इंटरनेटवर 'शोधगंगा' या सॉफ्टवेअरद्वारे भारतातील सर्व पीएच. डी. धारकांच्या संशोधनाविषयी माहिती मिळू शकते.

(11) ERIC Data base : ERIC database ही 1966 साली अमेरिकेच्या शिक्षणखात्याने एक पद्धती इंटरनेटवर निर्माण केली आहे. या डाटाबेसवर 16 उपविभागात माहिती विभागली आहे. उदाहरणार्थ, प्रौढ, व्यावसायिक शिक्षण, मूल्यमापन, वैयक्तिक, सारांश : या डाटाबेसचे दोन भाग पडतात.

(अ) लेख (Journals) : हे Current Index to Journals in Education या विभागात पाहता येतात.

(ब) दस्तऐवज (Documents) : हे Resourcesion Education या विभागात पाहता येतात.

(12) **इंटरनेट (Internet) :** संशोधक गुगलवर जाऊन वेबसाईट पाहू शकतो. इंटरनेटवर माहितीचा प्रचंड खजिना पाहायला मिळतो. परंतु संशोधनासाठी त्यातील माहितीची सत्यता तपासणे गरजेचे असते.

1.7 संदर्भ साहित्याची नोंद (Note - Taking)

संशोधक संदर्भ साहित्याचे वाचन करत असताना, संशोधकाने त्यावरील माहितीच्या नोंदी करून ठेवणे अपेक्षित आहे. संशोधकाला पुढे ज्या-ज्या वेळी माहितीची आवश्यकता लागेल त्या-त्या वेळेस कोणत्या ठिकाणी संदर्भ पाहिला हे या नोंदीवरून ताबडतोब समजेल. अशी माहितीची नोंद ठेवणे ही अनौपचारिक गोष्ट आहे. यामध्ये लेखाचे अवतरण चिन्हात नाव घालून त्यातील मुख्य मुद्दे लिहून सारांश लिहिला जातो. यामध्ये साधारणतः संशोधन प्रश्न, तथ्य संकलन, निष्कर्षांविषयी मुद्दे गोळा केले जातात.

ज्यातून संदर्भ गोळा केले आहेत अशा प्रत्येक साहित्याचा संशोधक 350 शब्दांमध्ये सारांश (Abstract) तयार करून ठेवू शकतो.

संदर्भ सूचनांचे संलेखन (Recording of Various References)

संबंधित साहित्याचे व्यापक प्रमाणात सर्वेक्षण केल्यावर त्याचे योग्य रूपात एकत्रीकरण करणे आवश्यक असते. त्यास संशोधनासाठी ठरलेल्या रूपरेषेनुसार व्यवस्थित मांडणी करणे आवश्यक असते. यासाठी संदर्भ सूची कार्डे तयार करावीत यावर खालीलप्रमाणे माहिती लिहावी.

1. लेखकाचे आडनाव, नाव, वडिलांचे / पतीचे नाव
2. पुस्तकाचे नाव
3. प्रकाशनाचे नाव
4. प्रकाशकाचे नाव
5. प्रकाशनाची तारीख
6. खंड क्रमांक
7. पान क्रमांक

संशोधन करीत असताना काही माहिती टेलिव्हीजन व इंटरनेट या माध्यमातूनही प्राप्त होते. अहवाल लेखन करताना या माहितीचा विसर पडण्याची शक्यता राहते. यासाठी या माहितीचे लेखन करणे गरजेचे असते.

संदर्भ साहित्यात कधी-कधी लेखकाच्या भाषेतील वाक्ये अवतरण चिन्हात जशीच्या तशी देता येतात. परंतु याचा उल्लेख पुस्तकाचे नाव, प्रकाशन स्थळ, प्रकाशन वर्ष, आवृत्ती यासकट संदर्भ ग्रंथसूचीत करावा.

भाषांतर करताना संशोधकाने स्वतःच्या भाषेत माहिती लिहिणे सोईचे असते. येथे पुस्तक क्रमांक व पान क्रमांक लिहून नंतर अनुवाद (Translation) हा शब्द लिहावा.

अशी सर्व कार्डे अनुक्रमांक देऊन एकत्र ठेवावीत. अहवाल लिहिताना किंवा संदर्भ साहित्यांची यादी तयार करताना या कार्डांचा वापर करावा. यामुळे संदर्भ ग्रंथ तयार करताना संशोधकाला सर्व साहित्य लक्षात ठेवणे सोपे जाणार आहे.

1.8 संशोधनाची नीतितत्त्वे (Ethical Principles of Research)

नीतितत्त्वे म्हणजे नैतिकदृष्ट्या चांगले किंवा वाईट, चूक किंवा बरोबर असणे. प्रत्येकाला सामान्य नीतितत्त्वे असतात. पण प्रत्येक जण त्याचा अर्थ स्वतःच्या मूल्यांवर व अनुभवांवर तपासून लावत असतो. त्यामुळे नीतितत्त्वे म्हणजे वागण्याची तत्त्वे ज्यामध्ये तत्त्वज्ञान, कायदा, मानसशास्त्र, समाजशास्त्र या सर्वांचा समावेश होतो. थोडक्यात, कसे वागावे आणि समस्येचे विश्लेषण कसे करावे याविषयीचे शास्त्र म्हणजे नीतितत्त्वे. ती पुढीलप्रमाणे

(1) स्वायत्तता (Autonomy) : लेखकाचा त्या संशोधनावर, लेखावर स्वतःचा पूर्ण हक्क असतो. तो त्याच्या मर्जीनुसार लेखन वापरू शकतो.

(2) प्रयोज्याला सांगून त्याच्याकडून घेतलेली स्वीकृती (Informed Consent) : संशोधनात ज्या व्यक्तींचा संशोधक समावेश करणार आहे त्यांना संशोधनाची उद्दिष्टे, कार्यपद्धती यांची पूर्वकल्पना देणे आवश्यक आहे.

प्रयोज्य हे बालवयात किंवा मंद बुद्धी, आजारी असतील तर त्यांच्या जबाबदार पालकांची लेखी परवानगी घेणे आवश्यक आहे. संशोधन प्रक्रियेत सहभागी होणे किंवा न होणे हा प्रयोज्याचा स्वयंनिर्णय असतो.

(3) सत्यता (Vericity) : संशोधनात भाग घेणाऱ्या प्रयोज्यास प्रयोगाची खरीखुरी माहिती देणे आवश्यक आहे.

(4) व्यक्तिगत आदर (Respect) : संशोधनात भाग घेणाऱ्या प्रत्येक प्रयोज्यास जरी ते वृद्ध, तरुण, आजारी, मंदबुद्धी असले तरी माणुसकीने व आदराने वागवावे. त्यांना प्रयोज्याची खरी माहिती द्यावी, त्यांची फसवणूक करू नये.

(5) गुप्तता (Confidentiality) : प्रयोज्याच्या संबंधित जी माहिती संशोधकाने गोळा केली आहे ती अत्यंत खाजगी स्वरूपातील असते. त्यामुळे ही माहिती गटाच्या स्वरूपात जाहीर करावी. वैयक्तिकरीत्या जाहीर करून प्रयोज्याचे नुकसान करू नये.

(6) न्याय व सर्वंकष (Justice and Inclusiveness) : संशोधनात वापरण्यात येणारी पद्धती योग्य व पारदर्शक असावी.

(7) इजा आणि फायदे (Harms and Benefits) : संशोधनात भाग घेणाऱ्या प्रयोज्याच्या जीवास धोका होईल अशी परिस्थिती ठेवू नये. संशोधनात मानवी प्रयोज्य कमीत कमी व कमीत कमी चाचण्या ठेवाव्यात. जेणेकरून माहिती वैध ठरेल.

संशोधनातून असे नवीन ज्ञान निर्माण होईल की, ज्याचा फायदा प्रयोज्याला तसेच समाजाला होईल याकडे लक्ष देणे महत्त्वाचे आहे.

(8) निष्कर्षांची माहिती जाणण्याचा हक्क (Knowledge of Outcome) : संशोधन पूर्ण झाल्यावर आलेले निष्कर्ष प्रयोज्यास कळवावेत. कारण त्यांना निष्कर्षांबाबत उत्सुकता असते व तो त्यांचा अधिकारही आहे.

इंटरनेटवरील माहितीचे वाङ्मयचौर्य होण्याची जास्त शक्यता असते; परंतु त्याचप्रमाणे ऑटोमेटेड सॉफ्टवेअरने वाङ्मयचौर्य तपासताही येते. अशातऱ्हेने संशोधनाची नीतितत्त्वे ही संशोधनाच्या सुरुवातीपासून ते निष्कर्ष प्रकाशित होईपर्यंत मार्गदर्शन करतात.

1.8.1 संशोधनामध्ये नीतितत्त्वांचे महत्त्व

1. शैक्षणिक उद्दिष्टांना चालना देते : सत्य शोधणे व चुका टाळणे यामुळे उद्दिष्टे साध्य होतात.

2. मूल्यांना महत्त्व देते : संशोधन हे एकट्या व्यक्तीचे काम नाही. सर्वांना घेऊन काम करत असताना सहकार्य, एकमेकांबद्दलचा आदर या गोष्टी महत्त्वाच्या आहेत.

3. लोकांपर्यंत संशोधन पोहोचविते.

4. सामाजिक जाणीव होते.

5. माणुसकी दाखविली जाते.

6. प्राण्यांबद्दल भूतदया दाखविली जाते.

7. कायद्याचा आदर केला जातो.

8. सुरक्षितता राखली जाते.

संशोधन नीतितत्त्वे ही संशोधन विषयाची सुरक्षितता आणि बेकायदेशीर संशोधन रोखण्यासाठी उपयोगी पडतात. संशोधनाच्या एखाद्या भागावर जरी प्रश्न उपस्थित झाला तर पूर्ण संशोधन हे अडचणीत येऊ शकते.

1.8.2 वैज्ञानिक क्षेत्रातील गैरकारभार (Scientific Misconduct)

वैज्ञानिक क्षेत्रातील गैरकारभार खालील प्रकारे असू शकतो.

(1) **बनावट गोष्ट तयार करणे (Fabrication) :** दुसऱ्या संशोधनातील माहिती, निष्कर्ष हे स्वत:चे म्हणून सांगणे.

(2) **संशोधन माहितीची फिरवाफिरवी करणे (Falsification) :** दुसऱ्याचे साहित्य, संशोधन पद्धती घेणे, तसेच माहिती बदलून किंवा गाळून घेणे. त्यामुळे संशोधन निष्कर्ष हे माहिती संकलनाशी जुळत नाहीत.

(3) **वाङ्मयचौर्य (Plagiarism) :** दुसऱ्या संशोधक किंवा लेखकाच्या कल्पना कोणत्याही श्रेयाशिवाय घेणे.

(4) **अप्रकाशित माहिती (Non-Publication of Data) :** मिळालेल्या निष्कर्षांशी संकलित माहिती जुळत नसल्यामुळे माहिती दडवून ठेवणे

(5) **चुकीची माहिती संकलित करणे (Faulty Data Gathering) :** संशोधनासाठी मिळविलेली माहिती चुकीची असणे, चुकीची साधने वापरणे, प्रतिसादकांना योग्य वागणूक न देणे.

(6) **माहितीची साठवणूक नीट न करणे (Poor Data Storage) :** माहिती मूळ रूपात कमीत कमी 3 वर्षे ठेवावी लागते.

(7) **प्रकाशित साहित्य नाकबूल करणे (Sneky Publication) :** ज्याने संशोधन केले आहे त्याच व्यक्तीला श्रेय देणे. दुसऱ्याने त्याचे श्रेय घेऊ नये.

✦✦✦

संशोधन आराखडा आणि शैक्षणिक संशोधनांचे प्रकार व पद्धती

(Research Proposal & Types and Methods of Educational Research)

※ महत्त्वाचे मुद्दे ※

2.2 शैक्षणिक संशोधनाचा आराखडा

2.11 शैक्षणिक संशोधनाचे प्रकार

2.12 शैक्षणिक संशोधनाच्या पद्धती

- 2.12.1 ऐतिहासिक संशोधन पद्धती
- 2.12.3 प्रायोगिक संशोधन पद्धती
- 2.12.7 शैक्षणिक संशोधनाचा आराखडा नमुना

✵ प्रस्तावना ✵

रिमाने प्रयोग करायचा ठरविला. संशोधनाच्या पायऱ्यांविषयी प्रथम सविस्तर माहिती मिळविली. संशोधनाचा आराखडा तयार करण्यासाठी त्यातील मुद्दे समजून घेतले. संशोधन पद्धतींचा अभ्यास करून कोणती पद्धती निवडावी यावर सहकाऱ्यांशी चर्चा केली. तिने संशोधन समस्येचे महत्त्व जाणून घेतले. उद्दिष्टे, गृहीतके, परिकल्पना याविषयी समजून घेतले. अशा प्रकारे संशोधन आराखडा व संशोधन पद्धतीचे संशोधन प्रक्रियेत अनन्यसाधारण महत्त्व आहे. घटक दोनमध्ये आपण संशोधन आराखड्यातील पायऱ्यांचा तसेच विविध संशोधन पद्धतींचा अभ्यास करणार आहोत.

या प्रकरणाचा अभ्यास केल्यावर तुम्ही खालील प्रश्नांची उत्तरे देऊ शकाल.

1. 'ई-अध्ययनाचा विद्यार्थ्यांच्या विज्ञान विषयाच्या संपादनावर होणाऱ्या परिणामकारकतेचा अभ्यास' या विषयावर खालील मुद्दे विचारात घेऊन संशोधन आराखडा तयार करा.
   (a) कार्यात्मक व्याख्या (b) उद्दिष्टे
   (c) परिकल्पना (d) जनसंख्या व नमुना निवड
   (e) माहिती संकलन व विश्लेषण साधने
2. वसतिगृहातील विद्यार्थ्यांच्या समस्या जाणून घेण्यासाठी कोणती संशोधन पद्धती वापराल? सविस्तर पायऱ्यांसह स्पष्ट करा.
3. रोजच्या अध्यापनातील समस्या सोडविण्यासाठी शिक्षकाला कोणत्या प्रकारचे संशोधन करावे लागेल? सविस्तर स्पष्ट करा.
4. माहिती संशोधनातील स्रोत सांगा. ऐतिहासिक संशोधनातील साधनांची सविस्तर माहिती सांगा.
5. संशोधनाच्या प्रत्येक पायरीवर संबंधित साहित्याचा आढावा कशा प्रकारे उपयोगी पडतो हे स्पष्ट सांगा.
6. टीपा लिहा. (अ) प्रायोगिक पद्धतीचे महत्त्व (ब) मूलभूत आणि उपयोजित संशोधन
   (क) मूलभूत आणि कृती संशोधन यातील फरक
7. प्रयोगाची 'सप्रमाणता' ही संकल्पना स्पष्ट करा. आंतरिक व बाह्य सप्रमाणतेवर परिणाम करणारे घटक स्पष्ट करून त्या घटकांचा परिणाम कमी करण्यासाठी तुम्ही काय कराल?
8. प्रायोगिक संशोधन म्हणजे काय ? त्यातील विविध पायऱ्या कोणत्या? शिक्षणातील प्रायोगिक संशोधनाचे महत्त्व सांगा.
9. एम.एड.च्या संशोधनासाठी तुमची समस्या कोणती आहे? त्या समस्येची गरज व महत्त्व स्पष्ट करा. तसेच तुमची समस्या कशी निश्चित केली ते स्पष्ट करा.

2.1 संकल्पनात्मक रचना (Conceptual Framework)

संशोधक प्रथम संशोधनाचे क्षेत्र निवडतो. त्यातील संशोधन समस्या ओळखतो आणि त्याची व्याख्या स्पष्ट करतो. संशोधन विषयाशी संबंधित साहित्याचा अभ्यास करतो. जेणेकरून त्याला संशोधन समस्येची पूर्वी झालेल्या संशोधनाविषयी सर्वांगीण माहिती मिळते. यानंतर संशोधक परिकल्पना सांगतो व संशोधनाची उद्दिष्टे स्पष्ट करतो. शेवटी संशोधक संशोधनाचा आराखडा करतो आणि त्यानुसार समस्येवर काम करण्यास सुरुवात करतो. आराखडा करताना संशोधकाला संशोधन पद्धतींविषयी कथन करावे लागते.

संशोधनात प्रस्तावनेपासून सुरुवात होते. यामध्ये संशोधनासाठी सदर विषय का निवडला, त्याची गरज, संबंधित साहित्य व संशोधनाचे परिशीलन इत्यादी बाबींचा समावेश असतो. यानंतर शीर्षक, उद्दिष्टे, परिकल्पना, गृहीतके, व्याप्ती व मर्यादा, गरज व महत्त्व, संशोधन पद्धती, मापनसाधने व संख्याशास्त्र, कालावधी, संदर्भ ग्रंथसूची इत्यादींचा क्रमाने समावेश असतो.

संशोधनासाठी विशिष्ट चाकोरीतून जावे लागते. संपूर्ण संशोधनाची दिशा, कार्यपद्धती, खर्च, कालावधी इत्यादी गोष्टींचे नियोजन आधीच केले असेल तर कार्यवाही योग्य प्रकारे व संशोधन वेळेत पूर्ण होण्यास मदत होते.

2.2 शैक्षणिक संशोधनाचा आराखडा (Research Proposal)

संशोधन हे माणसाला प्रगतीकडे नेणारे महत्त्वाचे साधन आहे. संशोधनात सूत्रबद्ध मांडणी आणि त्याचे उपयोजन याला खूप महत्त्व आहे. संशोधनातून आपल्याला अडचणींवर मात करता येते. कोणत्याही क्षेत्रातील संशोधनाचे ध्येय प्रगती आणि व्यक्तीचे चांगले आयुष्य हेच असते. मग ते संशोधन हे शैक्षणिक, सामाजिक, वैद्यकीय कोणत्याही क्षेत्रातील असो.

संशोधन करताना संशोधनाचा आराखडा नक्की करणे सर्वांत महत्त्वाचे असते. संशोधकाला संशोधन समस्या ओळखणे, ती योग्य शब्दांत मांडणे, संशोधन विषयाचा योग्य दिशेने विकास करणे खूप महत्त्वाचे असते. यामध्ये संशोधकाची बौद्धिक क्षमता, चिकित्सक व स्वतंत्र विचार करण्याची वृत्ती, स्वत:चे मत योग्य शब्दांत सांगण्याची क्षमता, संशोधनाचे उपयोजन, अहवाल लेखन कौशल्य अशा सर्व बाबींचा कस लागतो.

संशोधन करताना काही मूलभूत प्रश्नांचा संशोधकाला विचार करणे आवश्यक ठरते.

1. संशोधनासाठी कोणती समस्या तुम्ही घेणार आहात?
2. सदर समस्या तुम्हाला का घ्यावीशी वाटली ?
3. सदर समस्या सोडविण्यासाठी तुमचे पूर्वनियोजन काय आहे?
4. कोणत्या व किती कालावधीत संशोधन पूर्ण करणार आहात?

शैक्षणिक संशोधनाच्या आराखड्याचा उपयोग : संशोधन हाती घेण्यापूर्वी संशोधकाला एखादी समस्या जाणवत असते, त्या समस्येवर मात करण्याची उर्मी संशोधकाच्या मनात असते. त्याविषयी संशोधकाने विविध पुस्तके, इंटरनेट यावर वाचनही केलेले असते. त्यामुळे त्याला संशोधनासाठी योग्य दिशा सापडते व समस्येची निश्चिती होते.

समस्या निश्चित झाल्यावर संशोधनाचा आराखडा तयार करावा व नियोजित आराखड्यानुसार संशोधन प्रक्रिया संशोधकाने वेळेत पूर्ण करावी.

1. आराखडा निश्चित केल्यामुळे संशोधकाला संशोधनाचे क्षेत्र, स्वरूप, कार्यपद्धती, कालावधी, न्यादर्श यांची आधीच माहिती असते. नियोजनामुळे वेळ, पैसा, कष्ट यांची बचत होते आणि संशोधन प्रक्रिया वेळेत पूर्ण होण्यासाठी मदत होते.

2. संबंधित संशोधनाची नोंदणी विद्यापीठामध्ये होण्यासाठी संशोधनाचा आराखडा विद्यापीठाकडे मान्यतेसाठी पाठवावा लागतो. त्यावर मार्गदर्शकाची व संशोधकाची स्वाक्षरी लागते व मान्य झाल्यानंतरच संशोधन कार्य सुरू होण्यास कायदेशीर मान्यता मिळते.
3. संशोधन कार्यातील संभाव्य अडचणींचा अंदाज येतो व त्या अडचणी दूर करण्याची सोय करता येते.
4. नियोजनाच्या अभावी येणारे अपयश व त्यामुळे होणारी निराशा यावर मात करता येते.
5. संशोधनासाठी शिष्यवृत्ती अथवा अनुदान मिळणार असेल तर संबंधित संस्था त्या विषयाचे महत्त्व व संशोधन आराखडा पाहूनच शिष्यवृत्ती किंवा अनुदान देते.
6. आराखड्यामुळे संशोधन प्रक्रियेच्या शेवटी आपण कोणती उद्दिष्टे पूर्ण करणार आहोत हे माहीत असते. उद्दिष्टाप्रत जाणारे संशोधन हे समस्येचे नेमकेपण दाखविते.

संशोधन आराखडा करताना ज्या संस्थेकडे आराखडा पाठवायचा आहे त्या संस्थेचा या संबंधित जो विशिष्ट नमुना दिला असेल तर त्या नमुन्यात आराखडा तयार करावा. आराखडा करताना मार्गदर्शकाच्या सांगण्यानुसार त्यात बदल करावेत. खालील संशोधनाचा आराखडा हा सर्वसाधारण नियमांनुसार दिला आहे.

संशोधनाचा विषय :

विद्यापीठाचे नाव :

संशोधक :

मार्गदर्शक :

संशोधन केंद्र :

वर्ष :

सही : संशोधक मार्गदर्शक परीक्षक

1. प्रस्तावना : सदर विषयाची पार्श्वभूमी प्रस्तावनेत थोडक्यात सांगावी.
2. संशोधनाची गरज व महत्त्व : सदर संशोधन करणे गरजेचे का वाटले याची कारणे सांगावीत. तसेच या संशोधनाचा फायदा कोणाकोणाला आहे हे सांगावे.
3. संबंधित साहित्याचा आढावा
   (अ) संदर्भ साहित्याचा आढावा
   (ब) पूर्वसंशोधनाचा आढावा
4. समस्या विधान
5. शीर्षक
6. कार्यात्मक व्याख्या व संकल्पनात्मक व्याख्या.
7. संशोधनाची उद्दिष्टे
8. संशोधनाची गृहीतके
9. परिकल्पना
10. चल
11. संशोधनाची व्याप्ती, मर्यादा, परिमर्यादा

12. जनसंख्या व न्यादर्श
13. माहिती संकलनाची साधने
14. संशोधन पद्धती
15. संख्याशास्त्रीय तंत्र
16. संशोधनाची प्रत्यक्ष कार्यवाही
17. संशोधन अहवालाची प्रकरण मांडणी
18. परिशिष्ट योजना
19. वेळापत्रक
20. खर्चाचे अंदाजपत्रक
21. संदर्भ ग्रंथसूची

सूचना : शैक्षणिक संशोधन आराखडा नमुना या प्रकरणाच्या शेवटी दिला आहे.

2.3 संशोधन समस्येची निवड (Selection of Research Problem)

समस्या निवड करताना काही प्रश्न संशोधकाने स्वतःला विचारावेत.

1. समस्या खरोखरच महत्त्वाची आहे का ?
2. समस्या तुमच्या आवडीच्या क्षेत्रातील आहे का?
3. समस्या इतरांनाही महत्त्वाची वाटते का ?
4. समस्या मूलभूत स्वरूपाची आहे का आणि त्यातून नावीन्यपूर्ण निष्कर्ष मिळू शकतात का?
5. समस्येविषयी योग्य व पुरेशी माहिती मिळेल का ?
6. समस्येविषयी माहिती संकलन पुरेसे होऊ शकेल का?
7. सदर समस्येतून मला नवीन काय शिकता येईल?
8. वापरलेल्या माहिती संकलनाच्या साधनांतून संशोधकाला हवी तीच माहिती मिळू शकेल का ?
9. ज्या गोष्टीसाठी संशोधकाने संशोधन हातात घेतले त्याचे योग्य उत्तर मिळू शकेल का?

समस्या निवडल्यानंतर योग्य शब्दांत ती मांडता आली पाहिजे. योग्य शब्दांत समस्या मांडल्यामुळे संशोधनाला निश्चित दिशा मिळते व मिळालेल्या निष्कर्षांचा योग्य अन्वयार्थ लावणे सोपे जाते.

समस्या विधान हे प्रश्नरूपात किंवा विधानात्मक रूपात उत्तर मिळेल असे विधान असते.

2.4 कार्यात्मक व संकल्पनात्मक व्याख्या
(Operational and Functional Conceptual Term)

संकल्पनात्मक व्याख्या

❖ ''एखाद्या संकल्पनेचा मूळ अर्थ, मूळ आशय स्पष्ट करणे म्हणजे संकल्पनात्मक व्याख्या करणे.''

शब्दाची संकल्पनात्मक व्याख्या देण्यासाठी त्याच्याशी संबंधित विषयांवर जास्तीत जास्त वाचन करणे गरजेचे असते. त्या शब्दाच्या संकल्पनेत येणारे विविध घटक कोणते याची यादी करावी लागते. संशोधक अशा प्रकारच्या संकल्पनात्मक व्याख्या स्वतः तयार करू शकतो. तसेच विविध पुस्तके, ग्रंथ, शब्दकोश इत्यादींतून इतर शिक्षणतज्ज्ञांनी, संशोधकांनी केलेल्या व्याख्या आपल्या संशोधनात वापरू शकतो.

कार्यात्मक व्याख्या

❖ ''शैक्षणिक संशोधनामध्ये एखाद्या चलाचा, संज्ञेचा सर्वसामान्य अर्थ न घेता, त्या विशिष्ट संशोधन प्रक्रियेत एखादा निश्चित व विशिष्ट अर्थ घेतला जातो.''

संशोधन विषयातील संज्ञांचा अर्थ कार्यात्मक व्याख्येत कळतो. त्यामुळे संशोधकाला विशिष्ट शब्दातून जो अर्थ अपेक्षित आहे तो इतरांना समजतो. संशोधन समस्या थोडक्यात मांडली जाते. वास्तवाला सोडून संशोधकाला कार्यात्मक व्याख्या करता येणार नाही. तसेच चलाचे व्यवस्थित निरीक्षण व मापन करता येते.

2.5 संबंधित साहित्याचे व संशोधन अहवालांचे परिशीलन
(Review of Related Literature)

निवडलेल्या संशोधन विषयाशी संबंधित पुस्तके, लेख, इतर साहित्य संशोधनाविषयी भूतकाळातील व वर्तमानकाळातील माहिती पुरविते अशा पुस्तकांचा, लेखांचा, पूर्वसंशोधनाचा थोडक्यात आढावा म्हणजे संबंधित साहित्य व संशोधन अहवालांचे परिशीलन होय. संबंधित साहित्याचा मागोवा घेताना काही गुणात्मक व संख्यात्मक अभ्यासपूर्ण लेखही अभ्यासावेत.

संशोधन करताना संबंधित साहित्य अभ्यासणे अतिशय गरजेचे असते. पूर्वी केलेल्या संशोधनामध्ये नवीन संशोधनाची भर पडते. पूर्वी केलेल्या संशोधनाची पुनरावृत्ती होत नाही. तुम्ही करत असलेल्या संशोधनाला पुरावा म्हणून संबंधित साहित्य बळकटी देते. संबंधित साहित्य शोधताना संशोधक म्हणून तुम्ही चिकित्सक बनता व तुमच्यात ग्रंथालय वापरण्याचे संशोधन कौशल्यही प्राप्ती होते. आधीचे पूर्वसंशोधन वाचल्याने कोणती संशोधन पद्धती वापरली, कोणता न्यादर्श वापरला, कार्यपद्धती कशी होती, अहवाल लेखन कसे केले, कोणती सांख्यिकी पद्धत वापरली याविषयी योग्य मार्गदर्शन होते. त्यावरून संशोधक स्वतःच्या संशोधनाविषयी योग्य मार्गाची निवड करू शकेल.

संबंधित साहित्य शोधण्यासाठी सर्वप्रथम तुमच्या संशोधनाचा विषय नक्की करा. सदर विषयाशी संबंधित पुस्तके ग्रंथालयात किंवा इंटरनेटवर शोधा. संबंधित माहिती डाटाबेसवरही मिळू शकते. त्यातून आपल्या विषयाचे अचूक मार्गदर्शन करणारी पुस्तके चिकित्सक दृष्टीने निवडा. तुम्ही निवडलेल्या पुस्तकांची यादी तयार करा व त्यातून आवश्यक त्या नोट्स काढा. संबंधित साहित्याची यादी संशोधकाला संशोधन अहवालात लिहिणे आवश्यक असते.

कोणकोणत्या ठिकाणी संशोधक संबंधित साहित्य पाहू शकतो :

(1) **महाविद्यालयीन ग्रंथालये :** तुम्ही संबंधित साहित्य शोधण्याची सुरुवात महाविद्यालयापासून करू शकता. स्वतः पुस्तके शोधून तसेच संगणकावरही माहिती घेऊ शकता.

शैक्षणिक ग्रंथालये इंटरनेटवरील लेख वाचण्यासाठी संगणक उपलब्ध करून देतात. उदाहरणार्थ, संगणकीय डाटाबेस ERIB Data (Edubational Resourbes Information Bentre, 1991 www. erib. ed.gov.). ERIB मधून तुम्हाला 1.2 लक्ष लेखांचे संदर्भ सूचीनुसार रेकॉर्ड केले आहे. ERIB Database ही साईट अमेरिकेच्या शिक्षणखात्याने संशोधनासाठी उपलब्ध करून दिली आहे. ही साईट आपल्याकडील विद्यापीठांतील ग्रंथालयांमधूनही उघडता येते.

(2) **प्राथमिक व दुय्यम स्रोतांचा वापर करणे :** संशोधकाने स्वतः अनुभव घेतला असेल, प्रत्यक्ष माहिती मिळविली असेल, समक्ष ते ठिकाण पाहिले असेल व त्याचा उल्लेख संशोधनात केला असेल तर त्या आधारास 'प्राथमिक आधार' असे म्हणतात.

संशोधकाने जर दुसऱ्याचा अनुभव, विचार, माहिती यांचा उल्लेख आपल्या अहवालात केला असेल तर त्या आधारास 'दुय्यम आधार' असे म्हणतात.

अशा प्रकारच्या स्रोतांचा विचार विशेषकरून इतिहास व विधीविषयांमध्ये केला जातो.

(3) विश्वकोष, शब्दकोष, संदर्भ सूचीतील व्याख्या, हस्तलिखित, इतर पुस्तकांच्या संदर्भ सूची, इतर मासिकांतील लेख अशा साहित्याचाही वापर संशोधनविषयाची माहिती शोधण्यासाठी होतो.

(4) **इंटरनेट :** इंटरनेट वापरण्याचे काही फायदे आहेत जसे की कोणत्याही वेळेत सहज माहिती उपलब्ध होऊ शकते. संशोधनाविषयी वर्तमानस्थिती कळू शकते. लिखित स्वरूपात ताबडतोब माहिती मिळू शकते. तसेच इंटरनेट वापरण्याचे काही तोटेही आहेत. जसे संशोधनाविषयी असलेली माहिती तज्ज्ञांकडून तपासली नसण्याची शक्यता जास्त आहे. इंटरनेटवरून घेतलेल्या माहितीस वाङ्मयचौर्य म्हटले जाण्याची शक्यता असते. वेबसाईटवरील माहिती उपयुक्त असेलच असे नाही.

संबंधित साहित्याचे परिशीलन करताना काही गोष्टी संशोधकाने लक्षात ठेवाव्यात : (1) विषय, व्यक्ती, संशोधन समस्या योग्य आहे का ? (2) संशोधन विषयाशी संबंधित साहित्य ग्रंथालयात, इंटरनेटवर उपलब्ध आहेत का ?

2.6 उद्दिष्टे, गृहीतके, परिकल्पना
(Objective, Assumption, Hypothesis)

उद्दिष्टे (Objectives)

संशोधक संशोधनामध्ये कशाचा अभ्यास करणार आहे, त्याला सदर संशोधनातून काय साध्य होणार आहे या सर्व प्रश्नांची उत्तरे म्हणजे संशोधनाची उद्दिष्टे होय. संशोधनातील उद्दिष्टे निश्चित झाल्यावरच संशोधनातील महत्त्वाचे प्रश्न आपल्या लक्षात येतात. संशोधक या प्रश्नांची संभाव्य उत्तरे निश्चित करण्याचा प्रयत्न करतो. त्यासाठी संशोधन कार्यपद्धतीविषयी काही निर्णय घ्यावे लागतात. यावरूनच उद्दिष्टांचे संशोधनातील महत्त्व लक्षात येते. उद्दिष्टे नक्की माहीत नसतील तर संशोधन भलत्या दिशेकडे भरकटण्याचा संभव राहतो.

उद्दिष्टे वेगवेगळ्या प्रकारची असतात. उदा., नवीन संकल्पनेचा शोध घेणे, जुन्या संकल्पनांचा नव्याने अर्थ लावणे, ज्ञानाचा व्यवहारात उपयोग करून घेणे, भविष्यातील घटनांचा वेध घेणे.

गृहीतके (Assumption)

गृहीतके म्हणजे सत्य म्हणून स्वीकारलेली वस्तुस्थिती होय. ही गृहीतके संशोधनामध्ये पायाभूत तत्त्वे म्हणून मानली जातात. पूर्वी केलेल्या संशोधनातून काही निष्कर्ष संशोधकांनी काढलेले असतात. ही सत्य विधाने सर्वमान्य असतात. संशोधकाचे संशोधन यापैकी काही निष्कर्षांवर आधारलेले असते. संशोधक ही विधाने स्वतःच्या संशोधनात तपासून पाहणार नसतो. अशी विधाने म्हणजे गृहीतके होय. बऱ्याच संशोधनात संशोधकाने विषयाशी संबंधित काही नियम, तत्त्वे, पद्धती गृहीत धरलेल्या असतात. काही गोष्टी आधीच अस्तित्वात आहेत हे गृहीत धरल्याशिवाय संशोधक स्वतःचे संशोधन पुढे नेऊ शकत नाही.

परिकल्पना (Hypothesis)

संशोधकाच्या संशोधन समस्येचे संभाव्य उत्तर म्हणजे परिकल्पना होय. परिकल्पना तयार करण्यासाठी संदर्भ साहित्यातून माहिती एकत्रित करता येईल. तसेच समस्येबाबत मर्मदृष्टीने संभाव्य उत्तरे तयार करून तज्ज्ञ मार्गदर्शकांशी चर्चा करूनही परिकल्पना निश्चित करता येईल.

परिकल्पनेमुळे समस्येचे स्वरूप कळण्यास मदत होते. तसेच तथ्य संकलन कशा प्रकारे करावे याविषयी दिशा मिळते. तथ्य संकलन करण्याआधी परिकल्पना मांडावी लागते. तथ्यांचे अर्थनिर्वचन केल्यानंतर परिकल्पना ही स्वीकृत किंवा अस्वीकृत होते. परिकल्पना कधीही सिद्ध होत नाही. परिकल्पनेविषयी सविस्तर चर्चा पुढील प्रकरणात केली आहे.

2.7 संशोधन पद्धती, न्यादर्श व मापन साधने यांची निवड (Selection of Research Method, Sample and Tools of Educational Research)

संशोधन पद्धती (Research Methods)

संशोधक आपल्या समस्येनुसार संशोधन पद्धतीची निवड करतो. शैक्षणिक संशोधन पद्धतीची काळानुसार तीन भागात विभागणी होते.

1. भूतकाळाशी संबंधित समस्यांचे संशोधन - ऐतिहासिक संशोधन पद्धती.
2. वर्तमानकाळाशी संबंधित समस्यांचे संशोधन - वर्णनात्मक/सर्वेक्षण पद्धती.
3. भविष्यकाळाशी संबंधित समस्यांचे संशोधन - प्रायोगिक पद्धती.

कोणत्याही काळातील समस्यांचे संशोधन असले तरी संशोधनाच्या मूलभूत पायऱ्या सारख्याच आहेत. समस्येची निवड, समस्येतील विविध संज्ञांच्या व्याख्या, समस्या विधान, उद्दिष्टे, परिकल्पना, व्याप्ती व मर्यादा, गरज व महत्त्व, नमुना निवड, संदर्भ साहित्याचे परिशीलन, संशोधन पद्धती, कार्यपद्धती, माहिती गोळा करणे, मापन साधने, माहितीचे अर्थनिर्वचन करणे, संदर्भ सूची, अहवाल लेखन या पायऱ्या सर्व प्रकारच्या संशोधनामध्ये येतात.

वरील संशोधन पद्धतींची सविस्तर माहिती याच प्रकरणामध्ये दिली आहे.

न्यादर्शन (Sampling)

न्यादर्शालाच 'प्रतिदर्शन' /नमुना निवड असे म्हणतात. न्यादर्शनाच्या निवड प्रक्रियेलाच ' न्यादर्शन' म्हणतात. त्यात गट पाडून त्या गटातील जे प्रतिसादक असतात त्या सर्वांना 'जनसंख्या' (Population) असे म्हणतात.

❖ "Sampling is the selection of certain percentage of a group items according to a predetermined plan."

''नमुना निवड म्हणजे एका पूर्वनियोजित योजनेनुसार एकाच्या समूहामधून एक ठरावीक टक्केवारी निवडणे होय.''

– **बोगार्डस्** (Bogardus)

नमुना निवड पद्धतीमुळे वेळेची, पैशाची, ऊर्जेची बचत होते. संशोधकाने सहज शक्य असेल अशा नमुन्याची निवड केल्याने माहिती मिळविणे सोपे जाते. जनसंख्येतील सर्व घटकांमध्ये काही बाबतीत फरक असला तरी त्यांच्या मूलभूत गुणवैशिष्ट्यांमध्ये सारखेपणा असतो. नमुना निवड करताना दोन महत्त्वाच्या गोष्टी लक्षात ठेवाव्यात. एक म्हणजे जनसंख्येतील प्रत्येक एककाला नमुन्यामध्ये येण्याची शक्यता असणारी नमुना निवड पद्धती वापरावी. दुसरे म्हणजे एकाच्या निवडीचा दुसऱ्या कोणाच्याही निवडीवर विपरीत परिणाम होता कामा नये.

नमुना निवडीचे प्रकार याच पुस्तकातील प्रकरण तीनमध्ये विस्ताराने सांगितले आहेत.

मापन साधने (Tools)

संशोधन करताना माहिती गोळा करण्यासाठी काही मापनसाधने वापरावी लागतात. ही साधने सत्य, वैध व विश्वासार्ह असणे गरजेचे आहे

तथ्य संकलनाची मुख्य साधने (Tools) :

1. प्रश्नावली (Questionnaire)
2. निरीक्षण (Observation)
3. मुलाखत (Interview)
4. प्रासंगिक नोंदी (Anecdotal Records)
5. पडताळा सूची (Check list)

6. पदनिश्चयन श्रेणी (Rating scale)
7. कसोट्या (Tests)

मापन साधनांविषयी विस्तृत माहिती पुढील प्रकरण चार मध्ये दिली आहे.

2.8 व्याप्ती व मर्यादा (Scope and Limitations)

सदर संशोधन कोणत्या भौगोलिक विभागाशी संबंधित आहे, त्यातील कोणत्या लोकांशी घटकांशी, कालखंडाशी संबंधित आहे याची माहिती देणे आणि या संशोधनाचे निष्कर्ष कोणाला लागू पडतील हे कथन करणे म्हणजे संशोधनाची व्याप्ती स्पष्ट करणे होय.

संशोधनातील ज्या घटकांवर संशोधकाचे नियंत्रण नसते, परंतु ते घटक निष्कर्षांवर मर्यादा घालतात अशा घटकांची माहिती देणे म्हणजे संशोधनाची मर्यादा स्पष्ट करणे होय.

2.9 तथ्यांचे विश्लेषण (Data Analysis Method)

मिळालेल्या सांख्यिकी माहितीचे संख्याशास्त्रानुसार जे निष्कर्ष मिळतात त्या आधारे परिकल्पना सार्थ आहे किंवा त्याज्य आहे हे ठरविले जाते. शैक्षणिक क्षेत्रात विद्यार्थ्यांवर केलेल्या प्रयोगामध्ये, त्यांच्या गुणांमध्ये पडलेला फरक खरोखरच आहे का ? किंवा तो योगायोगाने आलेला आहे हे पाहण्यासाठी सांख्यिकी तंत्राचा वापर करावा लागतो. यासाठी मध्यमान प्रमाण विचलन, t – परीक्षिका, F – परीक्षिका या सांख्यिकी तंत्रांचा वापर करावा लागतो.

सांख्यिकी तंत्राबाबत अधिक माहिती प्रकरण सात व प्रकरण आठमध्ये दिली आहे.

2.10 वेळापत्रक व खर्चाचे अंदाजपत्रक (Time Schedule and Financial Budget)

संशोधनाचे वेळापत्रक (Time Schedule)

संशोधन प्रक्रिया संशोधन आराखडा तयार करण्यापासून सुरू होते. परंतु प्रत्यक्ष संशोधनाला संशोधनाचा आराखडा मान्य झाल्यावर सुरुवात होते. संशोधन आराखड्याचे कच्चे काम झाल्यावर संशोधकाने कोणते टप्पे किती कालावधीत पूर्ण करणार आहे याचे सविस्तर नियोजन वेळापत्रकात विद्यापीठाला सादर करावे लागते. यामुळे संशोधकाला स्वत:ची प्रगती तपासून पाहता येते.

पुढे वेळापत्रकाचे एक उदाहरण दिले आहे. संशोधक त्यात आपल्या सोईप्रमाणे बदल करू शकतो.

	संशोधन कार्यपद्धतीतील पायऱ्या	महिना	मार्गदर्शकाची सही
1.	संशोधन आराखडा अंतिम करणे		
2.	संदर्भ साहित्याचे वाचन व लेखन करणे		
3.	नमुना निवड निश्चित करणे		
4.	प्रश्नावली, मुलाखत, इतर मापनसाधनांची तयारी करणे		
5.	प्रतिसादकांकडून माहिती गोळा करणे		
6.	सांख्यिकीचा वापर करून माहितीचे अर्थनिर्वचन करणे		
7.	संशोधन अहवाल लेखन		
8.	संशोधन अहवाल सादरीकरण		

खर्चाचे अंदाजपत्रक (Financial Budget)

विद्यापीठाला संशोधनाचे वेळापत्रक लिहून दिल्यामुळे संशोधन वेळेत पूर्ण करण्याचे बंधन संशोधकावर राहते. यामुळे संशोधकाला संशोधन पूर्ण करण्यास एकप्रकारचे प्रोत्साहन मिळते.

संशोधकाला संशोधनासाठी शिष्यवृत्ती किंवा अनुदान आवश्यक असेल तर संबंधित संस्थेकडे आराखडा व इतर आवश्यक कागदपत्रे पाठवावी लागतात. वेळापत्रकामुळे खर्चाचे अंदाजपत्रक देणे सोपे जाते. जेणेकरून संशोधन पैशाअभावी अडणार नाही. विषयाचे महत्त्व व आराखडा पाहूनच ही शिष्यवृत्ती अथवा अनुदान दिले जाते.

2.11 शैक्षणिक संशोधनाचे प्रकार (Types of Education Research)

शैक्षणिक संशोधनाचे प्रकार हे मूलत: संशोधनाच्या हेतूंवरून पडले. शैक्षणिक संशोधनात कृती संशोधनावर जास्त भर असतो. तुमच्या संशोधनातून कशा प्रकारे स्पष्टीकरण होते हे कळणे सर्वांत महत्त्वाचे असते. शैक्षणिक संशोधन करताना निरीक्षण, वर्णन, त्याचे स्पष्टीकरण, संशोधन कोणत्या परिस्थितीत केले हे प्रत्येक संशोधन प्रकारामध्ये समाविष्ट असणारे घटक आहेत. समस्येनुसार त्याचे वर्णन बदलत जाते एवढेच.

शैक्षणिक संशोधनाचे हेतुनुसार पुढील प्रकार पडतात.

(1) मूलभूत संशोधन (Pure Research) : 'Knowledge for knowledge's sake.' याचा अर्थ 'ज्ञानासाठी ज्ञान म्हणजेच मूलभूत संशोधन' म्हणता येईल. या संशोधनातून काही समस्या सोडविण्याचा प्रयत्न केला असेलच असे नाही. प्रत्यक्ष संशोधन करणाऱ्यापेक्षा दुसऱ्यांना या संशोधनाचा फायदा होऊ शकतो. कारण संशोधकाने वेगळे काहीतरी शोधण्याचा प्रयत्न केलेला असतो. त्यातून काही फायदा मिळेल हा उद्देश ठेवलेला नसतो. यामध्ये एखादी उपपत्ती विकसित करून त्याचे सामान्यीकरण (Generalization) करण्यात येते. या संशोधनाचा उपयोग प्रत्यक्ष व्यवहारात लगेचच केला जात नाही. काही काळानंतर बऱ्याच प्रयोगाअंती व्यवहारात आणले जाते. यामध्ये तात्त्विक चर्चेला प्राधान्य देण्यात येते.

मूलभूत संशोधनात निर्दोष नमुना निवडीला अत्यंत महत्त्व आहे. कारण मिळवलेले ज्ञान हेही निर्दोष, परिपूर्ण, सर्वसमावेशक असणे गरजेचे आहे. संबंधित विषयाची ज्ञानप्राप्ती अधिक विस्तृत व्हावी हा या संशोधनाचा मूळ हेतू आहे. शिक्षणशास्त्र विषयामधील मूलभूत संशोधनामध्ये सूक्ष्म अध्यापन, अध्यापन पद्धती, अध्यापन प्रतिमाने इत्यादी बाबींचा समावेश होतो. दर्जेदार अध्यापन होण्यासाठी शिक्षणशास्त्र क्षेत्रात मूलभूत संशोधन होणे गरजेचे आहे जेणेकरून विद्यार्थ्यांची अध्ययनाची आवड वाढली पाहिजे. जीवनातील प्रत्येक क्षेत्रात मूलभूत संशोधनाने संबंधित क्षेत्रातील मूलतत्त्वे व नियम यांची सत्यता पडताळणी होऊन नवीन ज्ञाननिर्मिती होते.

(2) उपयोजित संशोधन (Applied Research) : उपयोजित संशोधनास मूलभूत संशोधनाचे गुणधर्म लागू पडतात. परंतु उपयोजित संशोधन हे व्यवहारामध्ये प्रत्यक्ष वापरले जाते. शैक्षणिक संशोधनामध्येही उपयोजित संशोधन वापरले जाते. उदा., नवीन अध्ययन – अध्यापन पद्धती शोधणे, अध्ययन साहित्य, अध्यापन साहित्य, प्रकार शोधणे, शिक्षक वर्तन, विद्यार्थी वर्तन यांचे परीक्षण करणे, विकास करणे.

❖ "Applied research is undertaken to solve an immediate problem and the goal of adding to scientific knowledge is secondary. "
                                                                          - ट्रॅव्हर्स

म्हणजेच काही विशिष्ट व्यक्ती, संस्था, शहर, विभाग किंवा राज्य, राष्ट्र असे बंधन उपयोजित संशोधनास असते. त्यामुळे उद्दिष्टे, कार्यपद्धती, निष्कर्ष यांनाही मर्यादा येतात. सतत येणाऱ्या विशिष्ट समस्येचे निराकरण करणे हे उपयोजित संशोधनाचे उद्दिष्ट असते.

(3) धोरणात्मक संशोधन (Policy Research) : शैक्षणिक धोरणांनुसार अभ्यासक्रमाची रचना केली जाते. एखादे शैक्षणिक धोरण राबवायचे ठरविल्यावर त्यावर तज्ज्ञांची व शिक्षकांची मते घेतली जातात व नंतरच ते शैक्षणिक धोरण राबविले जाते. अशा शैक्षणिक धोरणांवर संशोधन केल्याने त्याची उपयुक्तता सिद्ध होते तसेच त्यातील दोष कळून येऊ शकतात व त्यामध्ये सुधारणा केल्या जातात.

(4) कृती संशोधन (Action Research) : कृती संशोधन हा उपयोजित संशोधनाचाच एक प्रकार आहे. कृती संशोधन म्हणजे शिक्षकाने किंवा शिक्षणक्षेत्रातील कोणत्याही व्यक्तीने विशिष्ट परिस्थितीत अध्ययन आणि अध्यापन सुधारण्यासाठी त्याविषयी माहिती मिळवून त्यामध्ये सुधारणा घडवून आणण्यासाठी नियोजनपूर्वक केलेली कृती होय.

दैनंदिन जीवनामध्ये शिक्षकांना तसेच मुख्याध्यापकांना कितीतरी समस्यांना तोंड द्यावे लागते. यामध्ये सुधारणा घडवून आण्यासाठी विशिष्ट वेळेची मर्यादा घालून कृती कार्यक्रमाची आखणी करून आपली समस्या शिक्षक सोडवित असतो. यामधून येणारे निष्कर्ष अगदी सर्वसमावेशक नसले तरी त्या वर्गाची समस्या सोडवू शकतात.

कृती संशोधन हे शिक्षकाला स्वत:मध्ये सुधारणा घडवून आणण्याची संधी देते. कृती संशोधन हे शिक्षकाला कृती करून त्यांचे अध्यापन सुधारण्यासाठी आणि संशोधनाच्या नव्या वाटा उपलब्ध करण्यासाठी मदत करते.

कृती संशोधनाचे महत्त्व (Significance of Action Research)

1. शाळेमध्ये / वर्गामध्ये निश्चित वैशिष्ट्यपूर्ण बदल घडवून आणण्यास मदत होते.
2. प्रत्येकाला प्रकल्प / उपक्रम यामध्ये भाग घेण्यास प्रोत्साहन दिले जाते.
3. शिक्षक / मुख्याध्यापक यांना पुस्तकी ज्ञान आणि वास्तवता यांच्यामधील दरी भरून काढण्यास मदत करते. अध्यापन पद्धतींची परिणामकारकता तपासता येते.
4. शिक्षक/मुख्याध्यापक यांना स्वत:मध्ये पर्यायाने वर्गामध्ये/ शाळेमध्ये सुधारणा घडवून आणण्यास मदत होते. विविध घटकांमध्ये सहकार्याची भावना वाढीस लागते.
5. नवीन विचारांना, नवीन संशोधनाला प्रोत्साहन दिले जाते. त्यामुळे शिक्षकांमध्ये आत्मविश्वास निर्माण होतो.
6. अध्ययनामधील विद्यार्थ्यांची अभिरुची व कौशल्य वाढविण्यासाठी कृती संशोधनाद्वारे प्रयत्न केला जातो व योग्य दृष्टिकोन निर्माण केला जातो.
7. समस्येकडे संशोधकाच्या नजरेतून पाहिल्याने अधिक वस्तुनिष्ठ उत्तर काढण्यास मदत होते.

कृती संशोधन म्हणजे संशोधनात्मक पृच्छा पद्धतीचे उपयोजित रूप होय. शिक्षक स्वत:च्या संशोधनाविषयी आपल्या शाळेमध्ये इतरांना सांगून त्याची उपयुक्तता तपासू शकतो. मुख्याध्यापक शाळेमध्ये एखादा सामाजिक विषय छोट्या प्रमाणात हाताळू शकते.

कृती संशोधनाची वैशिष्ट्ये (Characteristics of Action Research)

(1) दैनंदिन शालेय समस्येवर भर : कृती संशोधनाने शालेय समस्येवर भर दिल्याने त्याचा शिक्षणासाठी चांगला फायदा होतो. उदा., अध्ययन-अध्यापन प्रक्रिया, वर्गव्यवस्थापन, शिस्त, वाचन-लेखन वगैरे. समस्या निराकरण एवढाच हेतू नसून गुणवत्ता उंचविण्यासाठी कृती संशोधनाचा उपयोग होतो.

(2) शिक्षक : संशोधक स्वत: शिकत असतो. शिक्षकाने बनविलेला कृती कार्यक्रम हा प्रत्यक्ष राबविताना शिक्षकाला येणाऱ्या अडचणी, कार्यक्रमाची उपयुक्तता, प्रत्यक्ष विद्यार्थ्यांना होणारा फायदा किंवा तोटा किंवा काहीही फरक पडत नाही यातून शिक्षक संशोधक स्वत: खूप काही शिक़त असतो. याचा अप्रत्यक्षरीत्या अध्यापनासाठी उपयोग होतो.

(3) कृती संशोधन हे गतिमान असते : कृती संशोधनात बऱ्याच पायऱ्या अपेक्षित असतात. यामध्ये संशोधन समस्या निश्चित करणे, कृती कार्यक्रम निश्चित करणे, कृती कार्यक्रम ठरविणे, तथ्य संकलन करणे, त्यावरून निष्कर्ष काढणे हे सर्व करत असताना शिक्षक-विद्यार्थी यांच्यामध्ये आंतरक्रिया घडत असते.

(4) कृती संशोधनात समस्येचा निश्चित आराखडा असतो : समस्येच्या निश्चित आराखड्यामुळे समस्येचे निश्चित स्वरूप समजते, समस्या कोणत्या प्रकारे सोडविण्याचा प्रयत्न केला जाणार आहे हे सर्वांना समजते. यामध्ये शिक्षक, विद्यार्थी, मुख्याध्यापक, इतर सहकारी, पालक या सर्वांमध्ये सहकार्याची भावना असणे गरजेचे आहे.

कृती संशोधन ही संज्ञा प्रथम 1944 साली कर्टलेविनने वापरली.

❖ ''आपले निर्णय व उपक्रम यांच्या बाबतीत मार्गदर्शन मिळावे, त्यात सुधारणा व्हाव्यात व त्यांचे मूल्यांकन व्हावे म्हणून शिक्षकांनी आपल्या समस्यांचा शास्त्रीय पद्धतीने स्वत: अभ्यास करण्याची प्रक्रिया म्हणजे कृती संशोधन होय.''
                                                              - कृती संशोधनाचे प्रवर्तक डॉ. स्टीफन कोरे

कृती संशोधनाचा प्रमुख पायऱ्या (Steps in Conducting an Action Research)

(1) समस्या ओळखणे (Identifying Problem) : सर्वप्रथम स्वत:ला येणारी समस्या ओळखा, प्रत्यक्ष कागदावर प्रश्नरूपात लिहून काढा. शिक्षक संशोधकास येणारी समस्या नक्की कोणत्या क्षेत्रात येते हे ठरविले केले पाहिजे जसे अभ्यासक्रम, शिस्त, परीक्षा, सहशालेय कार्यक्रम इत्यादी.

(2) समस्येच्या संभाव्य कारणांची नोंद (Locate Resources) : संशोधकाच्या समस्येविषयी इतर साहित्यामधून माहिती काढावी लागेल. संदर्भ साहित्य हाताळावे लागेल आणि संबंधित समस्येशी निगडित आधी काही संशोधन झाले आहे का हे शोधावे लागेल. यातून समस्येच्या संभाव्य कारणांची यादी संशोधकाने तयार करावी. यातून वस्तुस्थितीवर आधारलेली कारणे संशोधकाने निश्चित करावीत.

(3) कृती परिकल्पना निश्चिती (Action Hypothesis) : परिकल्पना म्हणजे आपल्या संशोधनाचे संभाव्य उत्तर. कृती परिकल्पनेत पहिला भाग म्हणजे प्रायोगिक उपाययोजना व दुसरा भाग म्हणजे त्याचा दिसून येणारा परिणाम.

(4) कृती परिकल्पनेचे परीक्षण : परिकल्पनेचे परीक्षण केल्यामुळे तिचा स्वीकार करावा की त्याग करावा हे ठरवावे लागते. यासाठी प्रथम कृती कार्यक्रम राबवून त्यावरून योग्य ते पुरावे गोळा करून त्यावरून निर्णय घ्यावा.

(अ) पुरावे गोळा करताना प्रश्नावली, वेळ, स्रोत, व्यक्तींची उपलब्धता, माहितीचे स्रोत विचारात घ्यावे लागते. कृती संशोधनामध्ये परीक्षणासाठी पुरेशी माहिती गोळा करणे महत्त्वाचे ठरते.

(ब) कृती कार्यक्रम म्हणजे नवीन बदल घडवून आणण्यासाठी ठरविलेली योजना. प्रथम संशोधकाने ती लिहून काढली पाहिजे. त्यानंतर ती इतरांच्या साहाय्याने किंवा स्वत: विकसित केली पाहिजे.

(5) कृती कार्यक्रमाची अंमलबजावणी (Implementation of the Plan) : कृती कार्यक्रम राबविल्यानंतर तुम्हाला काय बदल दिसला यावरून संशोधकाने योग्य निष्कर्ष काढावा. चांगल्या प्रकारे बदल झाल्यास इतरांनाही सांगावा. जेणेकरून इतर शिक्षकांना त्यापासून प्रेरणा मिळेल. जर तुम्हाला अपेक्षित बदल आढळला नाही तर दुसरा कार्यक्रम राबवावा लागेल आणि पुन्हा त्यातील फरक तपासावा लागेल.

(6) पाठपुरावा (Follow-up) : प्रयोगातील निर्णयाच्या आधारे इतर वर्गातील विद्यार्थ्यांसाठीही हा उपक्रम उपयुक्त ठरू शकतो.

कृती संशोधनाच्या मर्यादा

1. शिक्षकाला संशोधन तंत्र माहीत असणे आवश्यक ठरते.
2. शिक्षकाला दैनंदिन कामाव्यतिरिक्त अधिक वेळ द्यावा लागतो.
3. कृती संशोधनाचा नमुना गट लहान असतो जसे एखादा वर्ग –
4. कृती संशोधनाची उद्दिष्टे मर्यादित असतात.
5. सामान्यीकरणाचा अभाव असतो.

2.12 शैक्षणिक संशोधनाच्या पद्धती (Methods of Educational Research)

2.12.1 ऐतिहासिक संशोधन पद्धती (Historical Research Method)

इतिहासाचा संबंध हा भूतकाळातील व्यक्ती, प्रसंग, स्थल-कालाचे वर्णन यांचा एकमेकांशी असलेला संबंध हा काळानुसार सुसंगत प्रसंगवर्णन असा असतो. भूतकाळातील प्रसंगावरून माणसांनी वर्तमानकाळामध्ये काही गोष्टी समजून घेऊन नव्याने बदल घडविणे अपेक्षित असते.

शिक्षणाशास्त्रालाही एक स्वत:चा इतिहास आहे. शिक्षणशास्त्रातील मागील घटनांचा मागोवा घेऊन त्यातील शैक्षणिक धोरणांचा अर्थ समजून घेणे आवश्यक आहे. कारण त्याशिवाय वर्तमानकाळातील शैक्षणिक बाबींचा, राष्ट्रीय धोरणाचा उलगडा होऊ शकत नाही.

महत्त्व (Importance of Historical Research)

ऐतिहासिक संशोधन हे प्रामुख्याने भूतकाळातील घटनांचा अभ्यास करून त्याचा वर्तमानकाळातील गोष्टींशी संबंध लावून मागील घटनांपासून काहीतरी नवीन शिकण्यासाठी केले जाते. अशा प्रकारे मिळविलेले ज्ञान कधी-कधी भविष्यातील गोष्टी सूचित करण्यासाठीही वापरले जाते.

- "The historian must depend upon the reported observations of others, often witnesses of doubtful competence and sometimes of doubtful objectively." – **बेस्ट**

(1) शाळेचा इतिहास आणि त्यातील परंपरेने चालत आलेले उपक्रम, कार्यक्रम यांची शिक्षकांना तसेच मुख्याध्यापक, शाळा व्यवस्थापन यांना माहिती असणे गरजेचे असते जेणेकरून मागील चांगल्या गोष्टींचे अनुकरण करून नवीन गोष्टींची भर त्यात पडत राहते.

(2) प्रत्येक गोष्ट ही परंपरेने आहे म्हणून केलीच पाहिजे असे नाही. तर सद्य:स्थितीतील शिक्षणाची परिस्थिती लक्षात घेऊन त्यावर नि:पक्षपातीपणे विचार करणे आवश्यक असते.

(3) शैक्षणिक इतिहासावरून कोणत्या परिस्थितीत निर्णय घेतले याचा विचार केला जातो. त्यामुळे नवीन शैक्षणिक धोरण राबविताना त्यातले बारकावे समजून घेऊन नवीन सुधारित धोरण योग्य प्रकारे राबविण्यास मदत होते.

(4) पूर्वीच्या शैक्षणिक समस्यांचे मूळ कशात आहे हे लक्षात घेतले जाते. त्यावरून कोणताही पूर्वग्रह न बाळगता वर्तमानकाळातील समस्या सहानुभूतिपूर्वक सोडविण्याकडे शिक्षक व मुख्याध्यापक यांचा कल राहतो.

(5) शैक्षणिक इतिहासावरून पूर्वीची सामाजिक माहिती मिळते. त्यामुळे शिक्षणामध्ये कोणकोणते नवीन बदल झाले आहेत याची माहिती होते व शिक्षणाचे प्रवाह कशा प्रकारे बदलत गेले आणि पुढे काय घडू शकेल याविषयी भविष्यकथन होऊ शकते.

(6) शैक्षणिक इतिहास हा सुद्धा शिक्षणशास्त्रातील संशोधनाचा भाग आहे ज्यावरून मागील चुका लक्षात घेऊन त्या आपण टाळू शकतो.

(7) थोर समाजसेवक महर्षी कर्वे, महात्मा फुले यांच्यासारख्या शिक्षणक्षेत्रातील विभूतींकडून शिक्षकांना प्रेरणा मिळत असते. या दृष्टिकोनातूनही ऐतिहासिक संशोधन पद्धती महत्त्वाची ठरते.

ऐतिहासिक संशोधनाचे प्रकार (Types of Historical Research)

(1) **संदर्भ ग्रंथ संशोधन (Bibliographical Research) :** संदर्भ ग्रंथ संशोधनामुळे विशिष्ट कालखंडात झालेल्या शिक्षणमहर्षीच्या जीवनप्रवासाविषयी, त्यांच्या थोर कार्याची खरीखुरी माहिती मिळण्यास मदत होते. संदर्भ ग्रंथांशिवाय ऐतिहासिक संशोधन करणे अशक्य आहे. उदा., महात्मा फुले यांचे स्त्री-शिक्षणविषयक विचार.

(2) वैधानिक संशोधन (Legal Research) : राज्य सरकार तसेच केंद्र सरकारतर्फे काही कायदेशीर तरतुदी शिक्षणसंस्थांसाठी केलेल्या असतात. वेळोवेळी त्यात गरजेनुसार बदल केले जातात. धार्मिक संघटनांना त्यांच्या धर्मानुसार शिक्षणसंस्था चालविण्यास परवानगी दिली जाते. त्याविषयी कायदेशीर तरतुदी केलेल्या असतात. अशा तरतुदींचा अभ्यास वैधानिक संशोधनात येतो. विद्यापीठ कायदा, अनुदान पद्धती याविषयीचे कायदेही यामध्ये अंतर्भूत असतात. उदाहरणार्थ, अल्पसंख्याक समाजाला त्यांच्या भाषेतून शिक्षण देण्यासाठी शिक्षणसंस्था काढायला भारतीय संविधानाने परवानगी दिली आहे.

(3) शैक्षणिक विचारप्रवाहांचा इतिहास (Studying the History of Ideas) : गुरुकुल पद्धतीची प्राचीन भारतीय शिक्षणपद्धती, विनोबा भावे यांची वर्धा शिक्षणपद्धती, महात्मा गांधीजींची मूलोद्योगावर आधारित शिक्षणपद्धती अशा विविध शैक्षणिक पद्धतींचा अभ्यास या संशोधनात होतो. या विचारप्रवाहातील गुण व मर्यादा यांचा तौलनिक अभ्यास करता येतो.

(4) संस्था व संघटना यांचा इतिहास (Studying the History of Institution and Organisation) : पूर्वीच्या शैक्षणिक संस्था, संघटना यांचा बारकाईने अभ्यास केला तर काही गुण व मर्यादा दिसून येतात. त्यातील सद्यःस्थितीत काय उपयुक्त आहे तसेच काय करता येणे शक्य आहे या गोष्टींचा विचार करून तसेच सामाजिक भावना मनात ठेवून संस्थेचा विस्तार चांगल्या प्रकारे करता येऊ शकतो. उदाहरणार्थ, कर्मवीर डॉ. भाऊराव पाटील यांची रयत शिक्षणसंस्था.

(5) जीवनचरित्रे (Autobiography and Biography) : शिक्षणक्षेत्रात बऱ्याच नामवंत लोकांनी काम केले आहे. इंग्रज काळाच्या पुढे गेले ते फक्त शिक्षणामुळे हे ओळखणारे महात्मा फुले, राजा राममोहन रॉय, आगरकर, स्वामी विवेकानंद, राजर्षी शाहू महाराज अशांची जीवनचरित्रे स्फूर्तिदायक तर आहेतच पण समाजाला कायम प्रकाशाच्या वाटेवर ठेवणारी आहेत.

ऐतिहासिक संशोधनाच्या पायऱ्या (Steps in Historical Research)

(1) समस्येची निवड (Selection of the Problem) : संशोधक एखाद्या व्यक्तीच्या कार्याविषयी संशोधन करू शकतो तसेच संस्था, अभ्यासक्रम, पुस्तके, अध्ययन साधने, शिक्षक शिक्षण, शैक्षणिक विचार अशा प्रकारचे विषय ऐतिहासिक संशोधनासाठी होऊ शकतात. संशोधकाने समस्येचे ऐतिहासिक व वर्तमान महत्त्व ओळखले पाहिजे तसेच त्याविषयी पुरेसे पुरावे उपलब्ध आहेत का याची माहिती घेतली पाहिजे. जर पुरेशी माहिती उपलब्ध नसेल तर त्याविषयीचे संशोधन थांबवावे लागेल. म्हणून समस्येची निवड काळजीपूर्वक केली पाहिजे.

(2) परिकल्पना मांडणे (Formulation of Hypothesis) : ऐतिहासिक संशोधनात परिकल्पना मांडल्याने प्रसंग, त्यावेळची परिस्थिती, ऐतिहासिक काळ याविषयी प्रश्नरूपात थोडक्यात स्पष्टीकरण होते. इतिहासतज्ज्ञांनी पुरावे काळजीपूर्वक गोळा केलेले असतात आणि त्यांचा खरेपणाही तपासलेला असतो. जर पुरावा तुमच्या परिकल्पनेला योग्य असेल तर परिकल्पना धन ठरते. जर पुरावा तुमच्या परिकल्पनेला सुसंगत नसेल तर परिकल्पना ऋण ठरते. अशा प्रकारे पृथक्करण केल्याने ऐतिहासिक पुराव्याचे सामान्यीकरण होते.

(3) माहिती गोळा करणे (Collection of Data) : समस्या ठरविल्यानंतर व परिकल्पना मांडल्यानंतर संशोधकाला परिकल्पनेचे योग्य उत्तर देणारी व स्पष्टीकरण देणारी माहिती गोळा करावी लागते. ऐतिहासिक संशोधनात ही माहिती गोळा करणे अतिशय वेळखाऊ व जिकिरीचे असते. खूप मोठ्या माहितीतून संशोधनास योग्य माहिती मिळवायची असते. ही माहिती गोळा करण्याचे पुढील दोन स्रोत आहेत.

(अ) प्राथमिक स्रोत (Primary Sources) : यामध्ये प्रत्यक्ष अनुभवलेल्या किंवा पाहिलेल्या घटनांचा समावेश होतो. थोडक्यात घटनेचे प्रत्यक्ष साक्षीदार म्हणजे प्राथमिक स्रोत होय. मूळची कागदपत्रे किंवा अवशेष यांचा यामध्ये समावेश होतो. ते लिखित स्वरूपात, चित्र स्वरूपात किंवा वस्तू स्वरूपात असतात. ते पुढीलप्रमाणे –

(i) **वैयक्तिक अभिलेख (Personal Records) :** यामध्ये डायरी, प्रमाणपत्रे, आत्मचरित्र, स्मरणपत्रे, मृत्युपत्रे, विविध करार, लेख, पुस्तके, पत्रके यांचा समावेश होतो.

(ii) **कार्यालयीन अभिलेख (Official Records) :** कायदेशीर कागदपत्रे, सरकारी कागदपत्रे, संस्थेची कागदपत्रे धार्मिक संस्थांचे अभिलेख, शाळांच्या नोंदी, कलाविषयक नोंदी अशा प्रकारच्या नोंदी कार्यालयीन अभिलेखांमध्ये येतात.

(iii) **मौखिक अभिलेख (Oral Testimony of Traditional Events) :** लोककथा, कौटुंबिक कथा, सामाजिक सण, मुलाखती अशा प्रकारचे प्रसंग जे एका पिढीकडून दुसऱ्या पिढीला सांगितले जातात.

(iv) **चित्रफिती (Pictorial Records) :** फोटो, सिनेमा, चित्र, शिल्प अशा प्रकारचे साहित्य चित्रफितीत येते.

(v) **अवशेष (Relics or Remains) :** यामध्ये शस्त्रे, वस्त्रे, हत्यारे, नाणी, कलात्मक अथवा सामान्य वस्तूंचा समावेश होतो. यामध्ये भौतिक अवशेष (Physical Relics) जसे किल्ले, उत्खननात सापडलेली प्राचीन नगरे यांचा समावेश होतो. मुद्रित साहित्यात बखर, पाठ्यपुस्तके, ग्रंथ यांचा समावेश होतो.

(ब) दुय्यम स्रोत (Secondary Sources) : प्रत्यक्ष घटना घडली तेव्हा तेथे हजर असलेल्या व्यक्तीकडून तिसऱ्या व्यक्तीला त्या प्रसंगाची माहिती मिळते. अशा ऐकीव माहिती सादर केलेल्या अहवालाला दुय्यम स्रोत असे म्हणतात. परंतु ही माहिती विश्वासार्ह मानली जात नाही. कारण प्रत्यक्ष घडलेल्या प्रसंगापेक्षा जास्त रंगवून सांगितल्याचा धोका यामध्ये असतो. दुय्यम स्रोत काळजीपूर्वक वापरले तर जास्त उपयुक्त ठरू शकतात.

(क) संकलित माहितीची चिकित्सा (Criticism of Data) : योग्य विश्वासार्ह माहिती ही ऐतिहासिक संशोधनात ऐतिहासिक पुरावा म्हणून धरली जाते. ऐतिहासिक माहितीची सत्यता दोन प्रकारांनी तपासली जाते, त्यानंतर ती माहिती ऐतिहासिक पुरावा म्हणून धरली जाते.

(i) **बाह्य चिकित्सा (External Criticism) :** मिळविलेल्या माहितीच्या खरेपणाविषयी खात्री करून घेणे म्हणजे बाह्य चिकित्सा होय. कागदपत्रांची शाई, रंग, मजकूर यांची शास्त्रशुद्ध पद्धतीने चिकित्सा करता येते. यामध्ये शाई, रंग, कागद, कपडे, दगड, धातू यांचे भौतिक व रासायनिक परीक्षण करता येते.

(ii) **आंतरिक चिकित्सा (Internal Criticism) :** मिळविलेल्या माहितीचा खरेपणा कळूनही आपण ती माहिती कधी-कधी विश्वासार्ह धरू शकत नाही, कारण ती माहिती लिहिताना घटनाक्रम चुकला असण्याची शक्यता असते. घटना बऱ्याच दिवसांनी लिहिली गेली असेल तर, लिहिणाऱ्या व्यक्तीने परिस्थितीचे पूर्ण आकलन न करता लिहिली असेल तर म्हणजेच संबंधित मजकूर काळजीपूर्वक संशोधन कार्यात वापरला जावा.

(ड) संकलित माहितीचे अर्थनिर्वचन (Interpretation of Data) : मिळविलेल्या माहितीची बाह्य व आंतरिक चिकित्सा केली आहे अशा माहितीचे वर्गीकरण करावे व ही माहिती कालमानानुसार क्रमाने लावावी. संशोधन विषयाच्या संदर्भात मिळविलेल्या माहितीतून योग्य अर्थ शोधणे, नवीन विचारप्रवाह शोधणे, वर्तमान परिस्थितीमध्ये पूर्वीच्या संदर्भांचा अर्थ विशद करणे म्हणजेच संकलित माहितीचे अर्थनिर्वचन करणे.

(ई) अहवाल लेखन (Writing of Research Report) : ऐतिहासिक संशोधनात अहवाल लिहिताना नियोजनबद्ध लेखन त्यातील खरेपणाला पूर्ण मान देऊन, स्वत:ची कल्पनाशक्ती वापरून केले पाहिजे. अहवाल लेखन हे वस्तुनिष्ठपणे झाले पाहिजे. ऐतिहासिक संशोधन अहवाल हा तर्कशुद्ध, घटनांचा योग्य क्रम वर्षांनुसार क्रमाने लिहिला गेला पाहिजे. त्यातील राजकीय, सामाजिक, भौगोलिक, सांस्कृतिक, धर्म, नैसर्गिक स्रोत यांची मांडणी कालानुक्रमे व योग्य टप्प्यांनी झाली पाहिजे. थोडक्यात, मुद्देसूद, आकर्षक मांडणी, वाक्यांची सुसूत्रता, संपूर्ण अहवालाचे समग्र लेखन हे वाचनीय असले पाहिजे.

ज्या प्राथमिक व दुय्यम स्रोतांचा उपयोग संशोधनात केला आहे त्यांचे फोटो, आलेख, नकाशे यांचा वापर अहवाल लेखनात करावा. इतर सर्व संशोधनातील पुढील पायऱ्या याही अहवालात वापराव्यात. (i) समस्या कथन, (ii) संदर्भ साहित्याचे व संशोधनाचे परिशीलन, (iii) संशोधन पद्धती व साधने, (iv) माहिती संकलन, अर्थनिर्वचन, निष्कर्ष व शिफारश, (v) अहवाल लेखन.

2.12.2 वर्णनात्मक संशोधन पद्धती (Descriptive Research Method)

वर्णनात्मक संशोधनातून 'काय आहे ?' याबद्दल माहिती मिळते. हे संशोधन बहुतेक वेळा वर्तमान परिस्थितीशी निगडित असते. वर्णनात्मक संशोधनामध्ये खालील संशोधन प्रकार येतात.

1. सर्वेक्षण (Survey)
2. व्यक्तिअभ्यास (Case- Study)
3. तुलनात्मक कार्यकरण पद्धती (Ex Post Facto Research or Causal Comparative Method)
4. सहसंबंध पद्धती (Correlational Studies Method)
5. विकासात्मक पद्धती (Developmental Method)

वरील सर्व संशोधनामध्ये सामान्यीकरणावर भर दिला आहे आणि सर्व वर्तमान परिस्थितीशी संबंधित पद्धती आहेत. यामध्ये प्रसंगाचे निरीक्षण केले जाते आणि त्यावरून काय घडू शकेल याचा निष्कर्ष काढला जातो. वर्णनात्मक संशोधनामध्ये आधी घडलेल्या घटनांचासुद्धा समावेश होतो कारण त्या घटना वर्तमान परिस्थितीशी संबंधित असतात.

वर्णनात्मक संशोधनाचे महत्त्व (Importance of Descriptive Research) :

1. वर्णनात्मक संशोधनामुळे विद्यार्थी, शिक्षक, पालक, तज्ज्ञ यांचे विचार शैक्षणिक घटकांमधील संबंध, विविध प्रसंगांचा परिणाम, विकसित होत असलेले नवीन प्रवाह यांची माहिती मिळते.
2. या प्रश्नावलीद्वारे संशोधनामुळे एखाद्या समस्येवर तज्ज्ञांचे मत सहजरीत्या मिळू शकते.
3. वर्णनात्मक संशोधनातून तज्ञांची मते, दृष्टिकोन, शैक्षणिक क्षेत्रामध्ये विकास होण्यासाठी सूचना व इतर माहिती आपण मिळवू शकतो.
4. विद्यार्थी, शाळा, शालेय प्रशासन, अभ्यासक्रम, अध्यापन पद्धती, मूल्यमापन पद्धती यामधील समस्या सोडविण्यासाठी वर्णनात्मक संशोधनामुळे मदत होते.

   शिक्षणक्षेत्रातील अनेक समस्या वर्णनात्मक संशोधनाद्वारे सोडवता येऊ शकतात.
5. वर्णनात्मक संशोधनामुळे माहिती गोळा करण्याच्या साधनांचा विकास केला जातो, उदा. परीक्षा, पडताळा सूची (Check List), प्रश्नावली, शेड्यूल (Schedule), पदनिश्चयन श्रेणी (Rating Scale).
6. तौलनिक संबंधातील अभ्यासामागील भूमिका व माहिती वर्णनात्मक संशोधनामुळे मिळू शकते.

वर्णनात्मक संशोधन पद्धतीचे प्रकार

(1) सर्वेक्षण (Survey) : सर्वेक्षण पद्धत म्हणजे संख्याशास्त्रीय संशोधनाची पद्धत. ज्यामध्ये संशोधक एका मोठ्या जनसंख्येची मते, वर्तन, वैशिष्ट्ये संदर्भात माहिती गोळा करण्यासाठी सर्वेक्षण करतो. यामध्ये संशोधक संख्याशास्त्रीय माहिती गोळा करण्यासाठी प्रश्नावली, मुलाखती यांचा वापर करतो. मिळालेली माहिती अर्थनिर्वचन करून परिकल्पना सार्थ वा त्याज्य ठरवितो.

सर्वेक्षणावरून जनसंख्येचा कल कळून येतो. सर्वेक्षणावरून एखाद्या सामाजिक समस्येविषयी व्यक्तिगत मतेही कळू शकतात. व्यक्तींचा विश्वास व अभिवृत्ती कळून येते. शाळेतील कार्यक्रमांविषयी उपयुक्त माहिती काढू शकतो. एकूणच सर्वेक्षण हे शैक्षणिक समस्येपासून ते वर्गातील मुलांच्या समस्येपर्यंत अशा विविध कारणांसाठी करू शकतो.

सर्वेक्षणाची वैशिष्ट्ये (Characteristic of Survey Research)

(1) मोठ्या जनसंख्येतून न्यादर्श घेतला जातो : जनसंख्या म्हणजे संशोधकाने निवडलेल्या नमुन्याची गुणवैशिष्ट्ये ज्याच्याशी समान आहेत अशा व्यक्ती किंवा वस्तू होय. या जनसंख्येतील व्यक्ती किंवा वस्तू यांचे छोटे प्रमाण म्हणजे न्यादर्श होय. विशिष्ट संस्था, व्यक्ती किंवा घटना यातील वैशिष्ट्यांची माहिती संकलित करणे हा सर्वेक्षणाचा हेतू असतो. कमीत कमी त्रुटी येण्यासाठी जनसंख्येतून मोठा न्यादर्श निवडणे चांगले असते. मापनातील त्रुटी टाळण्यासाठी चांगल्या प्रकारची प्रश्नावली तयार करा.

(2) माहिती गोळा करण्यासाठी प्रश्नावली व मुलाखत यांचा वापर : प्रश्नावलीमध्ये भाग घेणारे संशोधकाला उत्तरे भरून देतात. मुलाखतीमध्ये संशोधक विविध मुक्त प्रश्न विचारतो. मुलाखत देणाऱ्याच्या वर्तनाचे निरीक्षण केले जाते, अशा प्रकारे गुणात्मक सर्वेक्षण केले जाते. संख्यात्मक सर्वेक्षणात संरचित मुलाखत घेऊन प्रश्न विचारले जातात.

(3) कमी वेळात जास्त माहिती उपलब्ध (Obtaining High Response Rate) : जास्तीत जास्त जनसंख्येकडून माहिती उपलब्ध झाल्याने त्याचे सामान्यीकरण करणे सोपे जाते. प्रश्नावली आणि मुलाखती घेऊन कमीत कमी वेळात जास्त माहिती गोळा करता येते. प्रश्नावली भरणारा प्रतिसादक हा पूर्वग्रहदूषित नसावा. नाहीतर मिळालेली माहिती पुरेशी असणार नाही.

(4) तिर्यंक छेदात्मक पद्धतीचा वापर केला जातो (Use of Cross Sectional Survey Design) : तिर्यंक छेदात्मक पद्धती म्हणजे विविध इयत्ता गटातील, वयोगटातील व विकासाच्या विविध अवस्थांमधील योग्य नमुना घेऊन, एकाच वेळी या सर्व अवस्थांमधील घटकांचा विकासाच्या संदर्भात अभ्यास केला जातो.

(5) शाब्दिक वर्णनाबरोबर गणितीय चिन्हांचाही वापर केला जातो.

(6) स्थानिक समस्या लवकर सुटण्यास मदत होते

(7) समस्येचे स्वरूप स्पष्ट असते. त्यानुसार उद्दिष्टे ठरवून माहिती संकलन केली जाते. त्याचे योग्य अर्थनिर्वचन करून अनुमान काढले जाते.

सर्वेक्षणाचे प्रकार :

(1) सर्वेक्षण परीक्षण (Survey Testing) : विद्यार्थ्यांची प्रगती, बुद्धिमत्ता, व्यक्तिमत्त्व, अभिरुची, कल, अभिवृत्ती या घटकांचे मापन करून वर्तमानातील घटनांविषयी प्रकाश पाडणे हा असतो.

(2) शालेय सर्वेक्षण (School Survey) : विद्यार्थ्यांची प्रगती, शालेय परिसर, अध्यापन पद्धती, शालेय कार्यक्रम यांचे सर्वेक्षण करणे. गरज असल्यास त्यात सुधारणा सुचविणे.

(3) सामाजिक सर्वेक्षण (Social Survey) : एकाच प्रकारच्या समाजातील प्रवृत्तींचे सर्वेक्षण यामध्ये केले जाते.

सामाजिक सर्वेक्षण विशेषकरून आरोग्यविषयक, घरगुती, नोकरीविषयक, जातीविषयक केले जाते. हे सर्वेक्षण विशेषकरून सरकारतर्फे केले जाते. प्रश्नावली, शेड्यूल, मुलाखती पदनिश्चयन श्रेणी, निरीक्षण यासारखी साधने माहिती संकलित करण्यासाठी केले जातात.

(4) लोकमत सर्वेक्षण (Public Opinion Survey) : लोकशाही पद्धतीमध्ये लोकांच्या मताला जास्त महत्त्व आहे. शिक्षणक्षेत्रातील एखाद्या समस्येविषयी शिक्षणतज्ज्ञ, राजकारणी, नेतेमंडळी, पालक यांची मते घेऊन त्यावर चर्चा घडवून योग्य निर्णय घेऊ शकतो. यामध्येही प्रश्नावली, शेड्यूल, मुलाखती या साधनांचा उपयोग करून ही माहिती जमा केली जाते. परंतु अशा प्रकारच्या सर्वेक्षणामध्ये उत्तराची तीव्रता तपासणे अशक्य असते.

(5) पाठपुरावा अभ्यास (Follow-up Studies) : शालेय अभ्यासक्रम, अभ्यासपूरक कार्यक्रम, शिक्षकांचे व्यक्तिमत्त्व यांचा विद्यार्थ्यांवर कोणता परिणाम झाला हे पाहण्यासाठी पाठपुरावा अभ्यासाची गरज असते.

(6) नमुना सर्वेक्षण (Sample Survey) : जनसंख्येतील एका लहान गटाचे सर्वेक्षण करून सर्व जनसंख्येविषयी अनुमान काढले जाते.

(7) व्यवसाय पृथक्करण (Job Analysis) : ही पद्धत विशेषकरून व्यवसाय निवडीमध्ये वापरली जाते. शिक्षणक्षेत्रामध्ये शिक्षक, शिक्षकेतर कर्मचारी, प्रशासक यांच्या जबाबदाऱ्या, कर्तव्य यांचा अभ्यास केला जातो.

सर्वेक्षण पद्धतीच्या पायऱ्या (Steps in Conducting Survey Research) :

1. **परिकल्पना मांडणे :** जनसंख्येमधून न्यादर्श घेतल्याने परिकल्पना तपासणे योग्य ठरते.
2. **जनसंख्या, न्यादर्श ठरविणे :** कोणत्या जनसंख्येचा सर्व्हे करणार आहोत, किती व्यक्ती यामध्ये समाविष्ट असणार आहेत. न्यादर्शनातील व्यक्तींच्या नावांची यादी तयार करावी. पुरेसा न्यादर्श घ्यावा.
3. माहिती संकलनासाठी प्रश्नावली, मुलाखत, शेड्यूल यासारखी साधने तयार करावीत.
4. मिळविलेल्या माहितीचे पृथक्करण करावे व त्यावरून निष्कर्ष काढून परिकल्पना स्वीकारायची किंवा नाही ते ठरवावे.
5. यानंतर अहवाल लेखन करावे.

सर्वेक्षण पद्धतीचे महत्त्व (Significance of Survey) :

1. वर्तमानकाळातील समस्यांचा शोध घेतला जातो. त्याच्याशी संबंधित भूतकाळातील गोष्टींचा अभ्यास करून भविष्यासाठी योग्य निर्णय घेतले जातात.
2. माहिती गोळा करण्यासाठी प्रश्नावली, मुलाखत, पदनिश्चयन श्रेणी यासारख्या चांगल्या प्रकारची साधने गोळा केली जातात.
3. सर्वेक्षणातून मूलभूत संशोधनासाठी माहिती पुरवली जाते. तसेच विशिष्ट विषयक्षेत्रात ज्ञानवृद्धी होते.
4. शालेय सर्वेक्षणामध्ये शालेय परिसर, सहशालेय उपक्रम, शिक्षकांची अध्यापन पद्धती यावर केलेल्या सर्वेक्षणांमुळे शालेय दर्जा उंचविण्यास मदत होते.
5. सर्वेक्षणातील समस्यांचे वस्तुनिष्ठपणे संशोधन करण्यात येते.

(2) व्यक्तिअभ्यास (Case -Study) : व्यक्तिअभ्यास म्हणजे एखाद्या सामाजिक घटकाचा केलेला सर्वांगीण अभ्यास. या सामाजिक घटकात व्यक्ती, कुटुंब, समाजातील घटक, शाळा, किशोरवयीन मुले, शाळेत न जाणारी मुले, व्यसनाधीन मुले असे कोणीही असू शकतो.

व्यक्तिअभ्यासामध्ये संशोधकाला व्यक्ती किंवा त्या घटकाचा बारकाईने विचार करावा लागतो. संशोधकाला त्याविषयीची वर्तमानकाळातील, तसेच भूतकाळातील माहिती प्रश्नावली, शेड्यूल, मुलाखत याद्वारे मिळवावी लागते. मिळालेल्या घटकांचा एकमेकांशी संबंध काय आहे हे शोधावे लागते. मिळालेल्या माहितीचे पृथक्करण केल्याने, तसेच त्यांचे एकमेकांबरोबरचे संबंध स्पष्ट केल्याने संशोधकाला त्या व्यक्तीचे पूर्ण एकत्रित चित्र मिळते. असे केल्यामुळे संशोधकाला घटकाचा जीवनप्रवास नीट समजून येतो. सिग्मंड फ्रॉईडने स्वत:च्या रोग्यांची समस्या सोडविण्यासाठी व्यक्तिअभ्यास पद्धत वापरली. बऱ्याच वेळा व्यक्तिअभ्यासात संशोधन घटकाचे विशिष्ट वर्तन नोंदविले जाते आणि किती वेळा त्या प्रकारचे वर्तन होते याची नोंद घेतली जाते. नंतर साधक अभिसंधानाद्वारे उपचार दिले जातात आणि वर्तनातील बदल नोंदविले जातात. जेव्हा वर्तनात बदल दिसू लागतात तेव्हा संशोधक पुन्हा उलट दिशेने साधक अभिसंधान करू लागतो, त्यामुळे घटक मूळ वर्तनाकडे परत येतो.

व्यक्तिअभ्यासातील पायऱ्या (Steps of the Case Study)

1. व्यक्ती किंवा सामाजिक घटकाची वर्तमानातील परिस्थिती काय आहे हे निरीक्षणाने / मापनाने ठरविणे.

2. परिकल्पना निश्चित करणे.

3. परिकल्पनांची तपासणी करणे.

4. उपचारांची योग्यता तपासणे.

5. अनुधावन.

व्यक्तिअभ्यासाचे महत्त्व (Significance of Case Study)

1. व्यक्तिअभ्यासामुळे संशोधकाला व्यक्ती किंवा घटक बारकाईने समजतो. त्या घटकाविषयी संशोधकाला भूतकाळ व वर्तमानकाळातील सर्वांगीण माहिती मिळते.

2. दुसऱ्यांचा सखोल विचार केल्याने संशोधकालाही बऱ्याच गोष्टी स्वतःला समजून येतात म्हणजेच ज्ञानप्राप्ती होते.

3. शैक्षणिक क्षेत्रातील व्यक्तिअभ्यास केल्याने संशोधकाला शिक्षणविषयातील घटकाचे गुण, दोष, मर्यादा, महत्त्व कळून येते. त्यामुळे त्या घटकासाठी पुढील सुधारणा सुचविणे सोपे जाते.

4. व्यक्तिअभ्यासामुळे वैध परिकल्पनांची निश्चिती करता येते.

5. सर्वांगीण अभ्यास करून काढलेले निष्कर्ष इतर संशोधनाला उपयुक्त माहिती पुरवितात.

व्यक्तिअभ्यासाच्या मर्यादा (Limitations of Case Study)

1. व्यक्तिअभ्यासात व्यक्तिनिष्ठता येण्याची शक्यता अधिक असते. कारण संशोधकाचा दृष्टिकोन, पूर्वग्रह, संशोधनाचा उद्देश, स्वतःला अपेक्षित असलेले अनुमान संशोधकाने काढणे अशा गोष्टींमुळे संशोधन कार्यावर चुकीचा परिणाम होतो.

2. व्यक्तिअभ्यासात निवडलेले घटक हे अपवादात्मक स्थितीतील असू शकतात. त्यामुळे या संशोधनातून येणारे निष्कर्ष सर्वत्र लागू पडतीलच असे नाही.

3. या पद्धतीमध्ये पैसा व वेळ जास्त खर्च होतो.

4. व्यक्तिअभ्यास हा एकाच व्यक्तीकडून केला जातो. त्यामुळे घटकाच्या सामाजिक, आर्थिक, मानसशास्त्रीय अशा वेगवेगळ्या पैलूंचा समग्र विचार एकाच व्यक्तीकडून होणे अवघड असते.

(3) तुलनात्मक कार्यकारण पद्धती (ExPost Facto Research or Causal - Comparative Studies) :

जॉन स्टुअर्ट मिलच्या सिद्धांतानुसार

1. एखादी घटना घडताना दोन किंवा अधिक वेळा एकच परिस्थिती समान असेल तर ती परिस्थिती त्या घटनेचे कारण किंवा परिणाम असतो.

2. विशिष्ट परिणाम दिसून येत असलेल्या परिस्थितीतील घटक आणि विशिष्ट परिणाम दिसून येत नसलेल्या परिस्थितीतील घटक यांचे निरीक्षण केले जाते आणि त्यावरून कार्यकारण संबंध प्रस्थापित करण्याचा प्रयत्न केला जातो.

यात विविध घटना घडण्याची व न घडण्याची कारणे शोधली जातात. घटना घडत असताना आणि ती न घडत असताना दिसून येणाऱ्या परिस्थितीवरून व त्यातील घटकांवरून, घटना घडविण्यास कारणीभूत असलेल्या घटकांचा शोध घेतला जातो.

या पद्धतीत वर्तमानकाळाचा विचार केला जातो. शैक्षणिक क्षेत्रात तुलनात्मक कार्यकारण पद्धतींचा वापर अध्यापन पद्धती, शिक्षकाचे व्यक्तिमत्त्व, बालगुन्हेगारीची कारणे, अनुपस्थितीची कारणे, स्थगन, गळतीची कारणे, विद्यार्थ्यांची शैक्षणिक प्रगती अशा विषयांसाठी होऊ शकतो.

उदाहरणार्थ : विषय – चांगले अध्यापन

1. चांगले अध्यापन कोणत्या परिस्थितीत दिसून आले व त्यासाठी कारण ठरलेले घटक कोणते ?

2. चांगले अध्यापन दिसून आले नाही ती परिस्थिती व त्यासाठी कारण ठरलेले घटक कोणते?

निष्कर्ष : वरील दोन्ही प्रकारच्या निरीक्षणांची तुलना करणे व त्यावरून विशिष्ट परिणामाचे कारण ठरविणे. बऱ्याच वेळेला विशिष्ट परिणाम हा विविध कारणांनी दिसून येतो. अनेक कारणे एक परिणाम देऊ शकतात.

उदाहरणार्थ : विषय – विद्यार्थ्यांची प्रगती

कारणे : शालेय परिसर, कुटुंब, कुटुंबातील व्यक्तींचे स्वभाव, आनुवंशिकता, समवयस्क, शिक्षक व्यक्तिमत्त्व, अध्यापन पद्धती, परीक्षा पद्धती, इतरही अनेक कारणे. अशा वेळी संशोधकाला दिसून आलेला कारणांचा संयोगच फक्त विशिष्ट परिणामाला कारणीभूत असतो असे म्हणता येत नाही. इतरही कारणे असू शकतात हे लक्षात घेतले पाहिजे.

तुलनात्मक कार्यकारण पद्धतीचे महत्त्व (Significance of Causal Comparative Method)

1. प्रायोगिक पद्धत वापरता येत नसेल तेव्हा संशोधक तुलनात्मक कार्यकारण पद्धत वापरू शकतो कारण ही पद्धत नैसर्गिक वातावरणात वापरू शकतो.

2. वेळ, पैसा, कष्ट यांचा विचार केल्यास तुलनात्मक कार्यकारण पद्धत वापरण्यास सोपी आहे. काही घटकांच्या निर्मितीसाठी बराच काळ लागतो अशा वेळेस ही पद्धत वापरणे सोपे जाते.

3. घटना घडून गेल्यानंतरही आपण त्या घटनेचा तुलनात्मक कार्यकारण पद्धतीने अभ्यास करू शकतो.

4. काही वेळा नैतिकतेच्या तत्त्वामुळे प्रायोगिक पद्धत वापरू शकत नाही तेव्हा आपण तुलनात्मक कार्यकारण पद्धती वापरू शकतो.

तुलनात्मक कार्यकारण पद्धतीच्या मर्यादा (Limitation of Causal Comparative Method)

1. ठरावीक घटना घडण्यासाठी एकच कारण कारणीभूत आहे असे म्हणणे धाडसाचे ठरेल. कारण शैक्षणिक क्षेत्रात विद्यार्थी हा जिवंत घटक असल्याने त्याच्याशी निगडित मन, भावना यासारखे अदृश्य घटकही कारणीभूत असू शकतात.

2. काही वेळा कारण कोणते व परिणाम कोणता याविषयी एकमत होऊ शकत नाही; जसे की कोंबडी आधी की अंडे आधी.

3. घटना आहेत तशाच निरीक्षण कराव्या लागतात. त्यामुळे विविध चलांवर नियंत्रण नसते.

4. शैक्षणिक क्षेत्रात घटकाला चांगल्या वाईट दोन्ही बाजू असतात. त्यामुळे एखादा घटक पूर्णपणे चांगला किंवा पूर्णपणे वाईट म्हणू शकत नाही.

तुलनात्मक कार्यकारिणी पद्धतीमध्ये संशोधकाने परिस्थितीचा सारासार विचार करून, योग्य अर्थनिर्वचन केले तरच संशोधनातून योग्य निष्कर्ष बाहेर पडतील.

(4) सहसंबंध पद्धती (Correlation Method) : सहसंबंध पद्धती म्हणजे दोन किंवा अधिक चलांशी संबंधित माहितीच्या आधारे समस्या सोडविणारी संख्याशास्त्रीय पद्धत. या पद्धतीत अनेक चलांचा एकदम अभ्यास करता येतो यामुळे ही पद्धत प्रायोगिक पद्धतीपेक्षाही जास्त उपयुक्त आहे. यामध्ये सहसंबंधगुणक (r) महत्त्वाचा आहे.

उदाहरणार्थ : संशोधकाला विद्यार्थ्यांचे वाचन सुधारायचे आहे. यामधून येणाऱ्या निष्कर्षांमध्ये शाळेचा दर्जा, विद्यार्थी प्रेरणा, शालेय अभ्यासक्रम अशा कितीतरी गोष्टी विद्यार्थ्यांच्या संपादनावर परिणाम करीत असतात. अशा वेळेस सहसंबंध पद्धती वापरू शकतो.

सहसंबंध गुणांकाच्या अर्थनिर्वचनासाठी खालील सूत्र सर्वमान्य केलेले आहे.

r = Person Product - Moment - Coeffiicient of Correlation

r from .00 to $\pm$ .20 indifferent or negligible relationship

r from .20 to $\pm$ .40 low correlation, present but slight

r from .40 to $\pm$ .70 marked relationship

r from .70 to $\pm$ .1.00 high to very high relationship

सहसंबंध गुणांकाचे अर्थनिर्वचन करताना त्यातील दोन चलांची सविस्तर माहिती, त्यांचा सर्वसाधारणपणे असणारा सहसंबंध गुणांक, ज्या परिस्थितीत तो विशिष्ट सहसंबंध गुणांक मिळाला ती परिस्थिती यांचा विचार करणे आवश्यक आहे. नमुना मोठा असेल तर सहसंबंध गुणांक कमी असूनही संख्याशास्त्रीयदृष्ट्या तो महत्त्वपूर्ण मानण्यात येतो.

सहसंबंध गुणांकावरून सुद्धा चलांमधील संबंध सार्थ ठरविता येतात. मिळालेला सहसंबंध गुणांक दिलेल्या सार्थकता स्तरापर्यंत शून्यापेक्षा वेगळा असेल तर त्यांच्यात निश्चित संबंध असतो असे सिद्ध होते. केवळ योगायोगाने हा संबंध नाही हे दाखविले जाते. सहसंबंध पद्धतीत मापन त्रुटी व न्यादर्शन त्रुटी लक्षात घेणे महत्त्वाचे आहे.

सहसंबंध गुणांक हा दोन चलांमधील संख्याशास्त्रीय संबंध दाखवित असला तरी तो कारण – परिणाम संबंध दाखवेलच असे नाही.

❖ "A correlatoin is always relative to the situation under which it is obtained and its size does not represent any absolute natural fact." - गिलफोर्ड

सहसंबंध पद्धतीचे महत्त्व (Significance of Correlational method)

(1) शैक्षणिक क्षेत्रामध्ये सहसंबंध पद्धती अतिशय उपयुक्त आहे. विद्यार्थ्यांची बौद्धिक क्षमता व अध्यापन पद्धती यातील साहचर्य, आर्थिक परिस्थिती व बालगुन्हेगारी यातील साहचर्य अशा विषयांसाठी आपण सहसंबंध पद्धती वापरू शकतो. यामध्ये एका चलातील बदलाचे दुसऱ्या चलातील बदलाशी किती मात्रेपर्यंत साहचर्य आहे हे पाहण्याकरिता सहसंबंध काढला जातो.

(2) शालेय यशाविषयी भाकीत करण्यासाठी सहसंबंध पद्धती उपयुक्त आहे. उदाहरणार्थ दहावीला पूर्वपरीक्षेला 80% गुण मिळाले तर मुख्य परीक्षेत 90% गुण मिळू शकतात यामध्ये पेपर सोडविण्याचा सराव, बौद्धिक क्षमता अशा चलांचा सहसंबंध दाखविता येतो.

(3) कसोटीची वैधता व विश्वसनीयता काढता येते.

(5) विकासात्मक पद्धती / वांशिक पद्धती (The Developmental Method or the Genetic Method) : बालकांमध्ये शारीरिक, भावनिक, सामाजिक आणि बौद्धिक वाढ होत असताना त्यांच्यात कोणकोणते बदल होतात, त्यांचा गुणात्मक विकास कसा होतो याचा विचार विकासात्मक पद्धतीत होतो. ही पद्धत आनुवंशिकतेशी संबंधित असल्यामुळे तिला वांशिक पद्धती असेही म्हणतात.

बालकांमधील विकासाचा अभ्यास हा अभ्यासपूर्ण, पाठ्यपुस्तके, अध्यापन पद्धती कशा प्रकारे असावी यासाठी उपयुक्त ठरतो. विकासात्मक पद्धतीमध्ये तीन पद्धतींचा समावेश होतो.

(अ) विकास पद्धती (Growth Studies) : शिक्षकांना विद्यार्थ्यांचा वाढ व विकासाबद्दल माहिती हवी जेणेकरून प्रभावी अध्यापनासाठी ते योग्य पद्धती वापरू शकतील. वाढीवर व विकासावर परिणाम करणाऱ्या घटकांची शिक्षकाला माहिती पाहिजे. विकास पद्धतीमध्ये मुलांच्या वाढीचे प्रकार अभ्यासले पाहिजेत. वाढ कशी होते, केव्हा होते, वाढ तात्पुरती केव्हा थांबते, वाढीचा विकास कसा करता येईल याचा विचार या पद्धतीत केला जातो.

विकास पद्धतीचा अभ्यास दोन प्रकारांनी करता येतो.

(i) रेखांशात्मक पद्धती (Longitudinal Method) : या संशोधनामध्ये घेतलेल्या घटकाचा दीर्घकालापर्यंत अभ्यास करून विकासाच्या भिन्न अवस्थांमधील बदलांचे निरीक्षण केले जाते व त्यावरून विशिष्ट क्षेत्रातील वाढ आणि विकास यांचे नियम प्रस्थापित केले जातात. हे संशोधन व्यक्तिअभ्यासासारखेच आहे. कारण यामध्ये व्यक्ती व घटक यांचा बराच काळ अभ्यास केला जातो.

टर्मन व त्याच्या सहकाऱ्यांनी प्रज्ञावान मुलांचा 35 वर्षे अभ्यास केला. 35 वर्षांपर्यंत अभ्यासासाठी तीच मुले असल्याने ते रेखांशात्मक स्वरूपाचे संशोधन ठरले.

गेसेल याने नवजात अर्भक ते 16 वर्षे मुलांच्या भावना, वर्तन, भाषा, नातेसंबंध, सामाजिक वर्तन यांच्या वाढ व विकास यांचा अभ्यास पन्नास वर्षांहून अधिक काळ केला (1911 ते 1961) हेही संशोधन रेखांशात्मक स्वरूपाचे संशोधन ठरते.

(ii) तिर्यंक छेदात्मक पद्धती (Cross Sectional Method) : एकाच वेळी सर्व अवस्थांतील बालकांचा अभ्यास करतात व त्यावरून विविध अवस्थांतील वाढीची व विकासाची सामान्य स्थिती लक्षात घेतली जाते. या पद्धतीमध्ये जनसंख्येचा तिर्यंक छेदातील विविध अवस्थेच्या मुलांच्या अभ्यासावरून वाढ आणि विकास यांच्या बाबतीत सामान्य निष्कर्ष काढले जातात. या पद्धतीमध्ये यादृच्छिक नमुना पद्धतीने त्या विशिष्ट गटाचे प्रतिनिधित्व करतील असा मोठ्या संख्येचा नमुना घ्यावा लागतो. शैक्षणिक क्षेत्रात तिर्यंक छेदात्मक पद्धती हा प्रकार संशोधनासाठी वापरला जातो. या संशोधनातील महत्त्वाची उणीव म्हणजे प्रत्येक व्यक्तीला परिपक्वता कोणत्या टप्प्यावर येईल हे सांगता येत नाही. त्यामुळे अनेक व्यक्तींवरील या संशोधनाची विश्वासार्हता कमी होते.

(ब) अनुधावन पद्धती (Follow up Studies) : अनुधावन पद्धतीमध्ये शिक्षण पूर्ण झालेले विद्यार्थी किंवा व्यक्ती जेव्हा संस्था सोडून जातात अशांचा शोध घेतला जातो. यामध्ये पुढे या व्यक्ती काय करतात, कशा आहेत, त्यांची आर्थिक, सामाजिक, शैक्षणिक माहिती घेतली जाते; मागील संस्थेचा त्यांच्यावर काय परिणाम झाला हे शोधून काढले जाते.

अशा संशोधनामुळे संस्थेला स्वत:च्या अभ्यासक्रमात, प्रशासनात योग्य बदल करण्याची संधी मिळते. बदल केल्यानंतरही पुन्हा विद्यार्थ्यांना त्याचा उपयोग किती झाला याचा पाठपुरावा केला जातो. थोडक्यात, प्रत्याभरण (Feedback) पद्धतीमुळे संस्थेचा शैक्षणिक दर्जा इंचावण्यास मदत होते.

(क) प्रवृत्ती अध्ययन पद्धती (Trend Studies) : सामाजिक, आर्थिक, राजकीय माहिती मिळवून, त्याचे विश्लेषण करून वर्तमानातील स्थितीचे निरीक्षण करायचे आणि त्यावरून भविष्यात काय घडू शकेल याचा अंदाज वर्तवायचा. अशा प्रकारच्या संशोधनामुळे समाजाचा कल कळतो. त्यावरून समाजाच्या शिक्षणाकडून असलेल्या भविष्यातील अपेक्षा समजतात.

प्रवृत्ती अध्ययन पद्धतीत संशोधक सर्वेक्षण करून बदलाची दिशा व टक्केवारी ठरवू शकतो. यामध्ये विद्यार्थ्यांची पटनिश्चिती, शिक्षणाचे माध्यम मराठी की इंग्रजी, शिक्षक भरती अशा प्रकारचे विषय येतात.

2.12.3 प्रायोगिक संशोधन पद्धती (Experimental Research Method)

प्रायोगिक संशोधन हे 'काळजीपूर्वक नियंत्रित परिस्थितीत केले तर काय घडू शकेल याचे उत्तर नियोजनबद्ध आणि तर्कशुद्ध पद्धतीने देता येते. जेव्हा संशोधकाला स्वतंत्र चल आणि आश्रयी चल यांच्यामध्ये कारण आणि परिणाम संबंध निर्माण करायचे असतात तेव्हा संशोधक प्रायोगिक संशोधन पद्धती वापरू शकतो. याचाच अर्थ स्वतंत्र चले सोडून तुम्ही निष्कर्षावर परिणाम करणारी सर्व चले नियंत्रित करीत असता. नंतर जेव्हा स्वतंत्र चल हे आश्रयी चलावर प्रभाव टाकते तेव्हा स्वतंत्र चल हे 'कारण' असते. किंवा आश्रयी चल 'कारणाची शक्यता' असते. प्रायोगिक पद्धत ही नियंत्रित वातावरणात काम करत असल्यामुळे 'कारण व परिणाम' संबंध दाखविणारी उत्तम संख्याशास्त्रीय पद्धत आहे. प्रायोगिक

संशोधकाने प्रत्यक्ष प्रयोग करण्यापूर्वी संपूर्ण प्रयोगाचे नियोजन करावे. म्हणजे प्रत्यक्ष कार्यवाहीत कमीत कमी अडचणी निर्माण होतील.

2.12.3.1 प्रायोगिक संशोधन पद्धतीची वैशिष्ट्ये (Characteristic of Experimental Research Method)

(1) यादृच्छिक पद्धतीने गट निवडणे (Random Assignment) : यादृच्छिक पद्धतीने प्रायोगिक व नियंत्रित गटात विद्यार्थ्यांची निवड केल्यास बाह्य चलांचा दोन्ही गटांवर सारखाच परिणाम पडेल व बाह्य चलांचा आश्रयी चलावर प्रभाव पडणार नाही. जर थोडासा प्रभाव पडला तर सांख्यिकी विश्लेषणाने त्याची कल्पना येऊ शकेल. यालाच प्रायोगिक भाषेत प्रायोगिक व नियंत्रित गट समान करणे असे म्हणतात. यादृश्चिक पद्धतीमुळे प्रयोज्याचे गुणधर्म नियंत्रित केले जातात. उदाहरणार्थ विद्यार्थ्याची क्षमता, प्रेरणा इत्यादी.

(2) चलांवरील नियंत्रण (Control Over Variations) : प्रायोगिक पद्धतीत विविध चलांवर नियंत्रण ठेवल्याशिवाय स्वतंत्र चलांचा परिणाम पाहणे केवळ अशक्य आहे. संशोधकाला आपल्या प्रयोगात ठेवावयाच्या परिस्थितीवर ताबा ठेवून योग्य निर्णयावर येण्याकरिता आवश्यकतेनुसार चलात फरक करून होणारे परिणाम पाहता यावेत हा नियंत्रणाचा हेतू असतो.

(3) हाताळणी करणे (Manipulation) : संशोधक ज्या घटकांचा अभ्यास करण्याचा प्रयत्न करतो त्यांच्यामध्ये कमतरता कशी निर्माण होईल किंवा प्रगती दाखविता येईल याप्रमाणे वातावरणात निर्माण करण्याचा प्रयत्न करतो. उदाहरणार्थ, एका प्रायोगिक गटाला आधीच कल्पना देऊन ठेवणे, नियंत्रित गटाला प्रयोगाची काहीच कल्पना नसणे.

(4) निरीक्षण (Observation) : संशोधनात प्रयोज्यावर केलेल्या उपचारांचा परिणाम म्हणजे आश्रयी चल असते. हा परिणाम किती झाला हे वारंवार घेतलेल्या निरीक्षणावरून ठरू शकते. सर्व प्रकारच्या स्थितीचा यामध्ये समावेश होऊ शकेल.

(5) आवृत्ती (Replibation) : बाह्य चलांचे नियंत्रण, यादृच्छिक निवड आणि आवृत्ती यांच्या समतोलपणावर प्रयोगाची अचूकता अवलंबून असते. जितकी निरीक्षणे जास्त तितका बाह्य चलांचा प्रभाव कमी असतो. प्रत्येक निरीक्षण हे स्वतंत्र प्रयोगासारखे असते. प्रयोगातील निरीक्षणांची संख्या वाढवून किंवा न्यादर्शाचा एकजिनसीपणा वाढवून बाह्य चलांचा प्रभाव कमी करता येईल.

प्रथम चल म्हणजे काय ते पाहू.

2.12.3.2 चल (Variable)

- "Variables are the conditions or characteristics that the experimenter manipulates or controls."
- ''संशोधक एखादा घटक किंवा वैशिष्ट्ये स्वत:च्या नियंत्रणाखाली किंवा पूर्वनियोजित वातावरणात ठेवतो त्या घटकाला किंवा वैशिष्ट्याला चल (Variable) म्हणतात.'' **- बेस्ट व कान**

(1) स्वतंत्र किंवा स्वाश्रयी चल (Independent Variable) :

- "The independent variables are the conditions or characteristics that the experimenter manipulates or controls in his or her attempt to as certain their relationship to observed phenamena." **- बेस्ट व कान**

निरीक्षण करणाऱ्या घटकाशी संबंध जोडताना इतर चलांमधील बदलावर ज्याचे बदल अवलंबून नाहीत असे गृहीत धरलेले असते, त्यास स्वतंत्र किंवा स्वाश्रयी चल म्हणतात. उदा., अध्यापन पद्धती, अध्यापन साहित्य, विशिष्ट परिस्थितीसाठी ठरविलेला वेळ, लिंग, बुद्धिमत्ता.

स्वतंत्र चलांचे दोन प्रकार आहेत.

(अ) उपचारात्मक चल (Treatment Variable) : संशोधक पूर्वनियोजनाप्रमाणे ठरविलेल्या विषयातील चलांची मांडणी करतो.

(ब) जैविक चल (Attribute Variable) : प्रत्येक घटकाचे विशिष्ट गुणधर्म असतात ते प्रयोजकाला बदलता येत नाहीत. त्याला जैविक चल म्हणतात. उदा., वय, लिंग, जात, बुद्धिमत्ता. संशोधक हे चल संशोधनामध्ये समाविष्ट करू शकतो किंवा काढून टाकू शकतो.

(2) आश्रयी चल किंवा अवलंबित चल (Dependent Variable) : एखाद्या घटनेचा गृहीत परिणाम किंवा कारण म्हणजे आश्रयी चल होय. संशोधकाने स्वतंत्र बदलते चल काढून टाकले तर आश्रयी चलसुद्धा बदलते. उदाहरणार्थ, परीक्षेतील गुण, कामातील वेग इत्यादी. अशा तऱ्हेने स्वतंत्र चलांचा परिणाम आश्रयी चलांवर असतो.

(3) दरम्यान येणारे चल (Intervening Variable) : ज्याचे मापन करता येत नाही किंवा ज्यावर नियंत्रण ठेवता येत नाही असा कारण व परिणाम यांच्या दरम्यान प्रभाव पाडणारा चल उदा., कंटाळा, थकवा, उत्साह.

(4) बाह्य चल (Extraneous Variable) : ज्यावर नियंत्रण ठेवता येत नाही असे बाह्य घटक म्हणजे बाह्य चल. परंतु संशोधनावर याचा दिसून येईल एवढा प्रभाव असतो. अशा प्रकारच्या बाह्य चलांमुळे संशोधनाबाबत प्रश्नचिन्ह उभे राहण्याची शक्यता राहते. उदाहरणार्थ, शिक्षकाचा अध्यापनाचा दर्जा, विद्यार्थ्यांची शैक्षणिक पात्रता इत्यादी.

(5) खंडित चल (Discrete Variable) : विशिष्ट पायऱ्यांनी ज्याची किंमत बदलते असा चल म्हणजे खंडित चल उदा., इयत्ता

(6) अखंडित चल (Continuous Variable) : हळूहळू बदलत जाणारी व विशिष्ट विस्तारात ज्याची किंमत पडते असा चल म्हणजे अखंडित चल. उदा., उंची

नियंत्रणातील घटक

(1) सर्व चले नियंत्रित वातावरणात ठेवून स्वतंत्र चलावरील प्रभाव पाहणे : उदाहरणार्थ 'वाचन' घटक घेतला असताना संशोधक सारख्या वयाचे विद्यार्थी, एकच शिक्षक, एकच विषय, एकच वर्गखोली, एकाच दिवशी घेऊन त्यावर प्रयोग करू शकतो. म्हणजेच अध्यापन पद्धती हा स्वतंत्र चल घेऊन बाकीचे घटक नियंत्रित ठेवले.

(2) यादृच्छिकीकरण (Randomization) : नियंत्रणाने बाह्य चलांचा प्रभाव घालविता येत नसेल आणि बाह्य चलांचा प्रभाव राहणारच असेल तर दोन्ही परिस्थितीत यादृच्छिकीकरण उपयुक्त ठरते. उदाहरणार्थ – वरील उदाहणामध्ये एकच शिक्षक घेणे अशक्य असेल तर दोन शिक्षक घेता येतील. एका गटाला एक शिक्षक व दुसऱ्या गटाला दुसरा शिक्षक घेता येईल. नियंत्रित चलातील वेळ, अध्यापन पद्धती, वर्ग तेच ठेवता येतील.

(3) स्वतंत्र चलेही नियंत्रित वातावरणात तपासली जाऊ शकतात. स्वतंत्र चले ही तपासताना प्रायोगिक व नियंत्रित्र गट करू शकतो. संशोधकाने दोन गट करताना सारखे करावेत व त्यांना समान वागणूक द्यावी.

(4) सहप्रचलनाचे विश्लेषण (Analysis of Co-Variance) (ANCOVA) : सहप्रचलनाच्या विश्लेषणातून विविध चलांमधील त्रुटी काढल्या जातात. परंतु पूर्वचाचणी व उत्तर चाचणीसाठी हे विश्लेषण फारसे लागू होत नाही. कारण पूर्वचाचणीतील 10 गुण व त्या विद्यार्थ्यांचे उत्तर चाचणीतील 50 गुण हा जास्त प्रगती दाखवितो. परंतु 60 गुण पूर्वचाचणीत मिळविणाऱ्या विद्यार्थ्याने उत्तर चाचणीत 100 गुण मिळविल्यास ही विद्यार्थ्याची प्रगती विश्वासार्ह ठरू शकत नाही. जरी संख्याशास्त्रीयदृष्ट्या त्या सहप्रचलनाचे विश्लेषण योग्य होत असले तरी.

2.12.3.3 प्रायोगिक संशोधनाच्या पायऱ्या (Steps In Experimental Research)

प्रायोगिक संशोधनामुळे चलांची हाताळणी करून प्रयोज्यावर कोणता किंवा कशा प्रकारे बदल झाला आहे याचे निरीक्षण करणे शक्य होते.

(1) समस्येची निवड (Selecting and Defining the Problem) : समस्या निश्चित आणि सुयोग्य शब्दांत मांडलेली असावी. चलांचे स्पष्टीकरण कार्यात्मक परिभाषेत असावे. त्यामुळे संशोधकाला समस्येचे परिकल्पनेमध्ये रूपांतर करणे सोपे जाते.

(2) संबंधित साहित्याचे परिशीलन (Surveying the Literature Relating to the Problem) : संशोधकाने जो प्रयोग करायला घेतला आहे त्याच्याशी संबंधित संदर्भ ग्रंथ, संशोधन लेख, यांचे अभ्यासपूर्ण वाचन करावे. त्यामुळे समस्येचे स्वरूप स्पष्ट होऊन स्वतःच्या प्रयोगामध्ये नेमकेपण आणण्यास मदत होते. पूर्व संशोधनामधील निष्कर्ष लक्षात घेऊन बाह्यचलांची कल्पना येते, संशोधनातील अडचणींची पूर्वकल्पना येते व प्रयोगाचा आराखडा जास्तीत जास्त निर्दोष बनविण्यास मदत होते.

(3) परिकल्पनानिश्चिती (Stating of Hypothesis) : प्रायोगिक संशोधनातील परिकल्पनानिश्चिती ही मुख्य पायरी आहे. परिकल्पनेमुळे एका परिस्थितीचा (स्वतंत्र चल) दुसऱ्या परिस्थितीशी (आश्रयी चल) असलेला संबंध किंवा त्यावर होणारा प्रभाव दाखविला जातो. परिकल्पना तपासण्यासाठी संशोधक स्वतंत्र चले सोडून सर्व प्रयोग नियंत्रित वातावरणात करतो. यानंतर प्रायोगिक पद्धतीचा आराखडा आणि सांख्यिकी माहिती यांच्या साहाय्याने परिकल्पना तपासली जाते आणि त्यामुळे मिळालेल्या निष्कर्षांवरून नवीन ज्ञान माहीत होते.

(4) प्रयोगाचा आराखडानिश्चिती (Constructing the Experimental Plan) : प्रयोगासाठी योग्य संशोधन अभिकल्प निवडणे. प्रयोगाची कार्यवाही ठरविल्याप्रमाणे झाली पाहिजे. बाह्य चलाच्या नियंत्रणाकरिता वापरायचे तंत्र योग्य प्रकारे वापरले पाहिजे. सांख्यिकी किंवा शून्य परिकल्पना मांडली पाहिजे. प्रयोगासाठी निश्चित कालावधी ठरविला पाहिजे. मिळालेल्या माहितीचे विश्लेषण व मिळणाऱ्या अनुमानांचे स्पष्टीकरण सांख्यिकी तत्त्वांच्या साहाय्याने केले पाहिजे.

(5) अहवाल लेखन (Report Writing) : प्रायोगिक संशोधनातील शेवटची पायरी म्हणजे अहवाल लेखन होय. प्रयोगाचा अहवाल अचूक व मुद्देसूद असावा.

2.12.3.4 सप्रमाणता (Validity)

Shadish, book & Cambell, 2002 यांनी चार प्रकारच्या सप्रमाणता सांगितल्या आहेत.

(1) सांख्यिकी निष्कर्ष सप्रमाणता (Statistical Conclusion Validity) : यामध्ये गृहीत धरलेल्या स्वतंत्र चलांमधील आणि आश्रयी चलांमधील प्रसरण योग्य आहे की नाही याचा निष्कर्ष काढण्यासाठी योग्य सांख्यिकीचा उपयोग करणे.

(2) रचनात्मक सप्रमाणता (Construct Validity) : चलांच्या निष्कर्षांची सप्रमाणता अभ्यासणे.

(3) आंतरिक सप्रमाणता (Internal Validity) : स्वतंत्र आणि आश्रयी चलांमधील कारण व परिणाम दाखवणारी निष्कर्ष सप्रमाणता म्हणजेच आंतरिक सप्रमाणता होय.

संशोधक आपल्या परिकल्पनेमध्ये ज्या घटनेस परिणाम मानतो ती घटना घडण्यासाठी परिकल्पनेत सांगितलेल्या कारणाशिवाय दुसरे कोणतेही कारण असू शकत नाही असे निश्चितपणे सांगणे म्हणजेच 'आंतरिक सप्रमाणता' होय.

आंतरिक सप्रमाणतेस प्रभावित करणारे घटक (Threats to Internal Validity) : प्रयोगात सहभागी घटक आणि त्यांचे अनुभव हे सर्वप्रथम संशोधनास प्रभावित करतात.

(अ) समकालीन घटना (History) : प्रयोगास सुरुवात करताना आणि प्रयोगाच्या शेवटी एकसारखी परिस्थिती राहू शकत नाही. पूर्वचाचणी आणि उत्तर चाचणी दरम्यान वेगवेगळी परिस्थिती असू शकते. त्याचा प्रयोगाच्या निष्कर्षांवर प्रभाव पडू शकतो.

(ब) परिपक्वता (Maturation) – एखादा प्रयोग दीर्घकाळासाठी घेतला तर त्यात भाग घेतलेल्या घटकांचे वय वाढल्यावर मानसिक परिपक्वता वाढून विचार वेगळे होऊ शकतात. अशा वेळेस प्रयोगाच्या निष्कर्षांवर परिणाम होऊ शकतो.

(क) समाश्रयण (Regression) : प्रायोगिक उपचारांच्या अभावी उत्तर चाचणीत आत्यंतिक टोकाच्या गुणांकांची मध्यमानाकडे सरकण्याची प्रवृत्ती म्हणजे 'समाश्रयण' होय. उच्चतम स्तर असलेल्या विद्यार्थ्यांची प्रयोगासाठी निवड केली असता, ते पूर्वचाचणीपेक्षा उत्तर चाचणीमध्ये एकतर चांगले गुण मिळवतील किंवा चांगले गुण मिळवणार नाहीत. वैयक्तिक गुणांची नोंद घेतली असता ते मध्यमानाकडे सरकलेले दिसून येतील.

(ड) निवड (Selection) : प्रयोगासाठी विशिष्ट गटाची निवड केल्यास (उदा., बुद्धिमत्ता, अभिरूची प्रेरणा इ.) आश्रयी चलात पडलेल्या फरकाला प्रयोगादरम्यान दिलेले उपचारच कारणीभूत आहेत असे स्पष्टपणे म्हणता येणार नाही.

(इ) प्रायोगिक मर्त्यता (Experimental Mortality) : पूर्वचाचणीनंतर प्रयोगाच्या दरम्यान गटातील काही व्यक्ती वेळ, आवड, पैसे, मित्र अशा कारणांमुळे अंग काढून घेऊ शकतात. अशा वेळेस उत्तर चाचणीतील मध्यमान हे उपचारांअभावी वाढलेले दिसते.

(ई) निवड घटकांची आंतरक्रिया (Interaction with Selection) : निवड केलेल्या व्यक्तींचे वय, लिंग, सामाजिक परिस्थिती, मानसिक परिपक्वता यांचा मापनगुणांकावर परिणाम होतो. जेव्हा प्रायोगिक व नियंत्रित गट एकमेकांशी चर्चा करतात तेव्हा नियंत्रित गटाला प्रायोगिक गटाकडून आधीच प्रयोगाची माहिती मिळते तेव्हा प्रयोगाच्या मूळ हेतूला बाधा पोहोचण्याची शक्यता निर्माण होते. जेव्हा तुम्ही नियंत्रित गटात व प्रायोगिक गटात घेतल्या जाणाऱ्या प्रयोगाची घोषणा सर्वांसमोर करता तेव्हा या दोन गटात चढाओढ लागण्याची शक्यता राहते. नियंत्रित गटाला प्रयोगाचे फायदे दिले जात नाहीत हे माहीत झाले तर त्यांचे प्रयोगासाठी सहकार्य मिळू शकत नाही. एकापेक्षा जास्त वेळा प्रयोग एकाच गटावर केले तर ते निष्कर्ष आठवून प्रतिसाद देतील. यासाठी एकच प्रयोग वेगवेगळ्या घटकांवर आणि कमीत कमी वेळा केल्यास चांगले निष्कर्ष येण्यास मदत होईल. प्रायोगिक संशोधनात संशोधकाने प्रमाणित पद्धत वापरावी. जेणेकरून संपूर्ण प्रयोगात एकसारखेच निरीक्षण मापन पद्धत वापरली जाईल.

(4) बाह्य सप्रमाणता (External Validity) : कारण व परिणाम यांचे सामान्यीकरण हे अन्य प्रयोगवस्तू, मापनसाधने, बदललेली परिस्थिती, काळ यांच्या बाबतीतही खरे ठरणार असतील तेव्हा अभिकल्प बाह्य सप्रमाण आहे असे म्हणता येईल.

आंतरिकदृष्ट्या सप्रमाण असलेले संशोधनाचे निष्कर्ष बाह्यत:ही सप्रमाण असतीलच असे नाही. परंतु संशोधन अभ्यासाच्या बाह्य सप्रमाणतेसाठी – सामान्यीकृत निष्कर्षांसाठी संशोधनाचे निष्कर्ष आंतरिकदृष्ट्या सप्रमाण असलेच पाहिजेत.

बाह्य सप्रमाणतेचे प्रकार : ब्राक्ट आणि ग्लास (1968) यांच्या मते बाह्य सप्रमाणतेचे दोन प्रकार आहेत.

(अ) जनसमुदाय सप्रमाणता (Population Validity) : संशोधनाचे निष्कर्ष संशोधनाच्या न्यादर्शतील व्यक्तीखेरीज अन्य मोठ्या समुदायासही लागू पडत असतील तर त्या निष्कर्षात जनसमुदाय सप्रमाणता आहे. ते निष्कर्ष जनसमुदायाच्या दृष्टीने सामान्यीकृत आहेत असे म्हटले जाते.

परंतु न्यादर्शाच्या अभ्यासावरून काढलेले निष्कर्ष हे लक्ष्य जनसमुदायाला (Target Population) लागू करणे हे धोक्याचे ठरेल. कारण लक्ष्य जनसमुदायाची लक्षणे न्यादर्शाच्या लक्षणांशी मिळतीजुळती असतीलच असे नाही. उदाहरणार्थ, संशोधकाने एका शाळेतील नववी इयत्तेतील सर्व विद्यार्थी संशोधनासाठी न्यादर्श म्हणून घेतले असतील तर त्या गटाचे संशोधनाअंती आलेले निष्कर्ष हे महाराष्ट्रातील सर्व नववी इयत्तेतील विद्यार्थ्यांच्या बाबतीत खरे ठरण्यासाठी संशोधकाने न्यादर्शातील प्रयोगवस्तूचे परिपूर्ण माहिती देणे आवश्यक आहे. जसे की प्रयोगवस्तूचे वय, बुध्द्यांक, लिंग, सामाजिक व आर्थिक दर्जा, प्रेरणा या सर्वांची माहिती संशोधकाने देणे गरजेचे आहे. यावरूनच संशोधकाला लक्ष्य समुदायाला संशोधन निष्कर्ष किती प्रमाणात लागू पडणार आहेत यासंबंधी निश्चित माहिती देता येऊ शकते. म्हणजेच न्यादर्श व लक्ष्यसमुदाय यांची वैशिष्ट्ये सारखी असणे गरजेचे आहे.

संशोधन निष्कर्षाचे सामान्यीकरण करताना आणखी एका घटकाचा अडथळा येऊ शकतो तो म्हणजे प्रयोगवस्तूची लक्षणे व उपचार यांच्यातील आंतरक्रिया होय. (Interaction of Subject Characteristics & Treatment) कोणत्याही संशोधन निष्कर्षांचे सामान्यीकरण करताना प्रयोगवस्तूंची वैशिष्ट्ये ही एकसारखी असतील, तसेच उपचारही सारखे असतील तरच त्यांचे संशोधन निष्कर्ष एकमेकांना लागू होतील. अन्यथा नाही. उदाहरणार्थ पंधरा वर्षे वयाची मुले या वयोगटावर केलेले संशोधनाचे निष्कर्ष हे वीस वर्षे वयाच्या मुलांच्या वयोगटासाठी लागू होणार नाही. कारण प्रत्येक वयोगटाची वेगवेगळी वैशिष्ट्ये असतात.

(ब) पारिस्थितिक बाह्य सप्रमाणता (Ecological Validity) : प्रायोगिक अभ्यासामध्ये एका विशिष्ट प्राकृतिक व सामाजिक परिस्थितीत केलेल्या प्रयोगाचे निष्कर्ष बदललेल्या प्राकृतिक व सामाजिक परिस्थितीतही लागू पडत असतील तर त्या निष्कर्षात पारिस्थितिक सप्रमाणता आहे असे म्हटले जाते.

संशोधनाला एक सामाजिक संदर्भ असतो. याचा परिणाम म्हणून प्रयोगाच्या दरम्यान प्रयोगवस्तू आपले खरे स्वरूप व्यक्त करीत नाही. संशोधकाने प्रयोगवस्तूला संशोधनाविषयी माहिती, कार्यपद्धती, सूचना सांगितल्यानंतर प्रयोगवस्तू साधारण काय निष्कर्ष हवेत याविषयी अंदाज बांधतात व प्रयोगाला अनुकूल वर्तन करतात. क्वचितप्रसंगी प्रतिकूल वर्तनही करू शकतात. त्यामुळे प्रयोगाचे निष्कर्ष हे खरे असतीलच असे नाही. संशोधन अभ्यासाच्या अशा पद्धतीमुळे निष्कर्षांच्या सामान्यीकरणाला अडथळा निर्माण होतो व त्यामुळे हे निष्कर्ष संशोधनाच्या बाहेर असलेल्यांना लागू पडत नाहीत.

कधी-कधी एखादा उपक्रम राबविताना सुरुवातीला उत्साहाने काम केले जाते, नंतर त्या उपक्रमावर फारसे काम केले जात नाही. त्यामुळे पहिल्यांदा उपक्रम राबविताना आलेले निष्कर्ष काळानुसार बदलत जातात. म्हणजे उपक्रमाच्या नावीन्याचे परिणाम म्हणून सुरुवातीचे चांगले निष्कर्ष मिळाले असे म्हणता येईल, यालाच 'नावीन्याचा परिणाम' (Hawthorne Effect) म्हणतात.

याच्या उलट असेही घडू शकते की एखादा उपक्रम राबविण्यासाठीची आवश्यक असलेली कौशल्ये पुरेशा प्रमाणात विकसित न झाल्याने अपेक्षित निष्कर्ष मिळू शकत नाहीत. अशा परिस्थितीत कार्यक्रम परिणामकारक नाही अशा स्वरूपाचा सामान्यीकृत निष्कर्ष काढणे चुकीचे ठरेल.

बाह्य सप्रमाणता प्रभावित करणारे घटक (Threats to External Validity) :

(1) न्यादर्श व उपचार यांच्यातील आंतरक्रिया (Interaction of Selection and Treatment) : न्यादर्शातील प्रयोगवस्तूंचे सामाजिक, भौगोलिक स्थान, वय, लिंग, व्यक्तिमत्त्व या सर्वांचा बाह्य सप्रमाणतेवर परिणाम होतो. उदाहरणार्थ खाजगी शाळेतील मुले जर प्रयोगवस्तू म्हणून घेतली तर त्यांचे आलेले निष्कर्ष हे महानगरपालिकेतील मुलांना लागू होणार नाहीत.

(2) आश्रित चलांच्या मापनाची वेळ (Time of Measurement) : जेव्हा संशोधकाने 'शाळेच्या सुरुवातीचा काळ' हा प्रयोगासाठी निवडला असेल तर आलेले निष्कर्ष हे शालेय वर्ष संपताना घेतलेल्या प्रयोगाच्या निष्कर्षाशी मिळतेजुळते असू शकणार नाहीत, ही संशोधन निष्कर्षाची बाह्य सप्रमाणता मर्यादित होते.

विशिष्ट प्रयोगकर्ता किंवा त्याच्या लक्षणाशी मिळतीजुळती लक्षणे असलेला प्रयोगकर्ता असेल तरच निष्कर्ष सामान्यीकरण करता येते.

2.12.3.5 प्रायोगिक अभिकल्प (Experimental Design)

प्रायोगिक अभिकल्पामध्ये स्वतंत्र व आश्रित चलांमध्ये सहसंबंध निर्माण होऊन संशोधक परिकल्पना तपासू शकतो. संशोधन अभिकल्पामध्ये, प्रायोगिक व नियंत्रित गटातील विषय मांडणी, चलांची हाताळणी करणे, बाह्य चले

(Extraneous Variable) नियंत्रित करणे; तथ्यांचे संकलन करणे, तथ्यांचे अर्थनिर्वचन करून सांख्यिकी अनुमान काढणे या गोष्टी येतात.

❖ ''काळजीपूर्वक नियंत्रित परिस्थितीत विविध प्रसंगी विशिष्ट परिस्थितीत काय होईल व काय घडेल याचे वर्णन व विश्लेषण करणे म्हणजेच प्रायोगिक संशोधन होय.'' **- जॉन डब्ल्यू बेस्ट**

प्रायोगिक अभिकल्पाचे तीन प्रकार आहेत.

(1) पूर्वप्रायोगिक अभिकल्प (Pre-Experimental Design) : पूर्वप्रायोगिक अभिकल्प हा सर्वांत कमी विश्वसनीय असलेला अभिकल्प आहे. कारण यामध्ये नियंत्रित गट नसतो किंवा दोन गटांमध्ये समान पातळी नसते.

पूर्वप्रायोगिक अभिकल्पामध्येही तीन प्रकार येतात.

(अ) एकल गट पूर्वोत्तर परीक्षण अभिकल्प (The one Group, Pretest - Posttest Design)

$O_1 \times O_2$

O_1 = पूर्वचाचणी x = उपचारांची मात्रा O_2 = उत्तर चाचणी

या अभिकल्पात प्रयोगासाठी एकच गट निवडलेला असतो. गटाची प्रथम पूर्वचाचणी घेण्यात येते. त्यानंतर गटाला प्रायोगिक उपचारांची मात्रा दिली जाते. प्रयोगाच्या शेवटी उत्तर चाचणी दिली जाते. $O_2 - O_1$ मधील फरकावरून स्वाधीन चलाच्या आश्रित चलावर होणाऱ्या परिणामाविषयी निष्कर्ष काढले जातात.

या अभिकल्पात एकच शिक्षक, एकच वर्ग समान परिस्थितीत काम करीत असल्याने योग्य प्रकारे काम करता येणे शक्य असते. परंतु विद्यार्थ्यांबाबत प्रेरणा, शिक्षकाची भूमिका अशा गोष्टी दोन्ही चाचण्या घेताना सारख्याच राहतील याची खात्री देता येत नाही.

दोन्ही परिस्थितीत समानता राखणे कठीण आहे. याशिवाय गटाचे वाढलेले गुण हे उपचारमात्रेच्या अभावीदेखील आढळून येण्याची शक्यता नाकारता येत नाही.

(ब) एकल गट उत्तर परीक्षण अभिकल्प (The One - Shot Case Study)

X   O

X = उपचारमात्रा

O = उत्तर परीक्षण

या अभिकल्पात प्रयोगासाठी एकच गट निवडलेला असतो. त्या गटाला स्वाधीन चल घटकाची मात्रा ठरलेल्या कालावधीपर्यंत दिली जाते. प्रयोगाच्या शेवटी त्या गटाची उत्तर चाचणी घेतली जाते. आलेल्या गुणांकांच्या आधारे स्वतंत्र चलांच्या आश्रित चलांवर होणाऱ्या परिणामांविषयी निष्कर्ष काढले जातात.

या अभिकल्पात नियंत्रित गट व पूर्वपरीक्षण नसते. त्यामुळे आश्रित चलांवरील परिणामाला केवळ उपचारच कारणीभूत आहेत असे नक्की सांगता येत नाही. त्यामुळे एकल गट उत्तर परीक्षण अभिकल्प हा अविश्वसनीय अभिकल्प आहे.

(क) स्थिर गट तुलना अभिकल्प (The Static - Group Comparison Group)

X O_1 - प्रायोगिक गट

C O_2 - नियंत्रित गट

स्थिर गट तुलना अभिकल्पात दोन गट असतात. एक प्रायोगिक गट व दुसरा नियंत्रित गट असतो. प्रायोगिक गटाला उपचाराची मात्रा दिली जाते. नियंत्रित गट पूर्णतः अलिप्त ठेवला जातो. दोन्ही गटांमध्ये समान घटक, लक्षणे

आहेत असे गृहीत धरलेले असते. फक्त प्रायोगिक गटाला उपचार दिल्यानंतर दोन्ही गटांचे आश्रित चलाच्या बाबतीत मापन केले जाते. त्यांना उत्तर चाचणी दिली जाते. दोन्ही गटांच्या गुणांकांमधील तुलना करून त्यात फरक दिसून आल्यास तो उपचारांचा परिणाम समजला जातो. यादृच्छिकीकरण पद्धतीने प्रयोगवस्तूंची निवड न केल्याने दोन्ही गट समरूप आहेत की काय याचा पडताळा पाहण्यासाठी पूर्वकसोटीची व्यवस्था नाही. त्यामुळे आलेल्या गुणांकांतील फरकाला केवळ स्वतंत्र चलच जबाबदार आहे असे निश्चितपणे सांगता येणार नाही.

(2) विशुद्ध प्रायोगिक अभिकल्प (True Experimental Design) : विशुद्ध प्रायोगिक अभिकल्पमध्ये समरूप असलेले दोन गट हे यादृच्छिक पद्धतीने निवडलेले असतात. यामध्ये कमीत कमी एक स्वतंत्र चल असतो. प्रयोगकर्ता त्याला आपल्या सोईनुसार हाताळतो व त्यात केलेल्या बदलांचा आश्रयी चलांवर होणारा परिणाम लक्षात घेऊन त्यातील कार्यकारण संबंध स्पष्ट करण्याचा प्रयत्न करतो.

विशुद्ध प्रायोगिक अभिकल्पाचे प्रमुख तीन प्रकार आहेत

(अ) केवळ उत्तर परीक्षण नियंत्रित गट अभिकल्प (The Post Test - Only, Equivalent - Groups Design) :

R X O_1

R C O_1

R → पूर्व परीक्षण   X = उपचारमात्रा C = नियंत्रित गट

O_1 → प्रायोगिक गटाचे उत्तर परीक्षण

O_2 → नियंत्रित गटाचे उत्तर परीक्षण

	प्रायोगिक गट	नियंत्रित गट
1.	पूर्वचाचणी	पूर्वचाचणी
2.	उपचारमात्रा	उपचारमात्रा न देणे.
3.	उत्तर परीक्षण (O_1)	उत्तर परीक्षण (O_2)
4.	दोन्ही गटांना अंतिम चाचणीत मिळालेल्या गुणांची तुलना.	

या अभिकल्पात सर्व बाबतीत समानता असलेल्या दोन गटांची यादृच्छिक पद्धतीने निवड केली जाते. एक प्रायोगिक गट व दुसरा नियंत्रित गट मानतात. प्रायोगिक गटास उपचारमात्रा काही कालावधीपर्यंत दिली जाते. नियंत्रित गट हा उपचारमात्रेपासून पूर्ण अलिप्त ठेवला जातो किंवा त्यास दुसऱ्या पर्यायी चलाची मात्रा दिली जाते. ठरलेल्या कालावधीनंतर दोन्ही गटांच्या आश्रित चलांच्या बाबतीत उत्तर परीक्षण केले जाते. यामध्ये पूर्वपरीक्षण केले जात नाही. या अभिकल्पामध्ये तथ्यांचे विश्लेषण करण्यासाठी t - परीक्षिका या सांख्यिकी तंत्राचा उपयोग केला जातो. गुणांकातील फरक वास्तविक आहे की योगायोगाने म्हणजे यादृच्छिक न्यादर्शातील चढ-उतारामुळे पडला आहे याची माहिती काढण्यासाठी t - परीक्षिका या सांख्यिकी तंत्राचा उपयोग करावा लागतो.

या गटात पूर्वपरीक्षण नसल्यामुळे उपचाराचा व पूर्वपरीक्षण यांचा एकमेकांवर असलेल्या प्रभावापासून हा अभिकल्पमुक्त असतो.

(ब) पूर्वोत्तर परीक्षण नियंत्रित गट अभिकल्प (The Pretest - Post-test, Equivalent - Groups Design)

$R_1 O_1$ x O_2

$R_2 O_3$ C O_4

= प्रायोगिक गट X = उपचारमात्रा O_1 = प्रायोगिक गट पूर्वचाचणी

O_2 = नियंत्रित गट = प्रायोगिक गट उत्तर चाचणी

O_3 = नियंत्रित गट पूर्वचाचणी

O_4 = नियंत्रित गट उत्तर चाचणी

या अभिकल्पात यादृच्छिक पद्धतीने प्रयोगवस्तूचे दोन समान गट निवडले. एक प्रायोगिक गट व दुसरा नियंत्रित गट मानले. नंतर आश्रित चलाबाबत दोन्ही गटांची पूर्वचाचणी घेतली. नंतर प्रायोगिक गटाला ठरावीक कालावधीपर्यंत उपचाराची मात्र दिली. नियंत्रित गट मात्र उपचारांपासून पूर्णत: अलिप्त ठेवला जातो किंवा त्याला दुसऱ्या पर्यायी उपचारांची मात्रा दिली जाते. प्रयोगाच्या निश्चित कालावधीनंतर आश्रित चलाबाबत दोन्ही गटांचे उत्तर परीक्षण केले जाते.

संशोधक पूर्वचाचणी व उत्तर चाचणी यातून मिळालेल्या तथ्यांचे विश्लेषण करण्यासाठी मध्यमान, प्रमाण विचलन व t - परीक्षिका या सांख्यिकी तंत्रांचा उपयोग करतो. प्रायोगिक गट व नियंत्रित गट हे समकालीन घटना, परिपक्वन, सांख्यिकी समाश्रयण, पूर्वग्रहयुक्त निवड, मापनसाधन इ. सर्व बाबतीत नियंत्रित असतात. त्यामुळे या अभिकल्पात प्रयोगाच्या निष्कर्षांना प्रभावित करणारे बरेचसे घटक नियंत्रित असतात.

यामध्ये सांख्यिकी तंत्राचा वापर करणे आवश्यक असते कारण ज्या व्यक्तीला पूर्वचाचणीत 100 पैकी 90 गुण पडले त्याला पूर्व चाचणीत 100 पैकी 60 गुण पडले त्या व्यक्तीच्या, तुलनेत सुधारण्यास अतिशय कमी वाव असतो.

(क) सॉलोमन चार गट अभिकल्प (The Solomen Four Group Design)

(A) R O_1 X O_2 – प्रायोगिक गट

(B) R O_1 CO_4 – नियंत्रित गट

(C) R X O_5 – प्रायोगिक गट

(D) R C O_6 – नियंत्रित गट

यामध्ये यादृश्चिक पद्धतीने चार गट तयार करावेत. दोन गटांना (A व B) उपचारमात्रा दिली. एका प्रायोगिक गटाला (A) पूर्वचाचणी दिली. दोन नियंत्रित गटांना (B व D) उपचारमात्रा दिली नाही. एका नियंत्रित गटाला (B) पूर्वचाचणी दिली. सर्व चारही गटांची उत्तर चाचणी घेतली. प्रसरण विश्लेषण (Anova) हे सांख्यिकी परिमाण चारही उत्तर चाचणीच्या गुणांकांची तुलना करण्यासाठी वापरले जाते. यामध्ये चार समरूप गटांमध्ये पुरेशी चले उपलब्ध करणे अवघड असते.

(3) अंशत: प्रायोगिक अभिकल्प (Quasi Experimental Design) : या अभिकल्पात प्रयोगवस्तूची निवड व त्यांची गटात वाटणी ही यादृश्चिक पद्धतीने करता येणे शक्य नसल्यामुळे उपलब्ध गट जसेच्या तसे प्रयोगासाठी वापरले जातात. त्यामुळे वास्तव प्रायोगिक गटाची प्रायोगिक उपचार एवढी एकच अट पूर्ण होते म्हणून या अभिकल्पाला अंशत: प्रायोगिक अभिकल्प हे नाव दिले आहे.

अंशत: प्रायोगिक अभिकल्पाचे दोन प्रकार पडतात.

(अ) पूर्वोत्तर परीक्षण अयादृच्छिकृत तुलना गट अभिकल्प

O_1 X O_2 O_1 O_3= पूर्वचाचणी

O_3 C O_4 O_2 O_4= उत्तर चाचणी

X = प्रायोगिक गटाला उपचारमात्रा

C = नियंत्रित गट

या अभिकल्पात दोन अखंड गटांची निवड करून प्रायोगिक व नियंत्रित गट ठरविले जातात. आश्रित चलाबाबत दोन्ही गटांची पूर्वचाचणी घेतली जाते. या अभिकल्पात प्रयोग वस्तूंवर प्रभाव असणारा 'पूर्वग्रहयुक्त निवड' हा घटक तपासून पाहण्यासाठी पूर्वचाचणी होणे आवश्यक असते. पूर्वचाचणीनंतर प्रायोगिक गटाला उपचारांची मात्रा ठरावीक कालावधीपर्यंत दिली जाते. नियंत्रित गट मात्र उपचारांपासून अलिप्त ठेवला जातो. ठरावीक कालावधीनंतर आश्रित चलाबाबत दोन्ही गटांची उत्तर चाचणी घेतली जाते.

पूर्वचाचणी व उत्तर चाचणी यातून मिळालेल्या तथ्यांचे विश्लेषण करण्यासाठी मध्यमान, प्रमाण विचलन, t - परीक्षिका या सांख्यिकी तंत्रांचा वापर केला जातो.

समकालीन घटना, पूर्वचाचणी, सांख्यिकी समाश्रवण व मापनसाधन या घटकांचा परिणामही दोन्ही गटांवर सारख्याच प्रमाणात होतो. त्यामुळे प्रायोगिक गट व नियंत्रित गटांच्या मध्यमान गुणांकातील फरक सांख्यिकीदृष्ट्या सार्थक दिसून आल्यास तो फरक उपचारांमुळेच आला असे निश्चितपणे सांगता येते.

अंशतः प्रायोगिक अभिकल्पाचा दुसरा प्रकार

(ब) अंतरित समयमालिका अभिकल्प (The Time Series Design)

प्रायोगिक गट – $O_1 \ O_2 \ O_3 \ O_4 \ X \ O_5 \ O_6 \ O_7 \ O_8$

$O_1 \ O_2 \ O_3 \ O_4$ = पूर्वचाचण्या

$O_5 \ O_6 \ O_7 \ O_8$ = उत्तर चाचण्या

X = ठरावीक वेळ अंतराची उपचारमात्रा

अंतरित समयमालिकेत उपलब्ध असलेला एकच गट प्रयोगासाठी निवडलेला असतो. या अभिकल्पात उपचारांपूर्वी प्रायोगिक गटाचे ठरावीक वेळेच्या अंतराने तीन ते चार वेळा पूर्वचाचण्या व उपचारमात्रेवर तितक्याच वेळेच्या अंतराने उत्तर चाचण्या घेतल्या जातात.

प्रयोग पूर्वचाचणी $O4$ व प्रयोगोत्तर चाचणी $O5$ यामध्ये आढळून आलेला फरक पूर्वचाचणीचा परिणाम असेल तर तशा प्रकारचा फरक प्रयोगपूर्व व प्रयोगोत्तर मापन मालिकेतही दिसून येईल.

(4) घटकात्मक प्रायोगिक अभिकल्प (Factorial Design) : शिक्षणक्षेत्रात मानवी मनाचा विचार करता अनेक वेळा एकापेक्षा अधिक चलांचा स्वतंत्र किंवा एकत्रित प्रभाव दिसून येतो. त्यामुळे जेव्हा एकाहून अधिक चलांचा आश्रित चलावर होणारा परिणाम अभ्यासावयाचा असतो तेव्हा घटनात्मक अभिकल्प योजावा लागतो.

उपचारमात्रा		
	प्रायोगिक	नियंत्रित
A	(1)	(2)
B	(3)	(4)

दोन किंवा अधिक स्वतंत्र चले एकाच वेळी परिचालित करून त्या प्रत्येकाच्या स्वतंत्र परिणामाचे व त्यांच्या पारचारिक क्रियांतून होणाऱ्या परिणामांचा अभ्यास करण्यासाठी फिशर यांनी घटकात्मक अभिकल्पाची कल्पना सर्वप्रथम मांडली.

❖ "Factorial designs represent a modification of the between group design is which the researcher studies two or more ecategorical, independent variables, each examined at two or more levels."   – डब्लू. पी. वोग (Vogt W. P/ 2005)

या अभिकल्पात प्रयोग अतिशय नियंत्रित वातावरणात होतो. जर संशोधकाने फक्त उत्तर चाचणी घेतली तर आंतरिक प्रमाणतेचा प्रभाव असणारी पूर्वचाचणी व मापन साधन यांचा समावेश नसतो. जर संशोधकाने यादृच्छिकपणे गटात

विभागणी केली असेल तर आश्रित चलावर पडणारा परिपक्वन, पूर्वग्रहयुक्त निवड, प्रायोगिक मर्त्यता, प्रयोगवस्तूंची आंतरक्रिया, प्रतिगमन या घटकांचा प्रभाव कमी करता येईल.

सांख्यिकी समाश्रयणातील दोष कमी करण्यासाठी संशोधकाने शक्यतो तीन स्वतंत्र चले घ्यावीत. यामुळे सांख्यिकी समाश्रयण हे मुख्य परिणाम व आंतरक्रियेचा परिणाम दाखविते. मुख्य परिणाम म्हणजे प्रत्येक स्वतंत्र चलाचा प्रभाव. तसेच आंतरक्रियेचा परिणाम म्हणजे एका स्वतंत्र चलाचा प्रभाव हा दुसऱ्या आश्रित चलावर अवलंबून असतो.

घटकात्मक अभिकल्पातील तथ्यांचे विश्लेषण करण्यासाठी प्रसरण विश्लेषण (Anova), F - test या सांख्यिकी तंत्राचा उपयोग केला जातो.

2.12.4 प्रघटनाशास्त्रवादी चिकित्सा (Phenomenological Inquiry)

ही समस्याविधानाची तपासणी गुणात्मक पद्धतीने करते. यामध्ये समस्येचे सर्वंकष स्वरूप विचारात घेतले जाते. तसेच यामध्ये संख्यात्मक घटकांचे विश्लेषण केले जात नाही. अशा चिकित्सेमध्ये विविध प्रकारच्या संशोधन पद्धतींचा वापर केला जातो; ज्यामुळे समस्येचा विशिष्ट संदर्भात विचार केला जातो. संशोधनामध्ये परिस्थिती आहे तशीच हाताळली जाते. गुणात्मक संशोधनामध्ये मूल्य, दृष्टिकोन कृती, प्रसंग यांचा प्रयोज्यांचा दृष्टिकोनातून विचार केला जातो. नैसर्गिक परिस्थितीमधील प्रयोज्यांचा दृष्टिकोन, महत्त्वाचा असतो. वर्तन, प्रसंगांचे संदर्भ हे समस्येच्या सर्वांगीण चौकटीमध्ये तपासले जातात. सैद्धांतिक निर्मितीसाठी विशिष्ट प्राधान्यक्रम वापरला जातो.

सदरची चिकित्सा विशिष्ट संदर्भात नैसर्गिक दृष्टिकोन ठेवून संशोधन पद्धतींचे अर्थनिर्वचन करण्यासाठी वापरली जाते. गुणात्मक संशोधन पद्धतीमध्ये 'वैज्ञानिक दृष्टिकोन' कमी प्रमाणात असतो. गुणात्मक पद्धती सामाजिक समस्येचे नैसर्गिकपणे स्पष्टीकरण देते. यामध्ये संशोधन करताना कोणतीही तडजोड स्वीकारली जात नाही.

Phenomenology - Study of phenomena as they present themselves in direct experience.

गुणात्मक संशोधनात खालीलप्रमाणे चिकित्सा केली जाते.

1. घटना, कृती, मूल्ये, समजुती यांचा लोकांच्या दृष्टिकोनातून अभ्यास केला जातो (प्रत्यक्ष प्रत्यय घेतला जातो - प्रत्ययवादी).
2. प्रतिसादकांची वैयक्तिक सर्व माहिती अभ्यासली जाते (नैसर्गिक).
3. विषयसंदर्भातील वर्तन, प्रसंग यांचा सर्वांगीण विचार केला जातो.
4. उद्गामी पद्धतीने, मुक्त, लवचीक दृष्टिकोन ठेवला जातो.
5. नावीन्याचा शोध घेण्याचा प्रयत्न केला जातो.

2.12.5 साधननिर्मिती संशोधन (Product Research)

अध्ययन पुस्तिका, ऑडिओ, व्हीडिओ, मटेरियल, कृती कार्यक्रम, स्वयंअध्ययन साधने अशा प्रकारचे कोणतेही अध्ययन-अध्यापन संबंधित साधन जे कोणत्याही वयोगटासाठी तसेच स्तरासाठी एखाद्या साधनाचे (Product) विकसन करणे म्हणजे साधननिर्मिती संशोधन (Product Research) होय. साधननिर्मितीमध्ये पथदर्शक अभ्यासास फार महत्त्व आहे. प्रतिरूप (Prototype) तयार करणे हाच एक पथदर्शक अभ्यास होईल.

उदाहरणार्थ, पर्यावरण संदर्भातील Computer aided साहित्य, इ. 6 वी साठी आंतरक्रियात्मक अध्ययन साहित्य.

साधननिर्मिती प्रक्रियेतील मुख्य टप्पे : (1) नियोजन (2) विकसन (3) परीक्षण (4) व्यवस्थापन व परिणामकारकतेचा अभ्यास

साधननिर्मिती प्रक्रियेतील पायऱ्या

1. साधन भूमिका पायऱ्या
2. साधननिर्मितीची उद्दिष्टे निश्चित करणे

3. साधनाचे स्वरूप ठरवून निर्मितीचे नियोजन करणे.
4. साधनाची निर्मिती करणे.
5. साधननिर्मिती पथदर्शक अभ्यास घेणे.
6. साधनाच्या विश्वसनीयतेची व वैधतेची चाचणी घेणे.
7. प्रत्याभरणानुसार दुरुस्ती व बदल करणे.
8. अंतिम स्वरूपातील साधनाची निर्मिती करणे.
9. साधनाचा नमुन्यावर प्रत्यक्ष वापर करणे.
10. उद्दिष्टांनुसार साधनाची निर्मिती झाली की नाही याची पडताळणी घेणे.
11. निष्कर्ष व शिफारसी करणे.
12. अहवाल लेखन व साधनाचे सादरीकरण.

साधननिर्मितीचे महत्त्व : एखाद्या साधनाचा निर्मितीचा निश्चित केलेल्या ध्येयानुसार, ग्राहकांच्या समाधानानुसार प्रभावी व कार्यक्षम उपयोग होणे महत्त्वाचे असते. साधन ठरविलेल्या ध्येयानुसार ग्राहकाचे किती प्रमाणात समाधान करते यावर त्याची उपयोगक्षमता अवलंबून असते.

प्रत्याभरण : साधन वापरण्यात येऊ लागल्यावर त्यांच्याकडून प्रत्याभरण घेणे आवश्यक असते. हे प्रत्याभरण लेखी स्वरूपात घेता येते किंवा ग्राहक ते उत्पादन वापरत असताना संशोधक त्याचे निरीक्षण करू शकतो. प्रत्याभरणानुसार साधनामध्ये सुधारणा घडवून आणता येते.

2.12.6 गुणात्मक संशोधन-सामाजिक सत्यतेची माहिति

(Qualitative Research - Ethnomethodological)

ही पद्धती व्यक्तीमध्ये विविध आंतरक्रियेद्वारे सामाजिक भान कसे निर्माण होते आणि रोजच्या गरजा कशा साध्य करते याविषयी सांगते. रोजच्या जीवनातील वास्तवता शोधून काढण्यासाठी योग्य संशोधन पद्धती वापरणे हा या पद्धतीचा मूळ हेतू आहे.

- "Ethomethodology study of the methods that individuals use to make sense of their social world and accomplish their daily actions."
- "Ethnomethodology studies analyze everyday activities as members methods for making those same activities visidly rational and reportable - for all - practical purposeses i.e. "accountable," as organizations of commonplace everyday activities. The reflexixity of that phenomenon is a singular feature of practical actions, of practical circumstances of common sense knowledge of social structured and of practical sociological reasoning."

- गारफिन्केल (Garfinkel 1967)

अचानक गटामधील व्यक्तींच्या प्रयत्नामुळे एखादा प्रसंग निर्माण होणे ही सामाजिक सत्यतेची मूळ सुरुवात आहे. यामध्ये आंतरक्रियेमधील प्रत्यक्ष बारीक-बारीक मुद्दे समजून घेणे महत्त्वाचे असते.

सामाजिक सत्यतेवरील संशोधन हे संभाषणाचे विश्लेषण आणि झालेल्या कामाचे विश्लेषणावर भर देते. या पद्धतीमध्ये कामाच्या प्रक्रियेचे वर्णन करण्यासाठी विविध पद्धती वापरल्या जातात. याच्या शास्त्रीय अभ्यासाचे ज्ञान समाजशास्त्राच्या संशोधनाला मदत करते.

2.12.7 शैक्षणिक संशोधनाचा आराखडा नमुना

(Example of Educational Research Praposal)

सामान्य विज्ञान विषयाच्या एका घटकाच्या अध्यापनासाठी संगणक साहाय्यित कार्यक्रमाचा विद्यार्थ्यांच्या संपादनावर होणाऱ्या परिणामकारकतेचा अभ्यास

पुणे विद्यापीठ एम.एड. अभ्यासांर्गत सादर केलेला लघुसंशोधन आराखडा

● संशोधक ●

सौ. खैरे गौरी भालचंद्र

● मार्गदर्शिका ●

वैशाली नामदेव शिंदे

अध्यापक महाविद्यालय, अरण्येश्वर, पुणे 411 009.

● संशोधन केंद्र ●

श्री शिवाजी मराठा सोसायटीचे, अध्यापक महाविद्यालय,

अरण्येश्वर, पुणे 411 009.

सन

2011 - 2012

संशोधक   मार्गदर्शक   परीक्षक

❊ अनुक्रमणिका ❊

❋ प्रस्तावना ❋

आज जग विज्ञानाने खूप जवळ आले आहे. 21 व्या शतकात वाटचाल करताना विज्ञान हा विषय फार महत्त्वाचा ठरतो. रोजच्या जीवनात विज्ञानाचा वापर हे महत्त्वाचे कारण आहे. लहानपणापासूनच मुलांना विज्ञानाची आवड निर्माण केली तर ते देशाचे जबाबदार नागरिक बनतील. पर्यायाने देशाची प्रगती होईल.

शास्त्र हा शब्द व्यापक अर्थाचा आहे. यामध्ये सर्व शास्त्रांचा समावेश आहे. इंग्रजी भाषेत त्याची इत्पत्ती पाहता तो 'Scientia' या लॅटिन शब्दापासून बनला आहे. या शब्दाचा अर्थ ज्ञान असा आहे. जाणण्यासारखे जे-जे असेल ते ज्ञान म्हणजे शास्त्र.

विज्ञानाच्या प्रगतीवरच राष्ट्राची प्रगती अवलंबून आहे. आधुनिक युगात विज्ञान व तंत्रविद्येला विशेष स्थान व महत्त्व असून मानवी जीवनव्यवहाराची जवळजवळ सर्वच क्षेत्रे त्यानी व्यापली आहेत.

यासाठी विज्ञान विषयाचे अध्यापन प्रभावी होणे आवश्यक आहे. परंतु बऱ्याच वेळा अध्यापनाला काही मर्यादा पडतात. उदा., अतिसूक्ष्म बाबीअंतर्गत भाग विद्यार्थ्यांना दाखवता येत नाही. त्यामुळे अध्यापन परिणामकारक होत नाही. अशा वेळी शिक्षकांना आपल्या अध्यापनासाठी काही आधुनिक साधनांचा नवनवीन तंत्रांचा वापर करणे आवश्यक ठरते. यासाठी आज विज्ञान शिक्षणात संगणक, इंटरनेट, सी.डी., टेलिकम्युनिकेशन इत्यादी प्रगत माध्यमे विज्ञान शिक्षकांना एक वरदान ठरत आहेत.

तंत्रविज्ञानाचा एक भाग म्हणजे संगणक. संगणकाच्या साहाय्याने आपण विज्ञान विषय अध्यापनात येणाऱ्या मर्यादांवर मात करू शकतो. संगणक साहाय्यित अध्यापनामुळे सहजासहजी उपलब्ध न होणारे अनुभव विद्यार्थ्यांना देता येतील. त्यामुळे विद्यार्थ्यांमध्ये विज्ञानाची आवड निर्माण होऊन त्यांचे अवधान अध्यापनाकडे केंद्रित होईल आणि ज्ञानग्रहण प्रक्रिया जलद होऊन मिळवलेले ज्ञान टिकाऊ व कायमस्वरूपी राहील.

संशोधनाची गरज

ज्ञानाच्या प्रस्फोटाने मानवाने काल मिळवलेली एखाद्या विषयाची माहिती आज अपुरी ठरते आहे. गेल्या चाळीस वर्षांत मानवाने प्राप्त केलेले विविध विषयांचे ज्ञान त्यापूर्वीच्या चारशे वर्षांतील प्राप्त केलेल्या ज्ञानाच्या कित्येक पट आहेत. शैक्षणिक क्षेत्र हे असे क्षेत्र आहे की, इतर क्षेत्रांमध्ये योग्य दिशेने प्रगती करण्यासाठी शैक्षणिक क्षेत्रातील प्रगतीचा फार मोठा फायदा होऊ शकतो. शैक्षणिक क्षेत्रातील विविध विचार, तत्त्वे, प्रणाली व प्रवाह हे जितके परिपूर्ण असतील तितकी या पद्धतीतून शिकून बाहेर पडणारी पिढी समृद्ध असणार आहे. शिक्षणक्षेत्रातील ही परिपूर्णता त्यामध्ये होणाऱ्या सतत व मूलगामी संशोधनानेच प्राप्त होणार.

आपल्या देशाच्या गरजा कोणत्या, उद्दिष्टे कोणती, समस्या कोणत्या व शिक्षणपद्धतीत बदल कसा करावा लागेल या प्रश्नांची उत्तरे माहीत असणे आवश्यक आहे. या सर्व प्रश्नांची उत्तरे शिक्षणक्षेत्रात सतत केल्या जाणाऱ्या संशोधनानेच माहीत होणार आहेत.

आजच्या कायद्यानुसार एखाद्या व्यक्तीचे वय 14 वर्षे आहे. पण त्याला शिक्षणाचा काहीही गंध नाही. अशा विद्यार्थ्यास पहिलीपासून न शिकविता वयानुसार योग्य इयत्तेत प्रवेश दिला जातो. मग अशा विद्यार्थ्यास आपण जर एखादी संकल्पना संगणकाच्या साहाय्याने स्पष्ट केली तर तो चांगल्या प्रकारे समजून घेऊ शकतो. कारण या तंत्रात त्याच्या सर्व अंगांचा वापर झाल्यामुळे संकल्पना मनात रुजते. अभ्यासाची आवड वाढते. गळतीचे प्रमाणदेखील कमी होते.

विद्यार्थ्यांमध्ये विज्ञान विषयाची आवड निर्माण करणे व विद्यार्थ्यांच्या निरीक्षण कौशल्याचा विकास होण्यासाठी सदर संशोधनाची गरज संशोधकास वाटली. प्रस्तुत संशोधनाची गरज संशोधकाला शाळेत इ. 5 वी तील विज्ञान विषयाचा पाठ घेताना जाणवली.

संशोधनाची सैद्धांतिक पार्श्वभूमी

प्रथम सर्व अध्ययन हे मेंदूला दृक्, श्राव्य, स्पर्श, वास, चव यांच्याकडून जे एकत्रित संदेशवहन होते त्यातून घडते. मानसशास्त्रज्ञांच्या मते एकापेक्षा जास्त ज्ञानेंद्रियांकडून जास्त माहिती मिळते, तेव्हा अध्ययन लवकर होते. 75% अध्ययन डोळ्याने पाहणे यातून होते.

संशोधनाचे महत्त्व :

1. विद्यार्थ्यांच्या अध्ययनावर संगणक साहाय्यित कार्यक्रमाची परिणामकारकता निश्चित करते.
2. सामान्य ज्ञान विषयाच्या घटक अध्यापनामध्ये संगणकाधारित कार्यक्रमाची उपयुक्तता तपासून पाहणे.

प्रस्तुत संशोधन खालील व्यक्तींच्या दृष्टीने उपयुक्त आहे.

(1) विद्यार्थी :

(अ) प्रस्तुत संशोधनामुळे विद्यार्थ्यांमध्ये आत्मविश्वास निर्माण होऊन ते क्रियाशील होण्यास मदत होईल.

(ब) विद्यार्थ्यांच्या अनेक ज्ञानेंद्रियांचा वापर झाल्यामुळे विषयाचे दृढीकरण दीर्घकाळ स्मृतीत राहण्यास मदत होईल.

(क) विषय घटकांचे प्रत्यक्ष चित्र, दृश्य व श्राव्य रूपाने अध्ययन घेतल्यास समजणे सोपे जाते.

(ड) मुले स्वतःच्या शरीराची अधिक काळजी घेतील व आरोग्य संपादनासाठी योग्य सवयी आत्मसात करतील.

(2) शिक्षक :

(अ) संगणक अनुपदेशन कसे साहाय्यकारी ठरते हे समजण्यास मदत होईल.

(ब) कोणत्याही घटकासाठी अमूर्त संकल्पनांना मूर्त रूप देणे यासाठी आधुनिक तंत्रज्ञानाचा वापर प्रभावीपणे करता येते हे समजेल.

(क) शिक्षकांना विज्ञान विषयातील अध्यापनात संगणक वापराचे महत्त्व समजेल.

(ड) शिक्षकाला अध्यापन पद्धतीच्या पर्यायी दृष्टिकोनाबद्दल जाणीव निर्माण होण्यासाठी प्रेरणा मिळेल.

(3) मुख्याध्यापक : आपल्या अध्यापनात संगणकाचा वापर कसा करावा याबाबत शिक्षकांना मार्गदर्शन करतील तसेच संगणकाचा वापर करण्यासाठी प्रोत्साहित करतील.

संबंधित साहित्याचा आढावा

(1) संबंधित साहित्याचा आढावा :

(अ) डॉ. भिंताडे वि.रा. (2005) : शैक्षणिक संशोधन पद्धती, पुणे, नूतन प्रकाशन या पुस्तकातून संशोधनाच्या संकल्पनांच्या क्षेत्राची माहिती मिळाली.

(ब) बोंदार्डे कैलास व. बोंदार्डे आश्विन (2006) : शास्त्र आशययुक्त अध्यापन पद्धती, पुणे, नित्यनूतन प्रकाशन या पुस्तकातून विज्ञान विषयातील अध्यापन पद्धतीची माहिती मिळाली तसेच घटक चाचणी तयार करण्यासाठी आवश्यक असणाऱ्या उद्दिष्टानुसार गुणविभागणीनुसार संविधान तक्ता तयार करण्यासाठी या पुस्तकाचा उपयोग झाला.

(क) चव्हाण किशोर (2004) : माहिती संप्रेषण तंत्रज्ञान, इनसाईट प्रकाशन यातून संगणकविषयक माहिती घेतली.

(ड) मुळे रा.श. आणि वि. तु उमाठे (1997) : शैक्षणिक संशोधनाची मूलतत्त्वे, महाराष्ट्र विद्यापीठ ग्रंथनिर्मिती या पुस्तकातून संशोधनाच्या विविध पद्धतींविषयी माहिती मिळवली.

(इ) पंडित ब.वि. (2009) : शिक्षणातील संशोधन अभिकल्प, पुणे, नित्यनूतन प्रकाशन या पुस्तकातून संशोधनाच्या विविध पद्धतींविषयी माहिती मिळवली.

(ई) सामान्य विज्ञान इ. 5 वी : महाराष्ट्र राज्य पाठ्यपुस्तक निर्मिती व अभ्यासक्रम संशोधन मंडळ, पुणे

(2) पूर्वसंशोधनाचा आढावा :

(ब) शीर्षक : माध्यमिक स्तरावरील इ. 9 वी च्या शास्त्र विषयातील एका घटकाच्या अध्यापनाकरिता संगणक साहाय्यित अनुदेशन कार्यक्रम व त्याचा विद्यार्थ्यांच्या संपादनावर होणाऱ्या परिणामाचा अभ्यास

संपूर्ण नाव : उपाध्ये योगेश सतीशराव

पदवी : एम.एड.

वर्ष : 2006-07

विद्यापीठ : पुणे

लघुसंशोधनाची उद्दिष्टे :

1. अनुदेशन पद्धतीने अध्यापन करण्यासाठी शास्त्र विषयासाठी कार्यक्रमाची निर्मिती करणे.
2. संगणक साहाय्यित अनुदेशन पद्धतीने अध्यापन करणे.
3. विद्यार्थ्यांच्या संपादनावर होणारा परिणाम अभ्यासणे.
4. संगणक साहाय्यित अनुदेशन कार्यक्रमाच्या संदर्भात विद्यार्थ्यांच्या प्रतिक्रियांचे विश्लेषण करणे.

संशोधन पद्धती : सदर संशोधनात संशोधक प्रायोगिक पद्धती वापरणार आहे.

माहिती संकलन साधने : पूर्व चाचणी व उत्तर चाचणी

संख्याशास्त्रीय तंत्र : t परिक्षीका

निष्कर्ष :

1. संगणक साहाय्यित अनुदेशन कार्यक्रमातील माहितीचे स्वरूप उपयुक्त होते.
2. शब्द व चित्र यांच्या चलतीकरणामुळे अध्ययनास मदत झाली.

3. संगणक साहाय्यित अनुदेशन कार्यक्रमातील चित्रांमुळे विषयातील घटक लक्षात आले.

4. संगणक साहाय्यित अनुदेशन कार्यक्रम विद्यार्थ्यांमध्ये रुची वाढवण्यासाठी उपयुक्त ठरला.

(ब) **शीर्षक** : इ. 6 वी च्या विज्ञान विषयातील एका घटकाचे संगणकाच्या साहाय्याने अध्यापन व त्याच्या परिणामकारकतेचा अभ्यास –

संपूर्ण नाव : अरुणा नथ्थुजी राठोड

पदवी : एम.एड.

वर्ष : 2010-11

विद्यापीठ : पुणे

संशोधनाची उद्दिष्टे :

1. वनस्पतींचे वर्गीकरण या घटकासाठी संगणकाच्या साहाय्याने अध्यापन करण्यासाठी नियोजन करणे.

2. वनस्पतींचे वर्गीकरण या घटकासाठी संगणकाच्या साहाय्याने नियोजनपूर्वक अध्यापन करणे.

3. वनस्पतींचे वर्गीकरण या घटकासाठी संगणक साहाय्यित अध्यापनाचा विद्यार्थ्यांवर झालेला परिणाम अभ्यासणे.

संशोधन पद्धती : सदर संशोधनात संशोधकाने प्रायोगिक पद्धती वापरलेली आहे.

माहिती संकलन साधने : पूर्व चाचणी व उत्तर चाचणी

संख्याशास्त्रीय तंत्र : t परिक्षीका

निष्कर्ष :

1. संगणकाच्या साहाय्याने अध्यापन करताना विद्यार्थ्यांना आनंद वाटला व त्याचे अवधान केंद्रित झाल्याचे दिसून आले.

2. संगणक साहाय्यित अध्यापनामुळे विद्यार्थ्यांची अध्ययनातील रुची व उत्साह वाढण्यास उपयुक्त ठरले.

3. एका नवीन अध्यापन पद्धतीमुळे वर्गातील अध्ययनात नावीन्य वाटले व पाठ सादरीकरण आकर्षक वाटले.

4. सर्व निष्कर्षांवरून असे लक्षात आले की, संगणकाच्या साहाय्याने अध्यापन केल्यास त्यांच्या संपादणुकीत वाढ होते.

(क) **शीर्षक :** प्रथम वर्ष डी.फार्म च्या विज्ञान विषयातील एका घटकाचे संगणकाच्या साहाय्याने अध्ययन व त्यांच्या परिणामाचा अभ्यास

संपूर्ण नाव : ओकारे शिरीष प्रेमचंद

पदवी : एम.एड.

वर्ष : 2010-11

विद्यापीठ : पुणे

संशोधनाची उद्दिष्टे :

1. अनुदेशन पद्धतीने अध्यापन करण्यासाठी कार्यक्रमांची निर्मिती करणे.

2. संगणक साहाय्यित अनुदेशन पद्धतीने अध्यापन करणे.

3. विद्यार्थ्यांच्या संपादनावर होणारे परिणाम अभ्यासणे.

नमुना निवड पद्धती : सदर संशोधनात संशोधकाने प्रासंगिक नमुना निवड पद्धती निवडलेली आहे.

संशोधन पद्धती : सदर संशोधनात संशोधकाने प्रायोगिक पद्धती वापरलेली आहे.

निष्कर्ष :

1. अनुदेशन पद्धतीने अध्यापन केल्यानंतर घेण्यात आलेल्या उत्तर चाचणीमध्ये जवळजवळ सर्वच विद्यार्थ्यांनी 90% पेक्षा जास्त गुण प्राप्त केले. म्हणजे संगणक साहाय्यित अनुदेशन अध्यापन हे उपयुक्त आहे.
2. पारंपारिक वर्ग अध्यापनापेक्षा संगणक साहाय्यित अनुदेशन पद्धतीचे केलेले अध्यापन परिणामकारक ठरते.
3. संगणक साहाय्यित अनुदेशन पद्धतीने केलेले अध्यापन अत्यंत मोहक व जास्त मनोरंजक वाटते त्यामुळे लक्षात ठेवण्यास चांगल्या प्रकारे मदत होते.

प्रस्तुत संशोधन व पूर्वसंशोधनात साम्य : दोन्ही संशोधनात संशोधन विषय संगणक साहाय्यित अनुदेशन कार्यक्रम हा आहे. तसेच संशोधन विषय विज्ञान विषयासाठी राबवलेला आहे. त्याच्या परिणामांचा अभ्यास याचाही विचार दोन्ही संशोधनांमध्ये आहे.

प्रस्तुत संशोधन व पूर्वसंशोधनात भेद : प्रस्तुत संशोधनात इ. 5 वी च्या विज्ञान विषयातील रोगजंतू आणि रोगप्रचार व रोगप्रतिबंध घटकासाठी संगणक साहाय्यित अनुदेशन कार्यक्रम राबविण्यात येणार आहे.

तर वरील संशोधनात प्रथम वर्ष डी. फार्मच्या विज्ञान विषयातील संसर्गजन्य रोग घटकासाठी संगणक साहाय्यित अनुदेशन कार्यक्रम राबविलेला आहे.

शीर्षक : सामान्य विज्ञान विषयाच्या एका घटकाच्या अध्यापनासाठी संगणक साहाय्यित कार्यक्रमाचा विद्यार्थ्यांच्या संपादनावर होणाऱ्या परिणामकारकतेचा अभ्यास करणे.

समस्या विधान : प्रस्तुत संशोधन शैक्षणिक संशोधनाच्या विज्ञान विषयक्षेत्राशी संबंधित आहे. विज्ञान विषयाच्या एका घटकाच्या अध्यापनासाठी संगणक साहाय्यित कार्यक्रम विद्यार्थ्यांच्या संपादनावर होणाऱ्या परिणामकारकतेचा अभ्यास करणे.

संशोधनाची उद्दिष्टे :

1. पाठ्यघटकाच्या अध्यापनासाठी संगणक साहाय्यित कार्यक्रम तयार करणे.
2. प्रस्तुत संगणक साहाय्यित कार्यक्रमाची अंमलबजावणी करणे.
3. संगणक साहाय्यित कार्यक्रमाचा विद्यार्थ्यांच्या संपादनावर होणारा परिणाम अभ्यासणे.

संकल्पनात्मक व्याख्या :

विज्ञान : विविधांगी ज्ञानाची सुरक्षित सूत्रबद्ध तर्कनिष्ठ मांडणी म्हणजे विज्ञान.

संगणक : अध्यापनाचे एक प्रभावी व आधुनिक शैक्षणिक तंत्रयुक्त साधन.

परिणामकारकता : अध्यापनाचा परिपाक म्हणून पूर्वनिश्चित उद्दिष्टाप्रत विद्यार्थ्यांनी केलेली प्रगती म्हणजे अध्यापनाची परिणामकारकता होय.

कार्यात्मक व्याख्या :

विज्ञान : असंख्य निरीक्षणांवर तयार केलेले सिद्धांत, तत्त्वे पुनःपुन्हा नवीन निरीक्षणावर कसास लावून त्यात सुधारणा करणे म्हणजे विज्ञान.

संगणक : एम.एस. ऑफिस, पॉवर पॉईंट, आवाज, दृश्य, ॲनिमेशन यांच्या साहाय्याने संगणकाद्वारे प्रभावी सादरीकरण करणे.

परिणामकारकता : संगणक साहाय्यित अध्यापन पद्धतीद्वारे विशिष्ट पाठ्यघटकांचे अध्यापन केल्यानंतर विद्यार्थ्यांच्या आकलन व माहिती संपादन या बाबतीत होणारा बदल म्हणजे परिणामकारकता होय.

संशोधनाची व्याप्ती, मर्यादा, परिमर्यादा

व्याप्ती : प्रस्तुत संशोधन एस.एस.सी. बोर्डाच्या मराठी माध्यमाच्या शाळांमधील इयत्ता पाचवीच्या विज्ञान विषय शिकणाऱ्या सर्व विद्यार्थ्यांशी संबंधित आहे.

मर्यादा :

1. प्रस्तुत संशोधनात विद्यार्थ्यांचे लिंग, वय तसेच बाह्य चल घटकांवर नियंत्रण ठेवले जाणार नाही.

2. प्रस्तुत संशोधनाचे निष्कर्ष हे उपलब्ध प्रतिसादकांच्या प्रतिसादकावर अवलंबून आहेत.

परिमर्यादा :

1. प्रस्तुत संशोधन इ. 5 वी च्या मराठी माध्यमाच्या विद्यार्थ्यांपुरतेच मर्यादित आहे.

2. इ. 5 वी च्या विज्ञान विषयाच्या रोगजंतू आणि रोगप्रसार व रोगप्रतिबंध या घटकापुरते हे संशोधन मर्यादित आहे.

3. सदर संशोधन म.न.पा. शाळा क्र. 111 मुलांची, लक्ष्मीनगर पुणे 9 येथील इ. 5 वी च्या 30 विद्यार्थ्यांपुरतेच मर्यादित आहे.

संशोधनाची गृहीतके

1. विज्ञान विषयाच्या क्लिष्ट, अमूर्त संकल्पना, संबोध रचना समजण्यास विद्यार्थ्यांना समस्या येतात.

2. विज्ञान विषयाच्या अध्यापनासाठी निश्चित अध्यापन पद्धती आहे.

3. विद्यार्थी व शिक्षकांना संगणक हाताळण्याचे ज्ञान आहे.

परिकल्पना

संशोधन परिकल्पना : इयत्ता पाचवीच्या सामान्य विज्ञान विषयातील रोगजंतू आणि रोगप्रसार व रोगप्रतिबंध या घटकासाठी संगणक साहाय्यित कार्यक्रम राबविल्यास विद्यार्थ्यांच्या संपादनात धनात्मक वाढ होते.

शून्य परिकल्पना : इयत्ता पाचवीच्या सामान्य विज्ञान विषयातील रोगजंतू आणि रोगप्रसार व रोगप्रतिबंध या घटकासाठी संगणक साहाय्यित कार्यक्रम राबविल्यास विद्यार्थ्यांच्या संपादनात काहीही फरक पडत नाही.

चल

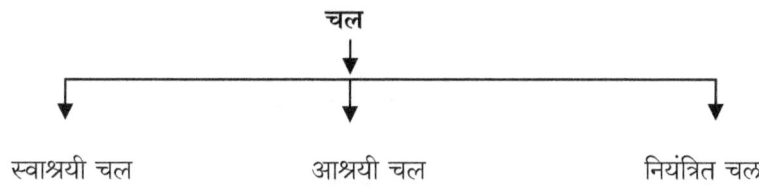

स्वाश्रयी चल : (1) शिक्षकाची अध्यापन पद्धती (2) संगणक साहाय्यित कार्यक्रम

आश्रयी चल : विद्यार्थ्यांचे संपादन

नियंत्रित चल :

विषय : सामान्य विज्ञान

घटक : रोगजंतू आणि रोगप्रसार व रोगप्रतिबंध

विद्यार्थी संख्या 30, कालावधी, वेळ

जनसंख्या व न्यादर्श

जनसंख्या : महाराष्ट्रातील मराठी माध्यमातील इ. 5 वी चे सामान्य विज्ञान विषय शिकणारे सर्व विद्यार्थी

न्यादर्श : पुणे म.न.पा. शाळा 111 मुलांची, लक्ष्मीनगर पुणे 9 येथील इ. 5 वीच्या 30 विद्यार्थ्यांची निवड करण्यात येणार आहे.

माहिती संकलनाची साधने : पूर्वचाचणी व उत्तर चाचणी

संशोधन पद्धती : प्रस्तुत संशोधनासाठी संशोधक प्रायोगिक पद्धतीची निवड करणार आहे. यातील एकल गट अभिकल्प निवडला आहे.

संख्याशास्त्रीय तंत्र : प्रस्तुत संशोधनात संकलित माहितीचे अर्थनिर्वचन करण्यासाठी 't' परीक्षिका या संख्याशास्त्रीय तंत्राचा वापर केला जाणार आहे.

संशोधनाची प्रत्यक्ष कार्यवाही

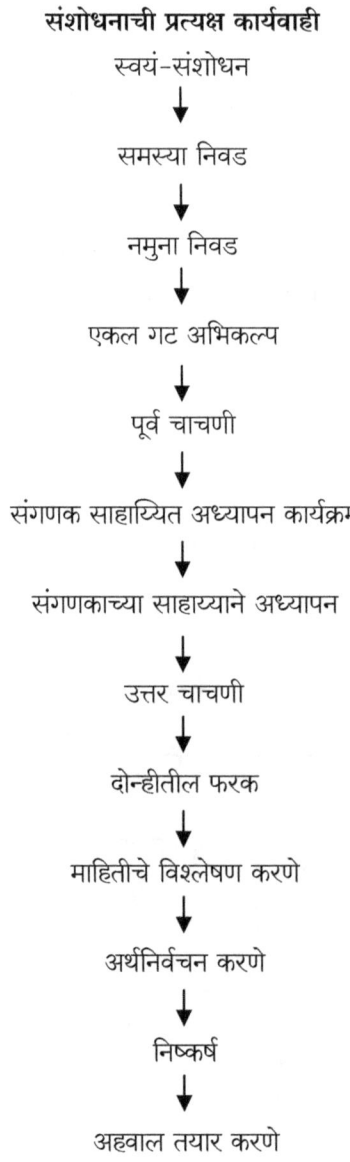

स्वयं-संशोधन

समस्या निवड

नमुना निवड

एकल गट अभिकल्प

पूर्व चाचणी

संगणक साहाय्यित अध्यापन कार्यक्रम

संगणकाच्या साहाय्याने अध्यापन

उत्तर चाचणी

दोन्हीतील फरक

माहितीचे विश्लेषण करणे

अर्थनिर्वचन करणे

निष्कर्ष

अहवाल तयार करणे

संशोधनाच्या अहवालाची प्रकरण मांडणी		
अ.क्र.	**प्रकरण**	**प्रकरणाचे नाव**
1.	पहिले	प्रस्तावना
2.	दुसरे	संबंधित साहित्य व पूर्वसंशोधनाचा आढावा
3.	तिसरे	संशोधन कार्यपद्धती व साधने
4.	चौथे	माहितीचे संकलन, विश्लेषण व अर्थनिर्वचन
5.	पाचवे	सारांश, निष्कर्ष व शिफारशी

परिशिष्ट योजना	
अ.क्र.	**प्रकरणाचे नाव**
1.	विद्यार्थ्यांच्या नावाची यादी
2.	संगणक साहाय्यित अध्यापन साहित्य
3.	पूर्व व उत्तर चाचणी
4.	अनुमती पत्र
5.	कार्यपूर्ती प्रमाणपत्र

वेळापत्रक		
अ.क्र.	**तपशील**	**कालावधी/दिवस**
1.	लघू संशोधनाची माहिती मिळवणे.	05
2.	लघू संशोधनाचा आराखडा तयार करणे.	30
3.	लघू संशोधनाचा आराखडा सादर करणे.	09
4.	संदर्भ साहित्याचा सखोल अभ्यास करणे.	15
5.	विद्यालयाची परवानगी घेणे.	02
6.	संशोधन पद्धती राबविणे.	10

(क्रमशः)

अ.क्र.	तपशील	कालावधी / दिवस
7.	माहितीचे विश्लेषण व अर्थनिर्वचन.	10
8.	कच्चा अहवाल तयार करणे.	20
9.	पक्का अहवाल तयार करणे.	00
10.	संशोधन अहवाल सादर करणे.	19
दिवस		114

खर्चाचे अंदाजपत्रक		
अ. क्र.	तपशील	खर्च ₹
1.	लेखन साहित्य	200
2.	साधने तयार करणे	1,500
3.	अहवाल छपाई व बांधणी	3,000
4.	अन्य खर्च	1,300
एकूण ₹		6,000

3 संशोधन पायऱ्या : चले, परिकल्पना, जनसंख्या आणि नमुना निवड
(Research Steps : Variables, Hypothesis, Population and Sampling)

❋ प्रस्तावना ❋

रिमाने संबंधित साहित्याचा आढावा घेतला आणि समस्याविधान तयार केले. विद्यार्थी गट करून एकमेकांशी भांडणे का करतात याची कारणे शोधण्याचे रिमाने ठरविले. संशोधन समस्येतील स्वतंत्र चले आणि आश्रयी चले शोधून काढण्याचे ठरविले. गृहीतके निश्चित केली. नमुना निवड कोणती घ्यायची याचाही रिमाने विचार केला.

संशोधनात संशोधन प्रश्न, समस्या विधान, विविध चलांचे प्रकार, गृहीतके, नमुना निवड पद्धत, नमुना निवडीतील त्रुटी या सर्वांची माहिती घेणे जरुरीचे आहे.

या घटकाचा अभ्यास करून तुम्ही खालील प्रश्नांची उत्तरे देऊ शकाल.

1. परिकल्पना निश्चित करण्यासाठी संशोधकास संबंधित साहित्याचा आढावा कसा साहाय्यकारी ठरतो ते लिहा.

2. परिकल्पनेची व्याख्या सांगा. त्याचे विविध प्रकार उदाहरणासह स्पष्ट करा.

3. परिकल्पना आणि गृहीतके यांचे संशोधनातील महत्त्व सांगून उदाहरणासहित स्पष्ट करा.

4. न्यादर्शनाच्या विविध पद्धती सांगून तुम्ही तुमच्या संशोधन कार्यासाठी न्यादर्श आकार कसा निश्चित कराल ते स्पष्ट करा.

5. योग्य न्यादर्श निवड हा संशोधनाचा आधार स्तंभ आहे' हे विधान स्पष्ट करा.

3.1 शैक्षणिक संशोधन समस्येची निवड
(Selection of Educational Research Problem)

शैक्षणिक संशोधनाची निवड करताना तुम्हाला एखाद्या विषयाची निवड करावी लागते. त्या विषयातील एखादी समस्या, परस्पर विरोधाभास वास्तव व पुस्तकी ज्ञान यांच्यातील दरी, आत्यंतिक तळमळीची गरज शोधावी लागते. त्या समस्येची वर्तमानस्थितीतील माहिती असावी लागते. त्यातूनच संशोधकाच्या मनात अनेक प्रश्न निर्माण होतात. जगातील सर्व प्रश्न आपण सोडवू शकत नाही. परंतु समस्या निवडताना काही महत्त्वाच्या गोष्टी लक्षात घेतल्या पाहिजेत.

1. सदर समस्येच्या विषयात तुम्हाला आवड हवी. आवड असेल तर संशोधन मनापासून, सखोल व सर्वांगीण असे होते.

2. समस्या महत्त्वाची असली पाहिजे - संशोधन हे डिग्री मिळविण्यासाठी नको. ज्या समस्येवर संशोधन कराल त्याच प्रकारचे संशोधन यापूर्वी झालेले नसले पाहिजे.

3. संशोधकाने समस्येचे चित्र डोळ्यांपुढे रेखाटावे - त्यामुळे आपले काम विस्तृत क्षेत्रावर वरवरचे होणार आहे का, आणि असेल तर विषयाला मर्यादा घालून जास्त सखोल अभ्यास करावा.

4. समस्येशी संबंधित माहिती गोळा करू शकलो पाहिजे. समस्येशी संबंधित माहिती, व्यक्ती उपलब्ध नसेल तर संशोधन पूर्ण होण्यास अडचण येते.

5. समस्येशी संबंधित योग्य निष्कर्ष काढू शकला पाहिजेत. संबंधित समस्येचे योग्य उत्तर मिळाले पाहिजे.

6. समस्या स्पष्ट शब्दांत व थोडक्यात मांडली पाहिजे - समस्या कोणासाठी आहे, कोण वापरणार आहे, केव्हा वापरणार आहे अशा प्रश्नांची उत्तरे देऊन समस्या मांडावी. अशास्त्रीय, पूर्वग्रहयुक्त शब्दांचा वापर त्यामध्ये करू नये. लहान-मोठ्या विधानांचा समतोल साधल्यावरच समस्या विधान काटेकोर होते.

7. समस्या निवड करताना तुम्ही कोणत्या विषयाचा विचार करत आहात आणि तुमच्या विषयातील संभाव्य शक्यता माहीत असणे महत्त्वाचे असते.

समस्या निवड करताना खालील चुका टाळाव्यात :

1. संशोधकाने स्वतःचे ज्ञान वाढविण्यासाठी संशोधन करत नसून समाजासाठी काही योगदान देता येईल का ? हे लक्षात ठेवावे.

2. संशोधकाने जेव्हा दोन घटकांची माहिती घेऊन आपोआप नवीन माहिती मिळेल असा विषय घेऊ नये. समस्या घेताना दोन घटकांतील तुलना उद्दिष्टांसाठी आवश्यक आहे हे लक्षात ठेवावे.

3. समस्येचे उत्तर हो किंवा नाही, अशा एका शब्दात मिळणार नाही याची खात्री करून घ्यावी. त्याऐवजी समस्या का उद्भवली आणि कशा प्रकारे त्यावर मात करता येईल, यामुळे स्वतःच्या ज्ञानात भर पडून समाजालाही उपयोग होईल अशा प्रकारची समस्या घ्यावी.

समस्या निवडताना संशोधकाच्या मनात तीन प्रश्न आले पाहिजेत :

(1) संशोधक सदर संशोधन का करीत आहे ?

उत्तर : (अ) संशोधकाला संशोधन करून येणाऱ्या उत्तराविषयी उत्सुकता आहे.

     (ब) पदवी प्राप्त करण्यासाठी.

     (क) संशोधन करताना मिळणाऱ्या ज्ञानामुळे प्रेरणा मिळते.

(2) संशोधकाला संशोधन विषयात आवड आहे का ?

उत्तर : संशोधन हे वर्षभराची किंवा त्याहून जास्त काळ चालणारी प्रक्रिया आहे. त्यामुळे संशोधकाने आनंदाने संशोधन करणे गरजेचे आहे.

(3) संशोधक सदर संशोधनातून नवीन काय निर्माण करणार आहे ?

उत्तर : ठरवलेल्या कालावधीत उपयुक्त संशोधन अहवाल लिहिणे गरजेचे असते.

समस्या, शैक्षणिक समस्या, समस्या विधान आणि संशोधन प्रश्न यातील फरक :

सामान्यीकरण :

समस्या	– प्रौढ शिक्षण
शैक्षणिक समस्या	– प्रौढ शिक्षण वर्गात विद्यार्थ्यांची असलेली कमतरता
समस्या विधान	– प्रौढ शिक्षण वर्गात विद्यार्थी उपस्थित का राहत नाहीत याचा अभ्यास
संशोधन प्रश्न	– प्रौढ शिक्षण वर्गात विद्यार्थी संख्या वाढविण्यासाठी दूरदर्शन या साधनाचा वापर करता येईल का ?

विशिष्ट :

संशोधन समस्येशी संबंधित घटकांचा अर्थ :

(अ) समस्या विधान : समस्येची दिशा दाखविते.

(ब) संशोधन प्रश्न : प्रश्न निर्माण करते ज्याचे उत्तर द्यावे लागते.

(क) संशोधन परिकल्पना : काय अपेक्षित आहे असे संभाव्य उत्तर

(ड) संशोधन उद्दिष्टे : साध्य करायची असणारी ध्येये.

तुमच्या संशोधन समस्येला उत्तर शोधण्यासाठी खालील गोष्टींची गरज असेल तर तुमचे संशोधन संख्यात्मक संशोधन म्हणता येईल.

▸ चलांचे मापन करावे लागत असेल.

▸ चलांचा निष्कर्षांवर होणारा प्रभाव अभ्यासणे.

▸ स्पष्टीकरण योग्य तर्कांवर तपासणे.

▸ आलेले निष्कर्ष मोठ्या जनसंख्येला लागू होतात.

तुमच्या संशोधन समस्येला उत्तर शोधण्यासाठी खालील गोष्टींची गरज असेल तर तुमचे संशोधन गुणात्मक संशोधन म्हणता येईल.

▸ प्रतिसादकांच्या दृष्टिकोनाचा अभ्यास करणे.

▸ प्रक्रियेचे वेळोवेळी मूल्यमापन करणे.

▸ प्रतिसादकांच्या दृष्टिकोनावरून नवीन विचार मांडणे.

▸ प्रतिसादक किंवा संशोधनाच्या जागेविषयी वर्णनात्मक माहिती सांगावी लागते.

3.2 समस्या विधान (Statement of Problem)

संशोधन समस्येची निवड केल्यानंतर, सदर संशोधन गुणात्मक किंवा संख्यात्मक आहे याचा शोध घेतल्यानंतर समस्याविधान संशोधक लिहितो. समस्याविधान लिहिताना पुढील गोष्टी लक्षात घ्याव्या लागतात.

1. विषय

2. संशोधन समस्या

3. पूर्वसंशोधनातील आणि सध्याच्या संशोधनातील समस्येचे महत्त्व यांचे योग्य समर्थन

4. समस्येचे वर्तमानकाळातील अपुरे ज्ञान

5. समस्येचा अभ्यास केल्याने कुणाकुणाला फायदा होणार आहे.

समस्या विधान लिहिल्याने वाचकाला तुमच्या संशोधनाविषयी स्पष्ट कल्पना येते आणि तुमच्या संशोधनाविषयी उत्सुकता निर्माण होण्यास मदत होते. समस्या विधानात दोन किंवा अधिक चलांचा एकमेकांशी असलेला संबंध स्पष्टपणे दाखविला जातो. यातील सर्व चलांची कार्यात्मक व्याख्या पुढे द्यावी लागते.

3.3 चलांचे प्रकार (Types of Variables)

समस्या विधानात दोन किंवा अधिक चलांचा एकमेकांशी असलेला संबंध स्पष्टपणे दाखविला जातो. यावरून चलांचे महत्त्व स्पष्ट होते. (Variable is defined as anything that has a quantity or quality that varies)

संख्यात्मक किंवा गुणात्मक मूल्यामध्ये व्यक्त करता येऊ शकणारी कोणतीही संकल्पना याला 'चल' असे म्हणतात. शैक्षणिक प्रक्रियेच्या व्यवस्थापन व निरीक्षणावर परिणाम करणारा शैक्षणिक संशोधनातील कोणताही एखादा घटक म्हणजे चल उदाहरणार्थ, वय, लिंग या चलांचे मापन करता येते, हाताळणी करता येते,' नियंत्रित करता येतात.

❖ "A variable is the characteristic or attribute of an individual, group, educational system or the environment that is of interest in research study."

चलांचे महत्त्व

1. संशोधनाच्या सुरुवातीलाच चलांचा विचार करावा लागतो.
2. संबंधित साहित्याचा शोध घेताना संशोधन लेखांचा मागोवा घेण्यासाठी चले माहीत असणे आवश्यक असते.
3. चलांची कार्यात्मक व्याख्या देणे संशोधनात गरजेचे असते.
4. संशोधन पद्धती या भागात चलांचे मापन होते. या चलांच्या मापनाच्या निष्कर्षावरून सदर संशोधन वैध आहे किंवा नाही हे ठरविले जाते.

चलांचे प्रकार (Types of Variables)

(1) **स्वतंत्र किंवा स्वाश्रयी चल (Independent Variable) :** या चलाला 'निष्कर्ष चल' (Outcome Variable) असेही म्हणतात. प्रयोगामध्ये आश्रयी चलांवर होणारा प्रभाव पाहण्यासाठी ज्या चलाचा वापर केला जातो, त्या चलाला 'स्वतंत्र चल' असे म्हणतात. उदा., बुद्धिमत्ता, जात. स्वतंत्र चल हे नियंत्रित असते व त्याची हाताळणी करावी लागते.

(2) **आश्रयी चल (Dependent Variable) :** एखाद्या घटनेचा गृहीत परिणाम किंवा कारण म्हणजे आश्रयी चल होय. हे आश्रयी चल स्वतंत्र चलावर अवलंबून असते. उदा., परीक्षेतील गुण. संशोधक वेगवेगळ्या प्रकारे आश्रयी चलातील बदल पडताळून पाहतो.

(3) **खंडित चल (Discrete Variable) :** विशिष्ट पायऱ्यांनी ज्यांची किंमत बदलते असे चल म्हणजे खंडित चल होय. यांना वर्गीकरण चल (Categorical Variable) असेही म्हणतात.

खंडित चलाचे तीन चलात वर्गीकरण होते.

(अ) **नामांकन चल (Nominal) :** या चलामध्ये दोन किंवा अधिक चले असतात.

(ब) **क्रमांकन चल (Ordinal Dichotmous) :** या चलामध्ये दोन किंवा अधिकचे असतात परंतु त्याची मांडणी क्रमाने असते.

(क) **द्विखंडी चल (Dichotomas Variable) :** हा चलामध्ये दोनच चले येतात.

(ड) **अखंडित चल (Continuous Variable) :** हळूहळू बदलत जाणारी व विशिष्ट विस्तारात ज्याची किंमत पडते असे चल म्हणजे अखंडित चल होय. या चलाला संख्यात्मक चल असेही म्हणतात.

अखंडित चलाचे दोन प्रकार पडतात.

(i) अंतर चल (Interval Variable) : हे चल अखंडपणे मोजले जाते व अंकात असते उदा., 200°C व 300°C या तापमानातील फरक हा 300°C व 400°C एवढाच असतो.

(ii) गुणोत्तर चल (Ratio Variable) : चल अंतर (Interval) चलासारखेच असते. परंतु शून्य किंमत चल अस्तित्वात नसल्याचे दाखविते. त्यामुळे सेल्शिअस व फॅरनहाइट हे चल होऊ शकत नाहीत. कारण शून्य किंमत तापमान नाही असे दर्शवित नाही.

(इ) दरम्यान येणारे चल (Intervening Variable) : ज्याचे मापन करता येत नाही व ज्यावर नियंत्रण ठेवता येत नाही असा कारण व परिणाम यांच्या दरम्यान प्रभाव पाडणारा चल. उदा., उत्सुकता, प्रेरणा.

(उ) बाह्य चल (Extraneous Variable) : ज्यावर नियंत्रण ठेवता येत नाही असा बाह्य घटक उदा., सामाजिक स्थिती. वय, लिंग, शिक्षण यासारखी चले सहजपणे मोजता येतात. परंतु सामाजिक व आर्थिक परिस्थिती, शैक्षणिक संपादणूक, अभिवृत्ती ही चले मापन करण्यास अवघड असतात.

विविध चलांमधील संबंध (Inter Relationship Among Different Variables) : सांख्यिकी परीक्षणातून काढलेला दोन चलांमधील संबंध हा योग्य निष्कर्ष दाखवितो. एका चलाचे मूल्य माहीत असेल तर दुसऱ्या चलाच्या मूल्याचा आपण अंदाज करू शकतो. जर दोन्ही चले एकमेकांशी योग्य संबंध दाखवित असतील तर एका चलाच्या किमतीवरून आपण दुसऱ्या चलाची किंमत अचूक सांगू शकतो. चलांमधील संबंध शोधून काढण्यासाठी मापनाची स्थिती काय आहे हे लक्षात घेतले पाहिजे. चलांवरील सांख्यिकी क्रिया कशा प्रकारची असेल हे मापनाच्या स्थितीवरून कळते.

	चले	चलांमधील संबंध शोधण्यासाठी चाचण्या
1.	दोन्ही चले नामांकन चले (Nomnial) असतील	काय सक्वेअर चाचणी (Chisquare)
2.	स्वतंत्र चल नामांकन व आश्रयीचल अंतर चल असेल तर	t परीक्षिका (t- test)
3.	आश्रयी चले अंतर चले (Interval) असतील	ॲनोव्हा (Anova)
4.	दोन्ही चले अंतर चले (Interval) असतील	सहसंबंधात्मक प्रतिगमनात्मक

संशोधनात कोणती चले निष्कर्षांवर प्रभाव पाडतात ?

यासाठी संशोधक स्वतःला पुढील प्रश्न विचारतो

1. माझ्या संशोधनातील कोणते निष्कर्ष मी स्पष्ट करणार आहे ? म्हणजे आश्रयी चल होय.

2. कोणती चले वा घटक निष्कर्षांवर प्रभाव टाकतात म्हणजे स्वतंत्र चले होय.

3. मला अशा कोणत्या आणखी चलाचे मापन करावे लागेल. जेणेकरून मला खात्री होईल की माझा मुख्य घटक बाकीच्या घटकांना बाजूला ठेवून फक्त निष्कर्षांवर प्रभाव टाकेल? म्हणजेच नियंत्रित चल.

【 3.4 परिकल्पना /अभ्युपगम (Hypothesis) 】

❖ "A hypothesis states what we are looking for. A hypothesis look forward. It is a proposition which can be put to test to determine its validity. It may prove to be correct or incorrect."   **- गुड आणि हॅट (Good and Hatt)**

''परिकल्पना म्हणजे आपण काय पाहत आहोत, हे कथन करते. परिकल्पना पुढे पाहत असते. परिकल्पना म्हणजे असे विधान की ज्याची सप्रमाणता निश्चित करण्यासाठी परीक्षण केले जाते आणि ते पुढील संशोधनासाठी उपयोगी पडते.''

थोडक्यात, संशोधन करताना अनेक प्रश्न पडतात. संशोधनाचे संभाव्य उत्तर म्हणजे परिकल्पना होय. पूर्वी केलेल्या संशोधनांचा अभ्यास करून, तसेच संदर्भ साहित्यातून माहिती एकत्रित करून त्यावरून समस्येचे संभाव्य उत्तर म्हणजेच परिकल्पना मांडता येते.

परिकल्पना चलांचे स्पष्टीकरण देत नाही. परिकल्पनेचा संशोधनात सतत उल्लेख होत नाही कारण ती समस्येचा संबंध आणि माहीत नसलेल्या संबंधाबद्दल भविष्यातील विधान सांगते. समस्येबाबत चिकित्सक दृष्टिकोन वापरून संभाव्य उत्तरे तयार करून तज्ज्ञ मार्गदर्शकांशी चर्चा करूनही परिकल्पना निश्चित करता येते.

परिकल्पनेसाठी चलांची क्रमवार मांडणी करणे गरजेचे असते. प्रथम स्वतंत्र चल, दुसरे आश्रयी चल आणि तिसरे नियंत्रित चल याच क्रमाने चलांची मांडणी परिकल्पनेत करावी लागते. जर तुम्ही गटांची तुलना करणार असाल तर त्याचाही स्पष्ट उल्लेख परिकल्पनेत करा. तुमच्या गटामध्ये कोणता बदल, त्याचे प्रमाण तुम्हाला अपेक्षित आहे याचे भाकीत परिकल्पनेत करा.

तुम्ही संशोधनात भाग घेणाऱ्या गटांची माहिती, स्थळ याचेही वर्णन परिकल्पनेत करू शकता.

3.4.1 परिकल्पनेचे प्रकार (Types of Hypothesis)

संशोधनात परिकल्पना कधीच सिद्ध करता येत नाहीत. परंतु परिकल्पना स्वीकृत किंवा अस्वीकृत ठरविता येते.

(1) **संशोधन परिकल्पना (Declarative Hypothesis) :** जी परिकल्पना दोन चलांमधील संबंध किंवा फरक स्पष्ट करते तिला संशोधन परिकल्पना असे म्हणतात. या परिकल्पनेमध्ये निर्णयात्मक, निश्चित असे विधान असते. उदा., इयत्ता पाचवीच्या सामान्य विज्ञान विषयातील रोगजंतू आणि रोगप्रसार व रोगप्रतिबंधक या घटकासाठी संगणक साहय्यित कार्यक्रम राबविल्यास विद्यार्थ्यांच्या संपादनात धनात्मक वाढ होते.

(2) **शून्य परिकल्पना (Null Hypothesis) :** ज्या परिकल्पनेमध्ये दोन किंवा अधिक गटांच्या जनसंख्येच्या सांख्यिकीय मापनात फरक नाही असे म्हटले जाते त्या परिकल्पनेस शून्य परिकल्पना असे म्हणतात. उदा., इयत्ता पाचवीच्या सामान्य विज्ञान विषयातील रोगजंतू आणि रोगप्रसार व रोगप्रतिबंधक या घटकासाठी संगणक साहय्यित कार्यक्रम राबविल्यास विद्यार्थ्यांच्या संपादनात काहीही फरक दिसून येत नाही. शून्य परिकल्पनेवरून असे दिसून येते की, पुराव्याच्या आधारावर परीक्षण केल्यास त्या ठिकाणी फरक दिसून येत नाही. पण शून्य परिकल्पना नामंजूर केल्यास तेथे मात्र फरक दिसून येतो. परंतु त्यात किती फरक आहे याची संशोधकाला कल्पना नसते.

(3) **प्रश्न परिकल्पना (Question Form Hypothesis) :** अनुभवांचे निरीक्षण करण्यासाठी प्रश्न परिकल्पना हा सोपा प्रकार आहे. उदा., इयत्ता पाचवीच्या सामान्य विज्ञान विषयातील रोगजंतू आणि रोगप्रसार व रोगप्रतिबंधक या घटकासाठी संगणक साहय्यित कार्यक्रम राबविल्यास विद्यार्थ्यांच्या संपादनात फरक पडतो का ?

3.4.2 परिकल्पनेची वैशिष्ट्ये (Characteristic of Hypothesis)

(1) **भविष्यकथनाची शक्ती :** परिकल्पनेमुळे भविष्यात घडणाऱ्या गोष्टींचा अंदाज येतो. त्यामुळे सध्याच्या समस्येची परिस्थिती स्पष्ट होते आणि भविष्यात काय घडू शकेल याची माहिती होते.

(2) **निरीक्षणात्मक वस्तूंशी जवळचा संबंध :** परिकल्पना अतिशयोक्तीवर विश्वास ठेवत नाही. परिकल्पना निरीक्षणावर आधारित असते. ज्या गोष्टींचे आपण निरीक्षण करू शकत नाही अशा गोष्टींचा उल्लेख परिकल्पनेत नसतो. परिकल्पनेची स्वीकृती वा अस्वीकृती ही निरीक्षणावर अवलंबून असते.

(3) **परिकल्पनेत साधेपणा :** संशोधकाला समस्येची जास्त माहिती असेल तर परिकल्पना ही साधी असते.

(4) **स्पष्टता :** परिकल्पना नि:संदिग्ध असते. परिकल्पनेची भाषा स्पष्ट असावी जेणेकरून ती सर्वांना मान्य असावी.

(5) **मापनक्षम :** परिकल्पना योग्य शब्दांत मांडता येते. त्याचा निरीक्षणानंतर पडताळा घेता येतो.

(6) **समस्येशी संबंधित :** परिकल्पना ही समस्या ओळखण्यासाठी व त्याचे उत्तर शोधण्यासाठी मदत करते.

(7) **विशिष्ट समस्येची माहिती :** समस्येचे सामान्यीकरण नसते.

(8) **योग्य मापन साधने समजतात :** परिकल्पना मांडण्यापूर्वी संशोधकाला मापन साधने माहीत असतात.

(9) **नवीन संशोधन करण्यासाठी उपयोगी :** परिकल्पनेमुळे नवीन ज्ञानाची माहिती होते.

3.4.3 परिकल्पनेचे महत्त्व (Importance of Hypothesis)

(1) परिकल्पनेमुळे संशोधनास योग्य दिशा मिळते. नक्की काय करायचे माहीत झाल्यामुळे उद्दिष्टे, अध्यापन पद्धती, तथ्य संकलनाची साधने ठरविता येतात.

(2) परिकल्पनेमुळे ज्ञान वृद्धिंगत होते. परिकल्पना स्वीकृत वा अस्वीकृत ठरविण्यासाठी माहिती गोळा केली जाते. तिच्यावर सांख्यिकी प्रक्रिया करून परिकल्पनेचे स्पष्टीकरण दिले जाते. अशा प्रकारचे दिलेले स्पष्टीकरण वैध ठरले तर तिचे सामान्यीकरण करता येते.

(3) परिकल्पनेमुळे निष्कर्ष काढण्यास मदत होते.

3.4.4 परिकल्पनांचा पडताळा (Testing of Hypothesis)

परिकल्पना कधीही सिद्ध केली जात नाही तर ती स्वीकृत किंवा अस्वीकृत ठरविली जाते. परिकल्पनांच्या संदर्भात माहिती उपलब्ध करून घेण्यासाठी योग्य साधन वापरावे लागेल. उपलब्ध झालेल्या माहितीचे अर्थनिर्वचन करावे लागेल. संख्याशास्त्राच्या मदतीने आपल्याला परिकल्पना स्वीकृत अथवा अस्वीकृत ठरविता येते. प्रायोगिक पद्धतीतील शून्य परिकल्पना ही दोन्ही संख्याशास्त्रातील फरकामधून पडताळता येते.

3.5 गृहीतके (Assumption)

गृहीतके म्हणजे सत्य म्हणून स्वीकारलेली वस्तुस्थिती होय. ही गृहीतके संशोधनामध्ये पायाभूत तत्त्वे म्हणून मानली जातात. पूर्वी केलेल्या संशोधनातून काही निष्कर्ष संशोधकांनी काढलेले असतात. ही सत्य विधाने सर्वमान्य असतात. संशोधकाचे संशोधन यापैकी काही निष्कर्षांवर आधारलेले असते. संशोधक ही विधाने स्वतःच्या संशोधनात तपासून पाहणार नसतो. अशी विधाने म्हणजे गृहीतक होय. बऱ्याच संशोधनात संशोधकाने विषयाशी संबंधित काही नियम, तत्त्वे, पद्धती, गृहीत धरलेल्या असतात.

3.5.1 गृहीतकांचे महत्त्व (Importance of Assumption)

1. संशोधन प्रक्रिया पुढे नेण्यासाठी गृहीतकांची संशोधनामध्ये आवश्यकता असते. काही गोष्टी गृहीत धरल्याशिवाय नवीन गोष्टी शोधू शकत नाही.

2. संशोधनात सांगितलेली गृहीतके संशोधन विषयाचे स्रोत ठरू शकतात.

3. गृहीतकांमुळे ज्ञानात भर पडते.

3.6 जनसंख्या (Population)

शैक्षणिक संशोधनात जे प्रतिसादक किंवा संच असतात त्यांना जनसंख्या असे म्हणतात. जनसंख्येच्या फायद्यासाठी संशोधन केले जाते. जनसंख्येच्या मोठ्या संख्येमुळे संशोधक प्रत्येक व्यक्तींची चिकित्सा करू शकत नाही कारण ते वेळखाऊ काम आहे. यामुळे संशोधकाला नमुना निवड पद्धती वापरावी लागते. जनसंख्येमध्ये समान वैशिष्ट्ये असलेल्या व्यक्ती असतात. उदाहरणार्थ – माध्यमिक शाळेतील मुले.

जनसंख्येचे दोन प्रकार असतात.

(1) लक्ष्य जनसंख्या (Target Population) : निष्कर्षांचे सामान्यीकरण करण्यासाठी जो संपूर्ण संच निवडला जातो त्याला 'लक्ष्य जनसंख्या' असे म्हणतात.

(2) उपलब्ध जनसंख्या (Accessible Population) : संशोधक स्वतःचे निष्कर्ष ज्या प्रतिसादकांवर लागू करतो त्यांना उपलब्ध जनसंख्या असे म्हणतात. हा लक्ष्य जनसंख्येचे उपगट आहे त्यांना उपलब्ध जनसंख्या अभ्यास जनसंख्या म्हणतात.

N = जनसंख्या   S = नमुन्याचा आकार

नमुन्याचा आकार जनसंख्येच्या तुलनेत योग्य तेवढा असणे आवश्यक असते.

$$N = \left(\frac{\sigma Z}{T}\right)^2$$

N = न्यादर्शाचा आकार σ = जनसंख्येच्या प्रमाणविचलनाचे पूर्वानुमान

= विशिष्ट स्तराकरिता प्रमाणत्रुटी = न्यादर्श माध्यात मान्य होऊ शकणारा फरक

मुळे व उमाठे (1998 पृष्ठ क्र. 338) यांनी नमुन्याचा आकार किती असावा या संदर्भात पुढील सूत्र दिले आहे. तर Gay, L. R. (1992, पृष्ठ क्र. 125) यांनी जनसंख्येच्या तुलनेत नमुन्याचा आकार किती असावा याची आकडेवारी पुढील सारणीनुसार दिली आहे.

सारणी क्र. 3.1 जनसंख्या व नमुना

N	S	N	S	N	S	N	S	N	S
10	10	100	80	280	162	800	260	2800	338
15	14	110	86	290	165	850	265	3000	341
20	19	120	92	300	169	900	269	3500	346
25	24	130	97	320	175	950	274	4000	351
30	28	140	103	340	181	1000	278	4500	354
35	32	150	108	360	186	1100	285	5000	357
40	36	160	113	380	191	1200	291	6000	361
45	40	170	118	400	196	1300	297	7000	364
50	44	180	123	420	201	1400	302	8000	367
55	48	190	127	440	205	1500	306	9000	368
60	52	200	132	460	210	1600	310	10000	370
65	56	210	136	480	214	1700	313	15000	375
70	59	220	140	500	217	1800	317	20000	377
75	63	230	144	550	226	1900	320	30000	379
85	66	240	148	600	234	2000	322	40000	380
85	70	250	152	650	242	2200	327	50000	381
90	73	260	155	700	248	2400	331	75000	382
95	76	270	159	750	254	2600	335	100000	384

3.7 नमुना निवड / न्यादर्शन / प्रतिदर्शन (Sampling)

शैक्षणिक संशोधनात 'नमुना' म्हणजे 'न्यादर्श' म्हटले जाते. जनसंख्येमधून संशोधक स्वत:चा सहज उपलब्ध असलेला नमुना गट घेतो.

- नमुना निवड म्हणजे पूर्वनियोजित योजनेनुसार एका एककाच्या समूहामधून एक ठरावीक टक्केवारी निवडणे होय.
  – बोगार्डस
- "Sampling is the selection of certain percentage of a group items according to a predetermined plan."
- "A sample is a smaller collection of units from a population used to determine truths about that population (Field, 2005)"

नमुना निवड ही पद्धती खालील गणिती नियमांमधून तयार झाली आहे.

(1) सांख्यिकी नियमितपणाचा नियम (Law of Statistical Regulating) : Law of statistical Regularity says that a moderately large number of the item chosen at random from the large group are almost sure on the average to passess the feature of the large group.

मोठ्या समूहातून यादृच्छिकपणे निवडलेला गट हा त्या मोठ्या गटाची वैशिष्ट्ये धारण करतो. या नियमानुसार नमुना हा यादृच्छिकपणेच निवडला पाहिजे.

(2) मोठ्या संख्येचा जडत्वाचा नियम (Law of Interia of Large Number) : According to this law, the other thing being equal the larger the size of the sample, the more accurate the results are likely to be.

नमुना हा जेवढा जास्तीत जास्त मोठा तेवढे त्याचे निष्कर्ष हे अचूक असण्याची शक्यता असते.

3.7.1 नमुना निवडीची गरज (Need of Sampling)

1. जनसंख्येवर लागू करण्यासाठीचे निष्कर्ष काढण्यासाठी माहिती गोळा करावी लागते. ही माहिती गोळा करण्यासाठी नमुना निवडीची आवश्यकता आहे.
2. नमुना निवडीमुळे वेळेची व पैशाची बचत होते.
3. समरूप जनसंख्या असेल तर नमुना निवड तंत्र वापरणे सहज शक्य असते.
4. संशोधनासाठी मोठे क्षेत्र निवडता येते.
5. अतिशय मोठी जनसंख्या असेल तर नमुना निवड करणे ही संशोधनासाठी व्यवहार्य गरज आहे.

3.7.2 नमुना निवडीची वैशिष्ट्ये (Characteristic of Sampling)

1. नमुना निवडीमुळे वेळेची व पैशाची बचत होते.
2. बऱ्यापैकी विश्वसनीय आहे.
3. वेगवेगळ्या संशोधन पद्धतीत वापरण्यास सोपी आहे.
4. वैज्ञानिक स्वरूप आहे
5. नमुना प्रातिनिधिक असतो.
6. व्यावहारिक अनुभवावर आधारित असते.

3.7.3 नमुना निवडीच्या पद्धती (Sampling Methods)

नमुना निवडीचे दोन प्रकार पडतात.

1. संभाव्यता नमुना निवड (Probability Sampling)
2. असंभाव्यता नमुना निवड (Non Probability Sampling)

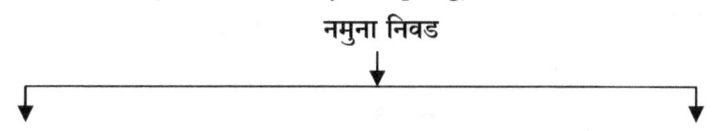

नमुना निवड

(1) संभाव्यता नमुना निवड

(अ) साधा यादृच्छिक (Simple Random)

(ब) नियमबद्ध (Systematic)

(क) स्तरीय यादृच्छिक (Stratified Random)

(ड) बहुस्तरीय (Multistage)

(इ) गुच्छ नमुना निवड (Cluster)

(2) असंभाव्यता नमुना निवड

(अ) निर्दिष्टांश (Quota Sampling)

(ब) सहेतुक (Purposive)

(क) प्रासंगिक (Incidental)

(ड) स्नो-बॉल (Snow Ball Sampling)

(1) संभाव्यता नमुना निवड (Probability Sampling) :

(अ) साधा यादृच्छिक नमुना निवड (Simple Random Sampling) : यादृच्छिक म्हणजे कोणत्याही प्रकारचा भेदभाव न करता जनसंख्या घटकास नमुना निवडीत समाविष्ट होण्याची समान संधी मिळते. साधा यादृच्छिक नमुना निवडीचे महत्त्वाचे दोन निकष आहेत.

1. जनसंख्येतील प्रत्येक घटकास नमुन्यात निवडण्यास समान संधी मिळते.
2. एकाच्या निवडीने दुसऱ्या एककाच्या निवडीवर कोणताच विपरीत परिणाम होत नसतो.

या पद्धतीने मिळविलेल्या माहितीचे अर्थनिर्वचन करणे सोपे जाते.

साधा यादृच्छिक नमुना निवडीचे प्रकार :

(i) लॉटरी पद्धत (Lottery Method) : या पद्धतीत फासे टाकणे, चिठ्ठ्या टाकणे, पत्ते पिसणे इत्यादी मार्गांचा उपयोग करतात. जनसंख्येच्या सर्व घटकांचा क्रमांक चिठ्ठ्यावर देऊन घड्या करतात. डब्यात ठेवून एकत्र करतात व एकेक काढून नमुना निवडीत ठेवतात.

(ii) ग्रीड पद्धत (Grid Method) : ही पद्धत लेस्ली ग्रीड याने 1949 साली शोधून काढली. ही पद्धत विशेषकरून सर्वेक्षण पद्धतीत नियोजित भागावर क्रमांक देऊन वर्ग देतात व नमुना निवडतात. विशाल भौगोलिक क्षेत्रातून काही क्षेत्रांची माहिती मिळवण्यासाठी ही पद्धती वापरतात.

(iii) अनियमित अंकन पद्धत (Irregular Marking Method) : या पद्धतीत सर्व एककांची यादी तयार करण्यात येते. यातून पहिला आणि शेवटचा क्रमांक सोडून बाकीच्या क्रमांकावर अनियमितपणे संशोधक नमुना निश्चित करण्याचा प्रयत्न करतो.

(iv) नियमित अंकन पद्धती (Regular Marking Method) : यात वेळ व स्थान यावर आधारित एकक ठेवलेले असतात. समग्रातील सर्व एककांची क्रमाने एक यादी तयार करून किती एककांची निवड करावयाची आहे ते ठरवावे लागते. त्यातून अपेक्षित संख्या निवडून नमुना निवड करण्यात येते.

(v) कार्ड पद्धत (Card Method) : कार्डवर एककांना नावे आणि क्रमांक देऊन गोल ड्रममध्ये ठेवण्यात येते. ते हलवून कार्ड काढण्यात येते, ही क्रिया प्रत्येक वेळी करण्यात येते.

(vi) टिप्पेट पद्धती (Tippet Method) : या पद्धतीत संख्यांना यादृच्छिक नमुना निवड पद्धतीचा वापर करण्यात येतो. संख्या पानावर क्रमाशिवाय लिहिलेल्या असतात. संशोधक संशोधनासाठी कोणत्याही पानावरून अंक घेण्यास सुरुवात करतो. टिप्पेन नावाच्या प्रोफेसरांनी या पद्धतीचा विस्तार केला. यात चार अंकी आकड्यांचा वापर केला जातो.

(ब) नियमबद्ध नमुना निवड (Systematic Sampling) :

❖ ''ज्यामध्ये जनसंख्येच्या यादीतून प्रत्येक विशिष्ट क्रमांकाच्या सभासदाची जी निवड करण्यात येते त्या निवडीस नियमबद्ध नमुना निवड असे म्हणतात.'' **– गे**

उदाहरणार्थ 16 विद्यार्थ्यांतील 4 विद्यार्थी निवडावयाचे आहेत.

तर N = नमुना निवड

M

N = जनसंख्या निवडीचा आकार

N = नमुना निवडीचा आकार

N = 16 n = 4

16 = 4

4

एकूण विद्यार्थी (1) (2) (3) (4) (5) (6) (7) (8) (9) (10) (11) (12) (13) (14) (15) (16)

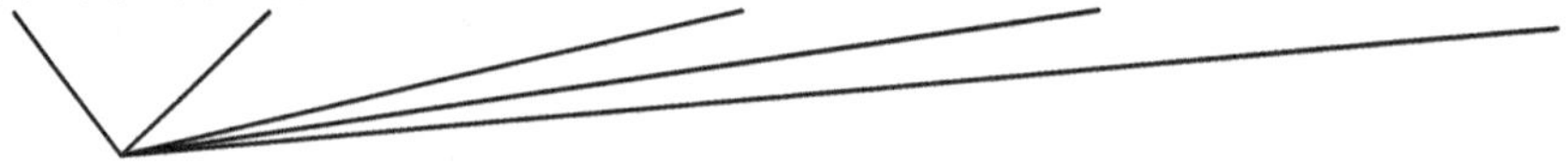

नमुना निवड (1) (4) (9) (12) (16)

(क) स्तरीय यादृश्चिक नमुना निवड (Stratified Random Sampling) : लोकसंख्येच्या विविध निकषांवर आधारलेले वर्ग विचारात घेऊन नमुना निवड केलेली असते. जनसंख्येची विभागणी लिंग, वयोगट, बुद्धिमत्ता, शहरी व ग्रामीण विभाग अशा उपगटात केलेली असते.

यामध्ये जनसंख्येची उपगटात विभागणी केल्याने संशोधकाला विशिष्ट उपगटांबद्दल निष्कर्ष काढणे सोपे जाते. स्तरीय नमुना निवड पद्धती वापरल्याने सांख्यिकी अनुमान प्रभावीपणे काढले जाते. ही पद्धत मोठ्या जनसंख्येसाठी वापरली जाते.

उदाहरणार्थ, संशोधनासाठी माध्यमिक शाळेतील 1000 जनसंख्या घ्यायची ठरली. त्यात खाजगी शाळेतील 600 विद्यार्थी तर महानगरपालिकेच्या शाळेतील 400 विद्यार्थी नमुना म्हणून निवडल्यास तो प्रातिनिधिक ठरू शकतो. अशा प्रकारे प्रत्येक गटातील शेकडे ठरवून झाल्यावर पुढील निवड ही यादृच्छिक पद्धतीने करणे आवश्यक वाटते.

जनसंख्या 1000		
खाजगी शाळा विद्यार्थी	→	यादृच्छिक पद्धतीने
(600)	→	(60%)→ 60
महानगरपालिका विद्यार्थी		(40%) →40
(400)		नमुना = 100

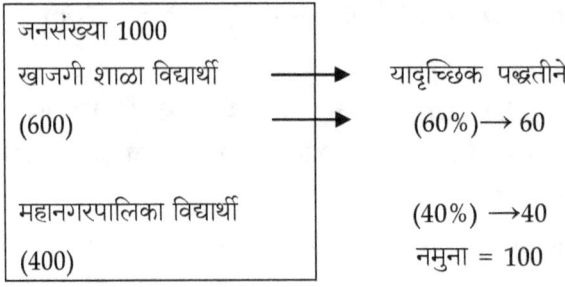

(ड) बहुस्तरीय नमुना निवड (Multistage Sampling) : संशोधक दोन किंवा जास्त स्तर वापरतो कारण संशोधकाला मोठ्या जनसंख्येतून नमुना निवड करणे अवघड असते. नमुना साधारणपणे भौगोलिक परिस्थितीनुसार किंवा काळानुसार गट पद्धतीने निवडला जातो. यामध्ये संशोधकाला प्रवास करावा लागण्याची शक्यता असते. परंतु खर्च येऊ शकतो.

उदाहरणार्थ, महाराष्ट्रातील प्रत्येकी चार तालुके आणि त्यातून प्रत्येकी सहा माध्यमिक विद्यालये अशी एकूण 24 विद्यालये घेण्यात येतील. यानुसार यादृच्छिक पद्धतीने प्रत्येकी 10 विद्यार्थी घेऊन 240 विद्यार्थ्यांचा अभ्यास करणे आवश्यक आहे.

(इ) गुच्छ नमुना निवड (Cluster Sampling) : जनसंख्येची विशाल अशा सामान्य समान घटकात विभागणी केली जाते अशा वेळी या पद्धतीचा वापर करतात. यामध्ये नमुना निवड ही अनेक जनसंख्या घटकांनी तयार झालेली असते. म्हणून या पद्धतीस गुच्छ नमुना निवड म्हणतात. उदाहरणार्थ, शाळा, वर्ग, खेडे, कुटुंब. ही पद्धत बहुतेक व्यवस्थापन क्षेत्रात वापरली जाते.

(2) असंभाव्यता नमुना निवड (Non- Probability Sampling) : असंभाव्यता नमुना निवड पद्धतीमध्ये संशोधक स्वतःला सोईस्कर वाटणारा नमुना निवडतो. संशोधक स्वतःच्या ज्ञानाने व अनुभवाने योग्य असा प्रातिनिधिक नमुना निवडू शकतो. या गृहीतांवर ही पद्धती आधारित आहे.

(अ) निर्दिष्टांश नमुना निवड (Quota Sampling) : जनसंख्येचे गट पाडून त्याची त्या एकूण वर्गातील टक्केवारी किती आहे त्यानुसार त्या गटाचा हिस्सा ठरविला जातो. हे गट म्हणजे लिंग, वयोगट, धर्म, जात, व्यवसाय, आर्थिक स्थिती, गुणवत्ता क्षेत्र यांच्या निकषानुसार घेतले जातात. एकूण लोकसंख्येत किती प्रमाण, किती टक्केवारी आहे हे प्रथम पाहिले जाते. संशोधक या प्रमाणानुसार त्या-त्या गटाचा हिस्सा, प्रमाण ठरवितो. प्रत्येक गटातील ठरविलेला हिस्सा पूर्ण होईपर्यंत त्या गटातील भेटणाऱ्या एककाचा नमुन्यात समावेश केला जातो.

(ब) सहेतुक नमुना निवड (Purposive / Judgment Sampling) : संशोधक स्वतःच्या संशोधन उद्दिष्टांना पूरक ठरणारे प्रतिसादकच निवडतो. यामध्ये संशोधकाला जनसंख्या निश्चितपणे माहिती आहे असे गृहीत धरले जाते. जनसंख्या संशोधन प्रश्नांना व परिकल्पनेला पूरक प्रतिसाद देतात. संशोधक स्वतःच्या ज्ञानावरून व व्यावसायिक अंदाजावरून जनसंख्या ठरवितो.

(क) प्रासंगिक सहजप्राप्त नमुना निवड (Incidental/ Convenience Sampling) : संशोधकाला जे प्रतिसादक सहज उपलब्ध होऊ शकतात अशांचा समावेश नमुना निवडीत केला जातो. या नमुना निवडीने मिळालेल्या निष्कर्षांचे सामान्यीकरण फारसे विश्वसनीय नसते. कारण याचे प्रतिसादक हे गटाचे पुरेसे प्रतिनिधित्व करत नाहीत. ही नमुना निवड पद्धती विशेषकरून प्रथमदर्शी अभ्यासासाठी उपयोगी आहे.

(ड) स्नो-बॉल नमुना निवड (Snow Ball Sampling) : सहेतुक नमुना निवडीचा एक प्रकार आहे. स्नो-बॉल म्हणजे पुढे जाईल तसतसे वाढत जाणे. संशोधन सुरू होण्याआधी नमुना निवड केली जाते. संशोधक सुरुवातीच्या प्रयोज्यांना विनंती करतात की बाकीच्या व्यक्तींना न्यादर्शात येण्यासाठी विनंती करावी. मुलाखत घेत असताना किंवा अनौपचारिक संवादामध्ये अशा प्रकारचा प्रश्न विचारावा. यामुळे नमुना निवडीमधील प्रयोज्यांची संख्या वाढते.

3.7.4 गुणात्मक संशोधनातील नमुना निवड (Sampling in Qualitative Research)

(1) सैद्धान्तिक नमुना निवड (Theoretical Sampling) : नवीन संकल्पना मिळविण्यासाठी संशोधक माहिती गोळा करतो, तिचे विश्लेषण करतो आणि त्यानंतर पुढील नवीन माहिती मिळविण्यासाठी कोणती माहिती कोठून मिळवायची हे ठरविले जाते.

(2) तीव्र नमुना निवड (Intensity Sampling) : समस्येविषयी भरपूर माहिती देणारे प्रतिसादक असतात. त्यांच्या माहितीमुळे समस्या प्रभावीपणे व्यक्त होते.

(3) निष्कर्ष नमुना निवड (Criterion Sampling) : या नमुना निवडीमध्ये ठरावीक निष्कर्ष सारखे असलेले सर्व प्रयोज्य असतात. यांचा उपयोग संशोधनाच्या गुणवत्तावाढीसाठी होतो.

(4) एकजिनसी नमुना निवड (Homogenous Sampling) : या नमुना निवडीत संशोधक समान वैशिष्ट्ये / गुण असलेल्या व्यक्ती, स्थळ निवडतो. यामुळे गटाने मुलाखत घेणे सोपे जाते.

(5) चिकित्सक नमुना निवड (Critical Sampling) : या नमुना निवडीमध्ये संशोधक अपवादात्मक प्रयोज्य निवडतो आणि त्याविषयी विविधांगी माहिती जाणून घेतो. यामुळे आलेल्या निष्कर्षाचे तर्कशुद्ध सामान्यीकरण करू शकतो. आणि ते तशाच बाकीच्या प्रयोज्यांवर लागू करू शकतो.

3.7.5 नमुना निवडीतील त्रुटी (Errors in Sampling)

जेव्हा जनसंख्येची वैशिष्ट्ये ही नमुना निवडीच्या वैशिष्ट्यापासून वेगळी असतील तेव्हा नमुना निवडीतील सांख्यिकी त्रुटी निर्माण होते. उदाहरणार्थ, 1 करोड लोकांमधून 1000 लोकांची उंची तुम्हाला मोजायची असेल, तर 1000 लोकांची सरासरी उंची ही 1 करोड लोकांच्या सरासरी उंचीएवढी नक्कीच येणार नाही. जरी संपूर्ण जनसंख्येची वैशिष्ट्ये ठरविण्यासाठी नमुना निवड घेतली असली तरी नमुना निवड आणि जनसंख्या यांच्या किमतीतील फरक म्हणजे नमुना निवडीतील त्रुटी होय.

नमुना निवडीतील प्रतिसादकांची संख्या जास्त असेल तर मापनातील त्रुटी कमी होते. नमुना निवडीतील त्रुटींचे दोन प्रकार आहेत.

(1) नमुना निवड त्रुटी (Sample Errors) : नमुना निवड आणि जनसंख्या यांच्या किमतीतील फरक म्हणजे नमुना निवडीतील त्रुटी होय. हा फरक निवडलेल्या प्रतिसादकांच्या निरीक्षणांमुळे येतो. सांख्यिकी त्रुटी म्हणजेच नमुना निवड त्रुटी होय. या त्रुटीवर आपले नियंत्रण नसते

(2) मापन त्रुटी (Non-Sample Error) : मापन साधनात दोष असणे, नमुना निवड पर्याप्त नसणे, माहिती गोळा करण्यात दोष असणे. अशा ज्या कारणांमुळे मापनात दोष निर्माण होतो त्याला मापन त्रुटी असे म्हणतात. कोणतेही मापन साधन असले तरी निरीक्षणात, मुलाखतीमध्ये, सांकेतिकीकरण करण्यात, प्रयोगवस्तूंचा प्रतिसाद नसणे यामुळे संशोधकांकडून त्रुटी निर्माण होते. याला चलांच्या प्रतिसादकाची त्रुटी असेही म्हणतात. मापन त्रुटीचे दोन प्रकार पडतात.

(अ) प्रतिसाद नसल्यामुळे त्रुटी (Non-Response Error) : नमुना निवडीतील घटकांचा एकत्रित किंवा स्वतंत्र प्रतिसाद न मिळाल्याने ही त्रुटी येते.

(ब) प्रतिसाद त्रुटी (Response Error) : माहिती गोळा करताना किंवा अर्थनिर्वचनाचे परीक्षण करताना पूर्वग्रहदूषित हा घटक निर्माण झाला तर माहितीमध्ये सदर त्रुटी निर्माण होते. प्रतिसाद त्रुटी निर्माण होण्याची कारणे :

(i) प्रतिसादक त्रुटी (Respondent Error) : प्रतिसादकाने प्रतिष्ठा, भावनिकता, सामाजिक हेतूंना बाधा यामुळे जर चुकीचे उत्तर दिले तर त्रुटी निर्माण होते. तसेच प्रतिसादकाला प्रयोगाची गरज कळली नाही, प्रतिसादकाची गरज नसेल, आळशी प्रतिसादक, आठवून उत्तर द्यायचे असेल, दुसऱ्यांची उत्तरे स्वतःची म्हणून सांगितली तरी मापनात त्रुटी येते.

(ii) पूर्वग्रहदूषित मुलाखत (Interviewer Bias) : वेगवेगळ्या प्रकारे मुलाखत घेतली जाते. मुलाखतकार कोण आहे यावर प्रतिसादक स्वतःचे मत करू शकतो. मुलाखतकाराला पुरेसा अनुभव नसेल, मुलाखतकारावर खूप दबाव असेल अशा अनेक कारणांमुळे मापन त्रुटी निर्माण होते.

(iii) मापन साधनातील त्रुटी (Measurement Error) : प्रश्न हा संदिग्ध, अवघड, अस्पष्ट असेल तर मापन साधनात त्रुटी येऊ शकते. अपेक्षित उत्तरे पूर्ण नसतील, प्रतिसादकांना मिळालेली माहिती अपुरी असेल, प्रतिसादकांची माहितीविषयी कल्पना असेल तर मापन साधनात त्रुटी निर्माण होते.

अशा प्रकारे सांख्यिकी माहिती तयार करताना मापन त्रुटी येणे हा संशोधनातील टाळता न येणारा भाग आहे.

3.8 अहवाल लेखन (Report Writing)

संशोधन पूर्ण केल्यावर त्याचे अचूक सादरीकरण अहवाल लेखनाद्वारे करणे हे कौशल्याचे काम आहे. अहवालातील प्रकरणांची रचना व त्यातील मुद्दे पुढील अनुक्रमणिकेनुसार असावेत.

अनुक्रमणिका

(i) मुखपृष्ठ

(ii) मार्गदर्शकाचे प्रमाणपत्र (दाखला)

(iii) प्रतिज्ञापत्र

(iv) ऋणनिर्देश

प्रकरण क्र.		तपशील	पृष्ठ क्र.
1		संशोधन विषयाची ओळख	
	1.1	प्रास्ताविक	
	1.2	संशोधनाची गरज	
	1.3	समस्या विधान	
	1.4	संशोधनाची उद्दिष्टे	
	1.5	कार्यात्मक व्याख्या	
	1.6	संशोधनाचे महत्त्व	
	1.7	गृहीतके	
	1.8	परिकल्पना	
	1.9	संशोधनाची मर्यादा	
	1.10	संशोधनाची व्याप्ती	
2		संबंधित साहित्य व संशोधनांचा आढावा	
	2.1	प्रस्तावना	
	2.2	संबंधित साहित्य व संशोधनांचा आढावा घेण्याचे महत्त्व	
	2.3	संबंधित साहित्य व संशोधनांचा आढावा घेण्याची उद्दिष्टे / हेतू	
	2.4	संबंधित साहित्य व संशोधनांचा आढावा घेण्यासाठी भेटी दिलेली स्थळे व साहित्याचे स्रोत	
	2.5	संबंधित साहित्याचा आढावा	
	2.6	संबंधित संशोधनांचा आढावा	
	2.7	प्रस्तुत संशोधनाचे वेगळेपण	
	2.8	आढाव्याचा प्रस्तुत संशोधनासाठी झालेला उपयोग	

(क्रमशः)

(क्रमशः)

प्रकरण क्र.		तपशील	पृष्ठ क्र.
		परिशिष्टे (अ) संशोधनातील प्रयुक्तांची यादी (विद्यार्थ्यांची/शिक्षकांची नावे) (ब) पूर्वचाचणी प्रश्नपत्रिका } अथवा संशोधनासाठी (क) उत्तर चाचणी प्रश्नपत्रिका } वापरलेली साधने (ड) उपक्रमांची यादी (इ) विद्यार्थ्यांचे प्राप्तांक (ई) संख्याशास्त्रीय आकडेमोड (उ) छायाचित्रे (ऊ) पत्राचे नमुने ए) नकाशे	

3.9 पथदर्शी अभ्यास (Pilot Study)

लहान प्रमाणात नमुना निवड घेऊन प्रयोगाची लवचीकता, वेळ, खर्च, प्रतिकूल घटक, संख्यात्मक प्रसरणाचा प्रभाव यांचे मूल्यमापन करून मोठ्या न्यादर्शावरील निष्कर्षांचे भाकीत करण्यासाठी तसेच संशोधन पद्धतींमध्ये सुधारणा करण्यासाठी केलेला अभ्यास म्हणजे पथदर्शी अभ्यास होय. म्हणजेच पथदर्शी अभ्यासात प्रत्यक्ष संशोधन करताना येणाऱ्या अडचणींचा पूर्वअंदाज घेऊन त्या अडचणी दूर व्हाव्यात या हेतूने अत्यंत लहान प्रमाणात संपूर्ण संशोधन प्रक्रिया पूर्ण केली जाते.

पथदर्शी अभ्यास हा बहुतेक वेळा संख्यात्मक संशोधनापूर्वी वेळ व खर्च वाचविण्यासाठी केला जातो. सहज उपलब्ध असणाऱ्या प्रतिसादकांवर हा अभ्यास केला जातो. परिकल्पनांची निश्चिती होण्यास त्याचा उपयोग होतो. परंतु त्यातून निघणारे निष्कर्ष हे जाहीर करणारा नसतो. पथदर्शी अभ्यासामुळे माहिती गोळा करण्यासाठी वापरलेली साधने तपासता येतात. त्यामुळे दोष असणारी साधने दुरुस्त करता येतात किंवा त्याज्य ठरविता येतात.

3.10 संदर्भ ग्रंथसूची लेखन (Bibliography)

संदर्भ ग्रंथसूचीसाठी Bibliography हा लॅटिन शब्द वापरला जातो.

Biblio = book, graphs - something written म्हणून list of books

जेव्हा एखादे पुस्तक, लेख, संशोधन याविषयी लिहिले जाते तेव्हा त्यासाठी विविध माहितीचे स्रोत लेखकाकडून वापरले जातात. या माहितीच्या स्रोतांची नावे आकारविल्हेनुसार आपल्या पुस्तक, लेख, संशोधनाच्या सर्वांत शेवटी देणे म्हणजे संदर्भ ग्रंथसूची लिहिणे होय. संदर्भ ग्रंथसूची लिहून संशोधक एकप्रकारे आपल्या संशोधनासाठी माहिती पुरविल्याबद्दल आभार मानत असतो. संदर्भ ग्रंथसूची हा ग्रंथालयशास्त्राचाच एक भाग आहे. पॉल ऑटलेट (Paul Outlet) यांनी संदर्भ ग्रंथसूचीबद्दल प्रथम सांगितले.

संदर्भ ग्रंथसूची लिहिण्याच्या पद्धती :

1. **MLA format (Modern Language Association)**
   - लेखकाचे आडनाव, प्रथम नाव

- पुस्तकाचे नाव
- आणखी काही माहिती असेल तर
- ज्या शहरात प्रकाशित झाले आहे त्याचे नाव
- ज्या प्रकाशनाने प्रकाशित केले त्याचे नाव
- प्रकाशित झाल्याची तारीख

  उदाहरणार्थ, भिंताडे वि.रा. शैक्षणिक संशोधन पद्धती पुणे, नित्यनूतन प्रकाशन, 2005

2. APA format (American Psychological Association)

उदाहरणार्थ : भिंताडे वि. रा. (2005) शैक्षणिक संशोधन पद्धती, पुणे, नित्यनूतन प्रकाशन

साधारणत : खालीलप्रमाणे साहित्यांचा क्रम असावा.

- पुस्तके : प्रकाशित साहित्य, सरकारी प्रकाशने, ग्रंथसंस्था खाजगी प्रकाशने
- मासिके :
- नियतकालिके :
- वर्तमानपत्रे :
- चित्रपट :
- ऑनलाइन : इंटरनेट, वेबसाईट

3. **MLA पद्धतीने संदर्भ ग्रंथसूची लिहिण्याची पद्धत**

- पुस्तके - लेखकाचे आडनाव, प्रथम नाव, पुस्तकाचे नाव, प्रकाशन शहर, प्रकाशनाचे नाव, वर्ष
- मासिके - लेखकाचे आडनाव, प्रथम नाव, लेखाचे नाव, मासिकाचे नाव, वर्ष, पान नं.

  उदा., डॉ. आपटे विनिता, जैवविविधता - धोक्याच्या पातळीवर, योजना विशेषांक, डिसेंबर 2015, पान नंबर 5.
- वृत्तपत्रे - लेखकाचे नाव, प्रथम नाव, लेखाचे नाव, वर्तमानपत्राचे नाव, प्रकाशन शहर, दिनांक, पान क्रमांक

  उदा., मोघे किरण, कामकरी स्त्रियांची तारेवरची कसरत, सकाळ पेपर, पुणे महाराष्ट्र,
  9 जानेवारी 2016, पान क्र. 6
- चित्रपट - चित्रपटाचे नाव, दिग्दर्शक, वितरक, वर्ष

  उदा., डॉ. प्रकाश बाबा आमटे, पोरे समृद्धी, एक्सेलव्हिजन, 2014
- ऑनलाइन - इंटरनेट - साईटचे नाव, लेखकाचे नाव, दिनांक.

  उदा., https//en.m.wikipedia org/ Email.

✦✦✦

शैक्षणिक संशोधनाची विविध साधने व तंत्रे
(Tools and Techniques of Educational Research)

❋ प्रस्तावना ❋

रिमाने संशोधन समस्या निश्चित केली. संशोधनासाठी संशोधन पद्धती, नमुना निवड, परिकल्पना यासंबंधी सहकाऱ्यांशी चर्चा करून निश्चित निर्णय घेतला. परंतु संशोधनाविषयी माहिती गोळा करण्यासाठी कोणती मापन साधने वापरावी या विचारात ती पडली. प्रश्नावली, योग्य ठरेल का मुलाखत? या प्रश्नावर पुन्हा चर्चा केली. विविध कसोट्यांचा विचार केला. ई - साधने तपासली. यानंतर मापन साधनांचा निर्णय घेतला.

संशोधनात माहिती संकलनासाठी विविध मापन साधने वापरणे गरजेचे असते. निरीक्षणे, मुलाखत, प्रश्नावली, विविध मानसशास्त्रीय कसोट्या, ई-साधने यांची माहिती सदर प्रकरणात दिलेली आहे. चांगल्या मापन साधनांची वैशिष्ट्ये, मापन साधने प्रमाणित करण्याची पद्धत याचीही सविस्तर चर्चा केली आहे.

या घटकाचा अभ्यास करून तुम्ही खालील प्रश्नांची उत्तरे देऊ शकाल.

1. संशोधनाची प्रमुख साधने कोणती ? त्यापैकी कोणत्याही एका साधनाची व्याप्ती व वैशिष्ट्ये सांगा.
2. प्रश्नावली म्हणजे काय ? प्रश्नावलीच्या प्रकारांची थोडक्यात माहिती सांगा.
3. अभिवृत्ती मापिका म्हणजे काय ? संशोधनात तिचा वापर कसा वापर होऊ शकतो हे सोदाहरण स्पष्ट करा.
4. निरीक्षणे म्हणजे काय ? निरीक्षणाची वैशिष्ट्ये सांगून त्यांच्या गुण व मर्यादांची चर्चा करा.
5. मुलाखत म्हणजे काय ? मुलाखतीची वैशिष्ट्ये सांगून त्यांची सविस्तर माहिती द्या.
6. टीपा लिहा : (अ) प्रायोगिक पद्धतीतील चले

   (ब) ई-साधने

   (क) नमुना निवडीचे प्रकार

संशोधनासाठी माहिती गोळा करण्यापूर्वी संशोधकाने संशोधन समस्या व विषय चांगल्या प्रकारे समजून घेतला पाहिजे. संशोधन विषयातील गुंतागुंत सोडविण्यासाठी त्याविषयी माहिती गोळा करणे आवश्यक आहे. ही माहिती जमा करण्यासाठी विविध साधनांचा वापर केला जातो. माहिती अधिक अचूक मिळण्यासाठी या साधनांच्या गुण-दोषांची जाणीव संशोधकाला असणे आवश्यक आहे. संशोधनामध्ये माहिती गोळा करण्यासाठी खालील साधनांचा वापर केला जातो.

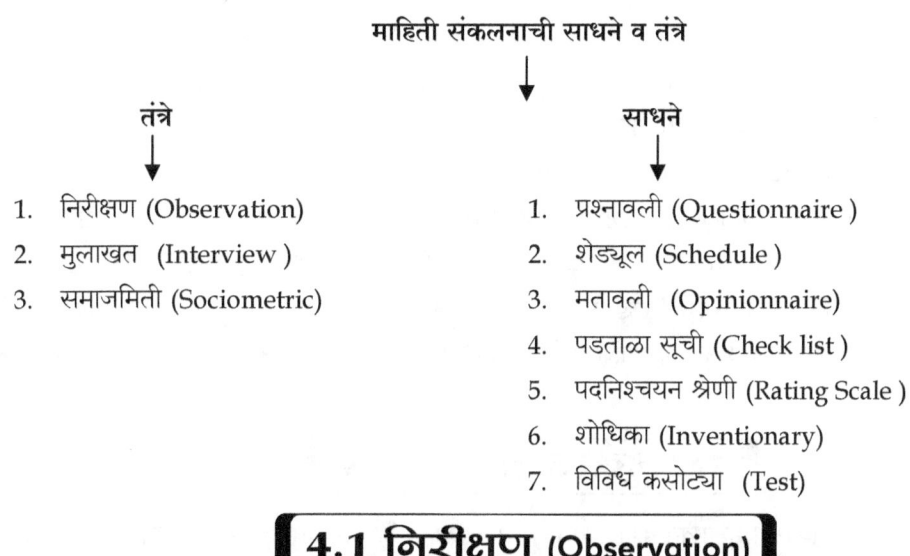

माहिती संकलनाची साधने व तंत्रे

तंत्रे

1. निरीक्षण (Observation)
2. मुलाखत (Interview)
3. समाजमिती (Sociometric)

साधने

1. प्रश्नावली (Questionnaire)
2. शेड्यूल (Schedule)
3. मतावली (Opinionnaire)
4. पडताळा सूची (Check list)
5. पदनिश्चयन श्रेणी (Rating Scale)
6. शोधिका (Inventionary)
7. विविध कसोट्या (Test)

4.1 निरीक्षण (Observation)

निरीक्षण हे माहिती संकलनातील सतत वापरले जाणारे साधन आहे. प्रयोगातील प्रतिसादक हे विविध परिस्थितीत कोणती कृती करतात याची पाहणी करणे म्हणजे निरीक्षण होय. संशोधकाने प्रत्यक्ष घडलेल्या घटनेची नोंद केल्याने माहितीतील सत्यता कायम राहते. निरीक्षण हे अत्यंत वस्तुनिष्ठपणे, पूर्वग्रह न बाळगता होणे आवश्यक आहे. निरीक्षण करण्यासाठी संशोधकाजवळ लक्षपूर्वक ऐकण्याचे कौशल्य आणि डोळ्यांनी पाहत असलेल्या नोंदी काळजीपूर्वक करणे आवश्यक आहे.

निरीक्षण कशाचे, कोणाकडून करायचे

1. प्रतिसादकाचे निरीक्षण करणे.
2. निरीक्षक म्हणून निरीक्षण करणे.
3. प्रथम लांबून तटस्थ वृत्तीने निरीक्षण करणे. नंतर प्रत्यक्ष संशोधनात भाग घेऊन निरीक्षण करणे आणि त्यानंतर खोलवर जाऊन एखाद्या घटनेची / प्रसंगाची मीमांसा करणे.

गुड (1966 pp. 244-245) यांच्या मते निरीक्षण करताना खालील घटक विचारात घ्यावेत.

1. निरीक्षण करण्यासाठी योग्य गट घ्यावा.
2. गटासाठी विशिष्ट परिस्थिती निर्माण करावी.
3. निरीक्षणाचा काळ, दोन निरीक्षणांतील अंतर या बाबी ठरवून घ्याव्यात.
4. निरीक्षकाची शारीरिक अवस्था व त्याचा निरीक्षणावर पडणारा प्रभाव लक्षात घ्यावा.
5. निरीक्षणातील माहितीची वारंवारिता तपासली जावी.
6. निरीक्षणाची व्याप्ती लक्षात घ्यावी.
7. निरीक्षक अनुभवी असावा.
8. निरीक्षणाचे योग्य अर्थनिर्वचन करावे

संशोधकाचे निरीक्षण हे वैध ठरण्यासाठी प्रसंगाचे किंवा वर्तनाचे वास्तववादी निरीक्षण असले पाहिजे. याबरोबर तज्ज्ञांचे मतही निरीक्षणाची वैधता तपासू शकते. निष्कर्षाशी संबंधित आणि संकल्पनात्मक वैधता ही संशोधनाच्या हेतुनसार व वर्तनामुळे आलेल्या निष्कर्षानुसार गरजेची असू शकते. उदाहरणार्थ, आक्रमक स्वभावाचा पुरावा गोळा केला असेल तर, संकल्पनात्मक वैधता ही वर्तन आणि संकल्पना यामधील संबंधाचे स्पष्टीकरण देते.

निरीक्षकाचा प्रभाव विश्वसनीयतेवर पडतो. निरीक्षकाला संशोधनासाठी जे आवश्यक आहे तेच तो निरीक्षण करतो. त्याच्या संशोधनासाठी योग्य नाही अशा पुराव्यांकडे दुर्लक्ष होण्याची शक्यता असते. निरीक्षकाची मते, भावना, दृष्टिकोन, पूर्वानुभव हे त्याच्या निरीक्षणावर परिणाम करत असतात.

निरीक्षणाचे फायदे (Advantages of Observation)

1. ठरावीक प्रसंगात मानवी वर्तनाचा सर्वांगीण अभ्यास करताना निरीक्षण हे तंत्र वापरून माहिती गोळा करणे सोपे जाते. निरीक्षणाला जे संशोधनासाठी योग्य वाटतील असेच प्रयोज्य घेतले जाऊ शकतात.

2. प्रत्यक्ष वर्तन घडत असताना त्याचे रेकॉर्ड निरीक्षण करू शकतो. त्यामुळे निरीक्षणाचा सत्यता गुणधर्म अबाधित राहतो. निरीक्षक हा प्रशिक्षित असेल आणि वर्तनाचे योग्य प्रकारे निरीक्षण केले असेल तर विश्वसनीयता उच्च प्रतीची असते.

4.2 मुलाखत (Interview)

मुलाखत म्हणजे मुलाखतकार व मुलाखत देणारा समोरासमोर एखाद्या विशिष्ट विषयावर तोंडी संभाषण करत असणे.

मुलाखतीचे मुख्य रूप म्हणजे प्रयोज्याकडे संबंधित विषयाची जी माहिती आहे ती काढून घेणे होय. विविध प्रश्नांच्या आधारे मुलाखतकार ही माहिती काढून घेऊ शकतो. यासाठी प्रथम मुलाखतीमध्ये प्रयोज्याकडून कोणकोणती माहिती मिळवायची आहे त्यानुसार क्रमाने एक प्रश्नावली तयार करून ठेवावी. मुलाखत घेताना तो क्रम लक्षात ठेवून त्यानुसार प्रश्न विचारावेत. मुलाखत शक्यतो ध्वनिमुद्रित करणे चांगले असते. जेणेकरून नंतरही आपण ऐकू शकतो. मुलाखत घेताना वातावरण नैसर्गिक असावे जेणेकरून वास्तव उत्तरे मिळतील.

4.2.1 मुलाखतीचे प्रकार (Types of Interview)

(1) **संख्येनुसार प्रकार**

(अ) **व्यक्तिगत मुलाखत :** एका वेळी एकाचीच मुलाखत घेणे याला व्यक्तिगत मुलाखत म्हणतात.

(ब) **गट मुलाखत :** कधी–कधी वेळ व उपलब्ध साधने कमी असतात. त्यामुळे समान आवड असणाऱ्या व्यक्तींची एकत्र मुलाखत घेतली जाते.

(2) **अभ्यासपद्धतीनुसार प्रकार**

(अ) **संरचित मुलाखत :** पूर्वनियोजित प्रश्न मुलाखतीत विचारले जातात. या प्रकाराला 'बद्ध मुलाखत' असेही म्हणतात.

(ब) **असंरचित मुलाखत :** यात प्रश्नांचा पूर्वनियोजित क्रम नसतो. प्रतिसादकांना मोकळेपणाने आपले विचार व्यक्त करण्याची संधी मिळते याला मुक्त मुलाखत असेही म्हणतात.

मुलाखत कशी घ्यावी यासाठी टर्नी व रॉब (Turney & Robb, 1971) यांनी खालील काही नियम सांगितले आहेत.

(i) एकावेळी एकच प्रश्न विचारा.

(ii) गरज असेल तरच प्रश्नाची पुनरावृत्ती करा.

(iii) प्रतिसादकाला प्रश्न कळला आहे याची खात्री करा.

(iv) प्रतिसादकाचे उत्तर लक्षपूर्वक ऐका

(v) प्रतिसादकाच्या चेहऱ्यावरील भाव, शारीरिक हालचाली, तसेच आवाजातील चढ-उतार यांचे निरीक्षण करा.

(vi) प्रतिसादकाला उत्तर देण्यासाठी पुरेसा वेळ द्या.

(vii) उत्तर सुचविणारे प्रश्न विचारणे टाळा.

(viii) प्रतिसादकाच्या उत्तरावर राग, आश्चर्य असे वेडेवाकडे आक्षेप घेऊ नका.

(ix) मुलाखतकाराने मुलाखत घेताना तटस्थ वृत्ती ठेवावी.

(x) सत्य जाणून घ्या तसेच मुलाखत वेगळ्या मुद्द्याकडे जाऊ लागली तर प्रतिसादकाला परत मूळ मुद्द्यावर आणा.

(xi) मुलाखत शक्यतो रेकॉर्ड करा.

चांगल्या मुलाखतीमध्ये चांगल्या संभाषणाचा सूर गवसणे महत्त्वाचे आहे. काळजीपूर्वक प्रश्नांची तयारी आधीपासून केली असेल तर वैधता ही जास्त असते. त्यामुळे महत्त्वाची आणि चांगल्या प्रकारची माहिती मुलाखतीद्वारे मिळू शकते. संबंधित समस्येविषयी तज्ज्ञांचे मत जर विरुद्ध असेल तर प्रश्न निवडीसाठी जास्त मदत होते.

मुलाखतीमध्ये विश्वसनीयता म्हणजे एखादा प्रतिसाद वारंवार मिळणे.

मुलाखतीच्या शेवटी समस्या विधान वेगळ्या प्रश्नरूपात विचारून आधीच्या उत्तराची खात्री करून घेता येईल. मुलाखतीमध्ये व्यक्तीच्या भावना, कृती, दृष्टिकोन यांचा प्रत्यक्ष अनुभव घेता येतो. म्हणून माहिती संकलनाच्या साधनांमध्ये मुलाखत हे साधन जास्त प्रभावी आहे.

मुलाखतीचे फायदे (Advantages of Interview)

1. मुलाखतकाराला प्रत्यक्ष सखोल माहिती मिळते.
2. इतर साधनांपेक्षा मुलाखतीला चांगला प्रतिसाद मिळतो.
3. मुलाखतकाराला संबंधित विषयाशी प्रतिसादकाच्या असलेल्या भावना व अभिवृत्ती कळून येतात.

4.3 समाजमिती तंत्र (Sociometric Technique)

व्यक्तीचे गटातील सामाजिक संबंधाचे वर्णन करणारे तंत्र म्हणजे समाजमिती तंत्र. आमचे संशोधक अप्रत्यक्षरीत्या व्यक्तीला एखाद्या व्यक्तीबरोबर वेगवेगळ्या प्रसंगात राहायला आवडेल का नाही याविषयी माहिती घेत असतात.

या तंत्रामध्ये समपातळीवरील व्यक्ती एकमेकांचे मूल्यमापन करतात. तसेच ते वैयक्तिक दृष्टिकोनातून मूल्यमापन करीत असतात. मुलांचा एकमेकांबद्दलचा दृष्टिकोन समजून घेण्यासाठी शिक्षकांना या तंत्राचा फार उपयोग होतो.

यामध्ये तीन प्रकार आहेत.

(1) नामनिर्देशन तंत्र (The Sociogram) : वर्गामध्ये मुलांचे गट कोणते आहेत? गटाचे नेतृत्व कोणाकडे आहे, ही माहिती मिळविण्यासाठी या तंत्राचा उपयोग केला जातो. मुलांना काम सांगितले जाते, तसेच ते काम कोणाबरोबर करायला आवडेल अशा तीन मुलांची नावे व ज्यांच्याबरोबर काम करणे आवडणार नाही अशा तीन मुलांची नावे लिहायला सांगतात. वर्गातील मुलांकडून ही माहिती गोळा केली की तिचे संकलन व पृथक्करण केले जाते.

या तंत्रामुळे नेतृत्व मान्य झालेल्या मुलांना हाताशी धरून योग्य जबाबदारी त्यांच्यावर टाकता येते. तसेच वर्गात बाजूला पडलेल्या मुलांना वर्गप्रवाहात सामील करून घ्यायला मदत होते. विद्यार्थ्यांनी दिलेली मते गुप्त ठेवावीत नाहीतर त्यांची एकमेकांबद्दलची मने कलुषित होतील. अर्थात विद्यार्थ्यांची आवड ही तात्पुरती असते कारण वयानुसार विद्यार्थ्यांची आवड बदलत होत जाते.

(2) ओळखा पाहू तंत्र ('Guess - Who' Technique) : निरनिराळी गुणवैशिष्ट्ये सांगणारी विधाने दिली जातात व विद्यार्थ्यांना ते गुणवैशिष्ट्य लागू पडणाऱ्या मुलाचे नाव लिहायचे असते.

उदा., (अ) नेहमीच आनंदी असतो. (ब) नेहमीच बडबड करतो (क) सर्वांशी मैत्री करतो. (ड) नेहमी गप्प-गप्प असतो. (इ) सर्वांशी भांडतो.

यामुळे मुलांचे मत समजते. त्यामुळे कोणताही कार्यक्रम ठरविताना मुलांबद्दलची वैशिष्ट्ये डोळ्यांसमोर ठेवून नियोजन करता येते.

(3) सामाजिक अंतर मापन श्रेणी (The Social Distance Scale) : बोगार्डस् (1933) यांनी या तंत्राचा शोध लावला. एखादी व्यक्ती किंवा गट किती प्रमाणात दुसऱ्या व्यक्ती किंवा गटाकडून मान्य किंवा अमान्य केला जातो हे या श्रेणीद्वारे ठरविले जाते.

मान्य ते अमान्यपर्यंत अशा श्रेणीमधून गुणांक विविध प्रसंगांतून काढतात. प्रत्येक जण श्रेणीतील एक बिंदू घेऊन स्वत:ची जागा दर्शवितो.

उदाहरणार्थ,

पूर्ण मान्य - मला ती मैत्रीण म्हणून आवडते

साधारण मान्य - मला वर्गात शेजारी बसलेली चालेल.

अमान्य - मला ती वर्गातच नकोय.

या तंत्रातून एखादी व्यक्ती मान्य किंवा अमान्य का केली याचे कारण समजून येत नाही. त्यामुळे मर्यादित माहिती मिळते.

4.4 शेड्यूल (Schedule)

❖ "Schedule is the name usually applied to a set of questions which are asked and filled in by an interview in a face to face situation with another person." **- Goode & Hatt**

प्रतिसादकाला प्रश्न विचारून लिखित स्वरूपात माहिती गोळा करण्याच्या साधनाला शेड्यूल म्हणतात. प्रश्नावलीपेक्षा शेड्यूल हे साधन थोडे वेगळे आहे. शेड्यूल हे प्रत्यक्ष प्रतिसादक समोर बसवून प्रश्नांची उत्तरे नोंदवून घेतात. प्रश्नावली भरताना प्रतिसादक समोर असेलच असे नाही. पोस्टाने पाठवूनही भरून घेता येते. शेड्यूलमुळे संशोधक प्रतिसादकाला संशोधनाचा हेतू समजावून सांगू शकतो. तसेच प्रश्नांचा अर्थही सांगू शकतो. शेड्यूलमुळे वेळ व खर्च वाचतो. या साधनातून चांगल्या प्रकारची माहिती मिळू शकते.

4.5 प्रश्नावली (Questionnaire)

❖ "A systematic compilation of questions that are submitted to a smapling of population from which information is desired." **– बार, डेव्हिड आणि जॉन्सन (1953 P. 65)**

संशोधन समस्येशी संबंधित प्रश्नांचे संकलन, जे प्रतिसादकाकडून माहिती मिळविण्यासाठी भरून घ्यायचे असते; अशा साधनाला प्रश्नावली म्हणतात. प्रश्नावली नमुना गटास दिल्या जातात. नंतर त्या प्रश्नावली भरून आल्यानंतर त्यांची विभागणी केली जाते व प्रत्येक प्रश्नाचा संख्याशास्त्रीय पद्धतीने विचार केला जातो.

प्रश्नावली तयार करताना खालील गोष्टी विचारात घ्याव्यात

1. प्रश्न स्पष्ट शब्दांत विचारणे
2. प्रश्नावलीस शीर्षक, संशोधकाचे नाव, संशोधनाचा विषय, मार्गदर्शकाचे नाव व वर्ष देण्यात यावे.
3. प्रश्नावलीसोबत प्रतिसादकास एक पत्र पाठवून प्रश्नावलीचा हेतू स्पष्ट करण्यात यावा.
4. प्रत्यक्ष भेटूनही प्रश्नावली भरून घेता येते तसेच पोस्टाने पाठवूनही प्रश्नावली भरून घेता येते.

5. प्रश्नावली तयार करताना तज्ज्ञांची मदत घ्यावी.
6. प्रश्नावली प्रथम पथदर्शी अभ्यासात सोडवायला दिल्याने त्यातील अडचणी कळू शकतात.

4.5.1 प्रश्नावलीचे प्रकार (Types of Questionnaire)

(1) संरचित प्रश्नावली (Structured Questionnaire) : संशोधन करण्यापूर्वीच प्रश्नावली तयार करून त्यात कोणताच बदल करण्यात येत नाही. अशा प्रश्नावलीस संरचित प्रश्नावली असे समजण्यात येते. प्रश्नावलीत प्रश्न व त्याची पर्यायी उत्तरे मुद्रित केलेली असतात.

(2) असंरचित प्रश्नावली (Unstructured Questionnaire) : यात प्रश्न पूर्वनिर्धारित नसतात. या प्रश्नावलीचा वापर मुलाखत मार्गदर्शक म्हणून करण्यात येतो. यात प्रश्नकर्ता प्रतिसादकास अनेक व्यापक प्रश्न विचारतो आणि प्रतिसादक त्याची उत्तरे देतो.

(3) मुक्त प्रश्नावली (Open Questionnaire) : ज्या प्रश्नाच्या उत्तराची शब्दरचना प्रतिसादक स्वत:च्या शब्दांत करू शकतो त्या प्रश्नाचा समावेश मुक्त प्रश्न या गटात होतो. उदा., पर्यावरण वाचविण्यासाठी काय करता येईल?

(4) बद्ध प्रश्नावली (Closed Questionnaire) : ज्या प्रश्नाचे उत्तर होय/ नाही किंवा मत नाही यापैकी एका शब्दाने किंवा दिलेल्या उत्तरापैकी एकाची निवड करून किंवा प्रतिसादकाने होय किंवा नाही असे शब्द वापरून देता येते अशा प्रश्नास बद्ध प्रश्नावली म्हणतात.

उदा., : शाळेत अभ्यास न केल्यामुळे तुला कधी शिक्षा झाली आहे का?

4.5.2 प्रश्नावलीचे फायदे (Advantage Questionnaire)

1. प्रश्नावली स्वस्त असते. प्रतिसादकांकडून चटकन भरून मिळू शकते.
2. प्रश्नावली भरताना लोकांशी चर्चा करून प्रतिसादक भरू शकतो.
3. दूरगावी असलेल्या प्रतिसादकांकडूनही पोस्टाने पाठवून प्रश्नावली भरून घेता येते.

प्रश्नावलीच्या वैधतेसाठी वेगवेगळ्या प्रकारचे योग्य प्रश्न विचारणे महत्त्वाचे असते. प्रश्नांवरून विचारलेल्या समस्येची योग्य उत्तरे मिळणार आहेत का याचा विचार करणे गरजेचे असते. प्रश्नरचना अशा रीतीने हवी की प्रत्येक प्रतिसादकाने प्रश्नाचा एकच अर्थ घेतला पाहिजे. संशोधकाने तज्ज्ञांकडून प्रश्नावली तपासून घेतली पाहिजे. तज्ज्ञ प्रश्नावलीतून संशोधनाचा हेतू पूर्ण होत आहे ना याची खात्री करून वैधता तपासतील.

प्रश्नावलीची विश्वसनीयता एका छोट्या गटावर प्रयोग करून दुसऱ्यांदा तपासून घेता येईल.

4.6 प्रमाणित चाचण्या (Standardised Test)

कृती संशोधन करताना प्रमाणित चाचण्यांचा जास्त उपयोग होतो. सदरच्या चाचण्या प्रमाणित केलेल्या असल्याने त्यांची विश्वसनीयता उच्च दर्जाची असते.

प्रमाणित चाचण्यांचे प्रकार :

(1) प्रावीण्य/ संपादन कसोटी (Achievement Test) :

❖ "Achievement Tests attempt to measure what an individual has learned his or her present level of performance." **– जॉन बेस्ट व जेम्स कान (Best & Kahn)**

❖ ''व्यक्तीची वर्तमानकाळातील संपादणूक मोजण्यासाठी प्रावीण्य कसोटी वापरली जाते.'' **– बेस्ट व कान**

प्रावीण्य कसोट्या या बऱ्याच वेळा शाळेमध्ये वापरल्या जातात. विद्यार्थ्यांची वैयक्तिक किंवा गटातील शैक्षणिक प्रगती तपासण्यासाठी प्रावीण्य कसोट्या वापरल्या जातात. यामुळे विद्यार्थ्यांचे गुण-दोष कळून येतात. शैक्षणिक क्षेत्रात विषय, शिक्षक, अध्यापन पद्धती अशा प्रकारच्या घटकांचा प्रभाव तपासण्यासाठी प्रावीण्य कसोट्या वापरल्या जातात.

(2) बुद्धिमापन कसोट्या (Intelligence Tests) :

- ❖ ''व्यक्तीची विषय समजून घेण्याची, प्रश्न सोडविण्याची, माहिती ग्रहण करण्याची, विविध क्रिया करण्याची क्षमता मोजणारी प्रमाणित केलेली कसोटी म्हणजे बुद्धिमापन कसोटी होय.''
- ❖ "A standardized test used to establish an intelligence level rating by measuring a subject's ability to form concepts, solve problems, acquire information, reason and perform other intellectual operation."

- Amerian Heritage Dictionary of the English Language, Fifth Edition

बुद्धिमापन कसोट्या या व्यक्तिगत व सामूहिक अशा प्रकारात उपलब्ध असतात, त्या प्रमाणित असतात. बुद्धिमापन कसोट्यांमध्ये शाब्दिक बुद्धिमापन कसोटी व अशाब्दिक बुद्धिमापन कसोटी असे प्रकार पडतात. भाषेचे ज्ञान नसलेल्यांसाठी चित्र कसोट्यासुद्धा असतात.

(3) अभियोग्यता कसोटी (Aptitude Test) :

- ❖ ''अभियोग्यता कसोट्या म्हणजे विशेष उपक्रमातील व्यक्तीच्या क्षमतेविषयी आधीच कथन करणे होय.''

- बेस्ट व कान (Best & Kahn)

अभियोग्यता कसोटी ही व्यक्तीची कामगिरी आधीपेक्षा उंचाविण्यासाठी मदत करते. वर्तमानकाळातील कामगिरीवरून काय केले पाहिजे याविषयी ही कसोटी मार्गदर्शन करते. समान बुद्धिमत्ता असलेले विद्यार्थ्यांचे गट शोधून काढते.

(4) व्यक्तिमत्त्व मापन कसोटी (Personaltiy Test) : व्यक्तिमत्त्व मापन कसोटीमध्ये व्यक्ती विशिष्ट प्रश्नांची उत्तरे देऊन प्रतिसाद तपासू शकते. ही कसोटी व्यक्तीला स्वत:बद्दल माहिती देते. व्यक्तीची स्वत:बद्दल माहिती द्यायची इच्छा नसेल किंवा व्यक्ती माहिती भरण्यास असमर्थ असेल तर व्यक्तिमत्त्व मापन कसोटीवर मर्यादा येतात.

शाळेमध्ये विद्यार्थ्यांना येणाऱ्या वैयक्तिक व गटातील समस्येसाठी व्यक्तिमत्त्व मापन कसोटी उपयोगी पडते.

व्यक्तिमत्त्व मापन कसोटीचे प्रकार :

(अ) व्यक्तिमत्त्व शोधिका : या कसोटीत विद्यार्थ्यांच्या भावना, वर्तन, वातावरण यासंबंधी प्रश्न विचारण्यात येतात.

(ब) सर्जनशीलता कसोटी (Creativity Inventory) : एखाद्या व्यक्तीत नवनिर्मिती क्षमता जास्त असते. ही कसोटी त्याचे मापन करते.

(क) अभिरूची शोधिका (Interest Test) : प्रतिसादकांना कोणत्या क्षेत्रात आवड आहे याचा शोध अभिरूची शोधिकेद्वारे घेता येतो.

(ड) अभिवृत्ती मापिका (Attitude Test) : या चाचणीद्वारे व्यक्तीच्या मनाच्या कलांचे किंवा विश्वासाचे मापन करता येते.

(इ) प्रक्षेपण व्यक्तिमत्त्व कसोटी (Projective Personaltiy Test) : अबोध मनातील अभिप्रेरणा, अभिवृत्ती, संघर्ष इत्यादी व्यक्तिमत्त्वांचा मूळ गाभा असलेल्या भागाची उकल करणे हा प्रक्षेपण तंत्राचा मूळ हेतू आहे.

4.7 मनोवृत्ती मापन चाचण्या (Opinionnaire/ Attitude Scale)

एखाद्या व्यक्तीची वृत्ती वा समजुतींचे मापन मनोवृत्ती मापिकेने होते. मनोवृत्ती व मन यामध्ये फरक पडण्याची शक्यता आहे. कारण बरेच वेळा व्यक्ती स्वत:ची वृत्ती लपवून सामाजिकदृष्ट्या योग्य असे मत व्यक्त करते.

4.7.1 मनोवृत्ती मापनाच्या पद्धती

मनोवृत्ती मापनाच्या दोन पद्धती आहेत. (1) थर्स्टन पद्धत (2) लिकर्ट पद्धत.

(1) थर्स्टन पद्धत :

❖ ''मनोवृत्ती म्हणजे एखाद्या विषयासंबंधी पूर्वग्रह, कल्पना, भीती, अनुकंपा, आवड यासारख्या गोष्टी होय.''

– थर्स्टन (1946)

मनोवृत्ती म्हणजे माणसाची एखाद्या व्यक्ती, प्रसंग, वस्तू याविषयी व्यक्त होणारी प्रवृत्ती होय. थर्स्टनने मनोवृत्ती मोजायची एक पद्धत सांगितली आहे.

एखाद्या गट, संस्था, कल्पना याविषयी 20 किंवा 20 पेक्षा जास्त विधाने करावीत. ही विधाने तज्ज्ञांना द्यावीत. एक ते अकरापर्यंत (पूर्ण मान्य ते पूर्ण अमान्य) अशा गटांमध्ये त्यांची विभागणी करावी. जी विधाने वादग्रस्त असतील ती गाळून टाकावीत. तज्ज्ञांनी केलेल्या विभागणीनुसार प्रत्येक विधानाचे मध्यांक मूल्य काढावे. आता विधानांची यादी व प्रत्येकाचे मूल्य तयार झाले. विधानांची यादी प्रतिसादकांना द्यावी. त्यांना मान्य असणाऱ्या विधानांच्या पुढे बरोबरच्या खुणा करण्यास सांगावे. त्यानुसार प्रतिसादकांचा प्राप्तांक काढता येईल व अभिवृत्तीचे मापन करता येईल.

(2) लिकर्ट पद्धत (Likart Method) : संशोधन समस्येसंबंधी संशोधक स्वत: प्रतिकूल आणि अनुकूल मतांची यादी करतो. प्रतिकूल व अनुकूल मतांची संख्या सारखीच असली पाहिजे. पाच श्रेणीमध्ये पदनिश्चयन करण्यास सांगावे. गुणदान करताना पुढीलप्रमाणे करावे.

विधाने	संपूर्ण मान्य	साधारण मान्य	सांगता येत नाही	साधारण अमान्य	संपूर्ण अमान्य
अनुकूल	5	4	3	2	1
प्रतिकूल	1	2	3	4	5

एकूण विधाने तीस आहेत असे समजू. प्रतिसादक कमीत कमी तीस व जास्तीत जास्त 150 गुण मिळवू शकेल. पंच्याहत्तर किंवा जास्त गुण मिळविणारा या समस्येशी सहमत असणाऱ्या मनोवृत्तीचा व 50 पेक्षा कमी गुण मिळविणारा या समस्येशी असहमत असणाऱ्या मनोवृत्तीचा असे ठरविता येईल. यामध्ये अनुकूल व प्रतिकूल विधाने लिहिताना त्यांचा कोणताही विशिष्ट क्रम ठेवू नये.

4.8 पदनिश्चयन श्रेणी (Rating Scale)

❖ "Rating is a term applied to expression of opinion of judgment regarding some situaton, object or character. Opinions are ususally expressed on a scale of values."

– बार, डेव्हिस, जॉन्सन (1953)

पदनिश्चयन श्रेणीमुळे विद्यार्थ्यांच्या अंगी कितपत गुण आहेत या प्रश्नाचे उत्तर मिळते. प्रयोगवस्तूच्या प्रत्येक वैशिष्ट्याकरिता पदनिश्चयन श्रेणीमूल्य देण्याची तरतूद करण्यात येते.

विद्यार्थ्यांचे मूल्यमापन, त्यांच्या आंतरक्रिया आणि प्रतिसादाचे मानसशास्त्रीय मूल्यमापन यासाठी पदनिश्चयन श्रेणी वापरता येते. गिलफोर्ड (1954) यांनी पदनिश्चयन श्रेणीचे चार प्रकार सांगितले आहेत.

(1) बिंदू श्रेणी (Numerical Scale) : यात तीन, पाच, सात, नऊ असे बिंदू असलेल्या श्रेणींचा वापर करतात. यात मध्यभागी सामान्य श्रेणी, डाव्या बाजूकडे कनिष्ठ श्रेणी आणि उजव्या बाजूस वरिष्ठ श्रेणी दिलेल्या असतात. उदा., तीन बिंदू श्रेणी (Numerical scale)

1	2	3
वाईट	मध्यम	चांगला

(2) आलेखात्मक पदनिश्चयन श्रेणी (Graphic Scales) : कितपत या प्रश्नाचे उत्तर वरील श्रेणी दर्शविणाऱ्या आलेखाच्या पद्धतीने ठरवले जाते. उदाहरणार्थ

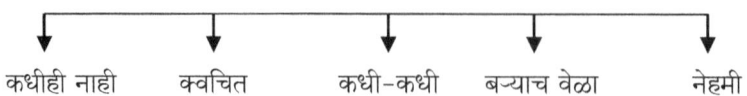

कधीही नाही
क्वचित
कधी-कधी
बऱ्याच वेळा
नेहमी

ही श्रेणी वापरण्यासाठी सोपी आहे या श्रेणीमुळे प्रयोगवस्तूमधील लहान बदल टिपले जातात.

(3) प्रमाणित श्रेणी (Standard Scale) : या श्रेणीमध्ये प्रमाणित वस्तूंचा संच असतो. या प्रमाणित वस्तूंबरोबर प्रयोगवस्तूंचा घटक तपासून पाहिला जातो. उदाहरणार्थ, हस्ताक्षर दर्जा तपासणे. यासाठी अगोदर विविध हस्ताक्षरांचा संच तपासण्यासाठी तयार असतो.

(4) एकत्रित वैशिष्ट्यांना गुण देणे (Rating by Cumulated Points) : यामध्ये निरनिराळी गुणवैशिष्ट्ये विधाने दिली जातात व प्रत्येक विधानासमोर गुणवैशिष्ट्ये लागू पडणाऱ्या विद्यार्थ्यांचे नाव लिहायचे असते.

हार्थशोम व मे (Harthshome & May 1929) यांनी ही श्रेणी शोधून काढली. सहकार्य, दुष्ट विचारी, हावरट, चांगल्या अशी 80 गुणवैशिष्ट्ये सांगणारी यादी तयार केली. चांगल्या गुणांना +1 व वाईट गुणांना -1 गुण दिले याप्रमाणे विद्यार्थ्यांचे गुण मोजून त्याचे वैशिष्ट्य ठरविले.

4.9 पडताळा सूची (Check List)

पडताळा सूचीचा वापर करून गुण, कौशल्य किंवा वृत्ती यांचा विकास विद्यार्थ्यांमध्ये किती प्रमाणात झाला आहे हे तपासून पाहता येते. ज्या गुणाचे, कौशल्याचे, वृत्तीचे मापन करावयाचे आहे त्याचे पृथक्करण करून विविध अंगे निश्चित ठरवावी लागतात. गुणांच्या अंगांची यादी तयार झाली की त्यातील प्रत्येक अंगाबाबत विद्यार्थ्यांचे वर्तन निरीक्षण पाहून विद्यार्थ्यांच्या विकासाची पडताळणी करतात.

पडताळा सूची ही प्रयोगशाळा, खेळ, शालेय इमारत, पुस्तके, प्रयोग साधने यांचे शैक्षणिक सर्वेक्षण करण्यासाठी उद्युक्त ठरते.

उदाहरणार्थ, शाळेत राबविण्यात येणाऱ्या उपक्रमासमोर रिकाम्या जागी (√) अशी खूण करा.

1. परिपाठ .... ☐
2. खेळ .... ☐
3. सामुदायिक कवायत .... ☐
4. स्काऊट .... ☐
5. गाईड .... ☐
6. स्नेहसंमेलन .... ☐
7. नाट्यीकरण .... ☐

पडताळा सूचीमध्ये योग्य / अयोग्य भेद दर्शविण्याची क्षमता असावी त्यामुळे पडताळा सूचीची विश्वसनीयता वाढेल.

4.10 ई-साधने (E - Tools)

4.10.1 ई-मेल (E-mail)

इलेक्ट्रॉनिक मेल या शब्दाचे संक्षिप्त रूप म्हणजे ई-मेल. याची सुरुवात 1993 पासून झाली. आपण जसे पोस्टाने पत्र पाठवितो तशीच ही पद्धत आहे. संगणकाच्या साहाय्याने डिजीटल संदेशाची देवाण-घेवाण ई-मेलने करता येते. इंटरनेटच्या माध्यमातून ई-मेल जगभरात पाठविता येतो.

ई-मेल पाठविणारा ई-मेल स्वीकारू शकतो, पाठवू शकतो, आलेला मेल तिसऱ्याला पाठवू शकतो, साठवू शकतो. यासाठी पाठविणारा व स्वीकारणारा ऑनलाइन असणे आवश्यक नाही. फक्त मेल सर्व्हरने ते जोडलेले असले पाहिजे. ई-मेलचे तीन घटक आहेत.

1. संदेश पाकीट (Message Envelope)
2. संदेश शीर्षक (Message Header)
3. संदेश स्वरूप (Message Body)

1973 च्या सुमारास ARPANET च्या माध्यमातून सध्याचे संभाषण सुरू झाले. ई-मेल ही माहिती व संप्रेषण तंत्रज्ञान आहे. ई-मेल यासाठी बरीचशी सॉफ्टवेअर उपलब्ध आहेत जसे जीमेल (Gmail), हॉटमेल (hotmail), याहू (yahoo), आउटलुक (Outlook) व इतर. सध्या Simple mail Transfer Protocol (SMTP) द्वारे मेल पाठविला जातो.

संदेशवहनाचे प्रभावी साधन म्हणून ई-मेल कडे पाहिले जाते. ई-मेल पाठविणे कमी खर्चाचे आहे. ई-मेल अतिशय पटकन दुसऱ्याला मिळतो. कागदी पत्रासारखी हरवण्याची शक्यता नसते. जेव्हा तुम्ही ऑनलाइन नसता तेव्हा डाऊनलोड करून ऑफलाइन पाहू शकता. सध्या स्मार्टफोनद्वारेसुद्धा ई-मेल करू शकतो, पाहू शकतो. फक्त त्यासाठी इंटरनेट सुविधा असणे आवश्यक आहे.

4.10.2 फॅक्स (Fax Websits)

Facsimil या शब्दासाठी संक्षेपमध्ये Fax म्हणतात. याला Telecopying किंवा Telefax म्हणतात. कारण Scan केलेले साहित्य फोनच्या माध्यमातून पाठवता येते. टेलिफोन नंबर हा प्रिंटरला किंवा इतर साहित्याला जोडलेला असतो. यातून जाणारे साहित्य Single Fixed Graphic Image म्हणून जाते, पुढे ते bitmap मध्ये रूपांतर होते. त्यानंतर टेलिफोन यंत्रणेतून audio- frequency च्या रूपात शेवटी येते. जे फॅक्स मशीन संदेश स्वीकारते ते आलेल्या tone व image चे अर्थनिर्वचन करते, त्याची दृश्य आकृती तयार करते व छापील रूपात पाठविते. स्वत:च्या संगणकावर ई-मेल अकाउंट वापरून analogue modem किंवा ISDN फॅक्स हे स्वीकारता व पाठविता येतात. सध्या Android फोन वर Virtual fax machine असते. फोनचा कॅमेरा वापरून पाठवायचे document scan करून हे upload करता येते.

4.10.3 इंटरनेट (Internet)

❖ "The Internet is the global system of interconnected computer networks that use the Internet protocol suite (TBP/IP) to link billions of devices world wide."

इंटरनेट ही संगणक जाळे एकमेकांना जोडणारी जागतिक यंत्रणा आहे की जी जगभरातील अब्जावधी लोकांना इंटरनेट प्रोटोकॉल सुईट (TCP/IP) ने जोडते.

वैयक्तिक, शैक्षणिक, पब्लिक, व्यवसाय, सरकारी जाळे हे वैयक्तिक पातळी ते जागतिक पातळीपर्यंत जोडते. इंटरनेटमुळे खालील पद्धतीने प्रचंड माहिती व सेवा मिळते.

1. Interlinked hypertext documents.
2. Application of the world wide web (www)
3. Electronic mail
4. Telephony
5. Peer to peer network for file sharing

1995 नंतर इंटरनेट सेवा शंभरपट वेगाने विस्तारित झाली. पारंपरिक संप्रेषण सेवा, जसे टेलिफोन, टेलिव्हीजन यातही नवीन तंत्रज्ञानाचा वापर केला जाऊ लागला. वर्तमानपत्र, पुस्तके व इतर छपाईचे साहित्य यांनीसुद्धा website तंत्रज्ञान आत्मसात केले. मनोरंजनाच्या दुनियेने तर इंटरनेट व्यापून गेले. व्यक्तिगत पातळीवरील आंतरक्रिया ही Instant Messaging व Social Networking मुळे वाढली. Online Shopping हा नवीन प्रकार कारखानदारांसाठी चांगल्या प्रकारे सुरू झाला. व्यवसाय ते व्यवसाय आर्थिक सेवा पुरविण्याचीही सुरुवात झाली.

इंटरनेटला मध्यवर्ती शासन नाही. परंतु Internet Protocol Address Space आणि Domain Name System (DNS) या सेवा इंटरनेटचा कारभार बघणारी Internet Corporation for Assigned Names and Numbers (IBANN) संस्था बघते.

'नेटवर जातो' हे नेहमीच्या भाषेतील शब्द म्हणजे web brower to view web pages इंटरनेट सेवांमध्ये world wide web ही सर्वांत महत्त्वाची सेवा आहे. web ही hyperlink व URLs ने एकमेकांना जोडलेल्या document चा साठा आहे. Hypertext Transfer Protocol (HTTP) ही माहिती रूपांतर करण्यासाठी वापरलेली भाषा आहे.

एकमेकांच्या संपर्कात राहण्यासाठी इंटरनेट हे सर्वांत सोपे व स्वस्त माध्यम आहे. संशोधनासाठी ज्ञानाचा प्रचंड खजिना इंटरनेटवर उपलब्ध आहे. यूजीसी, सी एस आय आर, मनुष्यबळ विकास मंत्रालय इत्यादी संस्थांबरोबर राज्यस्तरीय नेटवर्कच्या एकत्रीकरणातून विद्यावाहिनी नेटवर्कची सुरुवात झाली आहे. त्याद्वारे सर्व आयआयटी संस्था, पुणे विद्यापीठ व बंगलोरची भारतीय विज्ञान संस्था जोडल्या गेल्या आहेत.

4.10.4 टेलिकॉन्फरन्स (Teleconference)

❖ "A Teleconference is a telephone meeting among two or more participants involving technology more sophisticated than a simple two way phone connection."

❖ ''तंत्रज्ञानाच्या माध्यमातून दोन किंवा जास्त व्यक्तींमध्ये टेलिफोनद्वारे भरलेली बैठक म्हणजे टेलिकॉन्फरन्स याला Audio Conferencing (A/C) असेही म्हणतात.''

The Telecommunication System खालील सेवा Teleconference साठी देते. Audio, Video, Data Services जसे टेलिफोन, संगणक, Telegraph, Teletypewriter, रेडिओ, टेलिव्हीजन.

टेलिकॉन्फरन्समुळे भौगोलिकदृष्ट्या कितीही दूर असलो तरी एकमेकांशी चर्चा करू शकतो, अडचणी सोडवू शकतो.

4.11 चांगल्या मापन साधनाची वैशिष्ट्ये (Qualities of a Good Measuring Tool)

1. चांगले मापन साधन जे साध्य करायचे आहे त्याचेच योग्य मापन करते.
2. चांगले मापन साधन पूर्वग्रहांना स्थान न देणारे असते.
3. मापन साधन जे सत्य आहे त्याचीच नोंद करणारे असावे जेणेकरून संशोधनाचे निष्कर्ष खरेखुरे येतील.
4. अचूक, विश्वसनीय माहितीचे संकलन मापन साधनाद्वारे होते.
5. मापन साधनाची भाषा स्पष्ट, निर्दोष असते. जेणेकरून प्रतिसादकाकडून योग्य उत्तर मिळू शकेल.

6. मापन साधन समस्येसंबंधित महत्त्वाची माहती जमा करते.
7. मापन साधनात सूचनांचा क्रम योग्य असतो जेणेकरून प्रतिसादकाकडून अपेक्षित उत्तरे मिळतील.
8. मापन साधन हे वैध, प्रमाणित केलेले असावे. जेणेकरून कोणावरही, केव्हाही, कितीही वेळा साधन वापरले तरी उत्तरांची पुनरावृत्ती होईल.

4.11.1 विश्वसनीयता (Reliability)

विश्वसनीयता म्हणजे -

1. कसोटीने केलेल्या मापनात सातत्य आढळणे
2. एकच कसोटी विविध प्रसंगी विविध गटांना दिल्यास प्राप्तांकांमध्ये लक्षणीय फरक न पडणे

उदाहरणार्थ, आपण ठरावीक विद्यार्थ्यांची संपादणूक चाचणी घेतली, तीच चाचणी वेगवेगळ्या शिक्षकांनी सोडवून घेतली किंवा चाचणीतील प्राप्तांक बदलले, दिवसाच्या कोणत्याही वेळेला घेतली तरी त्या विद्यार्थ्यांच्या गुणांमध्ये फरक पडत नसेल तर ती चाचणी विश्वसनीय आहे असे मानण्यात येते.

विश्वसनीयता सहसंबंध गुणांकाने सांगितला जातो की, ज्याला विश्वसनीयता गुणांक म्हणतात. विश्वसनीयता मोजण्यासाठी पुढील पद्धतींचा वापर केला जातो.

1. चाचणी विश्वसनीय/ स्थिरता गुणक (Test - Retest Reliability / Coefficient of Stability)
2. खंडितार्थ विश्वसनीय गुणक / आंतरिक सातत्य गुणक
   (Spilt - Half Reliability Coefficient/ Coefficient of Internal Consisting)
3. बुद्धिसंगत समानता गुणक / कुडर रिचर्डसन गुणक
   (Coefficient of Rational Equivalence/ Kuder - Richardson Coefficient)
4. समांतर रचना पद्धती (The Aternate or Parallel Forms Method)

विश्वसनीयतेला प्रभावित करणारे घटक (Factors Influencing Reliability) :

(1) पद्धत (Method) : माहिती मिळविण्यासाठी वापरलेली संशोधन पद्धत विश्वसनीय असली पाहिजे नाहीतर विश्वसनीयता गुणांकावर परिणाम होतो.

(2) अंतर (Interval) : दोन चाचण्यांमधील अंतर जास्त असेल तर विश्वसनीयता गुणांक कमी येण्याची शक्यता असते.

(3) चाचणीची लांबी (Test Length) : जास्तीत जास्त प्रश्न चाचणीत असतील तर चाचणी जास्त विश्वसनीय असते.

(4) वेग (Speed) : चाचणी अवघड असेल तर चाचणी सोडविण्यासाठी जास्त वेळ लागतो. परिणामी विश्वसनीयता कमी होते.

(5) एकजिनसी गट (Homogenous Group) : एकाच प्रकारच्या विद्यार्थ्यांच्या गटाची चाचणी घेण्यापेक्षा अनेक प्रकारच्या विद्यार्थ्यांची चाचणी घेतल्यास येणारे निष्कर्ष सर्वंकष असतात.

(6) काठिण्य पातळी (Difficulty of the Items) : खूप सोपी किंवा खूप अवघड अशी चाचणी विश्वसनीय असू शकत नाही कारण असे विद्यार्थ्यांतील फरक हे कमी असतात.

(7) वस्तुनिष्ठता (Objectivity) : वस्तुनिष्ठ प्रश्न असलेली चाचणी जास्त विश्वसनीय असते. परंतु फक्त चूक की बरोबर असलेले प्रश्न घेऊ नयेत त्यामुळे समस्येचे नीट मापन होत नाही.

(8) संदिग्धता (Ambiguous Wording of Items) : शब्दांमध्ये संदिग्धता नको. एकाच विद्यार्थ्याने एकच प्रश्न अनेक वेळा वेगवेगळ्या प्रकारे वाचला तरी उत्तर तेच येते.

4.11.2 वैधता / सप्रमाणता (Validity)

Validity is the accuracy with which a test measures whatever it is supposed to measure.

एखाद्या आशयाच्या मापनासाठी कसोटी तयार केली असता त्याच कसोटीचे मापन करण्यात येते. यालाच कसोटीची वैधता समजण्यात येते.

वैधतेवर मापन साधनाच्या इतर वैशिष्ट्यांचा प्रभाव पडतो. वैधता ही कमी, मध्यम, जास्त अशा प्रकारची असते. वैधता एका विशिष्ट हेतूपुरतीच असते. उदाहरणार्थ, विज्ञान विषयासाठी असलेली संपादणूक चाचणी जरी इयत्ता 6 वी साठी वैध असली तरी इयत्ता 5 वी साठी वैध नसेल.

वैधतेचे / सप्रमाणतेचे प्रकार (Types of Validity)

(1) आशय वैधता (Content Validity) : नमुना चाचणीमध्ये विषय किंवा वर्तन यांचा अधिक प्रमाणातील प्रातिनिधिक नमुन्याचा समावेश आहे की नाही हे आशय वैधतेद्वारे तपासले जाते.

(2) समवर्ती वैधता (Concurrent Validity) : नमुना चाचणीतील प्राप्तांकांचा विषय किंवा वर्तनाशी असलेला जवळचा सहसंबंध शोधून काढण्यासाठी समवर्ती वैधतेचा उपयोग केला जातो.

(3) भविष्य कथनात्मक वैधता (Predictive Validity) : नमुना चाचणीतील प्राप्तांकांवरून विषय किंवा वर्तनाविषयी भविष्यकथन करण्यासाठी भविष्य कथनात्मक वैधता चाचणी वापरली जाते.

(4) संकल्पनात्मक वैधता (Constructive Validity) : नमुना चाचणी ही परिकल्पनेतील गुणधर्मांचे प्रत्यक्ष मापन करण्यासाठी संकल्पनात्मक वैधता चाचणी वापरली जाते.

वैधतेवर प्रभाव टाकणारे घटक (Factors Affecting Validity)

विश्वसनीयतेवर प्रभाव टाकणारे घटक वैधतेवरही प्रभाव टाकतात.

(1) संदिग्ध प्रश्न : विद्यार्थ्यांना चाचणीतील प्रश्नांची दिशा नीट कळली नाही तर चाचणीची वैधता कमी होते.

(2) शब्दसंपत्ती कमी असणे : विद्यार्थ्यांना वाचनाची आवड नसेल व शब्दसंपत्ती कमी असेल तर, विद्यार्थी योग्य उत्तरे देऊ शकणार नाहीत आणि वैधता कमी होते.

(3) कठीण वाक्यरचना : वाक्यरचना अवघड असेल तर विद्यार्थ्यांना प्रश्न समजूच शकत नाही त्यामुळेही वैधतेवर परिणाम होतो.

(4) चुकीची मापन साधने : लेखी परीक्षा घेऊन मुलांचे उच्चार तपासू शकणार नाही.

(5) चाचणीचे माध्यम : मराठी माध्यमाच्या मुलांना इंग्रजीतून सूचना कळणार नाहीत.

(6) चाचणीची काठिण्य पातळी : खूप सोपे प्रश्न किंवा खूप अवघड प्रश्न असतील तरी मुलांची संपादणूक पातळी कळून येणार नाही.

(7) वेळेची मर्यादा : चाचणीसाठी पुरेसा वेळ नसेल तरी वैधता कमी होते.

(8) गुणदान योग्य नसणे : उद्दिष्टांनुसार प्रश्न काढले नसले किंवा उपमुद्द्यांचा समावेश नसेल तरी गुणदान योग्य होणार नाही व चाचणीची वैधता कमी होईल.

जेव्हा चाचणी ज्याचे मापन करायचे आहे त्याऐवजी वेगळ्याच गोष्टीचे मापन करते तेव्हा त्याची वैधता कमी होते. विश्वसनीय चाचणी ही वैध असेलच असे नाही. परंतु वैध चाचणी ही विश्वसनीय असलीच पाहिजे.

4.11.3 व्यवहार्यता (Usability/Practicability)

चाचणीचा व्यवहारातील उपयोग हा चाचणीचे मूल्यमापन करताना ठरविलेला महत्त्वाचा निकष आहे. हा निकष खालील घटकांवर अवलंबून आहे.

1. चाचणी तयार करणे, वाटप करणे, चाचणीचे साहित्य आणणे यासाठीचा खर्च करणे.

2. सूचना स्पष्ट व नि:संदिग्ध हव्यात.
3. चाचणीचे स्वरूप मुलांना वाचण्यास व सोडविण्यास सोपे हवे.
4. चाचणीचे गुणदान पटकन करता यावे, तसेच घटकाच्या विषयविभागानुसार हवे.
5. कच्चे प्राप्तांक हे प्रमाणित प्राप्तांकामध्ये सहजपणे रूपांतर करता यावे.
6. मिळालेल्या गुणांचा अर्थ लावणे वर्गशिक्षिकेला सोपे गेले पाहिजे.
7. चाचणीसाठीचा कालावधी योग्य असला पाहिजे.
8. थोडक्यात, प्रशासन, गुणांकन तसेच मिळालेल्या गुणांचे अर्थनिर्वचन अशा तीन पातळ्यांवर चाचणीची व्यवहार्यता ठरते.

4.12 प्रमाणीकरणाची प्रक्रिया (Standardization Procedure)

प्रमाणित चाचणी तयार करताना ज्ञानक्षेत्रे, निर्मिती प्रक्रिया, प्रश्नांचे प्रकार असतात. त्यावरून काढलेले निष्कर्ष हे सार्वत्रिक स्वरूपाचे असतात. प्रमाणीकरण करणे हे प्रमाणीकरण आणि अनौपचारिक चाचणी यातील फरक दर्शविते.

❖ "Test Standardized : A test for which content has been selected and checked empirically, for which norms have been established, for which uniform methods of administering and scoring have been developent and which may be scored with a relatively high degree of objectivity." **- B. V. Good**

प्रमाणित चाचणी तयार करताना आशयाचा सर्वांगीण अभ्यास केला जातो. सार्वत्रिक स्वरूपासाठी निकष तयार केले जातात, चाचणी कशी घ्यावी, गुणदान कसे करावे याविषयी काळजीपूर्वक ठरविले जाते. वस्तुनिष्ठता यामध्ये जास्त असू शकते. प्रमाणीकरण हे शक्यतो संपादणूक कसोटी, बुद्धिमापन कसोटी, अभिवृत्ती मापन कसोटी यामध्ये केले जाते. प्रमाणीकरण हे प्रयोगामध्ये, संशोधनामध्ये, चाचणी तयार करताना, सर्वेक्षण करताना जास्त महत्त्वाचे असते.

रॉस (Ross) यांच्या मते, चाचणी प्रमाणीकरण करण्यासाठी चार घटक आवश्यक आहेत.

(1) आशयाचे प्रमाणीकरण : अभ्यासक्रमातून काळजीपूर्वक छाननी करून, तसेच तज्ज्ञांच्या मार्गदर्शनाखाली विषयाची निवड करावी. चाचणीची उद्दिष्टे सर्वप्रथम तयार करणे गरजेचे असते. अभिरुची, कौशल्य, अभिवृत्ती, रसग्रहण इत्यादी अशा प्रकारच्या विविध उद्दिष्टांपैकी कोणती उद्दिष्टे साध्य करावयाची आहेत, त्याचे मापन निश्चित करणे गरजेचे असते. उद्दिष्टानुसार जो पाठ्यविषय अभ्यासावयाचा आहे त्याचे विश्लेषण करणे आवश्यक असते. त्यासाठी संबंधित साहित्याचा आढावा घेणे गरजेचे असते. संशोधकाने आवश्यक माहिती पाठ्यांशातून निवडून त्यावर योग्य प्रश्न तयार करावेत. चाचणी घेण्यापूर्वी प्रत्येक प्रश्नाच्या आरंभीच आवश्यक व विधायक सूचना दिलेल्या असतात. प्रयोज्याने काय करावे, किती वेळ द्यावा याच्या सूचना दिलेल्या असतात. या सूचना चाचणीमध्ये महत्त्वाच्या असतात.

(2) प्रारंभिक मसुद्यांचे प्रमाणीकरण : चाचणीचे प्रश्न तयार करताना तज्ज्ञांचे योग्य मार्गदर्शन घेणे जरूरीचे आहे. चाचणी तपासताना उत्तरपत्रिका व गुणदान योजना यांचेही नियोजन करावे. चाचणी प्रथम लहान गटावर घेण्यात येते. अशा वेळी काही अडचणी आल्यास चाचणीत सुधारणा करून त्यातील माहिती निश्चित करता येते. अंतिम मसुदा ठरविताना चाचणी शीर्षक, वेळेचे नियोजन, सरावासाठीचे प्रश्न, सूचना या सर्वांचा विचार करणे आवश्यक असते.

(3) गुणदानाचे प्रमाणीकरण : उत्तरपत्रिका व गुणदान योजना ही चाचणीसाठी निश्चित करणे आवश्यक असते. चाचणीमधील प्रश्नांची रचना ही तिच्या काठिण्य पातळीनुसार व विभेदकारितेनुसार (Degree of Differences) केलेली असते. विभेदकारिता म्हणजे वेगवेगळ्या व्यक्तींच्या प्राप्तीमधील येणारा फरक स्पष्ट करण्याची चाचणीची क्षमता होय.

(4) चाचणीचे प्रमाणक निश्चित करणे : जास्तीत जास्त प्रयोज्यांवर चाचणी घेण्यात येते. यास प्रातिनिधिक गट म्हणतात. विद्यार्थ्यांच्या उत्तरपत्रिकांचे गुणदान योजनेनुसार मूल्यांकन करण्यात येते. त्यानुसार प्राप्तांक मिळविले जातात. विशेष संख्यात्मक परिमाण ठरविण्यासाठी प्राप्तांकाचा वापर करण्यात येतो. अशा प्रकारे प्रमाणकाची निश्चिती करण्यात येते. विशिष्ट गुणांच्या संदर्भात जी सार्वत्रिक साधारण पातळी असते त्या पातळीस प्रमाणक म्हणतात. चाचणीची अंमलबजावणी करताना माहितीपत्रकामध्ये गुणांकन, चाचणीची संपूर्ण माहिती प्रमाणक, प्रक्रिया, निर्वचन इत्यादी असणे गरजेचे आहे. या माहितीमुळे चाचणीवरून निष्कर्ष काढणे सोपे जाते.

4.13 मापन साधन तयार करणे (Preparation of Tools)

मापन साधन तयार करण्यासाठीच्या तंत्रामध्ये चार पायऱ्यांचा समावेश होतो.

1. संकल्पना विकास (Concept Development)
2. संकल्पनेच्या परिमाणांचा तपशील (Specification of Concept Dimension)
3. निर्देशकांची निवड (Selection of Indicators)
4. निर्देशकांची रचना (Formation of Index)

(1) संकल्पना विकास (Concept Development) : संशोधकाला त्याच्या समस्येसंबंधित मुख्य संकल्पनेविषयी समजून घेणे आवश्यक आहे. यामध्ये मूलभूत संकल्पना ही आधीपासूनच समस्येमध्ये असते.

(2) संकल्पनेच्या परिमाणांचा तपशील (Specification of Concept Dimension) : संशोधकाने संकल्पनेच्या परिमाणांचा तपशील तयार करावा. हा तपशील संशोधकाला स्वत:च्या मनाने तयार करावा लागतो किंवा वैयक्तिक परिमाणाचा समस्येशी संबंध जोडून तयार करावा लागतो.

(3) निर्देशकांची निवड (Selection of Indicators) : एकदा का समस्येची परिमाणे ठरल्यावर, संशोधकाला संकल्पनेचा प्रत्येक घटक तपासणारा निर्देशक तयार करणे क्रमप्राप्त ठरते. हे निर्देशक म्हणजे विशिष्ट प्रश्न किंवा इतर साधने अशी जी प्रयोज्याचे ज्ञान, मत, अपेक्षा यांचे मापन होते. संकल्पनेचे पूर्ण मापन होणे शक्य नसते. त्यामुळे संशोधकाने इतर पर्यायांचा विचार करून ठेवावा. एकापेक्षा जास्त निर्देशक संशोधनात वापरल्याने प्राप्तांकांना स्थिरता येते. तसेच त्यांची वैधता वाढते.

(4) निर्देशांकाची रचना (Formation of Index) : शेवटची पायरी म्हणजे वेगवेगळे निर्देशक एकत्र करून निर्देशांकाची रचना करणे. निर्देशांक म्हणजे विशिष्ट चलात काळाच्या ओघात झालेली सरासरी. संशोधनात जेव्हा परिमाणे मोजण्यासाठी वेगवेगळी साधने असतात तेव्हा संशोधकाला सर्व साधने एकत्र करून एकच निर्देशांक ठरविणे आवश्यक असते. प्रयोज्यांना विविध अंक (Scale Value) पुरविणे व त्यांच्याशी संबंधित प्राप्तांक एकत्र करून एकच निर्देशांक तयार करणे. अशा प्रकारे तयार केलेला निर्देशांक चांगल्या प्रकारचे मापन साधन म्हणून ओळखला जातो.

✦✦✦

5

गुणात्मक संशोधन
(Qualitative Research)

❈ प्रस्तावना ❈

रिमाने उत्सुकतेने गुणात्मक संशोधनाविषयी माहिती वाचून काढली. गुणात्मक संशोधन, तसेच संख्यात्मक संशोधन म्हणजे काय, त्यांच्यामध्ये काय फरक आहे हे लक्षात घेतले. तेव्हा तिच्या लक्षात आले की गुणात्मक पद्धतीमध्ये तीन प्रकार आहेत. परंतु सध्या संशोधन करण्यासाठी मिश्र पद्धती जास्त प्रमाणात वापरतात.

सदर प्रकरणामध्ये गुणात्मक संशोधनाची वैशिष्ट्ये, त्यांचे विविध प्रकार व महत्त्व स्पष्ट केले आहे. तसेच मिश्र पद्धतीच्या विविध सहा प्रकारांचे स्पष्टीकरण दिले आहे.

या घटकाचा अभ्यास केल्याने खालील प्रश्नांची उत्तरे देऊ शकाल.

1. गुणात्मक संशोधन आणि संख्यात्मक संशोधन यातील फरक स्पष्ट करा.

2. गुणात्मक संशोधनाची वैशिष्ट्ये स्पष्ट करून संशोधनाच्या पायऱ्या सविस्तर लिहा.

3. गुणात्मक संशोधन म्हणजे काय ते सांगून संशोधनातील व्यक्ती अभ्यास पद्धतीचे महत्त्व स्पष्ट करा.

4. मिश्र पद्धतीची संकल्पना स्पष्ट करून त्यातील कोणतीही एक मिश्र पद्धत सोदाहरण स्पष्ट करा.

5. गुणात्मक पद्धतीची गरज स्पष्ट करून संशोधनातील तिचे महत्त्व स्पष्ट कराल.

शैक्षणिक संशोधन सुरू करताना संशोधकाला सर्वप्रथम स्वत:चे संशोधन हे कोणत्या प्रकारचे आहे हे ठरवावे लागते. संशोधन समस्येच्या स्वरूपावरून आणि संशोधन प्रश्नावरून संशोधकाला हे संशोधन गुणात्मक की संख्यात्मक आहे हे ठरवावे लागते. संशोधन समस्या, संशोधन प्रश्न व संबंधित साहित्याचे परिशीलन केल्यानंतर संशोधक सदरचे संशोधन कोणत्या प्रकारचे आहे हे ठरवू शकतो. त्यानंतर संशोधनासाठी कोणता अभिकल्प वापरायचा, कोणती पद्धती वापरायची जसे की न्यादर्शन पद्धती, तथ्यांचे संकलन, सांख्यिकी पद्धत, अर्थनिर्वचन यासंबंधी संशोधक ठरवू शकतो.

5.1 गुणात्मक संशोधन (Qualitative Research)

5.1.1 अर्थ (Meaning)

गुणात्मक संशोधनात चलांचे प्रकार नसतात तरीसुद्धा तुम्हाला एखाद्या समस्येचे उत्तर शोधायचे असते. मुख्य समस्या (Central Phenomenon) हा गुणात्मक संशोधनाचा मुख्य घटक आहे. उदा., कर्णबधीर मुलांना शिकविण्यात येणाऱ्या समस्या. गुणात्मक संशोधनात संबंधित साहित्याचे परिशीलन या घटकाचा कमी फायदा होतो. संबंधित साहित्याचे परिशीलन फक्त तुम्ही सदरचे संशोधन का करीत आहात याचे स्पष्टीकरण देण्यासाठी करतात. परंतु त्यामुळे सदरच्या संशोधनास त्याचा फारसा फायदा होत नाही. कारण सदर संशोधनात संशोधक व इतर भाग घेतलेल्या व्यक्तींचा दृष्टिकोन महत्त्वाचा असतो. संबंधित साहित्याच्या परिशीलनामुळे संशोधनाचा अर्थ व मुख्य घटनेचे महत्त्व स्पष्ट केले जाते.

गुणात्मक संशोधनात समस्या विधान व संशोधन प्रश्न स्पष्ट केले जातात. संशोधक एकाच मुख्य घटनेवर संशोधन करतो आणि तीच मुख्य घटना समस्या विधान म्हणून सांगतो. गुणात्मक संशोधनात, तथ्यांचे संकलन हे संशोधनात भाग घेतलेल्या व्यक्तींकडून गोळा केले जाते आणि त्यावरून विशिष्ट पद्धत विकसित केली जाते. त्याला कच्चा मसुदा (Protocol) म्हणतात. ही पद्धत सामान्य प्रश्न निर्माण करते त्याला संशोधनात भाग घेतलेल्या व्यक्ती उत्तरे देतात.

बहुतेक वेळा गुणात्मक संशोधनात माहिती लिखित स्वरूपात गोळा केली जाते. संशोधक सांख्यिकी माहितीऐवजी, शब्दांच्या किंवा चित्रांच्या साहाय्याने मुख्य घटना स्पष्ट करण्याचा प्रयत्न करतो. त्यामुळे बरेच वेळा ते व्यक्तीचे किंवा एखाद्या जागेचे वर्णन होते. काही गुणात्मक संशोधनात संशोधक व्यक्तीचेही वर्णन करतो, तसेच मुख्य घटनेचेही विस्ताराने वर्णन करतो तेव्हा अतिशय भव्य, उदात्त असे वर्णन डोळ्यांपुढे उभे राहते. या वर्णनावरून संशोधक मिळालेल्या माहितीचे स्पष्टीकरण करू शकतो तसेच त्या संदर्भात पूर्वी झालेल्या संशोधनाशी सहसंबंध जोडू शकतो.

गुणात्मक संशोधनाचे लेखन करताना सुरुवातीला लांबलचक वर्णन येऊ शकेल किंवा जास्तीत जास्त उद्देश समोर येतील. त्यामुळे गुणात्मक संशोधनाचे मूल्यमापन करतानाही विविधता येईल. चांगला गुणात्मक अहवाल हा वास्तववादी असला पाहिजे तसेच वाचणाऱ्याला त्याचे महत्त्व व अचूकता पटली पाहिजे. अर्थनिर्वचन करताना पुरेसे वर्णन असले पाहिजे. तसेच घटनेचा मूळ गाभा स्पष्ट केला पाहिजे. तसेच प्रसंगवर्णनांची योग्य साखळी निर्माण झालेली असली पाहिजे.

तसेच संशोधकाने संशोधनातील त्याची मुख्य भूमिका स्पष्ट केली पाहिजे. त्यामुळे संशोधकाचा पूर्वग्रह, मूल्ये, गृहीतके याविषयीची माहिती संशोधनातून मिळते. यामध्ये संशोधकाचे अनुभव आणि संशोधक संशोधनात भाग घेतलेल्या व्यक्तींबरोबर कशा प्रकारे सहकार्य करीत होता याविषयी कळून येते. संशोधकाचे अनुभव व सामाजिक संदर्भ आलेल्या निष्कर्षांवर कसे परिणाम करतात याविषयीही समजते.

5.2 गुणात्मक संशोधनाची वैशिष्ट्ये (Characteristics of Qualitative Research)

1. संशोधन समस्या शोधली जाते आणि मुख्य घटना सविस्तर वर्णनासकट विकसित केली जाते.
2. संबंधित साहित्याचे परिशीलन संशोधन समस्येचे स्पष्टीकरण देते.
3. समस्या विधान व संशोधन प्रश्न विस्ताराने स्पष्ट केले जातात. त्यामुळे संशोधनात भाग घेतलेल्या व्यक्तींच्या अनुभवांचे स्पष्टीकरण होते.
4. तथ्य संकलन हे माहितीवजा गोळा केले जाते.
5. तथ्यांचे अर्थनिर्वचन हे माहितीरूपात विस्ताराने स्पष्ट केले जाते आणि आलेले निष्कर्ष विविधांगी अर्थाने सांगितले जातात.
6. संशोधनाचे अहवाल लेखन हे लवचीक असते. त्याचा विशिष्ट साचा नसतो. संशोधन विषयानुसार त्याची रचना व मूल्यमापन होते. संशोधकाच्या विचारांचा प्रभाव संशोधनावर राहतो.

5.3 गुणात्मक संशोधनाचे घटक (Components Involved in Qualitative Research)

मॅक्सवेल (Maxwell 1998) यांनी गुणात्मक संशोधनाचे पाच घटक सांगितले आहेत. हे घटक प्रश्न तयार करतात, ज्याची संशोधकाला संशोधन करताना उत्तरे द्यायची असतात.

1. संशोधनाचे ध्येय काय आहे ?
2. संशोधक विषयाशी संबंधित स्पष्टीकरणाविषयी कोणता विचार करतो ?
3. संशोधनाचे निष्कर्ष काय असावेत याविषयी संशोधक काय समजून घेतो ?
4. संशोधक प्रत्यक्ष काय करेल? कोणती साधने तथ्य संकलनासाठी वापरेल ?
5. मिळालेल्या निष्कर्षांवर कशाकशाचा प्रभाव पडतो? मिळालेले निष्कर्ष विश्वासार्ह आहेत का ?

वरील प्रश्नांची उत्तरे एकापाठोपाठ सरळ मिळतीलच असे नाही. कदाचित ती वेगवेगळी परंतु एकमेकात गुंफलेली असतील.

गुणात्मक संशोधनाच्या पायऱ्या (Steps in Qualitative Research) :

1. संशोधन प्रश्न
2. योग्य विषयाची निवड
3. योग्य तथ्य संकलन
4. माहितीचे अर्थनिर्वचन
5. संज्ञात्मक आणि माहितीवजा काम - जास्तीत जास्त माहिती गोळा करणे.
   संशोधन प्रश्नाशी संबंधित विशिष्ट माहिती गोळा करणे.
6. निष्कर्ष लिहिणे.

5.4 संख्यात्मक आणि गुणात्मक संशोधनातील फरक (Difference between Quantitative & Qualitative Research)

आपल्या संशोधन समस्येसाठी योग्य पद्धती निवडताना गुणात्मक आणि संख्यात्मक पद्धतीतील फरक संशोधकाला माहीत असणे गरजेचे आहे. खालील संशोधन पद्धतीतील फरक लक्षात घेऊन संशोधक स्वतःचे संशोधन कोणत्या प्रकारात येते. याविषयी अंदाज करू शकतो.

क्र.	विषय	गुणात्मक संशोधन	संख्यात्मक संशोधन
1.	हेतू	मुख्य कल्पनेचे महत्त्व सांगण्यासाठी संशोधन समस्येचा उपयोग	संशोधन प्रश्नांना दिशा देण्यासाठी किंवा परिकल्पना तयार करण्यासाठी संशोधन समस्येचा उपयोग
2.	तथ्य संकलन	शब्दांमध्ये असंरचित मुक्त प्रकार	अंकामध्ये संरचित बद्ध प्रकार
3.	तथ्य संकलनाची साधने	स्वतः संशोधक, संशोधनाशी संबंधित व्यक्ती, मुलाखती निरीक्षणे, दस्तऐवज, प्रश्नावली	चाचण्या, निरीक्षणे, प्रश्नावली
4.	न्यादर्श	लहान, अयादृच्छिक, नैसर्गिक	मोठा यादृच्छिक, सामान्यीकरण
5.	संशोधक	संशोधक स्वतः भाग घेतो. निष्कर्ष हे व्यक्तिनिष्ठ असतात.	संशोधक स्वतः भाग घेत नाही. निष्कर्ष हे वस्तुनिष्ठ असतात.
6.	संशोधन अभिकल्प	लवचीक	पूर्वतयारी करून ठरविलेला
7.	महत्त्व	विषयाचे सखोल ज्ञान	नियमांचे सामान्यीकरण
8.	निष्कर्ष	आकलनयुक्त, वर्णनात्मक	मुद्देसूद, संख्यात्मक

5.5 गुणात्मक संशोधनाचे प्रकार (Types of Qualitative Research)

गुणात्मक संशोधन करणाऱ्या संशोधकाला क्षेत्र अभ्यासाची माहिती पाहिजे. क्षेत्र अभ्यासामध्ये कशा प्रकारे माहिती गोळा करायची, निरीक्षणे कशी करायची, कशाची करायची, व्यक्तींच्या मुलाखती कशा घ्यायच्या याचा अनुभव संशोधकास असणे आवश्यक आहे. यासाठी गुणात्मक संशोधनाचे प्रकार अभ्यासणे गरजेचे आहे.

गुणात्मक संशोधनाचे प्रकार पुढीलप्रमाणे :

5.5.1 व्यक्ती अभ्यास (Case - Study)

व्यक्ती अभ्यास म्हणजे एखाद्या सामाजिक घटकाचा केलेला सर्वांगीण अभ्यास. या सामाजिक घटकात व्यक्ती, कुटुंब, समाजातील घटक, शाळा, किशोरवयीन मुले, शाळेत न जाणारी मुले, व्यसनाधीन मुले असे कोणीही असू शकतात.

व्यक्ती अभ्यासामध्ये संशोधकाला व्यक्ती किंवा त्या घटकाचा बारकाईने विचार करावा लागतो. संशोधकाला त्याविषयीची वर्तमानकाळातील तसेच भूतकाळातील माहिती प्रश्नावली, शेड्यूल, मुलाखत याद्वारे मिळवावी लागते. मिळालेल्या घटकांचा एकमेकांशी संबंध काय आहे हे शोधावे लागते. मिळालेल्या माहितीचे पृथक्करण केल्याने, तसेच त्यांचे एकमेकांबरोबरचे संबंध स्पष्ट केल्याने संशोधकाला त्या व्यक्तीचे पूर्ण एकत्रित चित्र मिळते. असे केल्यामुळे संशोधकाला घटकाचा जीवनप्रवास नीट समजून येतो.

सिग्मंड फ्रॉईडने स्वतःच्या रोग्यांची समस्या सोडविण्यासाठी व्यक्ती अभ्यास पद्धत वापरली. बऱ्याच वेळा व्यक्ती अभ्यासात संशोधन घटकाचे विशिष्ट वर्तन नोंदविले जाते आणि किती वेळा त्या प्रकारचे वर्तन होते याची नोंद घेतली जाते. नंतर साधक अभिसंधानाद्वारे उपचार दिले जातात आणि वर्तनातील बदल नोंदविले जातात. वर्तनात बदल दिसू लागताच संशोधक पुन्हा उलट दिशेने साधक अभिसंधान करू लागतो, त्यामुळे घटक मूळ वर्तनाकडे परत येतो.

व्यक्ती अभ्यासातील पायऱ्या (Steps of the Case Study) :

1. व्यक्ती किंवा सामाजिक घटकाची वर्तमानातील परिस्थिती काय आहे हे निरीक्षणाने / मापनाने ठरविणे.
2. परिकल्पना निश्चित करणे
3. परिकल्पनांची तपासणी करणे.
4. उपचारांची योग्यता तपासणे
5. अनुधावन.

व्यक्ती अभ्यासाचे महत्त्व (Significance of Case Study) :

1. व्यक्ती अभ्यासामुळे संशोधकाला व्यक्ती किंवा घटक बारकाईने समजतो. त्या घटकाविषयी संशोधकाला भूतकाळ व वर्तमानकाळातील सर्वांगीण माहिती मिळते.
2. दुसऱ्यांचा सखोल विचार केल्याने संशोधकालाही बऱ्याच गोष्टी स्वतःला समजून येतात म्हणजेच ज्ञानप्राप्ती होते.
3. शैक्षणिक क्षेत्रातील व्यक्ती अभ्यास केल्याने संशोधकाला शिक्षण विषयातील घटकाचे गुण, दोष, मर्यादा, महत्त्व कळून येते. त्यामुळे त्या घटकासाठी पुढील सुधारणा सुचविणे सोपे जाते.
4. व्यक्ती अभ्यासामुळे वैध परिकल्पनांची निश्चिती करता येते.
5. सर्वांगीण अभ्यास करून काढलेले निष्कर्ष इतर संशोधनाला उपयुक्त माहिती पुरवितात.

व्यक्ती अभ्यासाच्या मर्यादा (Limitations of Case Study) :

1. व्यक्ती अभ्यासात व्यक्तिनिष्ठता येण्याची शक्यता अधिक असते. कारण संशोधकाचा दृष्टिकोन, पूर्वग्रह, संशोधनाचा उद्देश, स्वतःला अपेक्षित असलेले अनुमान संशोधकाने काढणे अशा गोष्टींमुळे संशोधन कार्यावर चुकीचा परिणाम होतो.
2. व्यक्ती अभ्यासात निवडलेले घटक हे अपवादात्मक स्थितीतील असू शकतात. त्यामुळे या संशोधनातून येणारे निष्कर्ष सर्वत्र लागू पडतीलच नाही.
3. या पद्धतीमध्ये पैसा व वेळ जास्त खर्च होतो.
4. व्यक्ती अभ्यास हा एकाच व्यक्तीकडून केला जातो. त्यामुळे घटकाच्या सामाजिक, आर्थिक, मानसशास्त्रीय अशा वेगवेगळ्या पैलूंचा समग्र विचार एकाच व्यक्तीकडून होणे अवघड असते.

5.5.2 संस्कृती अभ्यास (Ethnography)

The term ethnography literally means, 'Writing about groups of people'.

काळानुरूप समान संस्कृती असणाऱ्या व्यक्तींचे वर्तन, समजुती, भाषा यांचे वर्णन, स्पष्टीकरण, अर्थनिर्वचन गुणात्मक संशोधन पद्धतीने करणे म्हणजे प्रकृतीवादी अन्वेषण संशोधन. यात संस्कृती हा सर्वांत मुख्य मुद्दा आहे. तेव्हा संस्कृती म्हणजे काय?

❖ "A culture is everything having to do with human behaviour and belief."

- Le Compte, Preissle & Tesch, 1993

समान संस्कृती असणाऱ्या व्यक्ती म्हणजे एकाच ऑफिसमधील व्यक्ती, एकाच इयत्तेचे विद्यार्थी, काही कुटुंबे, विशेष असलेली मुले व त्यांचे कुटुंबीय, शालेय स्नेहसंमेलन साजरे करणारे विद्यार्थी अशा प्रकारची असू शकतात. संस्कृती अभ्यासामध्ये एखादी उच्च पदावरची नेमणूक यावरसुद्धा अभ्यास होऊ शकतो. संस्कृती अभ्यासामध्ये तुम्ही बऱ्याच काळपर्यंत एखाद्या गटाच्या कार्यक्रमाचे रेकॉर्ड ठेवू शकता ज्यामुळे त्यांचे वर्तन, समजुती वेळोवेळी तपासल्या जातील.

शैक्षणिक क्षेत्रातील संस्कृती अभ्यासामध्ये विद्यार्थ्यांचे वैयक्तिक जीवन, फुरसतीच्या वेळेतील शाळेतील सुविधांचा अभ्यास अशा प्रकारचे विषय येतात.

संस्कृती अभ्यासाचे तीन प्रकार आहेत.

(1) वास्तववादी संस्कृती अभ्यास (Realist Ethnography) : प्रत्यक्ष काम करणाऱ्या व्यक्तींकडून माहिती घेऊन त्रयस्थ व्यक्तीच्या नजरेतून सदर प्रसंगाची वस्तुनिष्ठ माहिती घेणे म्हणजे वास्तववादी संस्कृती अभ्यास होय. यामध्ये संशोधक पूर्वग्रह नसलेली, राजकीय हेतूंपासून दूर, भेसळ नसलेली अशी माहिती गोळा करतो. संशोधक जे सत्य आहे तेच सांगतो.

(2) व्यक्तिवादी संस्कृती अभ्यास (Case Study) : व्यक्तिवादी संस्कृती अभ्यासामध्ये संशोधक व्यक्तीवर आधारित कार्यक्रम, प्रसंग, घटना यावर भर देतो. प्रसंग, कार्यक्रम यामध्ये क्रमवार पायऱ्यांचा समावेश होतो. जेव्हा एखाद्या व्यक्तीचा किंवा घटनेचा अभ्यास करायचा असतो तेव्हा ती घटना किंवा व्यक्ती असाधारण असते. जेव्हा खूप खोलवर जाऊन अभ्यास करायचा असतो तेव्हा संशोधक मोजक्याच व्यक्ती किंवा घटनांचा अभ्यास करू शकतो.

(3) चिकित्सक संस्कृती अभ्यास (Critical Ethnography) : Critical Ethnographies are type of ethnographic research in which the author is interested in advocating for the emancipation of groups marginalized in our society (Thomas 1993).

चिकित्सक संशोधक हे साधारणतः राजकीय विचारांचे असतात. त्यांच्या संशोधनातून ते असमानता आणि वर्चस्व या विषयांवर प्रकाश टाकू इच्छितात. चिकित्सक संस्कृती अभ्यासाचे मूल्यसंवर्धन, व्यक्ती सक्षमीकरण, दुर्बलांना साहाय्य, राजकीय शक्ती व त्यांचे नियंत्रण हे महत्त्वाचे घटक आहेत.

चिकित्सक संशोधन अहवाल हा क्लिष्ट, विविधांगी, विविध पद्धतींचा असतो. सदर अहवाल चिकित्सा करणारा, विरोधाभासांनी भरलेला व तणावयुक्त असतो.

संस्कृती अभ्यास संशोधनाची वैशिष्ट्ये (Characteristics of Ethnographic Research) :

1. संस्कृती स्वरूप (Themes)
2. समान संस्कृती गट
3. समान वर्तन, समजुती, भाषा
4. क्षेत्रीय अभ्यास
5. वर्णनात्मक, अर्थनिर्वचनात्मक
6. परिस्थिती
7. संशोधकाचा प्रभाव

संस्कृती अभ्यास संशोधनासाठी वापरण्यात येणारी तथ्य-संकलनाची साधने : अनौपचारिक संभाषण, जीवनइतिहास, मुलाखती, सर्वेक्षण, जनगणना, प्रश्नावली, प्रक्षेपण तंत्रे, चाचण्या, गट मुलाखती, दृक्-श्राव्य साधने, इत्यादी.

5.5.3 प्रघटनाशास्त्र (Phenomenology)

- "Phenomenology is the descriptive study of how individuals experience a phenomenmon. It deals with the central question like, "What are the meaning, structure, and essence of the lived experience of this phenomenon by an individual or by many individuals?" **- According to Lokesh Koul**

प्रघटनाशास्त्राचे मूळ हे तत्त्वज्ञान आहे. प्रघटनाशास्त्र म्हणजे विशेष, एखाद्या घटनेचा विशेष अभ्यास करणे तसेच व्यक्ती समस्या कशा प्रकारे अनुभव करते याचा वर्णनात्मक अभ्यास म्हणजे प्रघटनाशास्त्र होय. या संशोधनात एका व्यक्तीकडून किंवा अनेक व्यक्तींकडून या समस्येच्या जिवंत अनुभवांचा अर्थ, सूत्र, महत्त्व म्हणजे काय ते शोधणे ही महत्त्वाची कल्पना आहे. संशोधक व्यक्तीच्या जीवन अनुभवांशी एकरूप होण्याचा प्रयत्न करतो. मनुष्याचे जग हे केवळ भौतिक नसते. त्याच्या भोवती प्रतीकात्मक रूपातही जग असते. ते समजून घेण्याचा मनुष्याचा प्रयत्न असतो. तो इतरांशी, तसेच स्वत:शी नातेसंबंध निर्माण करतो. दुसऱ्या व्यक्तीचे जीवनातील अंतरंग समजून घेण्यासाठी संशोधक अतिशय खोलवर जाऊन प्रश्न विचारून मुलाखत घेतो. संशोधक दुसऱ्या व्यक्तीच्या ठिकाणी स्वत:ला समजून त्याच्या भावना, विचार, प्रेरणा समजून घेण्याचा प्रयत्न करतो. दुसऱ्या व्यक्तीच्या नजरेतून त्या व्यक्तीच्या भावना समजून घेतो.

वैशिष्ट्ये

प्रघटनावादी संशोधनाच्या तथ्यांचे स्पष्टीकरण करताना, संशोधक महत्त्वाच्या विधानांची यादी तयार करतो, त्या विधानांचा अर्थ लावण्याचा प्रयत्न करतो आणि त्याचे मूळ सार काय आहे ते स्पष्ट करतो. याचा उद्देश असा आहे की, प्रघटनेत स्वत: स्पष्टीकरण करण्याची ताकद यावी. संशोधक प्रत्ययाचा सर्व अंगांनी, सर्व दृष्टीने, विचारांचा, भावनांचा विचार करतो. प्रत्ययाने 'स्वत:हून बोलण्यासाठी' संशोधकाने 'ऐकण्यासाठी' तयार असले पाहिजे. हे घडण्यासाठी जाणीवपूर्वक समजून घेतले पाहिजे व जाणीवपूर्वक कृती केली पाहिजे.

जाणीवपूर्वक कृतीमध्ये पाहणे, ऐकणे, भावना जाणवणे, विचार करणे, न्याय देणे इत्यादी प्रकार येतात. जाणीवपूर्वक समजणेमध्ये पाहिलेली दृश्ये, ऐकलेले शब्द, भावना समजून घेणे, केलेले विचार, कल्पना तपासणे इ. गोष्टी येतात. आलेला प्रत्यय कोणताही पूर्वग्रह न ठेवता 'आहे तसा' स्वीकारणे महत्त्वाचे असते.

उपयुक्तता

प्रघटनावादी संशोधनातील तथ्यांचे परीक्षण केल्यावर, अहवाल लेखन हे वर्णनात्मक पद्धतीने अतिशय उच्च स्वरूपात लिहिले जाते.

5.5.4 प्रक्रिया सिद्धान्त अभिकल्प (Grounded Theory)

प्रक्रिया सिद्धान्त अभिकल्प हा गुणात्मक संशोधनाचा एक प्रकार आहे. एखाद्या विषयातील संकल्पना, प्रक्रिया, कृती यांचे स्पष्टीकरण करून सिद्धान्त निर्माण करण्यासाठी जी गुणात्मक पद्धती वापरतात ती म्हणजे प्रक्रिया सिद्धान्त अभिकल्प (Grounded Theory Design) होय. प्रक्रिया सिद्धान्त संशोधन हे शैक्षणिक प्रक्रियेतील घटना, उपक्रम, कृती आणि आंतरक्रिया स्पष्ट करते.

जेव्हा संशोधकाच्या एखाद्या समस्येचे स्पष्टीकरण सद्य:स्थितीतील उपपत्ती देऊ शकत नाही, अशा समस्येचे सविस्तर स्पष्टीकरण हे प्रक्रिया सिद्धान्त अभिकल्पाद्वारे देऊ शकतो. अभिकल्पातील माहिती ही नेहमीच्या पद्धतीमध्ये बसत नाही, परंतु रोजच्या जीवनामध्ये अस्तित्वात आहे आणि अतिशय गुंतागुंतीची माहिती आहे त्या समस्येतील माहिती प्रत्यक्ष अनुभवावर आधारित (Grounded) असते. उदा., अवधान समस्या असलेली मुले.

बर्नी ग्लेसर (Barney G. Glaser) आणि ॲनसेम स्ट्रॉस (Anselm I Stross) यांनी 1960 च्या दशकात प्रक्रिया सिद्धान्त पद्धती विकसित केली.

प्रक्रिया सिद्धान्त अभिकल्पाची वैशिष्ट्ये

1. प्रक्रिया दृष्टिकोन (Process Approach)
2. सैद्धान्तिक नमुना निवड (Theoretical Sampling)
3. सतत तुलनात्मक माहिती विश्लेषण (Constant - Comparative Data Analysis)
4. अत्यंत महत्त्वाची वर्गवारी (A Core Category)
5. सिद्धान्त निर्मिती (Theory Generation)
6. संक्षेप (Memos)

(1) प्रक्रिया दृष्टिकोन (Process Approach) : संबंधित विषयाशी व्यक्ती आणि प्रसंग यांच्यातील कृती व आंतरक्रिया यांचा क्रम म्हणजेच प्रक्रिया दृष्टिकोन होय. वर्गवारी (Categories) हा संशोधकाने माहितीतून मिळविलेली मूलभूत घटक आहे आणि या वर्गवारीचा उपयोग प्रक्रिया समजून घेण्यासाठी होतो. शीर्षकाचे वेगवेगळे प्रकार वर्गवारी करण्यासाठी वापरले जातात.

(2) सैद्धान्तिक नमुना निवड (Theoretical Sampling) : संशोधक माहितीचे असे साधन निवडतो की ज्यातून मजकूर व चित्रातून सिद्धान्ताची निर्मिती होईल त्याला सैद्धान्तिक नमुना निवड म्हणतात. याचाच अर्थ नमुना निवड ही जाणीवपूर्वक घेतली जाते. ज्यामधून सिद्धान्ताची निर्मिती नक्की होईल हे माहीत असते.

(3) सतत तुलनात्मक माहिती विश्लेषण (Constant - Comparative Data Analysis) : या पद्धतीमध्ये संशोधक माहिती गोळा करण्याच्या प्रक्रियेमध्ये माहितीतील घटकांची वर्गवारी करतो, पुन्हा जास्तीची माहिती गोळा करतो आणि नवीन माहितीची आधीच्या वर्गवारीशी तुलना करतो. या माहितीची वर्गवारी निर्माण करण्याच्या पद्धतीवर सतत तुलनात्मक माहिती विश्लेषण म्हणतात. ही माहिती विश्लेषणाची उद्गामी पद्धत आहे. माहितीचे छोटे घटक विविध लोकांकडून विविध स्रोतांमधून, आधीच्याच प्रयोज्यांकडून वेळोवेळी उपलब्ध होतात. असे घटक विविध वर्गवारींमध्ये विभागले जातात. अशा प्रकारे संशोधक प्रक्रियेमध्ये वर्गवारींसाठी पुरावे गोळा करतो.

(4) अत्यंत महत्त्वाची वर्गवारी (A Core Category) : मिळालेल्या माहितीतून विविध वर्गवारी तयार होतात. यामधून मुख्य समस्येशी संबंधित महत्त्वाची वर्गवारी संशोधक निवडतो. ही वर्गवारी संशोधनाची मूळ समस्या मानली जाते. ही मूळ समस्येची वर्गवारी संशोधक इतर वर्गवारींशी त्याचे संबंध, वारंवारिता माहिती निर्माण करण्यासाठीचा उपयोग यावरून महत्त्वाची आहे हे ठरवितो.

(5) सिद्धान्त निर्मिती (Theory Generation) : मूळ समस्येची वर्गवारी ठरविल्यावर साधारण सिद्धान्त निर्मिती तयार होते. मिळालेल्या माहितीवरून संशोधक माहितीची सलग निर्मिती करतो. हा सिद्धान्त माहितीच्या अगदी जवळ असतो. हा सिद्धान्त सरसकट सर्व व्यक्तींना, प्रसंगांना लागू होत नाही किंवा एकाच शाळेतील विद्यार्थ्यांचेही स्पष्टीकरण देत नाही. हा सिद्धान्त बऱ्याच व्यक्तींच्या वैयक्तिक माहितीवरून मध्यम मार्ग म्हणून काढलेला असतो.

(6) संक्षेप (Memos) : संशोधक पूर्ण संशोधन प्रक्रिया करत असताना माहिती आणि वर्गवारीविषयी ज्या कल्पना तपशिलासह लिहीत असतो, त्याला संक्षेप (Memos) म्हणतात. संक्षेपामुळे संशोधक नवीन माहिती गोळा करतो, कल्पनांचा पुढे विकास करण्यास मदत होते.

प्रक्रिया सिद्धान्त अभिकल्पाचे प्रकार

(1) नियमबद्ध अभिकल्प (Systematic Design) : ही अभिकल्पना पूर्वनिर्धारित वर्गवारी ही विविध वर्गवारी, दृश्य चित्रांना जोडण्यासाठी वापरली जाते आणि विशिष्ट परिकल्पना यातील संबंध स्पष्ट करण्यासाठी वापरली जाते.

(2) उदयोन्मुख अभिकल्प (Emergent Design) : यामध्ये पूर्वनिर्धारित वर्गवारीशिवाय एक मूलभूत सामाजिक प्रक्रिया राबविली जाते.

(3) ज्ञानरचनावादी अभिकल्प (Constructivist Design) : या अभिकल्पात प्रयोज्याच्या काल्पनिक अर्थावर, तसेच संशोधकाची मूल्ये व विश्वास यांच्यावर स्पष्ट लक्ष केंद्रित केले जाते. तसेच तात्पुरते निष्कर्षही लक्षात घेतले जातात.

5.5.5 कथनात्मक संशोधन (Narrative Research)

कथनात्मक संशोधनात व्यक्तीच्या आयुष्याबद्दल सांगितले जाते. त्याविषयी माहिती गोळा केली जाते आणि व्यक्तींचे अनुभव कथन केले जातात. या पद्धतीमध्ये एकाच व्यक्तीचा अभ्यास केला जातो. विविध गोष्टींमधून माहिती गोळा केली जाते, वैयक्तिक अनुभवांची नोंद केली जाते आणि या अनुभवांतील अर्थाची चर्चा केली जाते.

एखादी व्यक्ती स्वतःच्या आयुष्याबद्दल सांगण्यासाठी तयार असते व संशोधक लिहिण्यास तयार असतो तेव्हाच कथनात्मक संशोधन पद्धती वापरता येते. यामध्ये प्रसंगाची कालक्रमानुसार मांडणी करावी लागते. कथनात्मक संशोधन हा गुणात्मक संशोधनाचा साहित्यिक प्रकार आहे. या पद्धतीत वैयक्तिक गोष्टींचे सूक्ष्म विश्लेषण केले जाते.

कथनात्मक संशोधन पद्धतींची काही उदाहरणे :

1. आत्मकथन (Autobiographics)
2. जीवनकथन (Biographics)
3. वैयक्तिक कथन (Personal Narratives)
4. संस्कृती ऐतिहासिक (Ethnohistories)
5. प्रसिद्ध स्मरणचित्रे (Popular Memories)

कथनात्मक संशोधनाची वैशिष्ट्ये (Characteristic of Narrative Research) :

(1) वैयक्तिक अनुभव (Individual Experience) : संशोधक प्रयोज्याच्या वैयक्तिक व सामाजिक आंतरक्रियांविषयी जाणून घेतो.

(2) कालक्रमानुसार अनुभव (Chronology of the Experience) : कथनात्मक संशोधनात व्यक्तीचा पूर्वे-तिहास, वर्तमानकाळ तसेच भविष्यातील अपेक्षा जाणून घेणे महत्त्वाचे असते. त्यानुसार संशोधनात त्याची मांडणी करणे अपेक्षित असते.

(3) वैयक्तिक माहिती गोळा करणे (Collecting Individual Stories) : तोंडी सांगितलेली माहिती संशोधक विविध साधने वापरून गोळा करतो.

(4) माहितीचे पुनर्गठन करणे (Restorying) : संशोधक माहिती गोळा करतो. त्यातील मुख्य घटकांचे विश्लेषण करतो आणि कालक्रमानुसार माहितीचे पुनर्गठन करतो.

(5) माहितीचे सांकेतिकीकरण (Coding for Themes) : संशोधक माहितीचे सांकेतिकीकरण करून त्याचे वर्गवारीत रूपांतर करतो.

(6) संदर्भ (Context) : कथनात्मक संशोधनातील संदर्भ म्हणजे मित्र, कुटुंब, कामाचे ठिकाण, घर, सामाजिक संस्था, शाळा जेथे घटना प्रत्यक्ष घडते ते ठिकाण. संशोधक संदर्भाचे बारकाईने वर्णन करतो त्यामुळे मुख्य समस्येचे स्पष्टीकरण मिळते.

(7) प्रयोज्यांचा सहभाग (Collaborating with Participants) : संशोधक प्रयोज्यांचा सक्रिय सहभाग संशोधनात होतो. प्रयोज्यांच्या सहभागांमुळे तोंडी सांगितलेली व नोंदविलेली माहिती यातील दरी कमी होते. प्रयोज्यांच्या प्रत्यक्ष सहभागामुळे संशोधनासाठी आदर्श परिस्थिती निर्माण होते.

5.6 मिश्र संशोधन पद्धती (Mixed Methods)

❖ "A mixed methods research design is a procedure for collecting, analyzing and 'mixing' both quantitative and qualitative methods in a single study or a series of studies to understand a research problem."
- Creswell & Plano Clark 2011

मिश्र संशोधन पद्धतीमध्ये संशोधन करताना संख्यात्मक तसेच गुणात्मक संशोधन पद्धती वापरली जाते. कोणतीही एक पद्धत वापरण्यापेक्षा, दोन्ही पद्धती, संख्यात्मक तसेच गुणात्मक पद्धती एकत्रित वापरण्यामुळे संशोधन समस्या तसेच संशोधन प्रश्न समजून घ्यायला मदत होते. ही पद्धत वापरण्यासाठी प्रथम संशोधकाला गुणात्मक व संख्यात्मक संशोधन पद्धती समजून घेणे आवश्यक आहे. संख्यात्मक संशोधन पद्धतीमध्ये जे गुणांक मिळतात त्यांचे अर्थनिर्वचन केल्यानंतर घेतलेल्या संशोधन विषयांचे वारे कोणत्या दिशेने वाहत आहेत याविषयी माहिती कळते. तसेच गुणात्मक संशोधन पद्धतीमध्ये फक्त मुलाखतीमधून लोकांच्या शब्दातून प्रत्यक्ष माहिती मिळते, त्याचा विविध अंगांनी अभ्यास केल्यानंतर संशोधनाचे पूर्ण चित्र डोळ्यांसमोर उभे राहते. पूर्ण गुणात्मक संशोधन पद्धती वापरण्यापेक्षा एकत्रित संशोधन पद्धती वापरणे योग्य ठरते. कारण गुणात्मक संशोधनात बहुतेक वेळा काही भाग संख्यात्मक संशोधनाचा असतो.

मिश्र संशोधन पद्धती :

संशोधन A – गुणात्मक + संख्यात्मक

संशोधन B – संख्यात्मक – – – – – – – – गुणात्मक (कमी प्राधान्य)

'+' हे चिन्ह संख्यात्मक व गुणात्मक तथ्यांचे एकत्रित संकलन दर्शविते.

'– – – –' हे चिन्ह संख्यात्मक व गुणात्मक तथ्यांचे क्रमाक्रमाने संकलन दर्शविते.

5.7 मिश्र संशोधन पद्धतीचे प्रकार (Types of Mixed Method)

मिश्र संशोधन पद्धतींचे प्रकार अभ्यासताना संशोधकाला स्वत:ला काही प्रश्न विचारणे आवश्यक आहे. जेणेकरून संशोधक स्वत:ची पद्धती ठरवू शकेल.

1. संशोधनाच्या नावामध्ये संख्यात्मक व गुणात्मक तथ्य संकलन करावे लागेल याचा काही पुरावा आहे का?

2. तथ्य संकलनाच्या घटकांमध्ये संख्यात्मक व गुणात्मक तथ्य संकलन करावे लागेल याची नोंद आहे का? जसे संशोधन पद्धती, संशोधन पायऱ्या.

3. समस्या विधान किंवा संशोधन प्रश्न याविषयी काही पुरावा मिळतो का ? जेणेकरून संशोधनाच्या सुरुवातीलाच संख्यात्मक व गुणात्मक तथ्य संकलन करावे लागेल.

संशोधक संख्यात्मक, तसेच गुणात्मक संशोधनाच्या कोणत्या भागावर जास्त भर देत आहे यावर एकत्रित संशोधन पद्धतींचे प्रकार अवलंबून आहेत.

1. एकत्रित/केंद्राभिमुख समांतर संशोधन पद्धत (The Convergent Parallel Design)

2. स्पष्टीकरणात्मक क्रमवार संशोधन पद्धत (The Explainatory Sequential Design)

3. संशोधनात्मक क्रमवार संशोधन पद्धत (The Exploratory Sequential Design)

4. साचेबद्ध संशोधन पद्धत (The Embedded Parallel Design)

5. परिवर्तनीय संशोधन पद्धत (The Transformative Design)

6. बहुप्रावस्था संशोधन पद्धत (The Multiphase Design)

5.7.1 एकत्रित /केंद्राभिमुख समांतर संशोधन पद्धत (The Convergent Parallel Design)

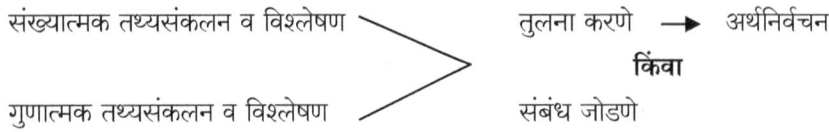

संख्यात्मक तथ्यसंकलन व विश्लेषण — तुलना करणे → अर्थनिर्वचन

किंवा

गुणात्मक तथ्यसंकलन व विश्लेषण — संबंध जोडणे

एकत्रित समांतर संशोधन पद्धतीमध्ये संख्यात्मक आणि गुणात्मक तथ्य गोळा करून, ती तथ्ये एकत्रित करून, त्याद्वारे संशोधन समस्या समजून घेतली जाते. या पद्धतीमध्ये एका संशोधन तथ्याचा उपयोग दुसऱ्या संशोधन तथ्यांना बळकटी देण्यासाठी होतो. जेणेकरून पूर्ण संशोधन समस्या सोडवली जाते. संख्यात्मक तसेच गुणात्मक तथ्यांमध्ये केलेली तुलना संशोधकाला संशोधन समस्येचे योग्य उत्तर देते की विरूद्ध बाजूला जाते हे ठरविते. या संशोधन पद्धतीमध्ये संख्यात्मक व गुणात्मक पद्धतीचे फायदे संशोधकाला मिळतात. संख्यात्मक तथ्ये सामान्यीकरणाला मदत करतात तर गुणात्मक तथ्ये संदर्भ माहितीवजा स्पष्ट स्वरूपात लिहिले जातात.

5.7.2 स्पष्टीकरणात्मक क्रमवार संशोधन पद्धत (The Exploratory Sequential Design)

संख्यात्मक तथ्यसंकलन व विश्लेषण → सोबत पाठपुरावा करणे → गुणात्मक तथ्यसंकलन व विश्लेषण → अर्थनिर्वचन

एकाच वेळी दोन्ही पद्धतींचे तथ्यसंकलन करण्यापेक्षा क्रीस वेल व प्लॅनो क्लार्क (2011) यांनी दोन अवस्थेतील पद्धती सुचवली. यामध्ये प्रथम संख्यात्मक संशोधन पद्धतीने माहिती गोळा करावी आणि त्यानंतर गुणात्मक संशोधन पद्धतीने माहिती गोळा करून संख्यात्मक पद्धतीने आलेले निष्कर्ष स्पष्ट करावेत.

या पद्धतीमध्ये संख्यात्मक माहिती व निष्कर्ष हे संशोधन समस्या सर्वसाधारण स्वरूप दर्शवितात ज्याचे स्पष्टीकरण गुणात्मक पद्धतीने जास्त विचाराने केल्याने डोळ्यांपुढे सुस्पष्ट चित्र उभे राहते. या संशोधन पद्धतीत प्रथम संख्यात्मक पद्धतीने जनसंख्येचे निष्कर्ष मिळविले जातात आणि नंतर आलेल्या निष्कर्षांचे सविस्तर स्पष्टीकरण गुणात्मक रीतीने दिले जाते. या पद्धतीमध्ये संशोधकाला संख्यात्मक निष्कर्ष कोणत्या अंगाने पाहायचे हे आधी ठरवावे लागते. कारण यावरूनच गुणात्मक स्पष्टीकरण केले जाणार असते. यासाठी दोन्ही पद्धतीने माहिती गोळा करण्यासाठी अनुभवी व्यक्ती असणे आवश्यक असते.

5.7.3 संशोधनात्मक क्रमवार संशोधन पद्धत (The Exploratory Sequential Design)

गुणात्मक तथ्यसंकलन आणि विश्लेषण → एकत्रित रचना करणे → संख्यात्मक तथ्यसंकलन आणि विश्लेषण → अर्थनिर्वचन

संशोधनात्मक क्रमवार संशोधन पद्धतीत प्रथम गुणात्मक माहिती गोळा करून विस्तारित रूपात सांगितली जाते. नंतर संख्यात्मक माहिती गोळा करून मिळालेल्या गुणात्मक माहितीशी त्याचा सहसंबंध जोडला जातो. या पद्धतीचा समस्या मांडून त्याचा मुख्य विषय स्पष्ट करणे, अभिकल्प वापरणे आणि त्याचे परीक्षण करणे हा मुख्य उपयोग होतो. संशोधकाला जेव्हा मापन साधन, चले, मापन पद्धती याविषयी माहिती नसते तेव्हा ही संशोधन पद्धती वापरली जाते.

या पद्धतीमध्ये संशोधनामध्ये भाग घेतलेल्या व्यक्तींकडून जी माहिती मिळते त्यावरून मापन पद्धती संशोधकाला ठरविता येते. संशोधकाने जरी आधी चले ठरविली असली तरी भाग घेतलेल्या व्यक्तींची माहिती ऐकून संशोधक स्वत:चा दृष्टिकोन ठरवू शकतो. ही पद्धती अतिशय वेळखाऊ आहे. यामध्ये भरपूर माहिती मिळू शकते. त्यातून नेमकी माहिती संशोधकाला घेता आली पाहिजे.

5.7.4 साचेबद्ध संशोधन पद्धत (The Embedded Design)

संख्यात्मक किंवा गुणात्मक पद्धती
(संख्यात्मक किंवा गुणात्मक तथ्य संकलन आणि विश्लेषण) → अर्थनिर्वचन
(सुरुवात, मध्य किंवा नंतर)

साचेबद्ध संशोधन पद्धतीत संख्यात्मक माहिती आणि गुणात्मक माहिती एकत्र किंवा क्रमवार गोळा केली जाते. त्यामध्ये दुय्यम प्रकारची माहिती प्राथमिक माहितीला मदत करते. बऱ्याच संशोधनात असे दिसून येते की, गुणात्मक माहिती संख्यात्मक संशोधनाला मदत करते. उदाहरणार्थ, संख्यात्मक प्रयोगामध्ये गुणात्मक माहिती ही प्रयोगवस्तूच्या उपचार मात्रेविषयी वापरली जाते. कधी-कधी संशोधक गुणात्मक माहिती उपचारापूर्वी किंवा उपचारानंतरही गोळा करतो. उपचारापूर्वी माहिती गोळा केली तर प्रयोगवस्तूची तयारी करण्यास मदत होते. उपचारानंतर माहिती गोळा केली तर संख्यात्मक माहितीच्या आलेल्या निष्कर्षांचे स्पष्टीकरण करण्यास सदर माहितीचा उपयोग होतो.

साचेबद्ध संशोधनात संशोधक संख्यात्मक आणि गुणात्मक माहिती गोळा करतो. दोन्ही माहितींच्या निष्कर्षांचे वेगवेगळे परीक्षण करतो. संख्यात्मक पद्धती ही प्रयोगाचे निष्कर्ष प्रभावीपणे दाखवून देते. प्रयोगादरम्यान मिळालेली गुणात्मक माहिती ही प्रयोगाच्या निष्कर्षांवर प्रभाव पाडण्याची शक्यता असते. गुणात्मक माहितीचा प्रभाव निष्कर्षांवर कमी व्हावा यासाठी वेगळी उपाययोजना करणे गरजेचे असते.

5.7.5 परिवर्तनीय संशोधन पद्धत (The Transformative Design)

परिवर्तनीय संशोधन पद्धतीमध्ये एकत्रित समांतर, स्पष्टीकरणात्मक क्रमवार, संशोधनात्मक क्रमवार, साचेबद्ध यापैकी एक पद्धत वापरली जाते. परंतु या पद्धतीमध्ये परिवर्तनीय चौकट अपेक्षित आहे. या चौकटीमुळे एकत्रित संशोधन पद्धतीला विशिष्ट दिशा मिळते. या विशिष्ट दिशेमुळे संशोधनाचा हेतू, संशोधन प्रश्न, तथ्यसंकलन आणि निष्कर्ष कळू शकतात. या परिवर्तनीय चौकटीचा हेतू निवडलेल्या न्यादर्शाच्या सामाजिक समस्येविषयी माहिती करून घेणे आणि संशोधनामुळे बदल घडून यावा हा आहे. ही परिवर्तनीय संशोधन पद्धती मूल्यधार्जिणी व आदर्शवादी आहे.

परिवर्तनीय चौकट

संख्यात्मक तथ्यसंकलन व विश्लेषण → सोबत पाठपुरावा करणे. → गुणात्मक तथ्यसंकलन व विश्लेषण → अर्थनिर्वचन

5.7.6 बहुप्रावस्था संशोधन पद्धत (Multiphase Design)

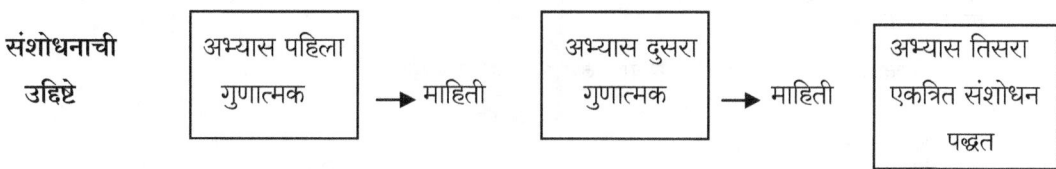

संशोधनाची उद्दिष्टे

अभ्यास पहिला गुणात्मक → माहिती → अभ्यास दुसरा गुणात्मक → माहिती → अभ्यास तिसरा एकत्रित संशोधन पद्धत

बहुप्रावस्था संशोधन पद्धतीमध्ये अनेक संशोधक किंवा संशोधकांचा गट हा एखादी संशोधन समस्या विविध अवस्थांचा क्रमाने किंवा वेगवेगळा अभ्यास करून सोडवतो. या विविध अवस्था एकत्रित संशोधन पद्धतीचा एक भाग असतात. ही संशोधन पद्धती आरोग्य संशोधन व मूल्यमापन संशोधन यामध्ये जास्त प्रमाणात वापरली जाते. वेगवेगळ्या अभ्यासांचा उपयोग या संशोधनामधील उद्दिष्टे समजून घेण्यासाठी करून घेतला जातो. एकमेकांवर काम करू शकणारा

संशोधक गट तयार करणे हे एक आव्हानात्मक काम आहे. हा संशोधक गट संशोधनाची उद्दिष्टे साधण्यासाठी स्वतःचे काम एकमेकांबरोबर जोडून त्याला विशिष्ट उंची प्राप्त करून देऊ शकेल असा हवा.

5.8 मिश्र संशोधन पद्धतीची वैशिष्ट्ये
(Characteristics of Mixed Method Design)

1. संशोधन पद्धतीसाठी तर्क शोधून काढते.
2. संख्यात्मक व गुणात्मक माहिती गोळा करणे.
3. प्राधान्य विचारात घेते.
4. क्रम विचारात घेते.
5. संशोधन पद्धतीशी तथ्यांचे परीक्षण जुळविते.
6. कार्यपद्धती आकृती स्वरूपात समजते.

5.9 शैक्षणिक क्षेत्रात गुणात्मक पद्धतीचे महत्त्व
(Importance of Qualitative Research in the Field of Education)

1. गुणात्मक पद्धतीमुळे पारंपरिक संशोधनाला वेगळा पर्याय मिळाला. ही पद्धती संशोधन समस्येचा सर्वांगीण विचार करते.

2. गुणात्मक पद्धत ही मानवी वर्तनाचा अभ्यास करण्यासाठी योग्य पद्धत आहे. कारण मानवी वर्तनाची प्रासंगिक, सामाजिक, संदर्भिक, वैयक्तिक अशी विविध अंगे आहेत.

3. गुणात्मक संशोधन पद्धती ही लवचीक आहे. पद्धतीतील लवचीकतेमुळे संशोधक मापन साधने न्यादर्श यांच्यामध्ये सहज बदल करू शकतो.

4. संशोधक उद्गामी पद्धतीची मीमांसा करतो आणि क्षेत्राभ्यास करताना माहिती विशिष्ट पद्धतीने गोळा करतो. संशोधक संशोधन प्रश्नाची उकल सोडवण्यापासून सुरुवात करतो.

5. गुणात्मक माहिती ही वर्णनात्मक व सविस्तर असते. त्यामुळे ती संशोधनात वापरण्यास सोपी असते. या माहितीत व्यक्ती प्रत्यक्ष स्वतःच्या शब्दांत अनुभव सांगतात. या गोष्टी नैसर्गिक वातावरणात घडतात. निष्कर्ष काढताना संशोधन प्रश्नापर्यंत पोहचण्यास या माहितीची मदत होते.

6. गुणात्मक संशोधनात खर्च कमी येतो. यामध्ये व्यक्ती अभ्यास, लहान प्रयोग गट माहिती मिळविण्यासाठी वापरला जातो.

7. संशोधकाचा व्यक्ती, प्रसंगाशी जवळचा संबंध आल्यामुळे समस्या समजून घेणे अधिक सोपे जाते.

6 गुणात्मक तथ्य परीक्षणाचे तंत्र
(Techniques of Qualitative Data Analysis)

❋ प्रस्तावना ❋

रिमाने गुणात्मक संशोधनाविषयी जाणून घेतले. गुणात्मक संशोधनासाठी माहिती गोळा केल्यावर त्याचे अर्थनिर्वचन कसे करायचे असा तिला प्रश्न पडला. मिळालेल्या दस्तऐवजाचे विश्लेषण कसे करायचे हे तिने जाणून घेतले.

या प्रकरणामध्ये दस्तऐवज विश्लेषण कसे करायचे व त्याच्या वर्गीकरणाचे प्रकार स्पष्ट केले आहेत. गुणात्मक संशोधन पद्धतीमध्ये श्रेणीबद्धतेचे असलेले महत्त्व सांगितले आहे. गुणात्मक विश्लेषणाच्या निष्कर्षाची सत्यता पडताळण्यासाठी त्रिमितीकरण पद्धती कशा प्रकारे उपयुक्त आहे हे या घटकात सांगितले आहे.

या घटकाचा अभ्यास केल्यानंतर तुम्ही पुढील प्रश्नांची उत्तरे देऊ शकाल.

1. गुणात्मक संशोधनामध्ये माहितीचे परीक्षण करण्यासाठी दस्तऐवज विश्लेषण कसे वापराल हे स्पष्ट करा.
2. गुणात्मक संशोधनातील वर्गीकरणाचे महत्त्व सांगून वर्गीकरणाचे विविध प्रकार सांगा.
3. गुणात्मक संशोधनामधील त्रिमितीकरण (Triangulation) म्हणजे काय ते सांगून त्रिमितीकरण कोणकोणत्या प्रकारे होते ते स्पष्ट करा.

गुणात्मक संशोधनात माहितीचे संकलन हे प्रश्नावली, निरीक्षण, मुलाखती, दस्तऐवज, रेकॉर्ड यांच्याद्वारे केले जाते. मिळालेल्या माहितीचे सर्वांगीण, सत्य स्वरूपात, निष्कर्षांवर परिणाम होऊ न देता विश्लेषण करणे अपेक्षित असते. गुणात्मक माहितीचे परीक्षण करण्यासाठी दस्तऐवज विश्लेषण (Content Analysis) उद्गामी परीक्षण (Inductive Analysis) तसेच तर्कशुद्ध परीक्षण (Logical Analysis) यांचा वापर करतात.

6.1 गुणात्मक माहितीचे परीक्षण करण्याच्या पद्धती (Techniques of Qualitative Data Analysis)

गुणात्मक माहितीचे परीक्षण करण्याच्या पद्धती पुढीलप्रमाणे आहेत.

1. दस्तऐवज विश्लेषण (Content Analysis)

2. उद्गामी विश्लेषण (Inductive Analysis)

3. तर्कशुद्ध विश्लेषण (Logical Analysis)

6.1.1 दस्तऐवज विश्लेषण (Content Analysis)

❖ "Content analysis is a research technique for the objective, systematic and quantitative description of the manifest of communication."   – बेरेलसन (Berlson 1952)

एखाद्या माहितीचे वा संभाषणाचे वर्गीकरण, मूल्यमापन, फरक करणे म्हणजे दस्तऐवज विश्लेषण करणे होय. याला 'दस्तऐवज कृती' (Documentary Analysis) किंवा माहितीचे विश्लेषण (Information Analysis) असेही म्हणतात.

संभाषण हे प्रश्नावलीच्या स्वरूपात असेल, मुलाखतीच्या स्वरूपात असेल किंवा निरीक्षणाचे वर्णन असेल. कधी – कधी ते ऑफिसचे रेकॉर्डही असू शकेल. जसे जनगणना, जन्म, अपघात, गुन्हा, शाळा, संस्था, व्यक्तिगत असे कोणतेही रेकॉर्ड असेल. हे दस्तऐवज विश्लेषण वर्तमानकाळातील समस्येचे असते.

दस्तऐवजाचे विश्लेषण दोन पातळ्यांवर केले जाते.

(1) **प्रकटीकरण (Manifest Level) :** प्रतिसादकाकडून प्रत्यक्ष सांगितले जाते त्याची वर्णनात्मक माहिती.

(2) **अर्थनिर्वचन (Interpretative Level) :** प्रतिसादकाला काय म्हणायचे त्याविषयी अनुमान काढणे.

दस्तऐवज विश्लेषणातील पायऱ्या (Steps in Content Analysis)

(1) **विश्लेषणाचे साहित्य नक्की करणे (Defining the Unit of Analysis) :** जमा केलेल्या माहितीतील शब्द, पूर्ण वाक्य, उतारे, लेख, पुस्तक यापैकी कशाचे विश्लेषण करायचे आहे ते ठरविणे.

(2) **चल आणि श्रेणी ठरविणे (Specifying Variables and Categories) :** साहित्य नक्की केल्यावर संशोधक त्यातून शास्त्रीय प्रयोगासाठी तसेच सामान्यीकरण करण्यासाठी व वस्तुनिष्ठ माहिती मिळविण्यासाठी माहितीचे विश्लेषण करतो. चिन्हांकित माहिती रूपांतरित करण्यासाठी तसेच वर्णन करण्यासाठी चलांची गरज लागते. उदाहरणार्थ, शब्दांची संख्या, शिक्षकाचे गुणधर्म, मित्रावरील विश्वास इत्यादी.

(3) **वारंवारिता-दिशा व तीव्रता (Frequency, Direction & Intensity) :** साहित्यातील चले ठरविल्यानंतर संशोधक त्या माहितीचे वर्गीकरण वारंवारिता, दिशा, तीव्रता तपासण्यासाठी करतो. संशोधक प्रत्येक श्रेणीतील घटक मोजतो. विशिष्ट श्रेणीतील नोंद केलेले घटक हे संख्येने गणती केलेल्या घटकांएवढेच असतात.

उदाहरणार्थ, जर एखाद्या अर्थतज्ज्ञाने भाषण दिले तर जास्तीत जास्त वेळा आलेला शब्द. 'सरकारी सेवांचे खासगीकरण' हा शब्द सरकारी धोरणातील 'मतभिन्नता' दाखविते. यामध्ये मतभिन्नता ही नोंदणी केलेला घटक तसेच गणती केलेला घटक म्हणून घेतात.

मिळालेली माहिती उपयुक्त आहे किंवा नाही याला दिशा दर्शविणे म्हणतात. यात आवडीची/ नावडीची, चांगली/ वाईट, उत्साहवर्धक/ भीतिदायक असेही प्रकार असतात.

तीव्रता म्हणजे माहितीचा भावनिक परिणाम किती होतो? म्हणजे कमी,जास्त कशा प्रकारे इत्यादी.

(4) आकस्मिक विश्लेषण (Contingency Analysis) : संशोधकाने माहितीची अनुकूलता किंवा प्रतिकूलता ही संभाषणाचा मूळ अर्थ कायम ठेवून लक्षात घेतली पाहिजे.

(5) नमुना निवड (Sampling) : संपूर्ण जनसंख्येचे प्रतिनिधित्व करणारे प्रतिसादक निवडणे आवश्यक आहे. कारण आलेल्या निष्कर्षांचे सामान्यीकरण होणार असते.

(6) दस्तऐवज विश्लेषणाचा आराखडा तयार करणे (Constructing the Content Analyses Outline) : दस्तऐवज विश्लेषणाच्या आराखड्यात संशोधन विषयाचे सांकेतिकीकरण, गणती केलेल्या घटकांची संख्या, सांकेतिकी तज्ज्ञ (Coder) आणि इतर संबंधित माहिती येते.

बेरेलसन (Berelson 1952) यांनी दोन शीर्षकांखाली आराखडा सांगितला आहे.

(1) काय सांगितले आहे? (What is said)
- (अ) विषय
- (ब) दिशा
- (क) स्तर
- (ड) मूल्ये
- (इ) पद्धती
- (ई) गुणवैशिष्ट्ये
- (उ) प्रथम शोध घेणारा
- (ऊ) संशोधनाचे मूळ
- (ए) लक्ष्य.

(2) कशा प्रकारे सांगितले (How it is said)
- (अ) संप्रेषणाचा प्रकार
- (ब) विधानाचा प्रकार
- (क) तीव्रता
- (ड) साधन

दस्तऐवज विश्लेषणाचा हेतू

1. प्रचलित परिस्थितीचे वर्णन करणे.

2. संशोधन समस्येचा परिस्थितीशी असलेला संबंध शोधणे.

3. पाठ्यपुस्तक किंवा इतर साहित्याची काठिण्यपातळी समजून घेणे.

4. पाठ्यपुस्तक किंवा इतर साहित्यातील गुण-दोष शोधणे.

5. संशोधकाच्या कामातील त्रुटी शोधणे.

6. संशोधकाची मते, संकल्पना, लेखनशैली यातून त्याचे विचार समजून घेणे.

7. निष्कर्ष, कृती, घटना यांच्यावर प्रभाव टाकणाऱ्या घटकांचा अभ्यास करणे.

6.1.2 उद्गामी विश्लेषण (Inductive Analysis)

माहितीमधून एखादा आकृतिबंध, विचार, श्रेणी बाहेर येणे याला उद्गामी परीक्षण म्हणतात. या परीक्षणात संशोधक माहितीतील नैसर्गिक फरक पाहत असतो.

❖ "नैसर्गिक फरकांच्या अभ्यासामध्ये कार्यपद्धतीतील फरकांवर विशेष लक्ष देणे आणि कार्यपद्धतीला प्रतिसादक देतात तसेच कार्यपद्धतीवर प्रभाव टाकतात हे तपासून घेतले जाते. माहितीचे विश्लेषण केल्यावर आकृतिबंध दर्शविणारे दोन मार्ग दिसून येतात. पहिला, विकसित केलेल्या व जोडलेल्या श्रेणी संशोधक संशोधन विषयाचे सादरीकरण करण्यासाठी संघटित करतो. दुसरा म्हणजे कार्यपद्धतीत लोकांनी ज्याला काही नावे दिली नसतील असे घटक संशोधकाला कळून येतात आणि अशा उद्गामी पद्धतीने आलेल्या श्रेणीचे वर्णन करण्यासाठी संशोधक त्याला नावे देतो."   – पॅटन (Paten)

उदाहरणार्थ, शिक्षकांना 7 वी तील अभ्यासात गती कमी असणाऱ्या मुलांची संपादणूक तपासायची आहे. शिक्षक गैरहजर, घरचा अभ्यास नियमित न करणारे, चाचणी परीक्षेत कमी गुण पडलेले अशा पद्धतीने विद्यार्थ्यांच्या श्रेणी करतात. यामध्ये शिक्षक 'टोकाकडील' किंवा 'सीमारेषेवरील' अशी विद्यार्थ्यांना नावे देतात. एखादा शिक्षक 'टोकाकडील' विद्यार्थी म्हणजे चाचणी परीक्षेत कमी गुण पडलेले. घरचा अभ्यास नियमित न करणारे असा अर्थ घेतात. दुसरा शिक्षक ''सतत गैरहजर' विद्यार्थी हा टोकाकडील विद्यार्थी धरतो.

एखादा शिक्षक 'सीमारेषेवरील' विद्यार्थी म्हणजे वर्षभराच्या चाचण्यांपैकी निम्म्या चाचण्यांमध्ये नापास झालेला विद्यार्थी घेतात. तर दुसरा शिक्षक बाकीच्या मुलांच्या तुलनेत कमी गुण पडलेला विद्यार्थी असा अर्थ घेतात.

6.1.3 तर्कशुद्ध विश्लेषण (Logical Analysis)

तर्कशुद्ध विश्लेषणाचा हेतू नवीन संभाव्य श्रेणी ही तर्कशुद्ध बांधणी व प्रत्यक्ष माहिती यांच्या एकत्रितपणातून निर्माण करणे हा आहे. संशोधकाने हे परीक्षण अतिशय काळजीपूर्वक केले पाहिजे. संशोधकाने माहितीच्या श्रेण्यांच्या शक्यतांचे अर्थनिर्वचन जाणीवपूर्वक केले पाहिजे.

6.2 सांकेतिकीकरण (Coding)

गुणात्मक संशोधनात, माहितीचे अर्थनिर्वचन करण्यासाठी स्ट्रास व कॉर्बिन यांनी मजकूर वेगवेगळ्या करण्याच्या पद्धती शोधल्या त्यांना 'सांकेतिकीकरण' असे म्हणतात. त्यांना 'मुक्त सांकेतिकीकरण' (Open Coding), अक्षीय सांकेतिकीकरण (Axial Coding), निवडक सांकेतिकीकरण (Selctive Coding) असे म्हणतात.

माहिती मिळाल्यानंतर माहितीचे कोष्टक तयार करण्यासाठी तिचे सांकेतिकीकरण करणे आवश्यक असते. प्रक्रिया सिद्धान्त अभिकल्प (Grounded Theory) ही सांकेतिकीकरणावर जास्त भर देते.

❖ "Coding is understand as representing operations by which data are broken down, conceptualized and put back together in new ways. It is the central process by which theories are built from data. Thus coding includes the constant comparison of phenomenon, cases, concept and the formulation of questions that are addressed to the text." **- Strauss and Corbin (1990)**

6.2.1 सांकेतिकीकरणाचे प्रकार (Types of Coding)

सांकेतिकीकरणामध्ये घटना, प्रकरणे, तत्त्वे अशा गोष्टींमध्ये सतत तुलना आणि संशोधन प्रश्न यांचा समावेश होतो. संकल्पना या प्रायोगिक साधनांवर अवलंबून असतात. संकल्पना प्रथम विषयाच्या जवळ असतात नंतर गोषवाऱ्याशी संबंधित असतात. अर्थनिर्वचन करताना सुरुवातीला मुक्त सांकेतिकीकरण वापरतात तसेच विश्लेषण प्रक्रियेच्या शेवटी निवडक सांकेतिकीकरण वापरतात. सांकेतिकीकरण म्हणजे मिळालेल्या माहितीवर प्रक्रिया करणे, तिचे अमूर्तीकरण करणे आणि पुन्हा नव्याने तिची बांधणी करणे होय.

(1) मुक्त सांकेतिकीकरण (Open Coding) : ही सांकेतिकीकरणाची पहिली पायरी आहे. या पायरीमध्ये माहिती व घटना या संकल्पनेच्या स्वरूपात व्यक्त करायच्या आहेत. संकल्पनेला जोडण्यासाठी माहितीच्या घटकांचे वर्गीकरण एक शब्द, छोटी वाक्ये यामध्ये व्यक्त केले जाते.

❖ "In open coding the grounded theorist forms initial Categories of information about the phenomenon being studied by segmenting information." **- Glaser and Strauss 1967**

संकल्पना ही उपपत्तीचा मूळ पाया आहे. मुक्त सांकेतिकीकरण म्हणजे संकल्पना ओळखणे आणि त्यांच्या गुणधर्मांचे आणि परिमाणांसकट विकसित करणे. उदाहरणार्थ, 'रंग' ही श्रेणी (Catgory) आहे. त्याचे 'गुणधर्म' म्हणजे रंगछटा व तीव्रता होय. प्रत्येक गुणधर्माची 'परिमाणे' म्हणजे रंगछटा म्हणजे गडद ते फिकट, तीव्रता म्हणजे जास्त ते कमी अशी होय.

ही विश्लेषणाची पद्धती खालीलप्रमाणे साध्य करता येते.

1. माहितीविषयी प्रश्न विचारणे.
2. प्रत्येक प्रसंग व घटना यांच्या साम्य आणि भेदांची तुलना करणे.
3. सारख्या घटना व प्रसंग यांना नाव देणे आणि त्यांचे वर्गीकरणासाठी गट करणे.

खालील प्रश्न विचारून संशोधक माहिती जमा करू शकतो.

1. काय	→	विषय काय आहे?
2. कोण	→	सदर संशोधनातील व्यक्ती कोण आहेत, त्यांचा सहभाग काय आहे?
3. कसा	→	समस्येकडे पाहण्याचा दृष्टिकोन कसा आहे?
4. केव्हा? किती वेळ? कुठे?	→	वेळ, कालावधी, ठिकाण
5. किती तीव्रतेने ?	→	प्रसंगाची तीव्रता
6. का?	→	कारणे काय आहेत?
7. कशासाठी ?	→	हेतू काय आहे
8. साधने कोणती?	→	ध्येय साध्य करण्यासाठी कोणती साधने वापरणार?

वरील प्रश्न विचारून मजकूर स्पष्ट होऊ शकतो.

(2) अक्षीय सांकेतिकीकरण (Axial Coding) : अक्षीय सांकेतिकीकरण म्हणजे उपश्रेणींचे मुख्य श्रेणींशी संबंध दाखविणे. यामध्ये सांकेतिकीकरणाची प्रक्रिया उद्दिष्टांवर जास्त लक्ष देते आणि खालील नमुना मॉडेलनुसार श्रेणींमधील संबंध शोधते.

❖ "In axial coding, the grounded theorist selects one open coding category, positions it at the center of the process being explored (as the core phenomenon) and then related other categories to it.

स्टॉस व कॉर्बिन यांची सांकेतिकीकरणाचे नमुन्यादाखल प्रतिकृती

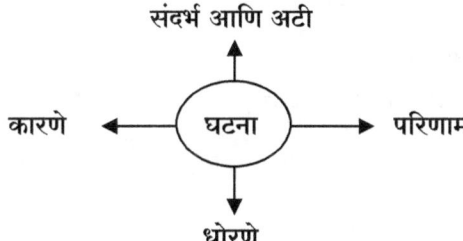

गुणात्मक संशोधनातील विविध उतारे हे सांकेतिकीकरणाचे पुरावे आहेत. त्यांच्यामुळे अक्षीय श्रेणीचे स्पष्टीकरण मिळते.

(3) निवडक सांकेतिकीकरण (Selective Coding) : निवडक सांकेतिकीकरणात मूळ संकल्पनेवर भर देऊन त्याचा विकास केला जातो. यामध्ये संशोधक उदाहरणे व पुरावे श्रेणीसाठी गोळा करतो. ही संशोधनाची पायरी समस्येची तपशीलवार गोष्ट तयार करते.

शेवटी संशोधन समस्या ही तपशीलवार सांगितली जाते आणि माहितीवरून तपासली जाते.

❖ "In selective coding, the grounded theorist - writes a theory from the interretationship of the categories in the axial coding model."

पुढील सांकेतिकीकरणाचे उदाहरण अभ्यासा.

उदा., : संगीता मॅडम, बी.एड. कॉलेजच्या अतिशय मनमिळाऊ व विद्यार्थिप्रिय प्राध्यापिका आहेत. त्या विद्यार्थ्यांना अतिशय तळमळीने शिकवितात. विद्यार्थ्यांना शिकविण्यासाठी जास्तीचा वेळ देतात. शिकविलेल्या घटकातून नेमके काय

घ्यायचे, त्याचा नोकरीच्या ठिकाणी उपयोग कसा करायचा, शिक्षणातून स्वतःचा विकास कसा करायचा याविषयी विद्यार्थ्यांना सतत मार्गदर्शन करत असतात. त्यांचे संवादकौशल्य अतिशय चांगले आहे. विद्यार्थ्यांना व्यक्तिगत समस्या सोडविण्यासही त्या मदत करतात. संगीता मॅडम आपल्या विद्यार्थ्यांना पाठ घेण्यासाठी विविध शाळांमध्ये संधी देतात. प्रत्यक्ष आयुष्यात शिक्षणाचा वापर करणे व स्वतःच्या क्षमता विकसित करणे या गोष्टींवर संगीता मॅडमचा कायम भर असतो. सूक्ष्म अध्यापन, सेतूपाठ, सराव पाठांद्वारे मॅडम विविध अध्यापन कौशल्ये विद्यार्थ्यांमध्ये चांगल्या प्रकारे आत्मसात व्हावीत यासाठी जास्त प्रयत्न करायच्या. त्या स्वतःच्या ओळखीतून विद्यार्थ्यांच्या नोकरीसाठी प्रयत्न करायच्या.

अशा अनेक कारणांमुळे त्यांचा विद्यार्थ्यांवर अतिशय प्रभाव आहे. विद्यार्थ्यांच्या दृष्टीने संगीता मॅडम अतिशय सर्जनशील व आदर्श प्राध्यापिका आहेत.

(अ) मुक्त सांकेतिकीकरण

(i) व्यवसायाची आवड

(ii) आवडपूर्वक शिकविणे

(iii) 'का' चे स्पष्टीकरण

(iv) वैयक्तिक विकासाविषयी माहिती

(v) क्षमता विकसित करणे

(vi) उत्तम संवादकौशल्य

(vii) विद्यार्थ्यांच्या व्यक्तिगत समस्या सोडविणे.

(viii) विद्यार्थ्यांना अनुभवाची संधी देते.

(ix) विद्यार्थ्यांच्या अध्यापन कौशल्याचा विकास करते.

(x) चांगला जनसंपर्क

(xi) नोकरीच्या संधीची उपलब्धता

(xii) वैशिष्ट्यपूर्ण प्रभाव

(xiii) आदर्श प्राध्यापिका

(ब) अक्षीय सांकेतिकीकरण (Axial Coding)

संकेतन 1 : शिकविण्याची पद्धत – 2, 3, 4, 5, 9

संकेतन 2 : कौशल्य – 1, 6, 3, 5, 7 , 10

संकेतन 3 : नोकरीच्या संधी – 10, 11, 8

संकेतन 4 : प्राध्यापिकेविषयी आदर – 12, 13

(क) निवडक सांकेतिकीकरण (Selective Coding)

(i) नोकरीच्या संधी विकसित करणे – संकेतन 3

(ii) नेहमीच्या शैक्षणिक पद्धतीपेक्षा वैशिष्ट्यपूर्ण अध्ययन पद्धतींचा वापर – संकेतन 1, 2

(iii) प्राध्यापिकेविषयी आदर – संकेतन 4

6.3 वर्गीकरण (Classification)

गुणात्मक संशोधनामध्ये माहिती गोळा केल्यानंतर, मिळालेल्या माहितीवर योग्य संस्करण केल्यानंतर त्यावरून योग्य निष्कर्ष काढणे शक्य होते. यासाठी माहितीचे वर्गीकरण करणे गरजेचे असते. यासाठी महत्त्वाची व योग्य अशी माहिती बाजूला काढली पाहिजे. मिळालेल्या माहितीची गटांमध्ये किंवा विविध वर्गांमध्ये त्यांच्या साम्य-भेदांनुसार मांडणी करणे यालाच 'वर्गीकरण' असे म्हणतात.

❖ "Classification is the process of arranging data into sequences and groups according to their common characteristics, or separating them into different but related parts."

- Definition by Secrist

उदाहरणार्थ, एम.एड. च्या वर्गासाठी शिक्षणशास्त्र विभागात 2015-16 ला काही विद्यार्थ्यांनी प्रवेश घेतला. त्यांचे खालील निकषांवर वर्गीकरण होऊ शकते.

(1) लिंगभाव   (2) वय   (3) राज्य   (4) धर्म   (5) पदवीचा विषय इत्यादी.

याच विद्यार्थ्यांच्या गटाचे शारीरिक, सामाजिक, बौद्धिक पातळीनुसारही वर्गीकरण करता येऊ शकते.

थोडक्यात, एक वर्ग दुसर्‍या वर्गापासून काही वैशिष्ट्यांआधारे वेगळा काढू शकतो. या वैशिष्ट्यांना वर्गीकरणाचे निकष (Criterion of Classification) म्हणतात.

वरील माहिती आपण दोन किंवा अधिक निकषांनीसुद्धा वर्गीकरण करू शकतो. मिळालेली माहिती एकाच वेळी एकापेक्षा अधिक निकषांवर वर्गीकरण करण्याच्या पद्धतीला (Cross Classification) म्हणतात.

6.3.1 वर्गीकरणाची उद्दिष्टे (Objectives of Classification)

(1) **मिळालेल्या माहितीचे स्वरूप सोपे करणे :** जास्तीची, नको असलेली माहिती काढून टाकली जाते व माहिती सोप्या, सहज कळेल अशा स्वरूपात तयार होते.

(2) माहितीतील साम्य व भेद समजून घेणे.

(3) **तुलना करणे :** माहितीतील घटकांची तुलना करून त्यावरून निष्कर्ष काढणे सोपे जाते व सत्य बाहेर येते.

(4) **सहसंबंध शोधून काढणे :** कारण-परिणामाचा संबंध वर्गीकरणामुळे कळून येतो.

(5) **मनामध्ये आकृतिबंध तयार करणे :** वर्गीकरण पाहिल्यावर विषयासंबंधी संकल्पना आणि दृष्टिकोन तयार होतो. अशी माहिती चांगल्या प्रकारे समजते व लक्षात राहते.

(6) **कोष्टक तयार करण्यासाठी मदत करणे :** माहिती विश्लेषणासाठी वर्गीकरणाचा फायदा होतो.

वर्गीकरणाचे फायदे अनेक असले तरी सखोल अभ्यास केलेली माहिती बर्‍याच प्रमाणात नष्ट होऊ शकते.

6.3.2 वर्गीकरणाचे प्रकार (Types of Classification)

वर्गीकरणाचे पाच प्रकार आहेत.

(1) **गुणधर्मातील फरकानुसार केलेले वर्गीकरण (Classification based upon differences in kind) :** या वर्गीकरणाला गुणात्मक वर्गीकरण (Qualitative Classification) असेही म्हणतात. हे वर्ग गुणांमधील फरकांवरून तयार केले जातात. मिळालेल्या माहितीतून काही गुणवैशिष्ट्ये शोधली जातात आणि त्यांचे वर्गीकरण केले जाते. जसे स्वभाववैशिष्ट्ये, धर्म, बुद्धिमत्ता इत्यादी. ही गुणवैशिष्ट्ये अंकात मोजली जात नाहीत. त्यामुळे ही गुणवैशिष्ट्ये जनसंख्येत आहेत किंवा नाहीत एवढेच सांगितले जाते.

माहितीतील गुणधर्मांच्या संख्येनुसार पुन्हा उपविभागणी केली जाते.

(अ) साधे वर्गीकरण (Simple Classification) : जेव्हा एकाच गुणवैशिष्ट्यावर माहितीचे वर्गीकरण केले जाते तेव्हा त्याला साधे वर्गीकरण म्हणतात. यामध्ये दोन वर्ग तयार होतात. (i) गुणवैशिष्ट्ये असलेला (ii) गुणवैशिष्ट्ये नसलेला वर्ग. उदाहरणार्थ (1) विवाहित (2) अविववाहित.

(ब) बहुविध वर्गीकरण (Manifold Classification) : जेव्हा एकापेक्षा जास्त गुणवैशिष्ट्यांचा अभ्यास केला जातो तेव्हा माहिती जास्त वर्गांमध्ये विभागली जाते. उदाहरणार्थ : विवाहित तसेच लिंग (स्त्री/पुरुष)

(2) विशिष्ट गुणधर्मातील विभेदकारितेमुळे केलेले वर्गीकरण (Classification based upon Differences of Degree of a given Characteristics) : एका गुणवैशिष्ट्याच्या वेगवेगळ्या व्यक्तींच्या प्राप्तीमधील येणारा फरक हा सांख्यिकी माहितीच्या वर्गीकरणाद्वारे स्पष्ट करणे याला संख्यात्मक वर्गीकरण असेही म्हणतात. उदाहरणार्थ, वजन किलोग्रॅममध्ये मोजणे, उंची इंचमध्ये मोजणे.

या प्रकारच्या वर्गीकरणामध्ये दोन संज्ञा आहेत.

(अ) चल (Variable) (ब) वारंवारिता (Frequency)

वरील उदाहरणात, वजन किलोग्रॅममध्ये मोजणे

वजन हे चल आहे, किलोग्रॅम ही वारंवारिता आहे.

(अ) चल (Variable) : जेव्हा प्रमाण प्रत्येक व्यक्तीनुसार बदलते तेव्हा त्याला चल म्हणतात. या प्रमाणाला एकापेक्षा जास्त वेगवेगळी मूल्ये असतात आणि अंकात मोजली जातात. संख्याशास्त्रात, बदलत्या मापाला चल मूल्ये (Variety Values) म्हणतात. फक्त चलांनाच चल मूल्ये असतात.

(i) खंडित चले (Discrete Variable) : दोन मूल्यात विशिष्ट अंतर असते त्याला खंडित चले म्हणतात. उदाहरणार्थ, वर्गातील मुले 1,2, 3 - - - - - -

(ii) अखंडित चले (Continuous Variable) : दोन मूल्यांतील अंतर श्रेणीने दर्शविले जाते त्याला 'अखंडित चले' म्हणतात. उदाहरणार्थ उंची, 5'.1", 5'.2"

(ब) वारंवारिता (Frequency) : मिळालेल्या माहितीमध्ये मूल्य किती वेळा आले हे पाहणे म्हणजे वारंवारिता होय.

(3) भौगोलिक वर्गीकरण (Geographical Classification) : मिळालेल्या माहितीचे भौगोलिक स्थानानुसार वर्गीकरण केले जाते. उदाहरणार्थ, खंड, देश, राज्य, तालुका, गाव. उदाहरणार्थ, लोखंडाच्या खाणी असलेले महत्त्वाचे देश.

(4) कालक्रमानुसार वर्गीकरण (Chronological Classification) : मिळालेल्या माहितीचे वेळेनुसार वर्गीकरण केले जाते. म्हणजे वर्ष, महिने, आठवडे, दिवस, तास यानुसार वर्गीकरण केले जाते. उदाहरणार्थ, लोकसंख्येची घनता 1990, 2000, 2010 साली प्रति चौ. कि.मी. मोजणे

(5) मुळाक्षरांनुसार वर्गीकरण (Alphabetical Classification) : वर्णाक्षरांनुसार माहितीचे वर्गीकरण केले जाते. मराठीतील अ, आ, ई ---- नुसार व इंग्रजीतील अ, इ, उ, ऊ ----------- नुसार माहितीचे वर्गीकरण सर्वसाधारणपणे केले जाते. हा वर्गीकरणाचा सर्वमान्य प्रकार आहे.

6.4 वर्गवारी (Categorization)

- "The process of category generation involves noting patterns evident in the setting and expressed by participants. As categories of meaning emerge, the researcher searches for those that have internal convergence and external divergence. That is the categories should be consistent but district from one another." **- Guba 1978**

संशोधक मजकुरातून वर्गवारी तयार करतो. बहुतेक वर्गवारी या संकल्पनांमधून व संबंधित साहित्यातून रूपांतर होऊन येते. ही वर्गवारी जणू काही मजकुरांच्या तुकड्यांच्या पिशव्या असतात.

जेव्हा संशोधक संबंधित साहित्य पुनःपुन्हा वाचून, संकल्पना आणि वर्गवारी यांच्या संबंधातून कल्पना तयार करतो तेव्हा समस्येच्या विश्लेषणात प्रगती होते.

उदाहरणार्थ, रिमा ही उच्चशिक्षित मुलगी आहे. तिचे व्यक्तिमत्त्व, कौटुंबिक, शालेय, करियर, लग्न हे घटक एकमेकांशी कसे संबंधित आहेत यांचा अभ्यास करायचा आहे.

कामाच्या आकांक्षा कशा तयार झाल्या याविषयी जाणून घ्यायचे आहे. संबंधित साहित्यातून व्यक्तिमत्त्व, कुटुंब, शाळा, करिअर, लग्न या गोष्टींशी संबंधित माहिती मिळवतो. यामध्ये व्यक्तिमत्त्व, कुटुंब, शाळा, करिअर, लग्न या विविध वर्गवारी आहेत. या वर्गवारीचा विस्तार संशोधक करणार असतो. यानंतर समस्येतील गुंतागुंत सोडवण्यास मदत होते.

वर्गवारी तयार करण्याच्या प्रक्रियेत प्रतिसादकाने परिस्थितिजन्य दिलेला व व्यक्त केलेला आकृतिबंध. नमुना महत्त्वाचा असतो. जसजसे वर्गवारीमधून माहिती बाहेर येते तसतसे संशोधक त्यातून साम्य आणि भेद शोधू लागतो. म्हणजेच वर्गवारी या एकमेकांना जोडलेल्या असाव्यात परंतु एकमेकांपेक्षा वेगळ्या असाव्यात.

6.5 त्रिमितीकरण (Triangulation)

गुणात्मक संशोधन पद्धतीमध्ये, वेगवेगळ्या पद्धती अभ्यासगट, स्थानिक व कालबाधित परिस्थिती आणि संशोधनाशी संबंधित विविध सैद्धान्तिक दृष्टिकोन या सर्वांचा एकत्रित वापर करण्याला त्रिमितीकरण (Triangulation) असे म्हणतात. गुणात्मक आणि संख्यात्मक संशोधनामधील संबंधाचे वर्णन करण्यासाठी आणि विशिष्ट स्वरूप देण्यासाठी त्रिमितीकरण पद्धत वापरली जाते. तसेच गुणात्मक संशोधनाचा दर्जा वाढविण्यासाठीही याचा वापर केला जातो.

त्रिमितीकरण म्हणजे संशोधक प्रश्नाचे उत्तर शोधण्यासाठी समस्येचा विविध दृष्टिकोनातून अभ्यास करतो. हे सर्व दृष्टिकोन विविध पद्धती वा सैद्धान्तिक दृष्टिकोन वापरून पुराव्यानिशी सिद्ध केले जातात. यासाठी विविध प्रकारची माहिती वापरली जाते. या माहितीतून मिळालेले दृष्टिकोन हे माहितीचा परिणाम म्हणून वापरले जातात. त्याचवेळी विविध पद्धती वा माहिती यांचे त्रिमितीकरण जास्तीचे ज्ञान देते. उदाहरणार्थ, एक संशोधन पद्धती वापरून जेवढे ज्ञान मिळेल त्यापेक्षा जास्त ज्ञान हे वेगवेगळ्या पद्धती, माहिती एकत्रित करून मिळेल तसेच हे ज्ञान विविध पातळ्यांवर मिळेल. त्यामुळे संशोधनाची गुणवत्ता वाढण्यास मदत होईल.

❖ "Triangulation means that researchers take different perspectives on an issue under study or -more generally speaking - in answering research questions. These perspectives can be substantiated in using several methods and/or in several theoritical approaches. Both are or should be linked. Furthermore, it refers to combining different sorts of data on the background of the theoretical perspective, which are applied to the data." -

त्रिमितीकरण पद्धती वापरावी की नाही हे संशोधन प्रश्न आणि संशोधनातील प्रयोज्य किंवा अभ्यास क्षेत्रावरून ठरते. संशोधक खालील काही प्रश्न विचारून त्रिमितीकरण पद्धती वापरण्याविषयी निर्णय घेऊ शकतो.

1. माझ्या समस्या अभ्यासाला विविध संशोधन पद्धतींची गरज आहे का ?
2. माझा संशोधन प्रश्न माझ्या समस्येच्या विविध पातळ्यांवर प्रकाश टाकतो का?
3. माझ्या समस्येला विविध सैद्धान्तिक दृष्टिकोन आहेत का ?

4. माझी समस्या समजून घेण्यासाठी मला विविध प्रकारची माहिती गोळा करणे आवश्यक आहे का?
5. माझ्या संशोधनासाठी ठरलेल्या वेळेमध्ये त्रिमितीकरण पद्धत वापरणे शक्य आहे का?
6. माझे प्रयोज्य विविध पद्धतींना सामोरे जाण्यासाठी तयार होतील का?

गुणात्मक संशोधनामध्ये व्यक्तीचा दृष्टिकोन, गृहीतके, संवेदनशीलता यांचा संशोधन पद्धतीमध्ये समावेश असतो. या सर्व बाबींचा संशोधनावर परिणाम होतो. या गोष्टी संशोधनात संशोधकाची भूमिका, मूल्ये, माहितीचे व्यवस्थापन, विश्लेषण, लेखन म्हणून सांगितल्या जातात. संशोधनाचा अहवाल प्रकाशित झाल्यानंतर वाचक या गोष्टींचा प्रभाव संशोधनावर कसा झाला याचा अंदाज बांधू शकतात. त्रिमितीकरणामध्ये संशोधक, प्रयोज्य, तसेच वाचकाची भूमिका अत्यंत महत्त्वाची राहते. या संशोधन विभागामुळे संशोधकाचे स्वत:चे मत संशोधनात प्रतिबिंबित होते.

गुणात्मक विश्लेषणाच्या निष्कर्षाची सत्यता पडताळण्यासाठी पॅटन (Patton 1982) यांनी वेगवेगळ्या पद्धती सांगितल्या आहेत.

त्रिमितीकरण हे तीन प्रकारे होते.

1. गुणात्मक व संख्यात्मक माहिती यांची तुलना गुणात्मक पद्धतीने करणे.
2. गोळा केलेल्या सर्व माहितीची गुणात्मक पद्धतीने वेगवेगळ्या साधनांनी तुलना करणे तसेच तपासून घेणे.
3. एका निरीक्षकाऐवजी अनेक निरीक्षक वापरून माहितीतील व्यक्तिनिष्ठता कमी करणे.

(1) गुणात्मक व संख्यात्मक माहिती यांची तुलना गुणात्मक पद्धतीने करणे : गुणात्मक व संख्यात्मक माहितीवरून समस्येचे एकत्रित वर्णन कळू शकत नाही कारण गुणात्मक माहिती परिकल्पनेचे वर्णन करते. तर संख्यात्मक माहिती निष्कर्षांचे विश्लेषण करते किंवा परिकल्पना तपासते. पॅटन यांच्या मते वेगवेगळी माहिती व पद्धती वापरल्याने संशोधनाचे निष्कर्ष हे संशोधन पद्धतीतील त्रुटी काढतात. त्यामुळे गुणात्मक पद्धतीबरोबर संख्यात्मक पद्धती वापरली तर संशोधनाला बळकटी मिळते.

(2) गोळा केलेल्या सर्व माहितीची गुणात्मक पद्धतीने वेगवेगळ्या साधनांशी तुलना करणे तसेच तपासून घेणे : यामध्ये उदा.,

(अ) निरीक्षणात्मक माहिती मुलाखतीच्या माहिती बरोबर तपासणे.
(ब) निरीक्षणात्मक माहिती प्रश्नावलीच्या माहिती बरोबर तपासणे.
(क) प्रयोज्याचे सार्वजनिक मत व व्यक्तिगत मत यांची तुलना करणे.
(ड) प्रयोज्याच्या मताचे सातत्य व विविध प्रसंगांवरून तपासणी करणे.
(इ) प्रयोज्याच्या प्रयोगातील इतरांबद्दलचे मत तपासणे.

(3) एका निरीक्षकाऐवजी अनेक निरीक्षक वापरून माहितीतील व्यक्तिनिष्ठता कमी करणे : विद्यार्थ्यांच्या एका गटाचे निरीक्षण करायचे असेल तर तीन निरीक्षक नेमावेत. प्रत्येकाने स्वतंत्र निरीक्षण करून मत नोंदवावे. त्यानंतर तीनही निरीक्षणांची तुलना करायची त्यावरून निरीक्षणांमधील साम्य आणि भेद तपासायचे.

6.6 प्रवाह विश्लेषण (Trend Analysis)

संशोधनासाठी निवडलेल्या घटकाचा बराच काळपर्यंत पाठपुरावा केला जातो. विषयाशी संबंधित भूतकाळातील व वर्तमानकाळातील माहिती घेऊन भविष्यकालीन स्थितीसंबंधी अंदाज बांधला जातो. उदाहरणार्थ, पूर्वीची व सध्याची लोकसंख्या पाहून त्यातील वाढीच्या वेगाचे निरीक्षण करून भविष्यात किती वर्षात किती लोकसंख्या होऊ शकेल याचा

अंदाज येऊ शकतो. ऐतिहासिक आणि वर्णनात्मक पद्धतीने सध्याच्या परिस्थितीविषयी संशोधन करून भविष्यकाळात काय घडणार आहे याविषयी अंदाज बांधता येतो. उदाहरणार्थ, रोजगाराच्या वाढत्या संधी, जीवनावश्यक गोष्टींच्या किमती, शिक्षणाकडे कल, शिक्षणाविषयीचे धोरण याविषयी अंदाज काढता येतो. सामाजिक अपेक्षा व शैक्षणिक बदल यांना एक विशिष्ट दिशा असते व संशोधनाने पूर्वानुमान काढता येते.

6.6.1 अभिकल्पाधारित संशोधन (Design Based Research DBR)

अभिकल्पाधारित संशोधनाने शिक्षण व संशोधन यातील तफावत दूर केली जाते. जिथे प्रत्यक्ष अध्ययन चालू आहे तेथेच सिद्धान्त निर्मिती घडते. संशोधक व व्यावसायिक एकत्रित काम करतात. यात क्लिष्ट समस्या सोडविल्या जातात व अनेकविध कृती पुन:पुन्हा राबविल्या जातात.

❖ "A systematic but flexible methodology aimed to improve educational practices through iterative analysis, design, development & implementation, based on collaboration among researchers and practitioners in real world setting and leading to contextually sensitive design principles & theories."

अभिकल्पाधारित संशोधनाची वैशिष्ट्ये

1. हे संशोधन क्लिष्ट अध्ययन प्रक्रियेसंदर्भात केले जाते.
2. परिस्थितीची वैशिष्ट्ये निश्चित करून ती अभ्यासली जातात.
3. वर्गातील आंतरक्रियांचा अभ्यास केला जातो.
4. यामध्ये सद्य:स्थितीतील वास्तव, खऱ्याखुऱ्या जगातील समस्या सोडविल्या जातात. या समस्या सोडविण्यासाठी नवनवीन उपचार निश्चित करून ते राबविले जातात व त्या अनुषंगाने सिद्धान्तामध्ये भर टाकली जाते.
5. वास्तव जगातील समस्या सोडविण्यासाठी उपचारांची आखणी करून ते पुन:पुन्हा राबविले जातात.
6. संशोधनाच्या गरजेनुसार अनेकविध पद्धती, आशयज्ञान, संख्यात्मक व गुणात्मक उपागम यांची यात सरमिसळ केली जाते.

अभिकल्पाधारित संशोधनाचे महत्त्व

1. अध्ययन प्रक्रियेसंदर्भात प्रत्यक्ष जीवनावर आधारित उपागम मिळविले जातात.
2. अध्ययन प्रक्रियांचा ठरावीक मर्यादेच्या पलीकडे जाऊन विचार केला जातो.
3. संदर्भानुसार अध्ययनाचे स्वरूप हे संदर्भातील प्रश्नांची सोडवणूक करते.
4. सदर संशोधन एखादा प्रायोगिक उपचार केव्हा, कशा प्रकारे व कोणासाठी उपयुक्त ठरेल हे सांगते.

अभिकल्पाधारित संशोधनाचे सिद्धान्त निर्मिती हे महत्त्वाचे उद्दिष्ट असते.

6.7 संशोधनाला बळकटी देणाऱ्या पुराव्यांचा उपयोग
(Utilization of Corroborative Evidence)

गुणात्मक संशोधनामध्ये माहिती गोळा करण्यासाठी वेगवेगळी साधने वापरली जातात. जसे चाचण्या, निरीक्षण, मुलाखत, दस्ताऐवज. या मापन साधनांनी मिळालेली माहिती ही संशोधनाच्या परिकल्पनेला सार्थ ठरविते किंवा त्याज्य ठरविते.

(1) मुलाखत (Interview) : मुलाखत घेतल्याने संशोधकाला व्यक्तिनिष्ठ दृष्टिकोनांचा अभ्यास करता येतो. संख्यात्मक अभ्यासासाठी मुलाखतीमुळे परिकल्पना तयार होऊ शकते. प्रायोगिक निष्कर्षांचे स्पष्टीकरण जास्त विस्ताराने देण्यास मदत होते. अर्थनिर्वचन हे एका विशिष्ट पद्धतीने करणे अपेक्षित नसते. त्यामुळे अर्थनिर्वचनासाठी मुलाखतीचा उपयोग होऊ शकतो.

(2) कथन (Narratives) : सैद्धान्तिक पार्श्वभूमी असलेल्या अभ्यासामध्ये कथन हे व्यक्तिनिष्ठ दृष्टिकोन व कृती यांच्या विश्लेषणासाठी वापरले जाते. ही पद्धत विशेष करून Grounded Theory साठी वापरली जाते.

(3) गटचर्चा (Group Discussion) : गटचर्चेमुळे अनेक जणांची मते एकाच वेळी कळतात. तसेच एकाच मुद्द्याचे अनेक पैलू पुढे येतात.

(4) निरीक्षण (Observation) : निरीक्षण समस्येची सैद्धान्तिक संकल्पना तपासण्यासाठी मदत होते. विशिष्ट व्यक्ती किंवा प्रसंगाची प्रातिनिधिक नमुना निवड म्हणून निवड केल्याने समस्येविषयी माहिती गोळा करण्यास मदत होते.

(5) दृश्य माहिती (Visual Data) : फोटो, फिल्म, व्हीडिओ. फोटोंचा अथवा फिल्मचा वापर पुरावा म्हणून वापरणे ही प्रतीकात्मक आंतरक्रिया म्हणता येईल. साहित्य हे पायऱ्या-पायऱ्यांनी निवडता येईल. माहितीच्या अर्थनिर्वाचनासाठी क्रमवार पद्धत वापरता येईल. दृश्य साहित्याचे विश्लेषण हे संशोधन पद्धतीशी आणि माहितीशी जोडलेले असते. व्हीडिओ पुनःपुन्हा पाहू शकतो.

(6) दस्तऐवज (Documents) : संशोधक दस्तऐवजांचा उपयोग संवादाचे साधन म्हणून करतात. संशोधन प्रश्नावरून श्रेणीबद्धता व सांकेतिकीकरणाच्या पद्धती ठरविल्या जातात. दस्तऐवजांमुळे संशोधकाच्या दृष्टिकोनापेक्षा जास्त माहिती मिळू शकते.

(7) इंटरनेट (Internet) : प्रयोज्य जर तुमच्यापासून दूर असतील तर तुम्हाला इंटरनेटच्या माध्यमातून त्यांच्याशी संपर्क साधता येईल. इंटरनेट जोडून स्काईपवरून तुम्ही मुलाखतही घेऊ शकाल. आधीच घेतलेली मुलाखत लिखित स्वरूपातही मिळू शकते. इंटरनेटवर कोणत्याही विषयावरील माहिती सहज मिळू शकते. वेब पेजेस हे संवादाचे तसेच स्व – सादरीकरणाचे साधन आहे. हे वैयक्तिक किंवा संस्थात्मक असू शकते.

(8) क्षेत्रनोंदी (Field Notes) : संशोधकाने प्रत्यक्ष स्थळाला किंवा व्यक्तीस भेट दिल्यानंतर त्यावेळेस ज्या नोंदी केलेल्या असतात त्याला क्षेत्र नोंदी म्हणतात. अशा प्रकारच्या क्षेत्र नोंदीत बऱ्याच प्रमाणात सत्य नोंदी आढळून येतात.

✻ चिन्हांची ओळख ✻

X	प्राप्तांक	f	वारंवारिता
i	वर्गांतर लांबी	x	X – M मध्यमानापासून प्राप्तांकाचे विचलन
$\|x\|$	केवलमूल्य (Modulus)	σ	सिग्मा-प्रमाण विचलन
ρ	र्‍हो-स्पिअरमन सहसंबंध गुणक	γ	पिअर्सन सहसंबंध गुणक
Σ	समेशन बेरीज	P	शततमक (Percentile)
P_R	शततमक कम (Percentile Rank)	M	मध्यमान (Mean)
Mdn	मध्यांक/मध्यगा (Median)	Mo	बहुलक (Mode)
A.D.	सरासरी विचलन (Average Deviation)	Q	चतुर्थक विचलन (Quartile Deviation)
Q_1	पहिले चतुर्थक (1st Quartile)	Q_2	दुसरे चतुर्थक (2nd Quartile)

✦✦✦

विभाग - 2

1 शैक्षणिक संख्याशास्त्र पार्श्वभूमी
(Introduction to Educational Statistics)

1.1 संख्याशास्त्राचा अर्थ

1.6 शैक्षणिक संख्याशास्त्राचे उपयोग

1.7 शैक्षणिक संख्याशास्त्रातील विविध मापन श्रेणी

1.10 दृष्टिक्षेपात शैक्षणिक संख्याशास्त्र

✻ प्रस्तावना ✻

रिमाने तिच्या लघुसंशोधन प्रबंधासंबंधित सर्व माहिती संकलित केली. आता तिला प्रश्न पडला की सदर माहितीचे विश्लेषण कसे करायचे ? त्या दृष्टीने तिने संख्याशास्त्राबद्दल माहिती घ्यायला सुरुवात केली.

संख्याशास्त्राची शिक्षणातील गरज : शून्य व दशमान पद्धती ही भारताने जगाला दिलेली सर्वश्रेष्ठ देणगी आहे. संख्यांचा शोध हा मानवी बुद्धीचा अद्भुत आविष्कार होय. जीवनात प्रत्येक वेळी, प्रत्येक ठिकाणी संख्यांचा वापर केला जातो.

पुढील सर्व प्रश्नांची उत्तरे ही संख्येद्वारेच मिळतात.

1. किती किलो धान्य ?
2. पगार किती ?
3. सोन्याचा भाव किती ?
4. मुलाला परीक्षेत किती टक्के गुण मिळाले ?
5. पावसाची सरासरी किती ?
6. घराचे मजले किती?
7. वर्गात मुले किती?
8. मुलीचा बुद्धांक किती ?

म्हणूनच संख्या मानवी जीवनाच्या अविभाज्य अंग बनलेल्या आहेत.

''संख्यांशी निगडित असलेले शास्त्र म्हणजेच संख्याशास्त्र होय.''

संख्याशास्त्राचा वापर गणित व विज्ञानाप्रमाणेच ज्योतिषशास्त्र, खगोलास्त्र, वाणिज्य व अर्थशास्त्र यामध्ये केला जातो. पण शिक्षणशास्त्रातील संख्या दुर्बोध असतात. त्यांचा नेमका अर्थ शोधून काढण्यासाठी शैक्षणिक संख्याशास्त्राचा उपयोग केला जातो.

शिक्षणशास्त्रात अध्ययन-अध्यापन प्रक्रिया प्रभावी झाली की नाही हे विद्यार्थ्यांनी प्राप्त केलेल्या गुणांच्या विश्लेषणावरुन समजते. अध्ययन-अध्यापन प्रक्रियेची परिणामकारकता ठरविण्यासाठी लेखी परीक्षा, तोंडी परीक्षा, प्रासंगिक नोंदी इत्यादींचा वापर केला जातो. त्यातील गुणांच्या अर्थनिर्वचनासाठी शैक्षणिक संख्याशास्त्राचा उपयोग होतो.

1.1 संख्याशास्त्राचा अर्थ (Meaning of Statistics)

संख्याशास्त्र म्हणजे काय ? : संख्याशास्त्र ही गणिताची एक शाखा असून त्याच्या आधारे संख्यात्मक सामग्रीचे मूल्यमापन केले जाते.

अंकात्मक माहिती विशिष्ट पद्धतीने मांडणे, तिचा हिशेब करून काही प्रमाणात संक्षिप्त रूप देणे, त्यावरून वर्णन व स्पष्टीकरण करणे, निष्कर्ष काढणे, अनुमान / अंदाज बांधणे इ. गोष्टींचा समावेश संख्याशास्त्रात होतो.

व्याख्या

- Statistics is a branch of mathematics which evaluates numerical data.

  - वीरकर गद्रे 1963 p 160

- "Educational statistics is the science which applies the theory of probability to the making of estimates & inferences about the quantitative characteristics of any population."
- "Educational statistics may be defined as the science which applies the theory of probability to the making of estimated and inferences about the quantitative characteristics of a population of objects." **- Rosander, 1965, P 7**

संख्याशास्त्राचे प्रकार

संख्याशास्त्राचे मुख्यत्वे तीन प्रकार पडतात.

(1) **वर्णनात्मक संख्याशास्त्र :** यात संख्याशास्त्र वापरून गटाचे वर्णन केले जाते.

(2) **अनुमानात्मक संख्याशास्त्र :** यात संशोधनासाठी आवश्यक असलेल्या संख्याशास्त्रीय परीक्षणाचा समावेश होतो. नमुन्यावरून जनसंख्येच्या गुणधर्माचा अंदाज केला जातो.

(3) **भाकितात्मक संख्याशास्त्र :** यात

1.2 शैक्षणिक प्राप्तांकाचे स्वरूप (Nature of the Educational Scores)

शैक्षणिक मापन हे भौतिक मापनापेक्षा खूप भिन्न असते.

भौतिक मापनाला आरंभ बिंदू व अंत्यबिंदू असतो पण शैक्षणिक मापनात आरंभ व अंत्य बिंदू उपलब्ध नसतो. (निरपेक्ष शून्य उपलब्ध नसतो.) शैक्षणिक मापनपट्टीवर लगतच्या दोन बिंदूंमधील अंतरे समान असतात तसे शैक्षणिक मापनाबाबत घडत नाही. शैक्षणिक मापनपट्टीवरील लगतच्या दोन बिंदूंमधील अंतरे समान नसतात.

(मापनपट्टीवरील 20 cm ते 21 cm व 21 cm ते 22 cm यांतील अंतर समानच असते, परंतु 30 ते 40 गुण आणि 80 ते 90 गुण यातील अंतर समान असेल असे सांगता येत नाही.) भौतिक मापनांकांवर अंकगणितीय प्रक्रिया करता येतात. परंतु शैक्षणिक मापनांकांवर (कच्च्या प्राप्तांकांवर) अंकगणितीय प्रक्रिया करता येत नाहीत. (करणे योग्य नसते परंतु केल्या जातात.)

1.3 शैक्षणिक प्राप्तांकांचे भौतिक प्राप्तांकापेक्षा वेगळेपण (Difference Between Educational Scores and Physical Scores)

शैक्षणिक मापन हे भौतिक मापनाइतके अचूक होऊ शकत नाही. आपण वस्तूची लांबी, रुंदी 0.001 सें.मी.च्यापुढे अचूक मोजू शकतो. पण शैक्षणिक मापनात 5 गुण किंवा $5\frac{1}{2}$ गुण यापेक्षा सूक्ष्म मापन करू शकत नाही. (5.001 असे गुण देणे व तशा प्रकारे प्राप्तांकातील सूक्ष्म फरक मापन करणे अशक्य असते.). शैक्षणिक अंकांना विस्तार असतो. जेव्हा वस्तूची लांबी मोजली जाते ती अचूकतेने 5.34 सें.मी. इतकीच असे ठामपणे सांगितली जाते. परंतु शैक्षणिक मापनात 5 या गुणाचा विस्तार विचारात घ्यावा लागतो. 5 या गुणाचा विस्तार 4.5 ते 5.5 असतो.

तसेच भौतिक मापन हे स्थल-काल निरपेक्ष असते पण विद्यार्थ्यांच्या गुणासंदर्भात सर्व पार्श्वभूमी विचारात घ्यावी लागते. म्हणूनच शैक्षणिक प्राप्तांकांची पुढील वैशिष्ट्ये लक्षात घेणे आवश्यक आहे.

क्र.	शैक्षणिक मापन	भौतिक मापन
1.	आरंभ व अंत्यबिंदू नसतो.	आरंभ व अंत्यबिंदू असतो.
2.	दोन लगतच्या बिंदूंमधील अंतर समान नसते.	दोन लगतच्या बिंदूंमधील अंतर समान असते.
3.	अचूकता नसते. सूक्ष्म भेदाचे मापन करणे शक्य नसते.	अचूकता असते, सूक्ष्म भेदाचे मापन करणे शक्य असते.
4.	प्राप्तांकांना विस्तार असतो.	प्राप्तांकांना विस्तार नसतो.
5.	शैक्षणिक मापन स्थल-काल सापेक्ष असते.	स्थल-काल निरपेक्ष असते.
6.	या मापनात प्राप्तांकांवर बेरीज, वजाबाकी इ. गणिती क्रिया करणे अशक्य/चुकीचे असते.	या मापनात गणिती क्रिया करता येतात.

1.4 प्राप्तांकांचे वर्गीकरण (Classification of Scores)

विद्यार्थ्यांनी प्राप्त केलेल्या गुणांवरून कोणताही अर्थबोध होत नाही. त्यांच्यावर पुढील प्रक्रिया करण्यासाठी त्यांची विशिष्ट क्रमाने व पद्धतीने मांडणी करून व्यवस्थापन करणे आवश्यक ठरते. खूप मोठ्या संख्येने असलेल्या प्राप्तांकांचे वर्गीकरण केल्यास छोट्या सारणीमध्ये त्यांची मांडणी शक्य होते व ही सारणी हाताळण्यास तसेच त्यावर पुढील प्रक्रिया करण्यास अतिशय सोईची जाते तसेच आलेखात्मक चित्रणास ही सारणी उपयुक्त ठरते.

वर्गीकरण हे प्राप्तांकांच्या किमतीनुसार व चाचणीच्या स्वरूपानुसार दोन प्रकारे केले जाते.

(1) **प्राप्तांक विभाजन सारणी :** जेव्हा श्रेणीतील प्राप्तांकांचा विस्तार कमी असतो. (चाचणी कमी गुणांची असते. 10 ते 15 गुणांची) तेव्हा प्राप्तांक विभाजन सारणी तयार केली जाते.

उदा., महाराष्ट्र बालशिक्षण शाळेतील इ. 8 वीच्या विद्यार्थ्यांचे शुद्धलेखन परीक्षेचे गुण पुढे दिले आहेत.

7, 8, 10, 5, 4, 6, 3, 2, 2, 5

4, 3, 5, 5, 6, 7, 9, 4, 5, 6

3, 5, 7, 6, 7, 6, 5, 5, 3, 2

5, 4, 8, 5, 6, 6, 5, 5, 6, 7

या श्रेणीचे वर्गीकरण करताना सर्वप्रथम कमाल (सर्वांत मोठा) व किमान (सर्वांत लहान) प्राप्तांक शोधावा. निरीक्षण केल्यास लक्षात येते की कमाल प्राप्तांक 10 व किमान प्राप्तांक 2 आहे. या दोन्हीतील फरक हा 10 पेक्षा कमी आहे. अशा वेळी प्राप्तांक विभाजन सारणी केली जाते.

यानंतर प्रत्येक प्राप्तांक किती वेळा पुनः पुन्हा आला आहे हे शोधण्यासाठी रेखाचिन्हांची मांडणी केली जाते.

<table>
<tr><th>प्राप्तांक</th><th>रेखाचिन्हे</th><th>एकूण</th></tr>
<tr><td>X</td><td>F</td><td>Total</td></tr>
<tr><td>10</td><td>|</td><td>1</td></tr>
<tr><td>9</td><td>|</td><td>1</td></tr>
<tr><td>8</td><td>||</td><td>2</td></tr>
<tr><td>7</td><td>卌</td><td>5</td></tr>
<tr><td>6</td><td>卌 |||</td><td>8</td></tr>
<tr><td>5</td><td>卌 卌 ||</td><td>12</td></tr>
<tr><td>4</td><td>||||</td><td>4</td></tr>
<tr><td>3</td><td>||||</td><td>4</td></tr>
<tr><td>2</td><td>|||</td><td>3</td></tr>
<tr><td colspan="2">एकूण</td><td>N = 40</td></tr>
</table>

रेखाचिन्हांची मांडणी करताना सारणीतील त्या त्या प्राप्तांकासमोर एक छोटी उभी रेख मांडली जाते. पहिला प्राप्तांक 7 आहे म्हणून सारणीत 7च्या समोर एक रेघ, दुसरा प्राप्तांक 8 आहे म्हणून सारणीत 8च्या समोर एक रेघ अशाप्रकारे रेखाचिन्हांची मांडणी केली जाते. चार रेखाचिन्हे झाल्यावर पाचवी रेघ तिरपी काढून 5 – 5 रेखाचिन्हांचा गट केला जातो. त्यामुळे एकूण संख्या मोजणे सोपे जाते. रेखाचिन्हांची मांडणी केल्यानंतर त्याचा उपयोग पुढे प्राप्तांक विभाजनासाठी केला जातो.

प्राप्तांक	*X*	10	9	8	7	6	5	4	3	2	एकूण
वारंवारिता	*F*	1	1	2	5	8	12	4	4	3	N = 40

वरील सारणीनुसार $N = \sum f = 40$ हे स्पष्ट होते.

वर्गांतर विभाजन सारणी : जेव्हा चाचणी जास्त गुणांची असते तेव्हा विद्यार्थ्यांनी मिळविलेल्या गुणांचा विस्तार जास्त असतो. अशा वेळी प्राप्तांक विभाजन सारणी गैरसोईची ठरते. तेव्हा प्राप्तांकांचे छोटे सोईस्कर गट करून वरील सर्व प्रक्रिया राबविली जाते.

उदा., महाराष्ट्र बालशिक्षण शाळेतील इ. 9 वीच्या विद्यार्थ्यांचे विज्ञानातील गुण पुढे दिले आहेत.

57, 22, 41, 39, 60, 37, 85, 51, 36, 13
07, 56, 43, 40, 75, 65, 98, 63, 76, 43
33, 54, 18, 46, 54, 25, 07, 45, 47, 42
31, 65, 47, 70, 27, 33, 50, 27, 41, 52

यात श्रेणीचे निरीक्षण करून प्रथम कमाल (सर्वांत मोठा) व किमान (सर्वांत लहान) प्राप्तांक शोधावेत. येथे कमाल प्राप्तांक 98 व किमान प्राप्तांक 7 आहे. यातील फरक 98 – 7 = 91 हा 100 च्या जवळ असल्याने वर्गांतराची लांबी $\frac{100}{10}$ = 10 इतकी घेणे सोईचे जाईल. येथे साधारणपणे 10 गट हवे असल्याने 10 ने भागले आहे.

आता पुढील प्रकारे वर्गांतराची म्हणजेच गटांची मांडणी करून रेखाचिन्हे मांडली जातात

वर्गांतर	90-99	80-89	70-79	60-69	50-59	40-49	30-39	20-29	10-19	0-9	एकूण
रेखाचिन्हे	|	|	|||	||||	~~||||~~ ||	~~||||~~ ~~||||~~	~~||||~~ |	||||	|||	||	N = 40
एकूण	1	1	3	4	7	10	6	4	2	2	

वर्गांतर विभाजन सारणी

वर्गांतर	90–99	80–89	70–79	60–69	50–59	40–49	30–39	20–29	10–19	0–9	एकूण
वारंवारिता	1	1	3	4	7	10	6	4	2	2	N = 40

वर्गीकरणाचे फायदे : प्राप्तांकांच्या वर्गीकरणामुळे खूप मोठी संख्यात्मक सामग्री छोट्या सारणीमध्ये बसवता येते. सारणीकरण केल्यामुळे माहितीची हाताळणी सुलभ जाते. त्यावर पुढील संख्याशास्त्रीय प्रक्रिया करता येतात. तसेच आलेखात्मक मांडणी करण्यासाठी त्याचा उपयोग होतो.

1.5 वर्गांतर विभाजनातील अंतर्भूत संकल्पना (Concepts in Classification)

(1) शैक्षणिक मापन श्रेणी ही एक अखंडित श्रेणी (Continuous Series) आहे. प्राप्तांक हे श्रेणीवरचा काही भाग व्यापतात. ते बिंदूरूप नसतात, त्यांना विस्तार असतो. वय, वजन, उंची व शैक्षणिक प्राप्तांक ही सर्व अखंडित श्रेणीची उदाहरणे आहेत. अखंडित श्रेणीत प्राप्तांकात होणारी वाढ त्याच्या एककाच्या सर्व अंशातून सातत्याने होत जाते. (उदा., वयात वाढ होताना 5 ची 6 वर्षे एकदम होत नाही - एका वर्षाची वाढ ही वर्षाचे 12 महिने, प्रत्येक महिन्याचे 30 दिवस, प्रत्येक दिवसाचे 24 तास, प्रत्येक तासाची 60 मिनिटे, प्रत्येक मिनिटाचे 60 सेकंद व प्रत्येक सेकंदाचे सूक्ष्म भाग यातून सातत्याने Continuous होत राहते.)

याउलट खंडित श्रेणीत होणारी वाढ एकदम होते. एककाच्या सर्व अंशातून ही वाढ होत नाही) पगारवाढ 4,000 ची 5,000 किंवा शाळेतील विद्यार्थी संख्या 200 ची 225 इ.

(2) वर्गांतर (Class Interval - C.I.) : वर्गांतर म्हणजे वर्गीकरण करताना निश्चित केलेले गट. संपूर्ण श्रेणीचा काही भाग याने व्यापला जातो.

(3) वर्गांतर मर्यादा (Limits) :

वर्गांतराची वरची मर्यादा - Upper Limit - U

वर्गांतराची खालची मर्यादा - Lower Limit - L

प्राप्तांकाप्रमाणेच वर्गांतरही श्रेणीचा विशिष्ट भाग व्यापते त्यास मर्यादा असतात.

वर्गांतर जिथे सुरू होते ती खालची मर्यादा - Lower Limit

वर्गांतर जिथे संपते ती वरची मर्यादा - Upper Limit

'10 –19' या वर्गांतराची खालची मर्यादा 9.5 आहे. तिथे ते सुरू होते व 19.5 ही त्याची वरची मर्यादा आहे, तिथे ते संपते. लक्षात घ्या की, जिथे हे वर्गांतर संपते तिथे लगेच पुढील वर्गांतर सुरू होते. आधीच्या वर्गांतराची वरची मर्यादा ही त्याच्या पुढील वर्गांतराची खालची मर्यादा असते. '10 – 19' ची वरची मर्यादा 19.5 आहे तीच '20 – 29' या वर्गांतराची खालची मर्यादा आहे.

(4) वर्गांतर लांबी (Length of Class Interval) : (i) वर्गांतराने श्रेणीचा व्यापलेला भाग म्हणजे त्याची लांबी होय.

$$\text{वर्गांतर लांबी (i)} = \text{Upperlimit} - \text{Lower Limit of Class Interval}$$
$$= 19.5 \leftarrow 20 - 29 \rightarrow 29.5$$

$$\text{'20 – 29' या वर्गांतराची वर्गांतर लांबी (i)} = 29.5 - 19.5$$
$$= 10$$

(5) वर्गांतर मध्य : Midpoint of the Class Interval वर्गांतराच्या मध्यबिंदूस वर्गांतर मध्य म्हणतात. तो M.P. या चिन्हाने दर्शविला जातो.

(6) प्राप्तांक (Scores) : शैक्षणिक मापनातील अंकांना प्राप्तांक किंवा गुणांक म्हणतात. ते X ने दर्शविले जातात मध्यबिंदू हा वर्गांतराच्या दोन्ही अंकांच्या बेरजेला दोनने भागून मिळतो.

उदा., '20 – 29' या वर्गांतराचा मध्यबिंदू हा

$$\text{M. P.} = \frac{20 + 29}{2} = 24.5$$

किंवा मर्यादा विचारात घेता $$\text{M. P.} = \frac{19.5 + 29.5}{2} = 24.5$$

(7) वारंवारिता (Frequency) (f) : एखादा प्राप्तांक हा किती वेळा पुन:पुन्हा आलेला आहे हे दर्शविणारी संख्या म्हणजे वारंवारिता. उदा. वर्गातील दहा मुलांनी मिळवलेले गुण पुढील श्रेणीत दर्शविले आहेत.

उदा., <u>25</u>, 28, 23, 27, <u>25</u>, 24, 29, 28, 23, <u>25</u> या श्रेणीत

यात 25 अंक तीन वेळा आला आहे म्हणून

25 ची वारंवारिता 3

28 व 23 हे दोन वेळा आले आहेत म्हणून त्यांची वारंवारिता प्रत्येकी 2

तर — इतर सर्व प्राप्तांक म्हणजे 27, 24, 29 हे एकदाच आले आहेत म्हणून त्यांची वारंवारिता प्रत्येकी ⊥

(8) एकूण प्राप्तांक संख्या (Total No. of Scores N) : प्राप्तांकांची एकूण संख्या ही N या अक्षराने दर्शविली जाते.

लक्षात घ्या : $N = \sum f$

N म्हणजे सर्व वारंवारितांची बेरीज. वरील वारंवारितेसंदर्भातील उदाहरणात एकूण वारंवारिता

25 ची 3,	27 ची 1	यात $3 + 2 + 2 + 1 + 1 + 1 = 10$
28 ची 2,	24 ची 1	
23ची 2,	29 ची 1	$N = \sum f$

1.6 शैक्षणिक संख्याशास्त्राचे उपयोग (Use of Educational Statistics)

शिक्षणक्षेत्रातील दुर्बोध प्राप्तांकांचे अर्थनिर्वचन करण्यासाठी प्रामुख्याने शैक्षणिक संख्याशास्त्राचा वापर केला जातो. हे करण्यासाठी विविध परिमाणे उपयुक्त ठरतात. शिक्षणक्षेत्रातील समस्या सोडविण्यासाठी संशोधन केले जाते. त्यासाठी केलेल्या परीक्षणातून निष्कर्ष मिळविण्यासाठी संख्याशास्त्र उपयुक्त ठरते. शैक्षणिक संख्याशास्त्र यासाठी पुढीलप्रकारे उपयुक्त ठरते.

(1) **आलेख (Graph)** : विविध प्रकारच्या आलेखातून गटाचे स्वरूप चित्रमयरीत्या उभे राहते. गटाची रचना व त्यातील प्राप्तांकाचे चढ-उतार स्पष्टपणे समजतात. दोन किंवा अधिक गटांच्या स्वरूपाची व रचनेची तुलनाही करता येते.

(2) **केंद्रीय प्रवृत्ती (Central Tendency)** : केंद्रीय प्रवृत्तीच्या परिमाणांमुळे गटाचा प्रतिनिधित्व करणारा आकडा मिळतो. त्यामुळे गटाचा स्तर समजतो. विविध गटांच्या प्रावीण्याची तुलना करता येते.

(3) **विचलनशीलता (Variability)** : विचलनशीलतेच्या परिमाणांमुळे गटाची जडणघडण लक्षात येते. गट एकजिनसी की बहुजिनसी हे समजते.

(4) **शततमक व शततमक क्रम (Percentile and Percentile Rank)** : यामुळे विद्यार्थ्यांचे गटातील स्थान समजते. त्यांच्या प्रावीण्याची वस्तुनिष्ठ तुलना करता येते. शततमक प्रमाणके विकसित करता येतात.

(5) **प्रसामान्य संभव वक्र (NPC)** : यामुळे शैक्षणिक क्षेत्रातील प्राप्तांकांच्या वितरणाचे अवलोकन करून काही समस्या असल्यास त्यांचे निराकरण करता येते. NPC हा अनुमानात्मक संख्याशास्त्राचा पाया आहे.

(6) **सहसंबंध गुणक (Coefficient of Correlation)** : सहसंबंध गुणकामुळे दोन विषयांतील किंवा चलातील सहसंबंध किती हे शोधता येते. त्या आधारे विद्यार्थ्यांना मार्गदर्शन करता येते. त्यांच्या अपेक्षित प्रगतीचा अंदाज बांधता येतो.

(7) **रुपांतरित प्राप्तांक** : Z श्रेणी, T श्रेणी व इतर रूपांतरित श्रेणींमध्ये कच्च्या प्राप्तांकांचे रूपांतर केल्याने विद्यार्थ्यांच्या प्रावीण्याची वस्तुनिष्ठ तुलना करता येते. रूपांतरित प्राप्तांकांवर अंकगणितीय प्रक्रिया करता येतात.

(8) **अनुमानात्मक सांख्यिकी (Inferential Statistics)** : अनुमानात्मक संख्याशास्त्रामुळे नमुन्यावरून जनसंख्येबद्दल निष्कर्ष मिळविता येतात. संशोधनात अनुमानात्मक संख्याशास्त्रातील प्राचलित व अप्राचलित (Parametric and Non-Parametric) परीक्षिकांचा मोठ्या प्रमाणावर उपयोग होतो.

(9) **कसोटीचे प्रमाणीकरण (Standardization of a Test)** : कसोटी प्रमाणित करण्यासाठी संख्याशास्त्रातील विविध गोष्टींचा उपयोग होतो.

(10) **भाकीत (Prediction)** : भाकितात्मक संख्याशास्त्रामुळे आपल्याला अनेक बाबतीत भाकीत करता येणे शक्य होते.

(11) **अहवाल (Report)** : संख्याशास्त्राच्या आधारे आपल्याला विद्यार्थ्यांच्या प्रगतीचा अर्थपूर्ण अहवाल देता येतो.

(12) **मार्गदर्शन व समुपदेशन (Guidance and Counselling)** : मार्गदर्शन व समुपदेशनात तसेच मानसशास्त्रात विविध कसोट्यांच्या वापरासाठी व निर्मितीसाठी संख्याशास्त्र उपयुक्त ठरते.

1.7 शैक्षणिक संख्याशास्त्रातील विविध मापन श्रेणी (Different Scales in Educational Statistics)

संख्याशास्त्रीय मापनासाठीच्या विविध मापन श्रेणी (मापन शलाका - Scales) व कसोट्या (Tests)

शैक्षणिक संख्याशास्त्रात संकलित केलेली सामग्री (Data) ही वेगवेगळ्या प्रकारची असते. त्या-त्या प्रकारानुसार विविध मापनपट्ट्या - श्रेणी किंवा शलाका (Scales) वापराव्या लागतात. मापनश्रेण्यांचे एकूण चार प्रकार आहेत. प्रत्येक पुढची श्रेणी ही आधीच्या श्रेणीवर आधारलेली असून आधीच्या श्रेणीचे सर्व गुणधर्म पुढच्या श्रेणीत आढळतात.

(1) नामांकन श्रेणी : (Nominal Scale) : जेव्हा संकलित सामग्रीचे मोजमाप करताना केवळ गटवार वर्गीकरण केले जाते, गटाला विशिष्ट नाव देऊन त्यात प्राप्तांकांचे वर्गीकरण केले जाते, तेव्हा त्यास नामांकन श्रेणी म्हणतात. यालाच संज्ञात्मक श्रेणी, नामधारी श्रेणी किंवा अंकनिर्दिष्ट श्रेणी असेही म्हटले जाते.

यात केवळ वर्गवारी करून गटाला नाव किंवा अंक दिला जतो हा अंक किंवा नाव केवळ गटाचा वेगळेपणा दर्शवितो बरे-वाईटपणा नाही.

उदा., गट - 1 स्त्री शिक्षिका गट - 2 पुरुष शिक्षक

गट - अ उच्चशिक्षित ब- अल्प शिक्षित

गट अ - मराठी भाषिक, गट ब - हिंदी भाषिक, गट क - बंगाली भाषिक इ.

जेव्हा एखाद्या प्रश्नास किती जणांनी विविध प्रतिसाद दिले हे मोजले जाते, तेव्हा नामांकन श्रेणी वापरली जाते.

(2) क्रमांकन श्रेणी (Ordinal Scale) क्रमवाचक श्रेणी : यात प्राप्तांकाच्या लहान-मोठेपणानुसार क्रम लावला जातो व त्यास स्थानानुसार क्रमवारी लावली जाते.

यात दोन गुणांमधील तरतमभाव किंवा कमी-जास्तपणा दर्शविला जातो पण दोन क्रमांकातील अंतर सर्वत्र समान नसते.

उदा., एका गटातील प्राप्तांक 97, 92, 89, 87, 82, 75, 61 असे आहेत त्यांना आपण 1, 2, 3, 4, 5, 6, 7 असे गुणानुक्रम देऊ शकतो.

येथे गुणानुक्रम 1 हा 5 पेक्षा अधिक प्रावीण्याचा आहे हे समजते. मध्यांक हे क्रमांकन श्रेणीचे उदाहरण होय.

(3) अंतर श्रेणी (Interval Scale) समांतर श्रेणी : या श्रेणीतील लगतच्या दोन खुणांमधील अंतर समान असते. गटाचे मध्यमान काढून जेव्हा प्राप्तांक मांडले जातात तेव्हा ती अंतर श्रेणी होते.

उदा., एका गटात मध्यमान 50 आहे व प्रमाण विचलन 10 आहे तेव्हा

20 30 40 50 60 70 80 ही अंतरश्रेणी होय. ती पुढीलप्रमाणे मांडता येते.

$3\sigma, 2\sigma, 1\sigma, 0, 1\sigma, 2\sigma, 3\sigma$

परंतु अंतर श्रेणीत निरपेक्ष शून्य उपलब्ध नसतो.

(4) गुणोत्तर श्रेणी : या श्रेणीत निरपेक्ष शून्य उपलब्ध असतो व श्रेणीवरील दोन खुणांमधील अंतर सर्वत्र समान असते. फूटपट्टीवर किंवा वजनकाट्यावरील मापन हे गुणोत्तर श्रेणीत असते.

सारणी क्र. 1 मापन शलाकांची वैशिष्ट्ये

क्र.	शलाका	वैशिष्ट्ये	उपयोग
(I)	**नामांकन शलाका :** एक वस्तू दुसऱ्यापेक्षा भिन्न असते.	गट ओळखणे, वर्गीकरण	भूयिष्टक (बहुलक), χ^2
(II)	**क्रमांकन शलाका :** एक वस्तू दुसऱ्यापेक्षा लहान/मोठी असते.	कमी-जास्त, लहान-मोठेपणा याचे मापन	मध्यगा, शततमक क्रम, स्पिअरमनचा सहसंबंध गुणक
(III)	**अंतरशलाका :** एका वस्तूचे विविध भाग, अंतर समान	दोन घटकांतील फरकाचा आकार समान असतो परंतु निरपेक्ष शून्य बिंदू नसतो.	मध्यमान, प्रमाणविचलन, पिअरसनचा सहसंबंध गुणक M, 't' परीक्षिका, 'F' परीक्षिका
(IV)	**गुणोत्तर शलाका :** एका वस्तूचे विविध घटक, अंतर समान, गुणोत्तर समान	दोन घटकांतील फरक समान असतो व निरपेक्ष शून्य अस्तित्वात असतो	गणित, भौतिकशास्त्रातील मापन

कसोट्यांचे प्रकार

कसोट्यांचे किंवा चाचण्यांचे अनेक प्रकारे वर्गीकरण करता येते.

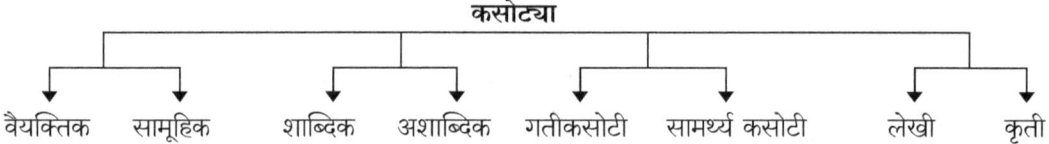

या व्यतिरिक्त काही इतर प्रकार पुढीप्रमाणे आहेत :

प्रमाणक संदर्भित व निकषसंदर्भित कसोट्या (Norm Referenced & Criterion Referenced Tests) : मानसशास्त्रीय कसोट्यांचे दोन प्रमुख गटात वर्गीकरण केले जाते. ते म्हणजे प्रमाणक संदर्भित (प्रमाणकप्रधान) कसोटी व निकष संदर्भित (निकषप्रधान) कसोटी

प्रमाणक संदर्भित कसोटी (Norm Referenced) : जेव्हा एखाद्या विद्यार्थ्याचे प्राप्तांक हे इतर विद्यार्थ्यांच्या तुलनेत अर्थनिर्वचित केले जातात तेव्हा त्या कसोटीस प्रमाणक संदर्भित किंवा प्रमाणकप्रधान कसोटी असे म्हणतात.

बुद्धिमत्ता मापन कसोटी यात वयोगटानुसार बुद्ध्यांकाची प्रमाणके निश्चित केलेली असतात. त्यानुसार प्रत्येक विद्यार्थी कोणत्या गटात बसतो हे नॉर्मशी तुलना करून सांगितले जाते. म्हणूनच हे मापन गटसापेक्ष असते.

निकषसंदर्भित कसोटी (Criterion Referenced) : जेव्हा एखाद्या कसोटीत उत्तरे ही बरोबर किंवा चूक असतात त्यावरून विद्यार्थी पास किंवा नापास असे ठरवले जाते. तेव्हा ती निकषसंदर्भित कसोटी असते. शिक्षकाने तयार केलेल्या संपादन कसोट्या, बारावीसाठी दिली जाणारी परीक्षा, वाहनचालक परवान्यासाठीची परीक्षा या निकषसंदर्भित कसोट्या आहेत. यात विद्यार्थ्यांची तुलना एकमेकांशी करून गुणांकांचे अर्थनिर्वचन केले जात नाही. विशिष्ट निकषाशी तुलना केली जाते. (गटाचा संदर्भ विचारात घेतला जात नाही) उदा., किमान वाचनक्षमता - विशिष्ट क्षमतेच्या वर विद्यार्थी गेला की नाही एवढेच तपासले जाते.

1.8 संख्याशास्त्राची उदाहरणे सोडविताना घ्यावयाची काळजी
(Things to Remember While Solving Statistical Examples)

संख्याशास्त्राची उदाहरणे सोडविताना शेवटचे उत्तर दोन दशांश स्थळापर्यंत अचूक करून लिहावे. त्यासाठी, तिसऱ्या आकड्याचा विचार करून शेवटचे उत्तर लिहिले जावे.

जर उत्तर 27.348 असेल तर शेवटचे उत्तर 27.35 असे येईल कारण तिसरा अंक हा 5 पेक्षा मोठा आहे, जर तिसरा अंक 5 किंवा 5 पेक्षा मोठा असेल तर दोन दशांश स्थळावरील अंक एकने वाढवावा. व तिसरा अंक 5 पेक्षा लहान असल्यास दुसरा अंक आहे तसाच ठेवावा.

म्हणजे उत्तर 27.345 असेल तर शेवटचे उत्तर 27.35 असे लिहावे आणि जर ते 27.342 असेल तर शेटचे उत्तर 27.34 असेच ठेवावे.

1.9 संख्याशास्त्राविषयी सर्वसामान्य दृष्टिकोन
(General Attitude Towards Statistics)

शिक्षणशास्त्रात मूल्यमापन, संशोधन याच्या जोडीला संख्याशास्त्र हेसुद्धा अभ्यासावे लागते. बहुसंख्य विद्यार्थ्यांना संख्याशास्त्राचा बाऊ वाटतो, परंतु वास्तवात संख्याशास्त्र अजिबात अवघड नाही. संख्याशास्त्र हा अत्यंत आवडण्यासारखा (इंटरेस्टिंग) आणि आव्हानात्मक विषय आहे. काही मूलभूत गोष्टी लक्षात घेतल्यास हा विषय खरेतर खूप सोपा वाटू लागतो. अनेक जणांना असे वाटते की कॅल्क्युलेटर, कॉम्प्युटर असताना आपण मानवाने आकडेमोड कशाला करत बसायची? हा मतप्रवाह अतिशय धोकादायक आहे. गणन हे मानवी मेंदूचे एक अद्भुत असे कार्य आहे. मानवी मेंदू हेच एक गणकयंत्र आहे. ते जेवढे चालू ठेवू तेवढी त्याची कार्यक्षमता वाढेल. तो जर वापरला नाही तर तो गंजेल.

गणित अवघड आहे, गणित नकोच असे जर करू लागलो तर मग इयत्ता पहिलीपासून गणित हद्दपार होईल आणि गणनाची आपल्या मेंदूची अद्भुत कार्यक्षमता लयाला जाईल.

गणित/संख्याशास्त्र अवघड वाटण्याचे कारण तो चांगल्याप्रकारे शिकविला जात नाही, त्याची आवड निर्माण केली जात नाही, त्याबद्दल योग्य दृष्टिकोन निर्माण केला जात नाही हेच आहे.

उत्तम अध्यापनाद्वारे या विषयाची आवड निर्माण करणे शक्य आहे. 'गणित नको' हा सार्वजनिक विरोध अनाठायी आहे. जशी उत्तम अभिव्यक्तीसाठी भाषा आवश्यक आहे, तसेच मेंदूची तार्किक क्षमता शाबूत ठेवण्यासाठी गणन करत राहण्याचीही तेवढीच आवश्यकता आहे. कॅल्क्युलेटर, कॉम्प्युटर तर क्षणात गणित सोडवून देईल पण त्याने दिलेले उत्तर योग्य आहे का? गणनात कोठे चूक झालेली नाही ना ? हे समजण्याइतपत माणसाला शहाणपण येणे आवश्यक आहे. म्हणूनच शिक्षणशास्त्रात संख्याशास्त्राचा अभ्यास आवडीने करणे अत्यंत गरजेचे आहे. तसेच संगणकाने जे उत्तर दिले त्यामध्ये नेमकी कोणती प्रक्रिया झालेली असते हेही आपल्याला कळले पाहिजे. म्हणूनही संख्याशास्त्राचा अभ्यास करणे आवश्यक आहे. .

1.10 दृष्टिक्षेपात शैक्षणिक संख्याशास्त्र
(Educational Statistics At a Glance)

खालील तक्त्यामध्ये शैक्षणिक संख्याशास्त्राचे एका दृष्टिक्षेपात समजेल असे वर्गीकरण दिले आहे.

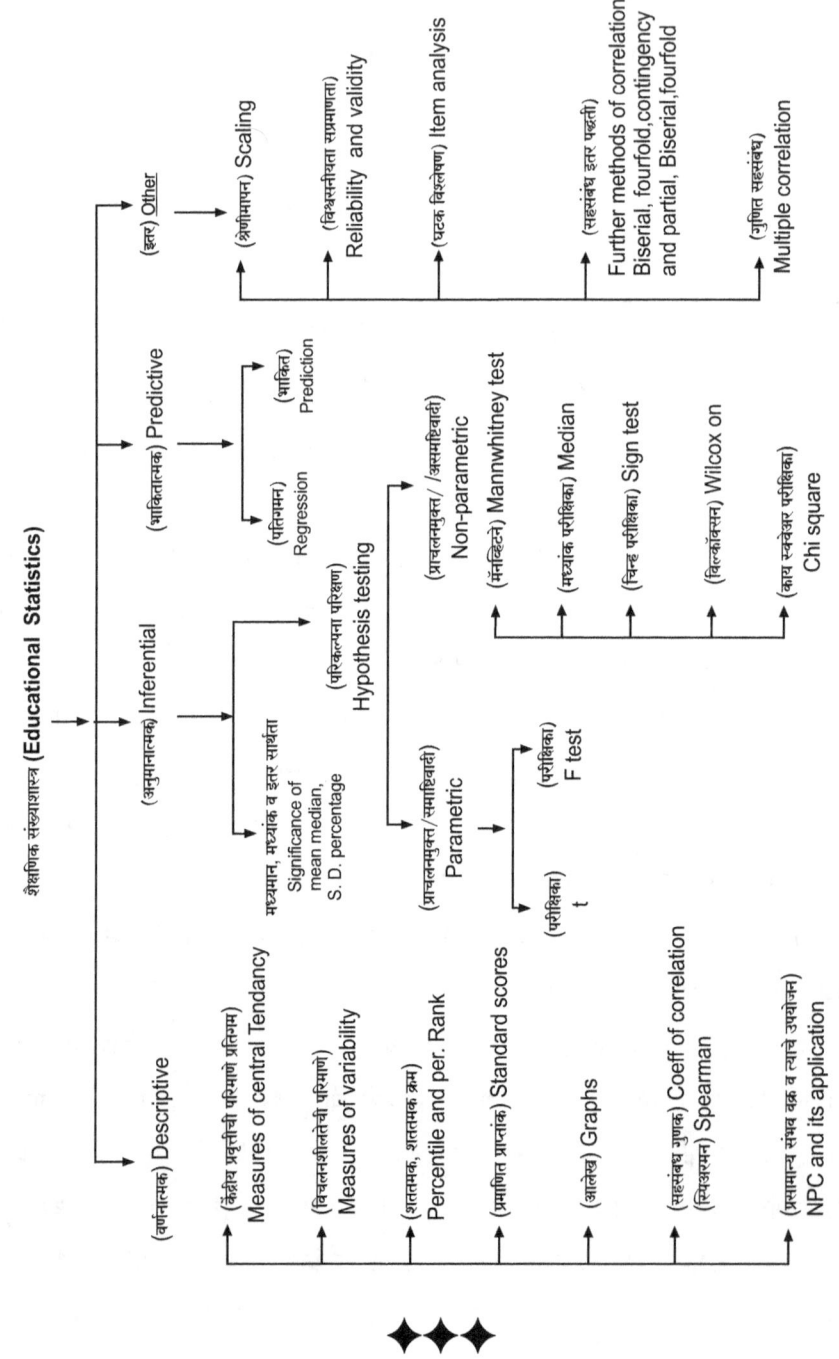

2

वर्णनात्मक संख्याशास्त्र
(Descriptive Statistics)

❋ प्रस्तावना ❋

रिमाला संख्याशास्त्राचे विविध प्रकार समजले. अनुमानात्मक संख्याशास्त्राकडे जाण्यापूर्वी वर्णनात्मक संख्याशास्त्र समजून घेणे आवश्यक आहे हे तिला समजले. वर्णनात्मक संख्याशास्त्राची माहिती तिने जाणून घेतली.

वर्णनात्मक संख्याशास्त्रात एखाद्या गटाच्या गुणवैशिष्ट्यांसंदर्भात संख्याशास्त्रीय परिमाणे वापरून वर्णन केले जाते. केंद्रीय प्रवृत्तीची परिमाणे, विचलनशीलतेची परिमाणे, सहसंबंध गुणक, शततमक, शततमक क्रम, प्रमाणित प्राप्तांक इ. सर्व परिमाणांच्या संकल्पना, वैशिष्ट्ये, मर्यादा व ती परिमाणे शोधण्याच्या पद्धती, या सर्वांची प्रकरणामध्ये माहिती दिलेली आहे.

2.1 केंद्रीय प्रवृत्तीची परिमाणे (Measures of Central Tendency)

दैनंदिन व्यवहरात आपण निरीक्षण केले तर आपल्या असे लक्षात येते की कोणत्याही श्रेणीतील प्राप्तांक मध्यस्थानी जास्तीत जास्त एकवटलेले असतात. उदाहरणार्थ,

(1) 100 गुणांच्या एखाद्या परीक्षेत 20 पेक्षा कमी गुण मिळवणारे विद्यार्थी खूप कमी तसेच 90 पेक्षा जास्त गुण मिळवणारे विद्यार्थीही खूप कमी तर 50 ते 60 च्या आसपास गुण मिळविणारे विद्यार्थी खूप जास्त असतात.

(2) भारतामध्ये 20 ते 25 वयोगटातील मुलांची उंची बघितली तर 6 फुटापेक्षा अधिक उंची असलेली मुले खूप कमी, 4।। फुटापेक्षा कमी उंची असलेली मुलेही खूप कमी पण सर्वसाधारणपणे 5 ते 5।। फूट उंची असणाऱ्या मुलांची संख्या सर्वांत जास्त दिसून येते.

वरील दोन्ही उदाहरणांमध्ये टोकाकडचे गुण दाखविणाऱ्या व्यक्तींची संख्या कमी तर मध्यस्थानीचे गुण दर्शविणाऱ्या व्यक्तींची संख्या जास्त आहे. या व्यक्तींचे जे प्राप्तांक आहेत त्यांचा हा गुणधर्म किंवा प्रवृत्ती असते. त्यालाच केंद्रीय प्रवृत्ती म्हणतात.

व्याख्या

- ''कोणत्याही श्रेणीतील प्राप्तांकांचा कल संबंधित मापन श्रेणीच्या मध्यावर जमा होण्याकडे असतो. यालाच केंद्रीय प्रवृत्ती असे म्हणतात.''
- ''श्रेणीतील आकड्यांना चढत्या किंवा उतरत्या क्रमाने लिहिले असता मध्यभागी येणाऱ्या आकड्याच्या जवळपास जास्तीत जास्त प्राप्तांक जमा होतात यालाच प्राप्तांकांची केंद्रीय प्रवृत्ती असे म्हणतात. ''
- ''संपूर्ण जनसंख्येतील निवडलेल्या नमुन्यातील किंवा न्यादर्शातील व्यक्तींच्या गुणांकांवरून ठरविलेली न्यादर्शाची सामान्य प्रवृत्ती म्हणजेच केंद्रीय प्रवृत्ती. ''
- ''गटाचे प्रतिनिधित्व करणारा आकडा चढत्या किंवा उतरत्या क्रमाने लिहिलेल्या श्रेणीच्या मध्यभागी असलेल्या आकड्यांच्या जवळपास असतो. त्यास 'केंद्रीय प्रवृत्ती' म्हणतात. ''
- ''थोडक्यात केंद्रीय प्रवृत्ती म्हणजे श्रेणीच्या मध्यभागी जमा होण्याचा प्राप्तांकाचा कल. ''

प्राप्तांकाचा हा जो मध्यावर जमा होण्याकडे कल असतो त्याचे मापन केल्यास आपल्याला गटाचे प्रतिनिधित्व करणारा आकडा मिळतो. त्याला केंद्रीय प्रवृत्तीचे परिमाण असे म्हणतात. केंद्रीय प्रवृत्तीची परिमाणे गटाचे प्रतिनिधित्व करणारा प्राप्तांक दर्शवितात की ज्यामुळे आपल्याला गटाचा सरासरी दर्जा कळतो. तसेच ही परिमाणे वेगवेगळ्या गटांची तुलना करण्यास उपयोगी पडतात. ही परिमाणे व्यक्तीचे गटातील स्थान निश्चित करण्यासाठीही उपयोगी पडतात.

केंद्रीय प्रवृत्तीची तीन प्रमुख परिमाणे आहेत.

(1) मध्यमान (2) मध्यांक किंवा मध्यगा (3) बहुलक

या तीनपैकी सर्वांत अधिक उपयुक्त परिमाण म्हणजे मध्यमान होय.

2.1.1 मध्यमान (Mean)

याला अंकगणितीय मध्यमान असेही म्हणतात किंवा सरासरीच्या भाषेत ही आकडेमोड करून काढलेली सरासरी असते यालाच 'माध्य' असेही म्हटले जाते.

सुटे प्राप्तांक दिले असताना मध्यमान काढणे.

सूत्र $= \dfrac{\sum X}{N}$ X = प्राप्तांक

$\sum$ = या खुणेचा अर्थ Summation / बेरीज

N = एकूण प्राप्तांक संख्या

म्हणजेच दिलेल्या सर्व प्राप्तांकांची बेरीज करून तिला एकूण प्राप्तांक संख्येने भागल्यास आपल्याला मध्यमान मिळते.

उदा. 1

वक्तृत्व स्पर्धेतील 7 विद्यार्थ्यांना पुढीलप्रमाणे गुण मिळाले आहेत.

     20, 22, 25, 28, 30, 33, 37

मध्यमान किती?

$$M = \dfrac{\sum X}{N}$$

$$= \dfrac{20 + 22 + 25 + 28 + 30 + 33 + 37}{7}$$

$\therefore$ M = 27.86

प्राप्तांक विभाजन सारणी दिल्यास मध्यमान काढणे : प्राप्तांक विभाजन सारणीमध्ये सुट्या प्राप्तांकांची वारंवारिता दिलेली असते. जर प्राप्तांकांचा विस्तार कमी (< 10) असेल तर अशी सारणी केली जाते. अशा वेळी मूळ सूत्रामध्ये बदल होऊन पुढील सूत्र वापरावे लागते.

$$M = \dfrac{\sum fX}{N}$$ f = वारंवारिता

X = प्राप्तांक

N = एकूण प्राप्तांक संख्या

X	10	9	8	7	6	5	4	3	2	1	
f	4	4	6	6	7	10	8	7	5	3	N = 60
fx	40	36	48	42	42	50	32	21	10	3	$\sum fX = 324$

$$M = \sum fX/N$$

$$= 324/60$$

$$= 32.4/6$$

$$= 5.40$$

वर्गांतर विभाजन सारणी दिलेली असताना मध्यमान काढा.

Class Interval C.I	90-99	80-89	70-79	60-69	50-59	40-49	30-39	20-29	10-19	0-9
Frequency-f	3	5	5	7	10	7	6	3	2	2

$$M = \sum f \times M.P. /N$$

Class Interval	90-99	80-89	70-79	60-69	50-59	40-49	30-39	20-29	10-19	0-9	
Frequency-f	3	5	5	7	10	7	6	3	2	2	N = 50
Mid point M.P.	94.5	84.5	74.5	64.5	54.5	44.5	34.5	24.5	14.5	4.5	
F × M.P.	283.5	422.5	372.5	451.5	545	311.5	207	73.5	29	9	$\sum f \times M.P.$ = 2705

$$M = \sum f \times M.P./N$$
$$= 2705/50$$
$$= 54.10$$

गृहीत मध्यमान पद्धती

गृहीत मध्यमान पद्धतीने मध्यमान काढा (Assumed Mean Method) :

Find out mean by assumed mean method.

Class Interval C.I.	82 - 89	74 - 81	66 - 73	58 - 65	50 - 57	42 - 49	34 - 41	26 - 33	18 - 25	10 - 17
Frequency-*f*	4	3	8	9	7	8	7	9	3	4

या पद्धतीत कोणत्याही वर्गांतराचा मध्यबिंदू हा मध्यमान आहे असे गृहीत धरले जाते. हे खरे मध्यमान नसल्याने त्यात काही दुरुस्ती करावी लागते. त्याला Correction Term असे म्हणतात.

We have to assume midpoint of an class interval as our mean. As this is an assumed mean we have to add or subtract some number to get the correct or actual mean. So there is a correction term म्हणून मध्यमानाचे सूत्र पुढीलप्रमाणे आहे.

$$\text{Mean} = \text{Assumed Mean} + \text{Correction Term}$$
$$M = A.M. + \frac{\sum fd}{N} \times i$$

येथे $\sum fd \times N$ म्हणजे वारंवारिता *f* व *d* यांच्या गुणाकारांची बेरीज होय. येथे d' चा स्तंभ करताना गृहीत मध्यमानाच्या वर क्रमाने +1, 2, 3........ तर त्याखाली क्रमाने – 1, – 2, – 3............ लिहावे. तिसरा स्तंभ *f* व *d* यांच्या गुणाकाराचा करावा. त्यातील गृहीत मध्यमानाच्या वरचे गुणाकार धन चिन्हात येतात तर खालचे गुणाकार ऋण चिन्हात येतात.

Class Interval (C.I.)	Frequency-*f*	Mid Point (M.P.)	*d*	*fd*	
82 - 89	4		5	20	
74 - 81	3		4	12	
66 -73	8		3	24	+81
58 - 65	9		2	18	
50 - 57	7		1	7	
42 - 49	8	45.5	0	0	
34 - 41	7		-1	-7	
26 - 33	9		-2	-18	-50
18 - 25	3		-3	-9	
10 - 17	4		-4	-16	
	N = 62				$\sum fd=31$

आता सूत्रात किंमती घालू.

$$M = A.M. + \frac{(\sum fd)}{N} \times i$$

$$= 45.5 + \frac{31}{62} \times 8$$

$$= 45.5 + 4$$

$$= 49.50$$

येथे लक्षात घ्या की कोणत्याही वर्गांतराचा मध्यबिंदू आपण मध्यमान म्हणून गृहीत धरू शकतो पण सर्वसाधारणपणे मध्यस्थानी असलेल्या व ज्याची वारंवारिता जास्त आहे त्या वर्गांतराचा मध्यबिंदू आपण मध्यमान म्हणून गृहीत धरल्यास Correction term कमीत कमी येते. आपले गृहीत मध्यमान खऱ्या मध्यमानाच्या जवळ जाते. तसेच जेव्हा आपण गृहीत धरलेले मध्यमान खऱ्या मध्यमानापेक्षा मोठे असते तेव्हा Correction Term ऋण येते व याउलट जेव्हा आपण गृहीत धरलेले मध्यमान खऱ्या मध्यमानापेक्षा लहान असते तेव्हा Correction Term धन चिन्हात येते.

मध्यमानाची वैशिष्ट्ये

1. मध्यमानालाच अंकगणितीय मध्यमान, माध्य किंवा आकडेमोड करून काढलेली सरासरी म्हणतात.
2. मध्यमान हे केंद्रीय प्रवृत्तीचे सर्वांत स्थिर व विश्वसनीय परिमाण आहे.
3. मध्यमान हे बैजिक स्वरूपाचे परिमाण असल्याने त्याच्यावर गणितीय आकडेमोड करता येते. दोन किंवा अधिक गटांचे एकत्रित मध्यमान (संयुक्त मध्यमान Compound mean - Mcomb) काढता येते.
4. मध्यमान हे मालेचा गुरुत्वमध्य असते. प्रत्येक प्राप्तांकाचे मध्यमानापासूनचे विचलन चिन्हांसहित विचारात घेऊन त्यांची बेरीज केल्यास ती शून्य येते.
5. मध्यमान हे केंद्रीय प्रवृत्तीचे अत्यंत संवेदनक्षम परिमाण आहे. एखादा प्राप्तांक बदलल्यास मध्यमानाची किंमत लगेच बदलते. टोकाकडचे प्राप्तांक मध्यमानाच्या किमतीवर परिणाम करतात.
6. सर्व केंद्रीय प्रवृत्तींपैकी मध्यमान हे दैनंदिन व्यवहारात सर्वांत जास्त वापरले जाते.
   उदा., एखाद्या शाळेच्या निकालाची सरासरी
   पावसाची सरासरी
   लोकसंख्येत होणाऱ्या वाढीची सरासरी
7. मध्यमान वापरून इतर संख्याशास्त्रीय परिमाणे मिळवता येतात. (उदा. प्रमाणित प्राप्तांक, प्रमाणविचलन सहसंबंध गुणक)
8. संशोधनात मध्यमान हे अत्यंत उपयुक्त, अचूक परिमाण म्हणून वापरले जाते.

मध्यमानाच्या मर्यादा

1. जर प्राप्तांकाचे वितरण विषम असेल तर मध्यमान कमी विश्वसनीय ठरते.
2. टोकाकडचे प्राप्तांक मध्यमानाच्या किमतीवर खूप जास्त परिणाम करतात.
3. टोकाकडचे प्राप्तांक माहीत नसतील तर मध्यमान काढता येत नाही.
4. मध्यमान केवळ निरीक्षणाने काढता येत नाही.
5. प्राप्तांकांऐवजी श्रेणी दिल्यास ते काढता येत नाही.

मध्यमान केव्हा वापरावे

1. जेव्हा प्राप्तांकाचे वितरण प्रसामान्य किंवा सममित असेल तेव्हा
2. केंद्रीय प्रवृत्तीचे सर्वांत स्थिर, विश्वसनीय परिमाण हवे असेल तेव्हा
3. जेव्हा प्रमाणविचलन किंवा सहसंबंध गुणक काढावयाचे असतील तेव्हा.

संयुक्त मध्यमान (Combined Mean (Mcomb))

मध्यमान बैजिक स्वरूपाचे असल्याने त्यावर अंकगणितीय प्रक्रिया करता येतात. दोन किंवा अधिक गटांचे केवळ मध्यमान व एकूण प्राप्तांक संख्या माहीत असल्यास त्यांचे एकत्रित मध्यमान Mcomb काढता येते.

उदा., एका शाळेत इ. 9 वीचे दोन वर्ग आहेत. त्यांची एकूण विद्यार्थी संख्या व गणित चाचणीचे मध्यमान पुढे दिले आहे. दोन्ही वर्गांचे मिळून एकत्रित मध्यमान किती ?

इ. 9 वी A $M_1 = 40$, $N_1 = 60$,

इ. 9 वी B $M_2 = 42$, $N_2 = 55$,

$$Mcomb = \frac{M_1 N_1 + M_2 N_2}{N_1 + N_2}$$

$$Mcomb = \frac{(40 \times 60) + (42 \times 55)}{60 + 55}$$

$$Mcomb = \frac{2400 + 2310}{115}$$

$$Mcomb = \frac{4710}{115}$$

$$= 40.9565$$

$$= 40.96$$

इ. 9 वी च्या दोन्ही वर्गांचे एकत्रित मध्यमान 40.96 इतके आहे.

येथे हे लक्षात घेणे आवश्यक आहे की M_1 आणि N_1 यांच्या गुणाकारामुळे त्या गटाच्या एकूण प्राप्तांकांची बेरीज मिळते व दोन्ही गटांच्या बेरजेला दोन्ही गटांच्या एकूण प्राप्तांक संख्येने भागल्यामुळे दोन्ही गटांचे एकत्रित मध्यमान उपलब्ध होते.

2.1.2 मध्यांक (Median (Md.))

मध्यांक म्हणजे चढत्या-उतरत्या क्रमाने लावलेल्या प्राप्तांकाच्या श्रेणीतील प्राप्तांक

सुटे प्राप्तांक दिलेले असताना मध्यांक काढणे.

उदा., पुढील श्रेणीचा मध्यांक काढा.

     90, 32, 30, 28, 20

प्रथम प्राप्तांक चढत्या क्रमाने लावून घेऊ.

     20, 28, 30, 32, 90

आता मध्यस्थानीचा आकडा मिळविण्यासाठी $\frac{N+1}{2}$ हे सूत्र वापरू. जे मध्यांकाचे स्थान दर्शविते. येथे N = 5 आहे. म्हणून $\frac{N+1}{2} = \frac{5+1}{2} = \frac{6}{2} = 3$ म्हणून 3 रा प्राप्तांक हा मध्यांक आहे. येथे लक्षात घ्या. $\frac{N+1}{2}$ ही संख्या मध्यांकाचे स्थान दर्शविते, मूल्य नाही.

वरील क्रमाने लावलेल्या विभाजनात तिसरा प्राप्तांक 30 हा आहे म्हणून मध्यांक 30 आहे. जर श्रेणीत सम संख्येने प्राप्तांक असतील तर मध्यांक काढण्याची रीत बघू.

उदा., पुढील श्रेणीचा मध्यांक काढा. 42, 47, 43, 52, 40, 39

आधी प्राप्तांक चढत्या क्रमाने मांडू.

     39, 40, 42, 43, 47, 52

आता

$$\frac{N+1}{2} = \frac{6+1}{2}$$

$$= 3.5$$

$\therefore$

$$\left(\frac{N+1}{2}\right)^{th} \text{Score} = \frac{3 \text{ रा प्राप्तांक } + 4 \text{ था प्राप्तांक}}{2}$$

$$= \frac{42+43}{2}$$

$$= 42.50$$

येथे 42.50 हा मध्यांक आहे.

प्राप्तांक विभाजन सारणी दिलेली असताना मध्यांक काढणे : यात मध्यांक काढण्यासाठी प्रथम आपल्याला संचित वारंवारितेचा स्तंभ करावा लागतो.

संचित वारंवारिता म्हणजे लहान वर्गांतराकडून वारंवारितांचा क्रमाने संचय करत जाणे होय. येथे लक्षात घ्या की शेवटची संचित वारंवारिता ही एकूण प्राप्तांक संख्येइतकीच आहे. संचित वारंवारितेवरून मध्यांक प्राप्तांकाचा गट शोधता येतो. सूत्रात fb म्हणजे 'मध्यांक प्राप्तांक' जेथे, त्याच्या खालील संचित वारंवारिता आणि fm म्हणजे 'मध्यांक प्राप्तांका'ची साधी वारंवारिता.

पुढील प्राप्तांक विभाजन सारणीवरून श्रेणीचा मध्यांक काढा.

Find out Median when score frequency table is given

Class Interval C.I.	Frequency-f
10	2
9	4
8	7
7	7
6	14
5	10
4	9
3	9
2	8
1	10

मध्यांक काढण्याचे सूत्र पुढीलप्रमाणे आहे.

$$\text{Median} = L + \left(\frac{\frac{N}{2} - fb}{fm}\right)$$

L = मध्यांक प्राप्तांक गटात त्याची खालची मर्यादा

N = एकूण प्राप्तांक संख्या

fb = मध्यांक प्राप्तांक ज्या गटात त्याच्या खालच्या गटाची संचित वारंवारिता

fm = मध्यांक प्राप्तांक ज्या गटात, त्या गटाची साधी वारंवारिता

X	f	C.F.	
10	2	80	
9	4	78	
8	7	74	
7	7	67	
6	14	60	
5	10 fm	46	→ मध्यांक प्राप्तांकाचा गट
4	9	36	→ fb
3	9	27	
2	8	18	
1	10	10	
	N = 80		

$$N = 80$$
$$\frac{N}{2} = 40$$

येथे मध्यांक प्राप्तांक गट 5 हा आहे.

$$Median = L + \left(\frac{\frac{N}{2} - fb}{fm}\right)$$

$$Mdn = 4.5 + \left(\frac{40 - 36}{10}\right)$$

$$Mdn = 4.5 + \frac{4}{10}$$

$$= 4.5 + 0.4$$

$$= 4.90$$

पुढील वर्गांतर विभाजन सारणी वापरून श्रेणीचा मध्यांक काढा.

C. I.	f	C.F.	
90 – 99	3	85	
80 – 89	5	82	
70 – 79	10	77	
60 – 69	15	67	
L 50 – 59	**20** fm	52	→ या गटात 42.5 वा प्राप्तांक आहे.
40 – 49	17	32 Fb	
30 – 39	8	15	
20 – 29	5	7	
10 – 19	1	2	
0 – 9	1	1	
	N = 85		

$$\text{मध्यांक } Md \;=\; L + \left(\dfrac{\dfrac{N}{2} - fb}{fm}\right) \times i$$

येथे

L	=	मध्यांक प्राप्तांक ज्या गटात त्या गटाची खालची मर्यादा.
$\dfrac{N}{2}$	=	एकूण प्राप्तांकाची निमपट
fb	=	मध्यांक प्राप्तांक ज्या गटात त्याच्या खालच्या गटाची संचित वारंवारिता
fm	=	मध्यांक प्राप्तांक ज्या गटात त्याची साधी वारंवारिता
i	=	वर्गांतर लांबी

प्रथम संचित वारंवारितेचा स्तंभ करू.

त्यानंतर $\dfrac{N}{2}$ काढू.

$$\dfrac{N}{2} \;=\; \dfrac{85}{2} \;=\; 42.50$$

आता 42.5 हा प्राप्तांक संचित वारंवारितेमध्ये शोधावा लागेल. तो जिथे असेल तो मध्यांक प्राप्तांकाचा गट होय. वरील सारणीत 42.5 हा प्राप्तांक 50 - 59 या गटात असल्याचे दिसते त्यावर खूण करून घेऊ.

आता fb म्हणजे मध्यांक प्राप्तांकाच्या खालच्या गटाची संचित वारंवारिता ही 32 असल्याचे दिसते. तर fm म्हणजे मध्यांक प्राप्तांक ज्या गटात त्या गटाची साधी वारंवारिता. ही 20 असल्याचे दिसते. वर्गांतर लांबी i = 10 व L = 49.5

म्हणून

$$Mdn \;=\; L + \left(\dfrac{\dfrac{N}{2} - fb}{fm}\right) \times i$$

$$=\; 49.5 + \left(\dfrac{42.5 - 32}{20}\right) \times 10$$

$$=\; 49.5 + \dfrac{42.5 - 32}{2}$$

$$=\; 49.5 + \dfrac{10.5}{2}$$

$$=\; 49.5 + 5.25$$

$$=\; 54.75$$

$$\boxed{Mdn = 54.75}$$

54.75 हा मालेतील मध्यस्थानचा अंक आहे.

मध्यांकाची वैशिष्ट्ये

1. मध्यांकालाच मध्यगा किंवा मोजून काढलेली सरासरी असेही म्हणतात.

2. मध्यांक हे केंद्रीय प्रवृत्तीचे अतिशय सोपे परिमाण आहे.

3. मध्यांक हे मध्यमानापेक्षा कमी विश्वसनीय व कमी स्थिर असे परिमाण आहे.

4. मध्यांक हे बैजिक परिमाण नाही. त्यामुळे दोन किंवा अधिक गटांचा एकत्रित मध्यांक (संयुक्त मध्यांक) काढता येत नाही. कारण मध्यांकावर गणितीय आकडेमोड करता येत नाही.
5. मध्यांक बिंदूरूप असतो. त्याला विस्तार नसतो.
6. मध्यांक हे संवेदनक्षम परिमाण नाही त्याच्या किमतीवर टोकाकडच्या प्राप्तांकांचा परिणाम होत नाही.
7. टोकाकडचा एखादा प्राप्तांक माहीत नसेल तरीसुद्धा मध्यांक काढता येतो. (कारण यात फक्त मध्यस्थानचा प्राप्तांक शोधायचा असतो.)
8. प्राप्तांकांऐवजी श्रेणी दिल्यास मध्यांक काढता येतो.
9. मध्यांकाची किंमत आलेखावरून ठरविता येते.

मध्यांकाच्या मर्यादा

1. केंद्रीय प्रवृत्तीचे हे परिमाण मध्यमानाच्या तुलनेत कमी स्थिर, कमी विश्वसनीय व कमी उपयुक्त आहे.
2. यांत प्राप्तांकांची विशिष्ट क्रमाने मांडणी करावी लागते.
3. संख्याशास्त्रातील इतर परिमाणांसाठी किंवा संशोधनात हे तितकेसे उपयुक्त नाही.
4. वितरण सर्वसाधारण असल्यास मध्यांक फारसा वापरत नाहीत. (तेथे मध्यमानच वापरले जाते.)
5. श्रेणीचा/वितरणाचा प्रातिनिधिक आकडा म्हणून हे तितकेसे उपयुक्त परिमाण नाही.

मध्यांक केव्हा वापरावा ?

1. वितरण सर्वसामान्य नसेल तेव्हा.
2. चतुर्थक विचलन काढावयाचे असेल तेव्हा (चतुर्थक विचलनाचा संबोध समजावून घ्यायचा असेल तेव्हा)

2.1.3 बहुलक (Mode (Mo.))

यालाच मानसमावेश, भूयिष्ठक असेही म्हणतात बहुलक - बहुजनांचा कल किंवा मालेतील सर्वांत जास्त वारंवारिता असणारा, सर्वांत जास्त वेळा पुनः पुन्हा येणारा प्राप्तांक.

यालाच निरीक्षणाने काढलेली सरासरी असेही म्हणतात.

बहुलकाची वैशिष्ट्ये

1. विचलनशीलतेचे हे एक स्थूल, ढोबळ, पसरट असे परिमाण आहे.
2. कधी-कधी मालेत एकही बहुलक नसते.

   उदा. 17, 19, 20, 21, 27, 29, 32, 33, 35, 36
3. कधी-कधी मालेत एकापेक्षा अधिक बहुलके असतात.

   उदा. 17, 19, 19, 19, 20, 27, 29, 33, 33, 33 यात 19 व 33 ही दोन बहुलके आहेत.
4. केंद्रीय प्रवृत्तीचे हे परिमाण बैजिक नाही व भौमितिकही नाही.
5. टोकाकडच्या प्राप्तांकांचा बहुलकाच्या किमतीवर परिणाम होत नाही. हे संवेदनशील परिमाण नाही.
6. प्राप्तांकांऐवजी श्रेणी दिल्यास बहुलक काढता येते.

बहुलकाच्या मर्यादा

1. केंद्रीय प्रवृत्तीचे हे सर्वांत कमी विश्वसनीय, कमी स्थिर, कमी उपयुक्त व ढोबळ असे परिमाण आहे.
2. वर्गांतर विभाजन सारणीत, वर्गांतर बदलले तर बहुलकाची किंमत बदलते.
3. सुटे प्राप्तांक दिले असता हे तितकेसे विश्वसनीय नसते.
4. मालेत कधी-कधी एकही बहुलक नसते. तर कधी एकापेक्षा जास्त बहुलके असतात.

5. बहुलक हे बैजिक परिमाण नाही. त्यामुळे दोन किंवा अधिक गटांचे संयुक्त बहुलक काढता येत नाही.
6. नियमित किंवा सर्वसाधारण वितरण असल्यास बहुलक काढले जात नाही.
7. इतर संख्याशास्त्रीय परिमाणांसाठी हे अजिबात उपयुक्त नाही.
8. याची एकच एक अचूक किंमत मिळवता येत नाही.

बहुलक केव्हा वापरावे ?

1. जेव्हा पटकन उपलब्ध होणारे जुजबी परिमाण हवे असेल तेव्हा
2. एखाद्या उत्पादनाची लोकप्रियता, खप किंवा प्रचलित फॅशन (किंवा trend) अभ्यासायचा असेल तेव्हा अधिक सविस्तर विचार केल्यास बहुलकाचे दोन प्रकार सांगितले जातात. ते म्हणजे
   - Crude Mode - स्थूल बहुलक
   - Real Mode - वास्तव / खरे बहुलक

स्थूल बहुलक हे मालेचे निरीक्षण करून मिळविले जाते तर वास्तव बहुलक आलेखावरून (सर्वांत जास्त वारंवारिता असलेल्या बिंदूवरून) मिळविले जाते. परंतु नेहेमीच आलेख काढणे शक्य नसते तेव्हा वास्तव बहुलकाचे सूत्र वापरून आलेखावरून मिळणाऱ्या किमतीच्या जवळ जाणारी किंमत मिळवता येते.

खऱ्या बहुलकाचे सूत्र -

$$Mo = 3\,Mdn - 2\,M$$
$$Mode = 3\,Mdn - 2\,Mean$$
$$\text{बहुलक} = 3 \times (\text{मध्यांक}) - 2 \times (\text{मध्यमान})$$

उदा.,

एका वर्गांतर विभाजन सारणीचे मध्यमान 47.17 व मध्यांक 46.17 आहे तर बहुलक काढा.

$$\begin{aligned} Mode &= 3 \times Mdn - 2 \times Mean \\ &= (3 \times 46.17) - (2 \times 47.17) \\ &= 138.51 - 94.34 \\ &= 44.17 \end{aligned}$$

म्हणजेच येथे सर्वांत जास्त वारंवारिता असणारा प्राप्तांक 44.17 हा आहे.

खालील वितरणांचे मध्यमान, मध्यांक व बहुलक काढा.

(Find out Mean, Median & Mode for the following distributions.)

(1)

Class Interval	90-99	85-89	80-84	75-79	70-74	65-69	60-64	55-59	50-54	45-49	40-44
Frequency	2	2	4	8	6	11	9	7	5	0	2

(2)

Class Interval	100-109	90-99	80-89	70-79	60-69	50-59	40-49	30-39	20-29	10-19	0-9
Frequency	5	9	14	19	21	30	25	15	10	8	6

(3)

Class Interval	150-164	135-149	120-134	105-119	90-104	75-89	60-74	45-59	30-44
Frequency	10	30	5	15	15	10	35	5	10

(4)

C.I.	57-59	54-56	51-53	48-50	45-47	42-44	39-41	36-38	33-35	30-32	27-29	24-26
f	1	1	5	9	5	8	10	6	4	7	0	1

(5)

C.I.	65-69	60-64	55-59	50-54	45-49	40-44	35-39	30-34	25-29	20-24
f	1	3	4	7	9	11	8	4	2	1

2.2 विचलनशीलतेची परिमाणे (Measures of Variability)

विचलनशीलतेची परिमाणे यालाच चलिततेची किंवा परिवर्तनशीलतेची परिमाणे असेही म्हणतात.

काही वेळेस भिन्न गटांची केंद्रीय प्रवृत्ती समान असूनही गटाचे स्वरूप पूर्णपणे वेगळे असते. म्हणजेच केंद्रीय प्रवृत्तीमुळे गटाचे पूर्णपणे वर्णन करता येणे शक्य नसते. केंद्रीय प्रवृत्तीबरोबरच विचलनशीलतेचाही विचार करणे अनिवार्य ठरते.

केंद्रीय प्रवृत्तीच्या दोन्ही बाजूला प्राप्तांक कसे विखुरलेले आहेत हे दर्शविणाऱ्या अंगाला विचलनशीलता म्हणतात.

दोन भिन्न गटांमध्ये केंद्रीय प्रवृत्तीच्या परिमाणांची किंमत समान असून केंद्रीय प्रवृत्तीपासून प्राप्तांकाच्या दूरवर पसरण्याचे प्रमाण कमी-अधिक असू शकते. त्यामुळे गटाची घडण किंवा स्वरूपही बदलते. हे पुढील उदाहरणावरून अधिक स्पष्ट होईल.

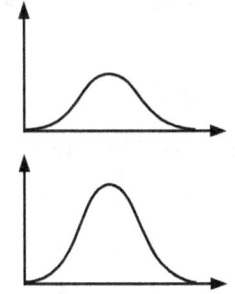

गट अ = 10, 20, 30, 40, 50, 60, 70, 80, 90 मध्यमान 50

ब = 46, 47, 48, 49, 50, 51, 52, 53, 54 मध्यमान 50

वरील गट 'अ' व 'ब' दोहोंचेही मध्यमान 50 इतकेच आहे परंतु गट 'अ' चे प्राप्तांक केंद्रीय प्रवृत्तीपासून जास्त दूरवर पसरले आहेत तर गट 'ब' चे प्राप्तांक केंद्रीय प्रवृत्तीभोवती जास्त प्रमाणात एकवटलेले आहे. गट 'ब' चे प्राप्तांक कमी प्रमाणात दूर गेले आहेत.

म्हणजेच केंद्रीय प्रवृत्तीपासून कमी-अधिक प्रमाणात दूरवर पसरण्याच्या प्राप्तांकाच्या या गुणधर्माला विचलनशीलता म्हणतात तर विचलनशीलतेचे दिग्दर्शन करणाऱ्या अंकाला विचलनशीलतेचे परिमाण असे म्हणतात.

व्याख्या

❖ ''प्राप्तांकांचा केंद्रीय प्रवृत्तीपासून जो विस्तार असतो त्याला विचलन म्हणतात.''

- ❖ ''प्राप्तांकांच्या वितरणाच्या विस्ताराला 'विचलन' असे म्हणतात.''
- ❖ ''केंद्रीय प्रवृत्तीच्या दोन्ही बाजूंना गुण कसे विखुरलेले आहेत हे दर्शविणाऱ्या अंगाला विचलनशीलता म्हणतात.''

"Variability is the tendency of scores to scatter or to spread about a measure of central tendency."

- ❖ ''विचलनशीलतेचे दिग्दर्शन करणाऱ्या अंकांना विचलनशीलतेची परिमाणे असे म्हणतात.''

''ज्या गटाचे विचलन कमी असते त्या गटाला एकजिनसी गट किंवा एकसंघाती गट म्हणतात.''

''ज्या गटाचे विचलन जास्त असते त्याला बहुजिनसी गट म्हणतात.''

विचलनशीलतेची परिमाणे एकूण चार आहेत : विस्तार, चतुर्थक विचलन, सरासरी विचलन व प्रमाण विचलन.

2.2.1 विस्तार (Range - R)

विस्तार यालाच प्रसार असेही म्हणतात

विस्तार म्हणजे श्रेणीतील सर्वांत मोठा (कमाल) प्राप्तांक व सर्वांत लहान (किमान) प्राप्तांक यांच्यातील फरक. परंतु हा फरक काढताना सर्वांत मोठ्या प्राप्तांकाची वरची मर्यादा व सर्वांत लहान प्राप्तांकाची खालची मर्यादा विचारात घेतात.

Range – R = L score (upper limit) – Smallest score (lower limit)

OR

Range = Upper limit of the largest score – Lower limit of the smallest score

R = कमाल प्राप्तांकाची वरची मर्यादा – किमान प्राप्तांकांची खालची मर्यादा

विस्ताराची वैशिष्ट्ये

1. विचलनशीलतेचे हे अतिशय सोपे व पटकन उपलब्ध होणारे परिमाण आहे.
2. गट मोठा असेल तर हे परिमाण विश्वासार्ह बनते.
3. विस्तारावरून गटाचे स्वरूप स्थूलरूपाने समजते.
4. विचलनशीलतेचे हे एक स्थूल परिमाण आहे.
5. यात केवळ टोकाकडचे दोन प्राप्तांकच विचारात घेतले जातात.

विस्ताराच्या मर्यादा

1. विचलनशीलतेचे हे तुलनेने अतिशय कमी विश्वसनीय व कमी स्थिर असे परिमाण आहे.
2. टोकाकडचा एखादा प्राप्तांक बदलल्यास विस्ताराचे मूल्य बदलते.

   उदा.,   10, 12, 15, 16, 17, 28, 38, 40 - विस्तार - 31

           10, 12, 15, 16, 17, 28, 38, 92 - विस्तार - 83

3. दोन गटांचा विस्तार समान असूनसुध्दा विचलनशीलता किंवा गटाचे स्वरूप भिन्न असू शकते.

   उदा.,   **विस्तार**

   गट 'अ'   10, 20, 30, 40, 50, 60, 70, 80, 90 – 81 → हा गट बहुजिनसी आहे.

   गट 'ब'   10, 47, 48, 49, 50, 51, 52, 53, 90 – 81 → हा गट बऱ्याच अंशी एकजिनसी आहे.

4. जर दोन गटांतील विद्यार्थी संख्या कमी-जास्त असेल तर तुलनेसाठी हे परिमाण वापरणे योग्य ठरत नाही.
5. जर दोन गटांतील मापनाची एकके भिन्न असतील तर तुलनेसाठी हे परिमाण वापरणे योग्य ठरत नाही.

2.2.2 चतुर्थक विचलन (Quartile Deviation)

यालाच अर्ध आंतर चतुर्थक विस्तार असेही म्हणतात. विस्ताराचीच ही एक सुधारित आवृत्ती आहे.

चतुर्थक विचलन म्हणजे तिसरे चतुर्थक व पहिले चतुर्थक यांच्यामधील विस्ताराची निमपट.

जर दिलेल्या श्रेणीचे चार समान भाग केल्यास मधील तीन बिंदूंना चतुर्थक असे म्हणतात.

Q_1 – पहिले चतुर्थक म्हणजे मालेतील असा बिंदू ज्याखाली 25% व वरती 75% प्राप्तांक राहतात.

Q_2 – दुसरे चतुर्थक म्हणजे मालेतील असा बिंदू ज्याखाली 50% व वरती 50% प्राप्तांक राहतात. (Q_2 = Mdn)

Q_3 – तिसरे चतुर्थक म्हणजे मालेतील असा बिंदू ज्याखाली 75% व वरती 25% प्राप्तांक राहतात.

$$\text{चतुर्थक विचलन} = \frac{Q_3 - Q_1}{2}$$

सुटे प्राप्तांक दिलेले असताना चतुर्थक विचलन काढणे.

उदा.,

     2, 4, 4, 6, 7, 8, 10, 11, 12, 14, 16

     N = 11

येथे प्रथम Q_1 व Q_3 काढू.

$$Q_1 = \left(\frac{N+1}{4}\right)^{th} \text{score}$$

$$= \left(\frac{11+1}{4}\right)^{th} \text{score}$$

$$= \frac{12}{4}$$

$$= 3^{rd} \text{score}$$

तिसऱ्या प्राप्तांकाचे मूल्य 4 आहे.

$$Q_3 = 3\left(\frac{N+1}{4}\right)^{th} \text{score}$$

$$= \left(3 \times \frac{12}{4}\right)^{th} \text{score}$$

$$= 9^{th} \text{score}$$

तर 9 व्या प्राप्तांकाचे मूल्य 12 आहे.

आता,

$$Q = \frac{Q_3 - Q_1}{2}$$

$$= \frac{12 - 4}{2}$$

$$= \frac{8}{2}$$

$$= 4.00$$

म्हणून येथे चतुर्थक विचलन 4.00 आहे.

खालील वर्गांतर विभाजनाचे चतुर्थक विचलन काढा.

Class Interval	90-99	80-89	70-79	60-69	50-59	40-49	30-39	20-29	10-19	0-9	
Frequency	1	4	3	6	8	10	5	6	5	2	N = 50

चतुर्थक विचलनात चतुर्थक काढण्याची पद्धती मध्यांक काढण्याच्या पद्धतीसारखीच आहे. फक्त येथे 1 ले व 3 रे चतुर्थक अशी दोन परिमाणे काढावी लागतात. मध्यांक म्हणजे दुसरे चतुर्थक असते म्हणून येथे मध्यांक काढण्याच्या पद्धतीप्रमाणे प्रथम संचित वारंवारितेचा स्तंभ करू.

Class Interval	Frequency	C.F.
90 - 99	1	50
80 - 89	4	49
70 - 79	3	45
60 - 69	6	42
50 - 59	8	36
40 - 49	10	28
30 - 39	5	18
20 - 29	6	13
10 - 19	5	8
0 - 9	2	2
	N = 50	

सूत्र :

$$Q = \frac{Q3 - Q1}{2}$$

$$Q1 = L1 + \frac{\left(\frac{N}{4} - fb1\right)}{f1} \times i$$

$$Q3 = L3 + \frac{\left(3\frac{N}{4} - fb3\right)}{f3} \times i$$

येथे

L_1 = पहिले चतुर्थक ज्या गटात त्याची खालची मर्यादा

N = एकूण प्राप्तांक संख्या

fb_1 = पहिले चतुर्थक ज्या गटात त्याच्या खालच्या गटाची संचित वारंवारिता

f_1 = पहिले चतुर्थक ज्या गटात त्या गटाची साधी वारंवारिता

i = वर्गांतर लांबी

Q 1 काढू :

$$\frac{N}{4} = \frac{50}{4} = 12.5$$

$$\frac{3N}{4} = 37.5$$

$$i = 10$$

$$Q1 = L1 + \frac{\left(\frac{N}{4} - fb1\right)}{f1} \times i$$

$$Q1 = 19.5 + \frac{(12.5 - 7)}{6} \times 10$$

$$Q1 = 19.5 + \frac{(5.5)}{6} \times 10$$

$$\therefore \quad Q1 = 19.5 + (0.917) \times 10$$

$$\therefore \quad Q1 = 19.5 + 9.17$$

$$Q1 = 28.67$$

आता Q3 काढू :

$$\text{Now } Q3 = L3 + \frac{\left(3\frac{N}{4} - fb_3\right)}{f_3} \times i$$

$$Q3 = 59.5 + \frac{(37.5 - 36)}{6} \times 10$$

$$Q3 = 59.5 + \frac{(1.5)}{6} \times 10$$

$$\therefore \quad Q3 = 59.5 + (0.26) \times 10$$

$$\therefore \quad Q3 = 59.5 + 2.5$$

$$Q3 = 62.00$$

येथे

L_3 = तिसरे चतुर्थक ज्या गटात त्याची खालची मर्यादा

N = एकूण प्राप्तांक संख्या

fb_3 = तिसरे चतुर्थक ज्या गटात त्याच्या खालच्या गटाची संचित वारंवारिता

f_3 = तिसरे चतुर्थक ज्या गटात त्याची साधी वारंवारिता

i = वर्गांतर लांबी

आता चतुर्थक विचलन काढू.

$$Q = \frac{Q3 - Q1}{2}$$

$$Q = \frac{62.00 - 28.67}{2}$$

$$Q = \frac{33.33}{2}$$

$$Q = 16.665$$

$$Q = 16.67$$

म्हणून या श्रेणीचे चतुर्थक विचलन 16.67 इतके आहे.

चतुर्थक विचलनाची वैशिष्ट्ये

1. विस्ताराच्या तुलनेत विचलनशीलतेचे हे उपयुक्त परिमाण आहे.
2. विविध गटांच्या विचलनशीलतेची तुलना करण्यास हे उपयुक्त ठरते.
3. यात श्रेणीतील मध्यस्थानच्या 50% प्राप्तांकांचाच विचार केला जातो. दोन्ही टोकाकडचे 25 – 25% प्राप्तांक विचारात घेतले जात नाहीत.
4. चतुर्थक विचलन मध्यांकापासून दोन्ही चतुर्थकांच्या अंतरांची सरासरी दर्शविते.
5. टोकाकडचे प्राप्तांक माहीत नसतील तरीही चतुर्थक विचलन काढता येते.
6. श्रेणीची विषमता यावरून समजते. (Q3 – Q2 = Q2 – Q1 आहे की नाही हे तपासून हा फरक समान नसल्यास वितरण विषम आहे असे म्हणता येते.)
7. श्रेणीतील सर्व प्राप्तांकांत एखादा स्थिरांक मिळवला अथवा वजा केल्यास नवीन श्रेणीचे चतुर्थक विचलन तेवढेच राहाते.

उदा.,   मूळ श्रेणी 2, 4, 4, 6, 7, 8, 10, 11, 12, 14, 15   Q = 4

प्रत्येक प्राप्तांकांत 3 मिळवू.   (+3)

नवीन श्रेणी 5, 7, 7, 9, 10, 11, 13, 14, 15, 17, 17   नवीन श्रेणीचे Q = 4

8. श्रेणीतील सर्व प्राप्तांकांना एखाद्या स्थिरांकाने गुणले अथवा भागले तर चतुर्थक विचलन तितक्या पटीने वाढते.

उदा.,   मूळ श्रेणी 2, 4, 4, 6, 7, 8, 10, 11, 12, 14, 15   येथे Q = 4

प्रत्येक प्राप्तांकास 2 ने गुणू.

नवीन श्रेणी 4, 8, 8, 12, 14, 16, 20, 22, 24, 28, 30   नवीन श्रेणीचे Q = 8

येथे 8 हे 4 × 2 म्हणजे 4 पेक्षा 2 पटीने वाढले.

चतुर्थक विचलनाच्या मर्यादा

1. यात केवळ मधल्या 50% प्राप्तांकांचाच विचार केला जातो. (म्हणजे निम्म्या प्राप्तांकांचीच विचलनशीलता विचारात घेतली जाते.)

2. हे परिमाण बैजिक नाही (संयुक्त चतुर्थक विचलन काढता येत नाही.)

3. सुट्या प्राप्तांकाचे चतुर्थक विचलन काढण्यात क्लिष्टता येते.

4. वारंवारिता वितरण लहान असल्यास हे तितकेसे उपयुक्त नाही.

चतुर्थक विचलन केव्हा वापरावे.

1. जेव्हा टोकाकडचे काही प्राप्तांक विचलनशीलतेवर अवास्तव परिणाम करीत असतील तेव्हा

2. जेव्हा केंद्रीय प्रवृत्तीचे मध्यांक हे परिमाण वापरले असेल तेव्हा

3. जेव्हा टोकाकडचे प्राप्तांक माहीत नसतील किंवा दिलेले नसतील तेव्हा

2.2.3 सरासरी (मध्यमान) विचलन (Average Deviation)

यालाच मध्यमान विचलन असेही म्हणतात. यात मध्यमानापासून सर्व प्राप्तांकांच्या विचलनांची सरासरी काढली जाते. परंतु मध्यमानापासून प्रत्येक प्राप्तांकाच्या विचलनाचे चिन्ह विचारात घेतले जात नाही.

विचलनशीलतेचे हे परिमाण विस्तार व चतुर्थक विचलनापेक्षा अधिक विश्वसनीय व स्थिर असे आहे.

प्राप्तांक वारंवारिता सारणी दिलेली असताना सरासरी विचलन काढणे.

X	10	9	8	7	6	5	4	3	2	1
F	10	14	10	11	11	13	10	9	7	5

येथे आपल्याला मध्यमान काढून प्रत्येक प्राप्तांकाचे मध्यमानापासूनचे विचलन काढावे लागेल.

येथे मध्यमान 6 आहे.

$$M = \frac{\Sigma f \times x}{N} = \frac{600}{100} = 6$$

आता पुढील सारणी तयार करू ज्यात विचलन d म्हणजे ($| f \times x |$) चा स्तंभ असेल.

येथे ($| f \times x |$) यातील दोन उभ्या रेषा केवलमूल्य (Modulus) दर्शवितात म्हणजे चिन्हांचा विचार न करता केलेली बेरीज.

X	F	$x = X - M$	($\mid f \times x \mid$)
10	10	4	40
9	14	3	42
8	10	2	20
7	11	1	11
6	11	0	0
5	13	1	13
4	10	2	20
3	9	3	27
2	7	4	28
1	5	5	25
	$\sum f = 100$		$\sum f \times = 226$

आता विचलनांची सरासरी पुढील सूत्राने मिळेल.

$$\text{A. D.} = \frac{\sum f \times x}{\text{N}}$$

$$\therefore \text{A. D.} = \frac{226}{100}$$

$$\text{A. D.} = 2.26$$

येथे श्रेणीचे सरासरी विचलन 2.26 इतके आहे.

वर्गांतर विभाजन सारणी दिलेली असताना सरासरी विचलन काढणे.

Class Interval	90-99	80-89	70-79	60-69	50-59	40-49	30-39	20-29	10-19	0-9
Frequency	3	5	5	7	10	7	6	3	2	2

येथे पहिली पायरी म्हणजे गृहीत मध्यमान पद्धतीने मध्यमान काढणे. येथे मध्यमान 54.10 आहे. आता हे लक्षात घ्या की सरासरी विचलन काढणे हे अत्यंत किचकट काम आहे. तरीही एका उदाहरणाच्या साहाय्याने पद्धती समजावून घेऊ.

आता प्रत्येक मध्यबिंदूपासून मध्यमानातील फरकाचे केवलमूल्य काढू.

Class Interval	f	Mid Point (M.P.)	Deviation $\therefore \text{d} = m.p. - 54.10$	fd
90 - 99	3	94.5	40.4	121.2
80 - 89	5	84.5	30.4	152.0
70 - 79	5	74.5	20.4	102.0
60 - 69	7	64.5	10.4	72.8
50 - 59	10	54.5	0.4	4.0
40 - 49	7	44.5	9.6	67.2
30 - 39	6	34.5	19.6	117.6
20 - 29	3	24.5	29.6	88.8
10 - 19	2	14.5	39.6	79.2
0 - 9	2	4.5	49.6	99.2
	N = 50			$\sum fd = 904.0$

$$\text{Average Deviation A.D.} = \frac{\sum fd}{N}$$

$$\therefore \text{A.D.} = \frac{904.0}{50}$$

$$\therefore \text{A.D.} = 18.08$$

सरासरी विचलनाची वैशिष्ट्ये

श्रेणीतील प्राप्तांकांची मध्यमापनापासूनची विचलने चिन्हांचा विचार न करता विचारात घेतली व त्यांचीच सरासरी काढली तर सरासरी विचलन मिळते.

1. यात प्राप्तांकांची मध्यमानापासूनची विचलने काढताना केवलमूल्य विचारात घेतले जाते. फरकाची चिन्हे विचारात घेतली जात नाहीत.

2. आकलनास सोपे असे हे परिमाण आहे

3. विचलनशीलतेच्या संपूर्ण गटाचे प्रतिनिधित्व करणारे हे परिमाण आहे. (यात सर्व प्राप्तांकांचा विचार केला जातो.)

4. सरासरी विचलनाची एकच एक नेमकी किंमत मिळते.

5. सरासरी विचलन वापरून दोन गटांची तुलना करता येते.

6. सरासरी विचलन कोणत्याही केंद्रीय प्रवृत्तीपासून काढता येते परंतु प्रामुख्याने ते मध्यमानापासूनच काढले जाते.

7. आकडेमोड करून काढताना किचकट गणिती प्रक्रिया कराव्या लागतात.

8. टोकांकडील प्राप्तांक सरासरी विचलनाच्या मूल्यावर परिणाम करतात.

सरासरी विचलनाच्या मर्यादा

1. वर्गांतर विभाजन सारणी दिलेली असताना सरासरी विचलन काढताना अत्यंत किचकट प्रक्रिया कराव्या लागतात.

2. सरासरी विचलनात प्राप्तांकाच्या केंद्रीय प्रवृत्तीपासूनच्या फरकाचे चिन्ह विचारात घेतले जात नाही. त्यामुळे याचे बैजिक गुणधर्म नष्ट होतात.

3. यावर कोणत्याही बैजिक प्रक्रिया करता येत नाहीत.

2.2.4 प्रमाण विचलन (Standard Deviation)

प्रमाण विचलनालाच प्रमाणित विचलन, प्रामाणिक विचलन असेही म्हटले जाते.

R.M.S.D. - Root of mean of squares of deviations of the scores from the mean. म्हणून प्रमाण विचलन (σ) चे सूत्र आहे.

$$\sigma = \sqrt{\frac{\sum x^2}{N}}$$

सुटे प्राप्तांक दिलेले असताना प्रमाण विचलन काढणे.

खालील श्रेणीचे प्रमाण विचलन काढा.

69, 67, 61, 60, 58, 54, 51.

गणनाच्या सोईसाठी आपण दिलेली सुट्या प्राप्तांकांची श्रेणी उभ्या मांडणीत लिहून घेऊ. प्रथम येथे मध्यमान काढावे लागेल. मध्यमानापासूनची विचलने आपल्याला काढावयाची आहेत. प्राप्तांक व मध्यमानातील फरक x ने दर्शविला जातो.

X	$x = X - M$	x^2
69	9	81
67	7	49
61	1	1
60	0	0
58	–2	4
54	–6	36
51	–9	81
		$\sum x^2 = 252$

आता प्रमाण विचलन सूत्र वापरून काढू.

$$\sigma = \sqrt{\frac{\sum x^2}{N}}$$

$$\therefore \sigma = \sqrt{\frac{252}{7}}$$

$$\therefore \sigma = \sqrt{36}$$

$$\therefore \sigma = 6$$

येथे

σ = प्रमाण विचलन

x = X – M प्राप्तांक व मध्यमानातील फरक

N = एकूण प्राप्तांक संख्या

प्राप्तांक वारंवारिता सारणी दिलेली असताना प्रमाण विचलन काढा.

खालील प्राप्तांक – वारंवारिता सारणीवरून श्रेणीचे प्रमाण विचलन काढा.

Score X	49	48	47	46	45	44	43
Frequency *f*	1	2	6	14	5	1	1

प्रमाण विचलन काढण्याची पद्धती ही गृहीत मध्यमान पद्धतीवर आधारलेली आहे. येथे आपण प्रत्यक्ष मध्यमान काढत नाही. पण विचलने ही मध्यमान म्हणून गृहीत धरलेल्या प्राप्तांकापासून मांडली जातात.

येथे प्रथम गृहीत मध्यमान पद्धतीनुसार विचलनाच्या प्रमाणाचा स्तंभ करावा लागेल.

येथे 46 हा प्राप्तांक आपण मध्यमान म्हणून गृहीत धरू. येथे आपल्याला अजून दोन स्तंभ करावे लागतात fd आणि fd^2.

fd^2 हा fd आणि d यांच्या गुणाकाराने करता येतो. fd या स्तंभातील गुणाकार चिन्हांकित असतात पण

येथे fd^2 या स्तंभातील सर्व संख्या धनच येतात हे लक्षात घ्या.

Score X	Frequency f	d	fd	fd^2
49	1	3	3	9
48	2	2	4	8
47	6	1	6	6
46	14	0	0	0
45	5	− 1	− 5	5
44	1	− 2	− 2	4
43	1	− 3	− 3	9
	N = 30		$\sum fd = 3$	$\sum fd^2 = 41$

आता सूत्रात किमती घालू.

$$\therefore \ \sigma = \frac{1}{N} \sqrt{N\sum fd^2 - (\sum fd)^2}$$

$$\therefore \ \sigma = \frac{1}{30} \sqrt{30 \times 41 - (3)^2}$$

$$\therefore \ \sigma = \frac{1}{30} \sqrt{1230 - 9}$$

$$\therefore \ \sigma = \frac{1}{30} \times \sqrt{1221}$$

$$\therefore \ \sigma = \frac{1}{30} \times 34.94$$

$$\therefore \ \sigma = 1.16$$

वर्गांतर विभाजन सारणी दिलेली असताना प्रमाण विचलन काढणे.

Class Interval (C.I.)	f	d	fd		fd^2
90 - 99	1	4	4		16
80 - 89	5	3	15		45
70 - 79	3	2	6	+ 26	12
60 - 69	1	1	1		1
50 - 59	6	0	0		0
40 - 49	4	-1	-4		4
30 - 39	10	− 2	− 20		40
20 - 29	8	-3	-24	− 57	72
10 - 19	1	-4	-4		16
0 - 9	1	-5	-5		25
	N = 40		$\sum fd = - 31$		$\sum fd^2 = 231$

येथे 50 - 59 चा मध्यबिंदू मध्यमान असे गृहीत धरून विचलने लिहिली आहेत.

सूत्र :

$$\therefore \ \sigma \ = \ \frac{i}{N} \ \sqrt{N \sum fd^2 - (\sum fd)^2}$$

येथे i = 10, N = 40, fd² = 231 व $\sum$ fd = (-31) आहे.

म्हणून
$$\sigma \ = \ \frac{10}{40} \ \sqrt{40 \times 231 - (-31)^2}$$

$$= \ \frac{1}{4} \ \sqrt{9240 - 961}$$

$$= \ \frac{1}{4} \ \sqrt{8279}$$

$$\sigma \ = \ 22.75$$

प्रमाण विचलनाची वैशिष्ट्ये

1. यात प्राप्तांकांची मध्यमानापासूनची विचलने विचारात घेतली जातात.

2. हे विचलनशीलतेचे सर्वांत विश्वसनीय, सर्वांत स्थिर व उपयुक्त परिमाण आहे

3. प्रमाण विचलन वापरून विविध गटांच्या विचलनशीलतेची तुलना करता येते.

4. प्रमाण विचलन हे विचलनशीलतेचे एक शास्त्रशुद्ध व निर्दोष परिमाण आहे

5. इतर सर्व परिमाणांतील मर्यादा प्रमाण विचलनात दूर केल्या जातात.

6. संशोधनात हे अत्यंत उपयुक्त परिमाण आहे.

7. प्रमाण विचलन हे विचलनशीलतेचे एक संवेदनशील परिमाण आहे. टोकाकडचे प्राप्तांक बदलल्यास याची किंमत लगेच बदलते.

8. विचलनशीलतेचे हे एक बैजिक परिमाण आहे. याच्यावर गणितीय प्रक्रिया करता येतात. दोन किंवा अधिक गटांचे संयुक्त प्रमाण विचलन काढता येते.

9. श्रेणीतील सर्व प्राप्तांकांमध्ये एखादा स्थिरांक मिळवला अथवा वजा केल्यास नवीन श्रेणीचे प्रमाण विचलन मूळ श्रेणीइतकेच राहते. उदा.

10. श्रेणीतील सर्व प्राप्तांकांना एखाद्या स्थिरांकाने गुणले अथवा भागले तर नवीन श्रेणीचे प्रमाण विचलन मूळ प्रमाण विचलनापेक्षा त्या स्थिरांकाच्या पटीने वाढते किंवा कमी होते.

प्रमाण विचलनाच्या मर्यादा

1. टोकाकडील प्राप्तांक प्रमाण विचलनाच्या किमतीवर परिणाम करतात.

2. प्रमाण विचलनाची संकल्पना समजण्यास अवघड आहे व आकडेमोड करून काढण्यास हे परिमाण किचकट आहे.

प्रमाण विचलन केव्हा वापरावे ?

1. अत्यंत विश्वसनीय, अचूक परिमाण हवे असेल तेव्हा.

2. संशोधनात, अनुमानात्मक संख्याशास्त्रात हे परिमाण अत्यंत आवश्यक परिमाण आहे.

3. संख्याशास्त्रातील इतर परिमाण काढण्यासाठी हे उपयुक्त परिमाण आहे. (उदा., रूपांतरित प्राप्तांक, सहसंबंध गुणक इ.)

संयुक्त प्रमाण विचलन (Combined Standard Deviation)

मध्यमानाप्रमाणेच प्रमाण विचलन हे बैजिक स्वरूपाचे परिमाण असल्याने दोन किंवा अधिक गटांचे प्रमाण विचलन काढता येते. दोन गटांचे मध्यमान व एकूण प्राप्तांक संख्या माहीत असल्यास आपल्याला त्यांचे एकत्रित संयुक्त प्रमाण विचलन काढता येते.

उदा., एका महाविद्यालयातील इ. 11 वीच्या दोन वर्गांचे प्रमाण विचलन, मध्यमान व एकूण प्राप्तांक संख्या पुढे दिली आहे. दोनही वर्गांचे संयुक्त प्रमाण विचलन किती?

	σ	M	N
इ. 11 वी A	$\sigma_1 = 5$	$M_1 = 100$,	$N_1 = 60$,
इ. 11 वी B	$\sigma_1 = 10$	$M_2 = 110$,	$N_2 = 40$,

$$\sigma\,\text{comb} = \sqrt{\frac{N_1(\sigma_1^2 + d_1^2) + N_2(\sigma_2^2 + d_2^2) + \ldots}{N_1 + N_2 + \ldots}}$$

येथे $d = M - Mcomb$ मध्यमान व संयुक्त मध्यमानातील फरक

यासाठी प्रथम संयुक्त मध्यमान काढणे आवश्यक आहे.

$$Mcomb = \frac{M_1 N_1 + M_2 N_2}{N_1 + N_2}$$

$$= \frac{(60 \times 100) + (40 \times 100)}{60 + 40}$$

$$= \frac{10,400}{100}$$

$$= 104$$

आता d_1 व d_2 काढू.

$$d_1 = M_1 - Mcomb$$

$$= 100 - 104$$

$$= (-4)$$

$$d^2 = M_2 - M_{comb}$$

$$= 110 - 104$$

$$= 6$$

$$\sigma\,\text{comb} = \sqrt{\frac{60\,(25 + 16) + 40\,(\,100 + 36)}{60 + 40}}$$

$$= \sqrt{\frac{60\,(41) + 40\,(136)}{100}}$$

$$= \sqrt{\frac{2460 + 5440}{100}}$$

$$= \sqrt{\frac{7900}{100}}$$

$$= \sqrt{79}$$

$$= 8.889$$

$$= 8.89$$

विचलनशीलता गुणांक (Coefficient of Variation (V))

विचलनशीलता गुणांक वापरून आपल्याला दोन किंवा अधिक गटांच्या विचलनशीलतेची वस्तुनिष्ठ तुलना करता येते. यात मध्यमानाच्या संदर्भात शेकडा प्रमाण विचलन काढले जाते.

विचलनशीलता गुणांक V ने दर्शविला जातो.

$$\left.\begin{matrix} M \equiv \sigma \\ 100 \equiv ? \end{matrix}\right\} \quad \frac{100 \times \sigma}{M}$$

$$\therefore \quad V = \frac{100\ SD}{M}$$

$$= \frac{100\sigma}{M}$$

उदा., एका गटाच्या इंग्रजी व मराठी विषयातील संपादन चाचण्यांचे मध्यमान व प्रमाण विचलन पुढे दिले आहे. त्यांच्या विचलनशीलतेची तुलना करा.

	M	σ
इंग्रजी -	$M_1 = 40$	$\sigma_1 = 10$
मराठी -	$M_2 = 60$	$\sigma_2 = 15$

इंग्रजीचा विचलनशीलता गुणांक

$$V_1 = \frac{100 \times \sigma_1}{M_1}$$

$$= \frac{100 \times 10}{40}$$

$$= 25$$

मराठीचा विचलनशीलता गुणांक

$$V_2 = \frac{100 \times \sigma_2}{M_2}$$

$$= \frac{100 \times 15}{60}$$

$$= 25$$

यावरून असे लक्षात येते की प्रमाण विचलन समान नसले तरी विचलनशीलता गुणांक समान असल्याने दोन्ही विषयातील विचलनशीलता किंवा विचलनाचे प्रमाण समान आहे.

Q.1 Find out Range, Quartile deviation & Standard deviation for the following distributions.

(1)

C.I.	90-99	80-89	70-79	60-69	50-59	40-49	30-39	20-29	10-19	0-9
f	1	5	3	1	6	4	10	8	1	1

(2)

C.I.	74-81	66-73	58-65	50-57	42-49	34-41	26-33	18-25	10-17	2-9
f	5	4	3	9	4	3	2	1	0	1

(3)

C.I.	90-94	85-89	80-84	75-79	70-74	65-69	60-64	55-59	50-54	45-49	40-44	35-39	30-34	25-29	20-24
f	1	2	3	5	11	12	10	14	11	11	16	8	5	2	1

(4)

C.I.	125-129	120-124	115-119	110-114	105-109	100-104	95-99	90-94	85-89	80-84
f	1	5	7	6	9	9	6	4	2	1

(5)

C.I	195-199	190-194	185-189	180-184	175-179	170-174	165-169	160-164	155-159	150-154	145-149	140-144
f	1	2	4	5	8	10	6	4	4	2	3	1

2.3 शततमक व शततमक क्रम (Percentile and Percentile Rank)

शततमक आणि शततमक क्रम हे संख्याशास्त्रामध्ये विशिष्ट प्रकारचे क्रम आहेत की ज्यायोगे आपल्याला प्राप्तांकाचे गटातील स्थान वस्तुनिष्ठपणे सांगता येते तसेच दोन किंवा अधिक प्राप्तांकांच्या गटातील स्थानाची वस्तुनिष्ठ तुलना करता येते. साध्या गुणानुक्रमाद्वारे विद्यार्थ्याच्या प्रावीण्याची अचूक कल्पना येऊ शकत नाही. दहा विद्यार्थ्यांत प्रथम क्रमांक, शंभर विद्यार्थ्यांत प्रथम क्रमांक व एक लाख विद्यार्थ्यांमध्ये प्रथम क्रमांक या तीनही उदाहरणांतील विद्यार्थ्यांचे प्रावीण्य वेगवेगळ्या स्तराचे आहे. म्हणून विद्यार्थ्यांच्या प्रावीण्याची व गटातील स्थानाची अचूक कल्पना येण्यासाठी शततमक व शततमक क्रमाचा संबोध उपयोगी ठरतो. शततमक काढताना श्रेणीतील प्राप्तांक क्रमाने मांडले जातात व त्या श्रेणीचे 100 समान भाग केले जातात. 100 समान भाग करणाऱ्या प्रत्येक बिंदूवर येणाऱ्या प्राप्तांकास शततमक असे म्हणतात तर प्रत्येक प्राप्तांकाखाली किती टक्के प्राप्तांक आहेत हे दर्शवणाऱ्या टक्केवारीस त्या प्राप्तांकाचा शततमक क्रम असे म्हणतात.

$$P_{70} = 85$$

याचा अर्थ सत्तराव्या शततमकाचे मूल्य 85 आहे म्हणजेच 85 गुण मिळविणाऱ्या विद्यार्थ्यांच्या खाली 70% इतके विद्यार्थी आहेत.

क्र.	शततमक	शततमक क्रम
1.	Percentile 'P' अक्षराने दर्शविले जाते.	Percentile Rank 'PR' असे दर्शविले जाते.
2.	दिलेली श्रेणी चढत्या क्रमाने मांडून तिचे 100 समान भाग केल्यास प्रत्येक बिंदूवर येणारा **प्राप्तांक** म्हणजे शततमक होय	दिलेली श्रेणी चढत्या क्रमाने मांडून तिचे शंभर समान भाग केल्यास प्रत्येक प्राप्तांकाखाली किती टक्के प्राप्तांक येतात हे दर्शविणारी **टक्केवारी** म्हणजे त्या प्राप्तांकाचा शततमक क्रम होय.
3.	शततमक काढताना विशिष्ट टक्केवारी ज्याच्या खाली आहे असा **'प्राप्तांक'** शोधून काढायचा असतो.	शततमक क्रम काढताना दिलेल्या प्राप्तांकाखाली किती टक्के प्राप्तांक येतील ती **टक्केवारी** शोधायची असते.
4.	शततमक काढताना मालेतील **'प्राप्तांक'** शोधावयाचा असतो.	शततमक क्रम काढताना प्राप्तांक दिलेला असतो व **टक्केवारी** / शेकडेवारी शोधायची असते.
5.	शततमकाच्या किमती मालेतील कमाल व किमान प्राप्तांकाच्या दरम्यान येतात.	शततमक क्रमाच्या किमती 0 ते 100च्या दरम्यान येतात. (कारण ती टक्केवारी आहे.)
6.	P (81) = 90 ↓ ↓ PR P यात 81व्या शततमकाचे मूल्य 90 इतके आहे. 90 हा मालेतील एक प्राप्तांक आहे. ज्याच्या खाली त्या श्रेणीतील 81% इतके प्राप्तांक आहेत.	P(81) = 90 म्हणजेच P_R *of* 90 is 81 90 या प्राप्तांकाचा शततमक क्रम 81 इतका आहे. 90 या प्राप्तांकाखाली मालेतील 81% इतके प्राप्तांक आहेत.
7.	वर्गांतर विभाजन सारणी दिली असता शततमक काढण्याचे सूत्र - $$P_p = L_p + \dfrac{\left(\dfrac{PN}{100} \times fb\right)}{fp} \times i$$	वर्गांतर विभाजन सारणी दिलेली असता शततमक क्रम काढण्याचे सूत्र = $$P_R = \dfrac{100}{N}\left[Fb + \dfrac{Fp}{i}(X - L)\right]$$

शततमक : शततमक काढण्याची पद्धती ही पूर्णपणे मध्यांकांच्या पद्धतीप्रमाणेच आहे.

मध्यांक म्हणजे पन्नासावे शततमक P_{50} होय. म्हणूनच शततमकाचे सूत्र हे मध्यांकाच्या सूत्रावर आधारलेले आहे.

शततमक काढताना मध्यांकाप्रमाणेच प्रथम संचित वारंवारितेचा स्तंभ करावा लागतो. त्यानंतर $\dfrac{PN}{100}$ या सूत्रावरून प्राप्तांकाचा गट शोधावा लागतो. हा गट संचित वारंवारितेच्या स्तंभामध्ये पाहून शोधावा लागतो. गट मिळाल्यावर सूत्रातील सर्व संज्ञांची मूल्ये मिळतात.

खालील वर्गांतर विभाजनावरून 10 वे शततमक व 80 वे शततमक काढा.

Percentile : Find out 10th Percentile and 80th percentile P_{10} and P_{80}

C.I.	90-99	80-89	70-79	60-69	50-59	40-49	30-39	20-29	10-19	0-9
f	4	3	5	6	9	8	6	3	2	2

शततमक काढण्याचे सूत्र व पद्धती मध्यांक व चतुर्थकांसारखीच आहे.

येथे प्रथम आपल्याला संचित वारंवारिता काढावी लागेल.

C. I.	*f*	*c. f.*
90 - 99	4	48
80 - 89	3	44
L 70-79	5 *fp*	41
60 - 69	6	36 *fb*
50 - 59	9	30
40 - 49	8	21
30 - 39	6	13
L 20 29	3 *fp*	7
10 - 19	2	4 *fb*
0 - 9	2	2
	N = 48	

आता $\frac{PN}{100}$ शोधू.

$\frac{PN}{100}$ Here P = 10 and N = 48.

$\frac{PN}{100}$ = 4.8.

आता 4.8 या प्राप्तांकाचा गट शोधू. गट मिळाल्यावर सूत्रातील किंमती मिळतात.

पुढील सूत्र वापरू.

$$P10 = L_P + \frac{\left(\frac{PN}{100} fb\right)}{fp} \times i$$

येथे fb = 4, fp = 3, Lp = 19.5, i = 10, $\frac{PN}{100}$ is 4.8

$$P10 = 19.5 + \frac{(4.8 - 4)}{3} \times 10$$

$$P10 = 19.5 + \frac{0.8}{3} \times 10$$

$$= 22.17$$

$$P10 = 22.17$$

आता P_{80} काढू.

P_{80} चा गट शोधू त्यासाठी $\frac{PN}{100}$ काढावा लागेल.

येथे P = 80 व N = 48.

$$\frac{PN}{100} = 38.4$$

आता 38.4 या प्राप्तांकाचा गट शोधू. गट मिळाल्यावर सूत्रातील किमती मिळतात.

The formula is $P80 = L_P + \dfrac{\left(\dfrac{PN}{100} fb\right)}{fp} \times i$

येथे $fb = 36$, $fp = 5$, $Lp = 69.5$ व $i = 10$ आणि $\dfrac{PN}{100} = 38.4$ आहे.

$$P80 = 69.5 + \frac{(38.4 - 36)}{5} \times 10$$

$$P80 = 69.5 + \frac{(2.4)}{5} \times 10$$

$$P\,80 = 69.5 + 4.8$$

$$P\,80 = 74.30$$

पुढील वर्गांतर विभाजन सारणीतील 10 व 20 प्राप्तांकाचे शततमक क्रम काढा.,

वर्गांतर	वारंवारिता	संचित वारंवारिता
27 - 29	8	200
24 - 26	5	192
21 - 23	12	187
18 - 20	**18 (fp)**	175
15 - 17	19	**157 (fb)**
12 - 14	27	138
9 - 11	**42 (fp)**	111
6 - 8	35	69 (fb)
3 - 5	22	34
0 - 2	12	12
	N = 200	

10 चा PR व 20 चा PR काढण्यासाठी प्रथम गट शोधू.

शततमक क्रम काढताना दिलेला प्राप्तांक हा वर्गांतर विभाजनात पहिल्या स्तंभात शोधावा.

∴ 10 चा P_R सूत्र वापरून काढू.

$$P_R = \frac{100}{N}\left[fb + \frac{fp}{i}(X - L)\right]$$
$$= \frac{100}{200}\left[69 + \frac{42}{3}(10 - 8.5)\right]$$
$$= \frac{1}{2}\left[69 + (14 \times 1.5)\right]$$
$$= \frac{1}{2}(69 + 21)$$

∴ 20 चा P_R सूत्र वापरून काढू.

$$P_R = \frac{100}{N}\left[fb + \frac{fp}{i}(X - L)\right]$$
$$= \frac{100}{200}\left[157 + \frac{18}{3}(20 - 17.5)\right]$$
$$= \frac{1}{2}\left[157 + 6(2.5)\right]$$
$$= \frac{1}{2}(157 + 15)$$

$= \frac{1}{2} \times 90$ $= \frac{1}{2} \times 172$

$= 45$ $= 86$

∴ 10 या प्राप्तांकाचा शततमक क्रम 45 आहे म्हणजे 10 या प्राप्तांकाखाली 45% प्राप्तांक आहेत. 10 गुण मिळालेल्या विद्यार्थ्याखाली मालेतील 45% विद्यार्थी आहेत.

∴ 20 या प्राप्तांकाचा शततमक क्रम 86 आहे. 20 या प्राप्तांकाखाली मालेतील 86% इतके प्राप्तांक आहेत. 20 गुण मिळालेल्या विद्यार्थ्यांच्या खाली मालेतील 86% विद्यार्थी आहेत.

P_R of 10 is 45

P_R of 20 is 86.

शततमक व शततमक क्रमाचे उपयोग

शततमक व शततमक क्रमावरून

1. विद्यार्थ्यांच्या प्रगतीची वस्तुनिष्ठ माहिती मिळते.
2. विद्यार्थ्यांच्या प्रगतीची व प्रावीण्याची वस्तुनिष्ठ तुलना करता येते.
3. विद्यार्थ्यांचे गटातील स्थान सांगता येते.
4. विद्यार्थ्यांच्या विविध विषयांतील प्रावीण्याची तुलना करता येते.
5. दिलेल्या गटाची रचना अभ्यासता येते.
6. दोन गटांची तुलना करता येते.

साधा गुणानुक्रम दिलेला असताना शततमक क्रम काढण्याचे सूत्र

$$PR = 100 - \frac{(100R - 50)}{N}$$

PR = शततमक क्रम

R = साधा गुणानुक्रम

N = एकूण प्राप्तांक संख्या

शततमक क्रम काढणे (Calculation of PR When Rank is given) : गुणानुक्रमावरून शततमक क्रम काढण्यासाठी पुढील सूत्राचा वापर करतात.

$$PR = 100 - \frac{(100R - 50)}{N}$$

उदा., एका गटात 90 विद्यार्थ्यांमध्ये राजूचा 5 वा क्रमांक आला. त्याचा शततमक क्रम किती

$$PR = 100 - \frac{(100R - 50)}{N}$$

$$= 100 - \frac{(100 \times 5 - 50)}{90}$$

$$= 100 - \frac{(450)}{90}$$

$$= 10 - 5$$

$$= 95$$

राजूचा शततमक क्रम 95 आहे म्हणजेच त्याच्याखाली मालेतील (गटातील / श्रेणीतील) 95% प्राप्तांक आहेत.

शततमकालेख (Ogive)

शततमकालेख यालाच शततमक वक्र किंवा ऊर्ध्वगामी वक्र म्हणतात. यात 'क्ष' अक्षावर वर्गांतरे व 'य' अक्षावर शेकडा संचित वारंवारिता घेतात.

'क्ष' अक्षावर वर्गांतराच्या वरच्या मर्यादांचे बिंदू घेतले जातात. दिलेल्या वर्गांतराच्या अलीकडील व पलीकडील एक एक जास्तीचे वर्गांतर घेऊन त्याची वारंवारिता शून्य घेतली जाते. कमी वर्गांतराकडून क्रमाने वारंवारितांची बेरीज केली जाते. या संचित वारंवारितेची शेकडेवारी म्हणजेच शेकडा संचित वारंवारिता काढली जाते. वर्गांतराची वरची मर्यादा X अक्षावर व शेकडा संचित वारंवारिता Y अक्षावर घेऊन बिंदू स्थापले जातात. या वक्राचा आकार इंग्रजी 's' अक्षरासारखा असतो.

या आलेखावरून आपल्याला एकमेकांशी संबंधित शततमक किंवा शततमक क्रमाची मूल्ये मिळविता येतात. त्यासाठी 'क्ष' व 'य' अक्षावर लंब टाकून या किमती मिळविता येतात.

वर्गांतरे	f	संचित वारंवारिता	शेकडा संचित वारंवारिता
75 – 79	0	50	100
70 – 74	2	50	100
65 – 69	4	48	96
60 – 64	6	44	88
55 – 59	8	38	76
50 – 54	10	30	60
45 – 49	8	20	40
40 – 44	6	12	24
35 – 39	4	6	12
30 – 34	2	2	4
25 – 29	0	0	0

'य' अक्षावरील शततमक क्रमाचे मूल्य 'क्ष' अक्षावर मिळते.

$$P_{40} = 49.5$$

उपयोग :

1. या आलेखावरून शततमकांची मूल्ये काढता येतात.

2. प्राप्तांकांचे शततमक क्रम काढता येतात.

3. या आलेखावरून शततमक प्रमाणके काढता येतात.

4. दोन गटांच्या तुलनेसाठी हा आलेख उपयुक्त ठरतो.

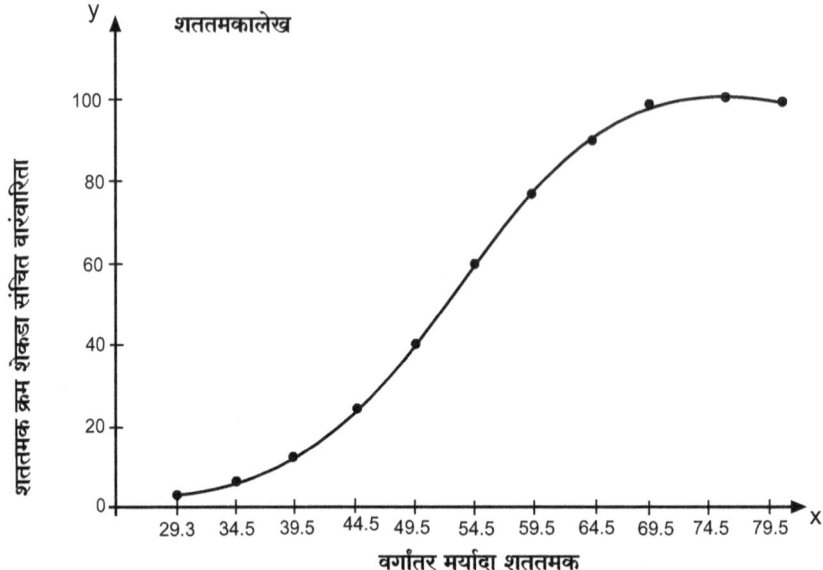

x अक्ष वर्गांतर वरची मर्यादा	y अक्ष शेकडा संचित वारंवारिता
29.5	0
34.5	4
39.5	12
44.5	24
49.5	40
54.5	60
59.5	76
64.5	88
69.5	96
74.5	100
79.5	100

दशतमक (Deciles)

जेव्हा प्राप्तांक चढत्या क्रमाने मांडून तिचे दहा समान भाग केल्यास प्रत्येक दहाभाग करणाऱ्या बिंदूवर येणाऱ्या प्राप्तांकास दशतमक म्हणतात. लक्षात घ्या येथे श्रेणीचे दहा समान भाग केलेले असतात. अशी दहा दशतमके उपलब्ध होतात. पहिल्या दशतमकाच्या खाली मालेतील दहा टक्के प्राप्तांक असतात. पाचव्या दशतमकाखाली मालेतील 50% प्राप्तांक राहतात.

2.4 रेषीय सहसंबंध (Linear Correlation)

दैनंदिन व्यवहारात आपल्याला अनेक प्रकारचे संबंध निदर्शनास येतात. काही संबंध परस्परपूरक असतात तर काही परस्परविरोधी असतात. काही गोष्टी एकमेकांवर काहीच परिणाम करीत नाहीत. याचप्रमाणे शैक्षणिक मापनातील विविध चल परस्परांशी संबंधित असतात.

जेव्हा कोणत्याही दोन गोष्टींमध्ये काही परस्परसंबंध आढळतो किंवा एका चलाचा दुसऱ्या चलाशी काही संबंध वा साहचर्य आढळते तेव्हा त्यास सहसंबंध असे म्हणतात.

सर्वसाधारणपणे हे संबंध तीन प्रकारचे असतात.

1. एका चलात वाढ झाल्यास दुसऱ्या चलातही वाढ होते (परस्परपूरक) चले यांस धनसहसंबंध म्हणतात.

   ↑ ↑

   चल 1 चल 2

   (उदा., गणित व विज्ञानातील गुण)

2. एका चलात वाढ झाल्यास दुसऱ्या चलात घट होते. (परस्परविरोधी चले) यांस ऋण सहसंबंध म्हणतात.

   ↑ ↓

   चल 1 चल 2

   (उदा., सूचनक्षमता व बुध्दिमत्ता)

3. एका चलात वाढ झाल्यास दुसऱ्या चलांत काय फरक पडेल हे सांगता येत नाही. यास शून्य सहसंबंध म्हणतात.

   ↑ ?

   चल 1 चल 2

दोन चलांमधील सहसंबंधाचे स्वरूप व प्रमाण याचे निदर्शन करणाऱ्या स्थिर आकड्यास सहसंबंध गुणक असे म्हणतात.

सहसंबंध गुणकाची किंमत -1 पासून ते $+1$ पर्यंत असते. ± 1 पूर्ण सहसंबंध दाखवितो. पूर्ण सहसंबंध भौतिक मापनात आढळतो. तो शैक्षणिक मापनात अभावानेच आढळतो. ± 1 पूर्ण सहसंबधास सम-व्यस्त प्रमाण म्हणता येते. पुढील आकृत्यांमध्ये प्राप्तांकांना गुणानुक्रम लावून संबंधित गुणानुक्रम जोडले आहेत. त्यावरून सहसंबंधाचे विविध प्रकार लक्षात येतील.

सहसंबंध गुणकाच्या किमतीवरून पुढील प्रकारे वर्गीकरण करता येते.

सहसंबंध गुणक	0 ते 0.19	±0.20 ते ±0.39	±0.40 ते ±0.59	±0.60 ते ±0.79	±0.80 ते ±0.99	±1.0
श्रेणी	अत्यल्प	कमी/बरा	मध्यम	चांगला	उत्तम/उत्कृष्ट	पूर्ण

सहसंबंध गुणकाचे अर्थनिर्वचन (Interpretation of coefficient of Correlation)

सहसंबंध गुणकाचे अर्थनिर्वचन करताना पुढील मुद्दे विचारात घेतात.

(1) सहसंबंध गुणकाचे चिन्ह : धन चिन्ह दोन चले परस्परपूरक असल्याचे दर्शविते तर ऋण चिन्ह दोन चले परस्परविरोधी असल्याचे दर्शविते.

(2) सहसंबंध गुणकाचे मूल्य : सहसंबंध गुणकाच्या किमतीनुसार वर सारणीत दिलेल्या वर्गीकरणानुसार अर्थनिर्वचन करता येते.

(3) विषयातील प्रगती व मार्गदर्शन : जर दोन विषयांतील सहसंबंध उत्तम प्रतीचा असेल तर विद्यार्थ्यांची दोन्ही विषयांतील प्रगती समान असल्याचे दिसून येते.

जर दोन विषयांतील सहसंबंध उत्तम प्रतीचा आहे पण विद्यार्थ्यास त्यापैकी एका विषयांत चांगले गुण आहेत व दुसऱ्यात अगदी कमी गुण आहेत असे घडले तर त्या विद्यार्थ्यास दुसऱ्या विषयात पहिल्या विषयाइतकेच चांगले गुण मिळू शकतात हे लक्षात घेऊन दुसऱ्या विषयाच्या अध्ययनातील त्याच्या समस्या लक्षात घेऊन मार्गदर्शन केले जावे.

(4) आशय व अध्यापन पद्धती : जर दोन विषयांमधील सहसंबंध गुणक उत्तम प्रतीचा असल्यास दोन्ही विषयांचा आशय समांतर असतो. दोन्ही विषयांना समान अध्यापन पद्धती वापरणे योग्य ठरते. एकच शिक्षक दोन्ही विषय चांगल्याप्रकारे शिकवू शकतो.

रेषीय सहसंबंध (Linear Correlation)

(1) स्पिअरमन श्रेणी अंतर पद्धती (Spearman Rank Difference Method) : स्पिअरमन पद्धतीमध्ये विद्यार्थ्यांना प्राप्तांकाच्या कमी-जास्त मूल्यानुसार गुणानुक्रम दिले जातात. गुणानुक्रम देण्याची विशिष्ट पद्धत वापरली जाते व गुणानुक्रमांतील फरक काढला जातो.

उदा., पुढील माहितीवरून स्पिअरमन पद्धत वापरून सहसंबंध गुणक काढा

विद्यार्थी	A	B	C	D	E	F	G	H	I	J
1ली चाचणी	20	14	14	12	15	11	14	13	10	18
2री चाचणी	15	16	17	10	7	12	18	5	11	14

सूत्र

$$\text{स्पिअरमन सहसंबंध गुणक } \rho = 1 - \frac{6 \sum D^2}{N(N+1)(N-1)}$$

येथे   D = गुणानुक्रमातील फरक

                N = एकूण विद्यार्थी संख्या

गुणानुक्रम देण्यासाठी उभी मांडणी करू.

विद्यार्थी	X 1 ली चाचणी	Y 2 री चाचणी	R_1	R_2	$R_1 - R_2$ D	D^2
A	20	15	1	4	-3	9
B	14	16	5	3	2	4
C	14	17	5	2	3	9
D	12	10	8	8	0	0
E	15	7	3	9	-6	36
F	11	12	9	6	+3	9
G	14	18	5	1	+4	16
H	13	5	7	10	-3	9
I	10	11	10	7	+3	9
J	18	14	02	5	-3	9
	N = 10				$\sum D = 0$	$\sum D^2 = 110$

वरील सारणीत गुणानुक्रम R_1व R_2 देताना सर्वांत जास्त गुण असलेल्यास प्रथम क्रमांक द्यावा. त्यानुसार उतरत्या क्रमाने गुणानुक्रम द्यावेत. यात 1ल्या चाचणीत सर्वांत जास्त गुण 'अ' या विद्यार्थ्यास 20 इतके आहेत. म्हणून त्यास प्रथम क्रमांक दिला आहे. जर दोन किंवा अधिक विद्यार्थ्यांना समान गुण असतील तर सर्वांना समान गुणानुक्रम दिला जातो.

वरील सारणीत तीन विद्यार्थ्यांना समान गुण → 14 इतके आहेत.

गुण **B** **C** **G**

14 14 14 त्यांना 4, 5, 6 हे गुणानुक्रम द्यायचे आहेत. परंतु तिघांनाही सारखाच गुणानुक्रम देणे आवश्यक आहे. या ठिकाणी 4, 5 व 6 या गुणानुक्रमांची सरासरी 5 येते. म्हणून तिघांनाही '5' हा गुणानुक्रम दिलेला आहे. त्यानंतर त्याखालोखाल गुण मिळवणाऱ्या 13 या प्राप्तांकास 4, 5, 6 हे गुणानुक्रम सोडून पुढील म्हणजेच 7 वा गुणानुक्रम दिला जातो. अशा प्रकारे R_1 व R_2 हे दोन्ही चलांसाठीच्या गुणानुक्रमांचे स्तंभ केल्यानंतर 'D' चा स्तंभ केला जातो. यात $R_1 - R_2$ असे फरक चिन्हांसहित मांडले जातात. सर्व फरक मांडल्यानंतर त्याची बेरीज ही शून्य आली तरच पुढे जावे. कारण दिलेले गुणानुक्रम बरोबर असल्याचा तो ताळा आहे. $\sum D = 0$ आल्यास D च्या वर्गाचा म्हणजे D^2 चा स्तंभ करावा व सर्वात शेवटी $\sum D^2$ म्हणजे फरकाच्या वर्गांची बेरीज काढावी. येथे N=10 आहे. आता सूत्रात किमती घालू -

$$\rho = 1 - \frac{6\sum D^2}{N(N+1)(N-1)}$$

किंवा

$$\rho = 1 - \frac{6\sum D^2}{N(N^2-1)}$$

$$\rho = 1 - \frac{6 \times 110}{10 \times (100-1)}$$

$$\rho = 1 - \frac{660}{10 \times 99}$$

$$\rho = 1 - \frac{660}{990}$$

$$\rho = 1 - \frac{22}{33}$$

$$\rho = \frac{33-22}{33}$$

$$\rho = \frac{11}{33}$$

$$\rho = \frac{1}{3}$$

$$\rho = +0.33$$

येथे स्पिअरमनचा सहसंबंध गुणक 0.33 इतका आला आहे. तो धन परंतु कमी प्रतीचा दिसून येतो.

येथे हे लक्षात घ्या की कधी-कधी 2 जणांना समान गुण असल्यास त्यांचे गुणानुक्रम अपूर्णांकात येतात.

उदा., दोन विद्यार्थ्यांना 21 गुण आहेत व त्यांना 4 व 5 हे गुणानुक्रम द्यायचे आहेत.

येथे 4 व 5 ची सरासरी 4.5 येते तर 4.5 हा गुणानुक्रम दोन्ही विद्यार्थ्यांना द्यावा लागेल व त्याच्याखालोखाल गुण असणाऱ्यास 6 हा गुणानुक्रम द्यावा लागेल.

सहसंबंध गुणक मिळाल्यावर त्याचे अर्थनिर्वचन करणे आवश्यक असते.

2.5 आलेख (Graph)

आलेख हा शैक्षणिक संख्याशास्त्रातील एक अतिशय उपयुक्त भाग आहे. यात सांख्यिकीय माहिती चित्ररूपाने मांडली जाते. त्यामुळे ती आकलन सुलभ होते. ज्या माहितीकडे आपल्याला निर्देश करायचा आहे त्याकडे वाचकांचे लक्ष वेधून घेता येते. सांख्यिकी माहिती आलेखात मांडल्यामुळे आकर्षक होते व तिची हाताळणीही सोपी जाते. आलेखात कार्टेशियन भूमितीचा वापर केला जातो. यात क्षितिजसमांतर 'क्ष' अक्ष व त्याला लंब उभा 'य' अक्ष यांचा वापर केला जातो. 'क्ष' व 'य' अक्ष परस्परांना 90 अंशात छेदल्यामुळे आलेख कागदाचे चार भाग होतात. आरंभबिंदूपासून 'क्ष' अक्षावर उजवीकडे व 'य' अक्षाच्या वरच्या बाजूस धन संख्या तर 'क्ष' अक्षावर डावीकडे आणि 'य' अक्षावर खाली ऋण संख्या स्थापित केल्या जातात. यासाठी योग्य प्रमाण घेतले जाते व बिंदू स्थापित केले जातात.

2.5.1 स्तंभालेख (Histogram /Column Graph / Bar Diagram)

वर्गांतरे	140-149	130-139	120-129	110-119	100-109	90-99	80-89	70-79	60-69	50-59
वारंवारिता	0	2	8	12	14	20	16	7	3	0

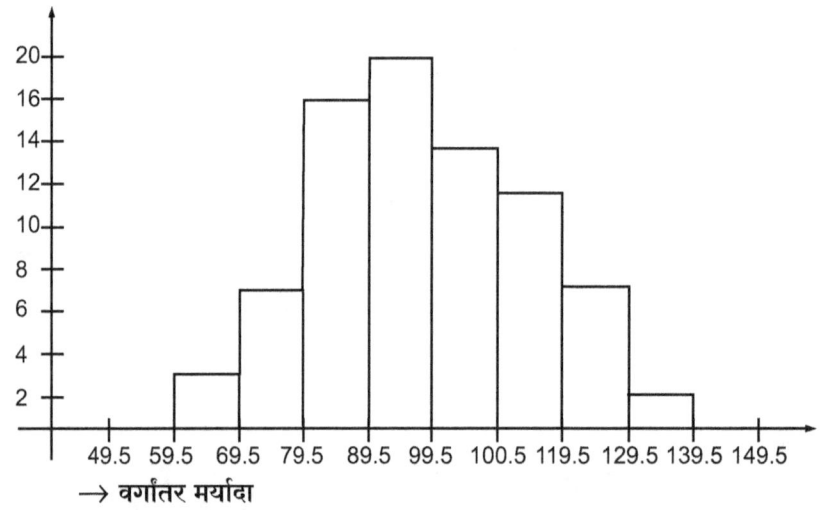

→ वर्गांतर मर्यादा

स्तंभालेख हा आलेखाचा सर्वांत अचूक व यथार्थ प्रकार होय. स्तंभालेखालाच आयतालेख असेही म्हणतात. या आलेखात 'क्ष' अक्षावर वर्गांतराच्या मर्यादा स्थापल्या जातात तर 'य' अक्षावर वारंवारिता घेतली जाते.

हा आलेख काढताना पुढील गोष्ट गृहीत धरली जाते.

गृहीतक :

❖ "प्रत्येक वर्गांतराची वारंवारिता वर्गांतरावर समप्रमाणात विखुरलेली असते."

या गृहीतकाच्या आधारे स्तंभालेख काढला जात असल्याने त्यात यथार्थता अधिक आढळते.

स्तंभालेखाची वैशिष्ट्ये

1. स्तंभालेखाचे क्षेत्रफळ एकूण वारंवारितेच्या समप्रमाणात असते.

2. प्रत्येक स्तंभाचे क्षेत्रफळ त्या-त्या वर्गांतराच्या वारंवारितांच्या समप्रमाणात आढळते.

3. हा आलेख इतर आलेखांच्या तुलनेत जास्त यथार्थ आहे. तसाच उपयुक्तही आहे.

4. हा आलेख समजण्यास व काढण्यास अगदी सुबोध आहे.

5. या आलेखावरून गटाची जडणघडण लक्षात येते.

स्तंभालेखाचे उपयोग

स्तंभालेखावरून पुढील प्रश्नांची उत्तरे सहजतेने मिळतात.

1. कोणत्या वर्गांतराची वारंवारिता सर्वांत जास्त आहे?

2. कोणत्या वर्गांतराची वारंवारिता सर्वांत कमी आहे?

3. निरनिराळ्या वर्गांतरातील वारंवारिता कशी बदलली आहे?

4. एका वर्गांतराच्या वारंवारितेचे दुसऱ्या वर्गांतराच्या वारंवारितेशी गुणोत्तर किती आहे?

5. प्राप्तांकांचा एकूण विस्तार किती आहे?

स्तंभालेखाच्या मर्यादा

1. एकाच आलेख कागदावर एकापेक्षा अधिक गटांची आलेखाद्वारे तुलना करण्यासाठी हा आलेख उपयुक्त ठरत नाही.

2.5.2 वारंवारिता बहुभुज (Frequency Polygon)

वर्गांतरे	140-149	130-139	120-129	110-119	100-109	90-99	80-89	70-79	60-69	50-59
म. बिंदू	144.5	134.5	124.5	114.5	104.5	94.5	84.5	74.5	64.5	54.5
वारंवारिता	0	2	8	12	14	20	16	7	3	0

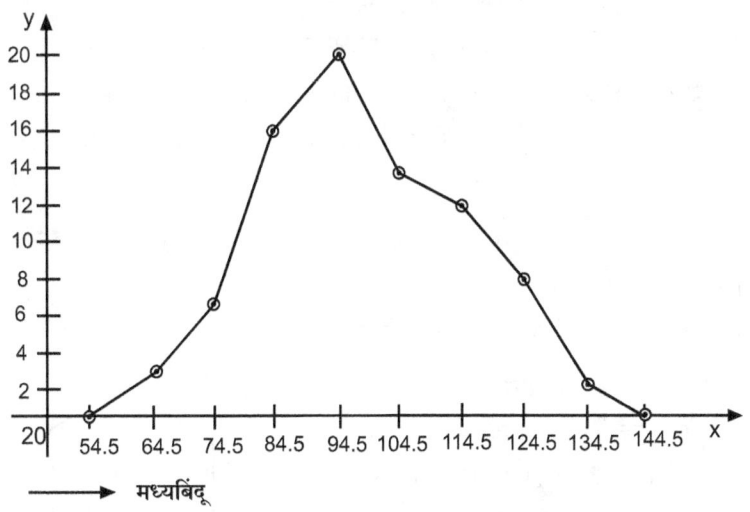

वारंवारिता बहुभुज हा स्तंभालेखाच्या तुलनेत कमी यथार्थ असा आलेख आहे. या आलेखात 'क्ष' अक्षावर वर्गांतर मध्य घेतले जातात. तर 'य' अक्षावर वारंवारिता घेतल्या जातात. आलेख काढताना अलीकडचे व पलीकडचे एक-एक

वर्गांतर घेऊन 'क्ष' अक्षावर ते बिंदू स्थापले जातात. (कारण त्यांची वारंवारिता शून्य असते.) ते बिंदू जोडल्यामुळे बहुभुजाकृतीसारखी एक बंदिस्त आकृती तयार होते. म्हणूनच याला वारंवारिता बहुभुज म्हणतात. हा आलेख काढताना पुढील गोष्ट गृहीत धरली जाते. गृहीतक "प्रत्येक वर्गांतराची वारंवारिता त्याच्या मध्यावर एकवटलेली असते."

वारंवारिता बहुभुजाची वैशिष्ट्ये

1. वारंवारिता बहुभुजाने व्यापलेले क्षेत्रफळ गटातील एकूण विद्यार्थी संख्येचे प्रतिनिधित्व करते.
2. याचा आकार बहुभुजाकृतीसारखा असतो व तो ओबडधोबड असतो.
3. गटाची वारंवारिता गटाच्या केंद्रस्थानी एकवटली आहे असे समजून हा काढला जातो.
4. वर्गांतर मध्यातून 'क्ष' अक्षावर काढलेला लंब वारंवारिता दर्शवितो. वारंवारिता लंबांतरांच्या समप्रमाणात असतात.
5. या आलेखावरून वारंवारितांमधील चढ-उतार समजतो.
6. गटाचे स्वरूप लक्षात येते.

वारंवारिता बहुभुजाचे उपयोग

1. कोणत्या गटात कमीत कमी (किमान) व कोणत्या गटात सर्वांत जास्त (कमाल) वारंवारिता आहे हे समजते.
2. गुणांकांमधील चढ-उतार समजतो.
3. दोन किंवा अधिक गटांची आलेखाद्वारे तुलना एकाच कागदावर करू शकतो.

वारंवारिता बहुभुजाच्या मर्यादा

1. स्तंभालेखाच्या तुलनेत हा कमी यथार्थ आहे.

2.5.3 वारंवारिता वक्र (Frequency Curve)

सरलित वारंवारिता वक्र (Smoothed Curve)

हा आलेख संशोधनात सर्वांत महत्वाचा समजला जातो. दिलेल्या वर्गांतर सारणीत / विभाजनात अलीकडील व पलीकडील एकेक वर्गांतर घेऊन त्यांची वारंवारिता शून्य मांडली जाते. वर्गांतर मध्य काढले जातात. त्यानंतर प्रत्येक वर्गांतराची संतुलित वारंवारिता काढली जाते. संतुलित वारंवारिता काढण्यासाठी प्रत्येक वर्गांतराच्या वारंवारितेमध्ये लगतच्या अलीकडील व पलीकडील वर्गांतरांच्या वारंवारिता मिसळून बेरजेला तीनने भागले जाते. (तीन वारंवारितांची सरासरी काढली जाते.)

अशा प्रकारे 'क्ष' अक्षावर वर्गांतरमध्य व 'य' अक्षावर वारंवारिता घेऊन वर्गांतर मध्याशी संबंधित संतुलित वारंवारितांचे बिंदू स्थापन केले जातात.

या आलेखाचे गृहीतक : वर्गांतरांची वारंवारिता सापेक्षता -

विद्यार्थी संख्या खूप जास्त असल्यास व मापन काळजीपूर्वक केल्यास त्यापासूनचे संभाव्य वितरण लक्षात घेऊन हा वक्र काढला जातो. त्यामुळे अचूकता कमी असली तरी त्याची उपयुक्तता जास्त असते. हा आलेख सरलित केल्याने प्रसामान्य संभव वक्रासारखा दिसतो.

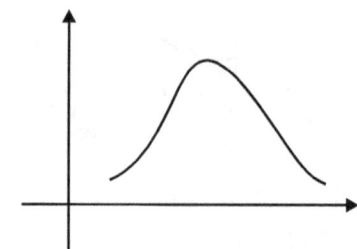

वैशिष्ट्ये

1. याचे क्षेत्रफळ वारंवारिता बहुभुजाइतकेच असते.
2. या आलेखात सलगता व सुबकता असते. (तो ओबडधोबड नसतो)
3. या आलेखात चढ-उतार नसतो.

उपयोग

1. गटांच्या तौलनिक अभ्यासासाठी हा उपयुक्त ठरतो.
2. याची प्रसामान्य संभववक्राशी तुलना करता येते.
3. या आलेखावरून गटाचे वितरण, स्वरूप व रचना समजते.
4. गटातील विषमितता व शिखरदोष समजतो.
5. नमुना गटावरून मोठ्या समूहाविषयी संकलित स्वरूपाचे निष्कर्ष मिळवता येतात.
6. अध्ययन, अध्यापन व मूल्यमापन याविषयी निष्कर्ष मिळवता येतात.
7. हा आलेख संशोधनात उपयुक्त ठरतो.

2.5.4 वर्तुळालेख (π आलेख)

जेव्हा एखाद्या जनसंख्येत एकूणात विविध घटकांचे प्रमाण दर्शवायचे असेल तेव्हा या आलेखाचा उपयोग केला जातो. विविध घटकांच्या प्रमाणाची शेकडेवारी दिली असल्यास त्यांचे वर्तुळातील अंशामध्ये रूपांतर केले जाते व तेवढ्या अंशाच्या कोनांनुसार विविध घटकांचे प्रमाण विविध रंगांनी किंवा पोताने (Texture) दर्शविले जाते.

(1) महाराष्ट्रातील विविध पिकांचे प्रमाण

पिकाचे नाव	गहू	तांदूळ	ज्वारी
शेकडा प्रमाण	60	30	10
अंश (360 पैकी)	216°	108	36

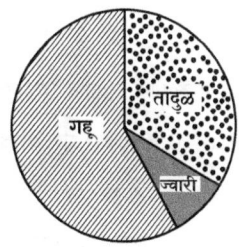

(2) प्रश्नावलीतील एका प्रश्नास पुढील प्रकारे प्रतिसाद मिळाले.

प्रतिसाद	पूर्णपणे सहमत	सहमत	असहमत	पूर्णपणे असहमत	एकूण
शेकडा प्रमाण	50	30	15	05	100
अंश	180	108	54	18	360

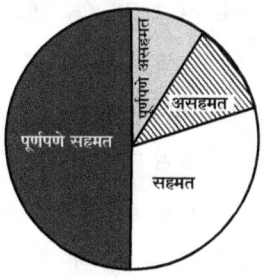

2.6 प्रसामान्यता

प्रसामान्यता म्हणजे सर्वसाधारणपणे निसर्गात आढळणारी प्राप्तांकांच्या वितरणाची प्रवृत्ती, ती प्रसामान्य संभव वक्राद्वारे स्पष्ट करता येते.

2.6.1 प्रसामान्य संभव वक्र (Normal Probability Curve)

यालाच प्रसंभाव्यता वक्र, गॉसचा वक्र, समरूप आलेख, समतोल संभाव्यता वक्र, संभव वक्र किंवा सामान्य वक्र असेही म्हणतात.

निसर्गात / दैनंदिन व्यवहारात काही घटनांची संभाव्यता ही 1 असते. त्या गोष्टी तशाच घडणार याची शक्यता पूर्ण असते. (100% असते.) उदा., लाकूड पाण्यावर तरंगते, दगड पाण्यात बुडतो. ज्योतीवर धरल्यास मेण वितळते. इ. तर काही गोष्टींची संभाव्यता शून्य असते. या गोष्टी घडणे अशक्य असते. उदा., दगड पाण्यावर तरंगणे. तर इतर सर्व गोष्टींची संभाव्यता 0 ते 1 यांच्या दरम्यान असते.

नाणे उडविल्यास छापा किंवा काटा येण्याची संभाव्यता 1/2 किंवा 0.5 असते तसेच निकाली कुस्त्यांमध्ये जिंकणे किंवा हरण्याची संभाव्यता ही 1/2 किंवा 0.5 असते.

सापशिडीच्या ठोकळ्यांत 1 ते 6 पैकी प्रत्येक अंक मिळण्याची संभाव्यता 1/6 असते.

$$\text{संभाव्यता} = \frac{\text{अपेक्षित शक्यता}}{\text{एकूण शक्यता}}$$

व्याख्या

❖ "संभाव्यता म्हणजे एकाच प्रकारच्या अनेक घटनांमधून एखादी घटना घडण्याची शक्यता."

संभाव्यता (Probability) P ने दर्शवितात.

प्रसामान्यता

❖ "कोणत्याही वितरणातील जास्तीत जास्त अंक मध्यमानाभोवती जमा झालेले आढळतात या प्रवृत्तीलाच प्रसामान्यता असे म्हणतात."

शालेय संपादनाच्या बाबतीत एखाद्या चाचणीत विविध विद्यार्थ्यांना कसे गुण मिळतील याची शक्यता म्हणजे संभाव्यता. सर्वसामान्य स्थितीत एखाद्या गटातील विद्यार्थ्यांच्या प्राप्तांक वितरणावरून आलेख काढला तर तो घंटेच्या आकाराचा मिळतो.

या आलेखावरून असे लक्षात येते की कोणत्याही गुणधर्मासंदर्भात सर्वसामान्य स्तर दर्शविणाऱ्यांची संख्या जास्त असते तर टोकाकडचे गुणधर्म दर्शविणाऱ्यांची संख्या कमी-कमी होत जाते.

जीवशास्त्र, शरीरशास्त्र, मानसशास्त्र, संख्याशास्त्र या सर्वांमध्ये सर्व गोष्टींसदर्भात प्रसामान्य संभव वक्रच मिळतो.

उदा., कोणत्याही गटात अत्यंत बुद्धिमान विद्यार्थ्यांची संख्या कमी असते. अत्यंत मंद विद्यार्थ्यांची संख्याही खूप कमी असते. तर सर्वसामान्य बुद्धिमत्ता असणाऱ्या विद्यार्थ्यांची संख्या जास्त असते.

शारीरिक उंचीच्या बाबतीत अत्यंत उंच व्यक्तींची संख्या खूप तुरळक असतात. अतिशय बुटक्या व्यक्तींची संख्याही कमी असते, तर मध्यम उंचीच्या व्यक्तींची संख्या खूप जास्त असते.

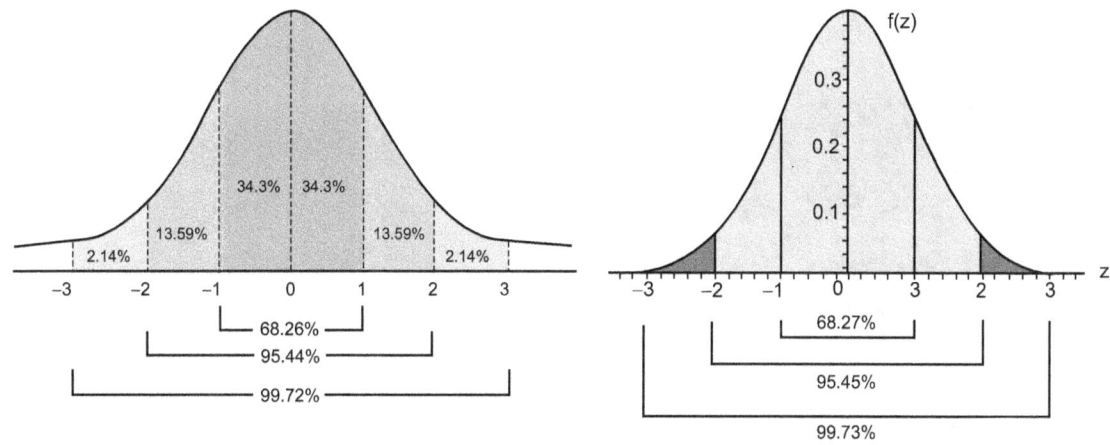

प्रसामान्य संभव वक्राची व्याख्या

❖ ''मध्यमानाच्या दोन्ही बाजूला गुणांकांची वारंवारिता कमी होत जावून शिखर बिंदूतून टाकलेला लंब वक्राचे दोन समान भाग करीत असलेल्या घुमटाकार / घंटाकृती आलेखाला प्रसामान्य संभव वक्र (NPC) म्हणतात.''

प्रसामान्य संभव वक्राचे गुणधर्म

1. याचा आकार घुमटाकार किंवा घंटाकृती असतो.
2. याची उंची तळरेषाखंडाच्या 3/4 इतकी असते. (-3σ ते $+ 3\sigma$ च्या 3/4)
3. यात मध्यमानाचा निर्देशक (O) असतो. त्याला आरंभबिंदू असे म्हणतात.
4. संपूर्ण वक्र हा मध्यमानाच्या ठिकाणी 'क्ष' अक्षावर टाकलेल्या लंबाभोवती सममित असतो.
5. मध्यमानाच्या खाली 50% व वर 50% प्राप्तांक असतात म्हणून मध्यमान व मध्यांक यांचे मूल्य समान असते. (मध्यमान हाच मध्यांक असतो Mean = Median.)
6. मध्यमानाच्या ठिकाणी वारंवारिता सर्वांत जास्त असते म्हणून मध्यमान व बहुलक यांचे मूल्य समान असते. (मध्यमान हेच बहुलक असते Mean = Mode.) म्हणजेच Mean = Median = Mode या वक्रात तीनही केंद्रीय प्रवृत्ती एका बिंदूतच एकवटलेल्या असतात. प्र. सं. वक्रात मध्यमान, मध्यांक व बहुलक यांच्या किमती समान असतात.
7. मध्यमानाच्या दोन्ही बाजूला वक्र हा 'क्ष' अक्षाच्या अधिकाधिक जवळ जातो. पण तो 'क्ष' अक्षाला कधीच स्पर्श करीत नाही.
8. या वक्राचा विस्तार सांगता येत नाही. तो अमर्याद आहे.
9. $\pm 2\sigma$ च्या ठिकाणी 'क्ष' अक्षावर टाकलेले लंब वक्राला जिथे छेदतात, त्यांना स्कंधबिंदू असे म्हणतात. स्कंध बिंदूपाशी वक्र हा बहिर्वक्रचा अंतर्वक्र होतो.
10. मध्यमानाच्या ठिकाणी 'क्ष' अक्षावर टाकलेला लंब वक्राला जिथे छेदतो त्याला शिखर बिंदू म्हणतात.
11. $\pm 1\sigma$ च्या ठिकाणी 'क्ष' अक्षावरील लंबाची उंची मध्यमानावरील लंबाच्या 60.7% इतकी असते.

    $\pm 2\sigma$ च्या ठिकाणी 'क्ष' अक्षावरील लंबाची उंची मध्यमानावरील लंबाच्या 13.5% इतकी असते.

    $\pm 3\sigma$ च्या ठिकाणी 'क्ष' अक्षावरील लंबाची उंची मध्यमानावरील लंबाच्या 1.1% इतकी असते.

12. या वक्राचे समीकरण

$$Y = \frac{N}{\sigma(\sqrt{2\pi})} \quad e^{\frac{-x^2}{2\sigma^2}}$$

X = X – M 'क्ष' या अक्षावर प्राप्तांकांची विचलने

Y = निर्देशकांची उंची – वारंवारिता

σ = प्रमाण विचलन

N = एकूण प्राप्तांक संख्या

π = $\frac{22}{7}$ = 3.142

e = (Napirian) मूलांक 2.7183

प्रसामान्य संभव वक्राचे महत्त्व

1. जीवशास्त्र, शरीरशास्त्र, मानसशास्त्र, संख्याशास्त्रात प्र. सं. वक्रच मिळतो.
2. संशोधनात गट प्रातिनिधिक असेल तर प्र.सं.वक्र मिळतो.
3. चाचणीतील प्रश्नरचना योग्य असेल तर प्राप्तांकांचा वक्र हा प्र.सं.वक्रच मिळतो.
4. प्रमाणित कसोटी कोणत्याही गटास देऊन त्यावरून आलेख काढला तर तो प्रसामान्य संभव वक्राच्या तुलनेत कसा आहे हे पाहून विद्यार्थ्यांच्या वितरणासंदर्भात निष्कर्ष काढला जातो.
5. कसोट्या प्रमाणित करताना गट प्रसामान्य असावा लागतो.
6. अनुमानात्मक सांख्यिकीची सर्व संकल्पना प्रसामान्य संभव वक्रावर आधारलेली आहे.

प्रसामान्य संभव वक्राचे उपयोग

1. प्रसामान्य संभव वक्रावरून प्राप्तांकांच्या दिलेल्या मर्यादेत किती गुणांक येतात हे काढता येते.
2. प्राप्तांकांची दिलेली शेकडा संख्या प्राप्तांकांच्या कोणत्या मर्यादेत (म्हणजे कोणत्या दोन प्राप्तांकांच्या दरम्यान येते हे काढता येते)
3. चाचणीची सापेक्ष काठिण्यपातळी ठरविता येते.
4. एखाद्या गटातून आपल्याला आवश्यक तसे विशिष्ट क्षमतेचे / योग्यतेचे उपगट पाडता येतात.
5. मोठ्या गटाचा आलेख प्रसामान्य आल्यास खालील निष्कर्ष काढता येतात. (त्या-त्या परिस्थितीनुसार)
   (अ) शिक्षकाची अध्यापन पद्धती योग्य आहे.
   (ब) विद्यार्थी क्षमतेचे वितरण प्रसामान्य आहे.
   (क) चाचणीची काठिण्यपातळी योग्य आहे.
   (ड) मूल्यमापन / गुणदान पद्धती योग्य आहे.
   (इ) चाचणी प्रमाणित केलेली आहे.

2.6.2 प्रसामान्य संभव वक्रातील विषमितता व शिखरदोष (Skewness & Kurtosis in NPC)

(1) विषमितता : प्रसामान्य संभव वक्र हा मध्यमानावर टाकलेल्या लंबाभोवती समतोल असतो. परंतु अनेक कारणांनी प्रसामान्य संभव वक्राचा समतोल नष्ट होतो. तेव्हा अशा असंतुलित झालेल्या वक्रात विकृती किंवा विषमितता निर्माण झाली असे म्हणतात. विषमिततेचे दोन प्रकार आहेत. धन विषमितता व ऋण विषमितता

विषमित वक्र ज्या बाजूला पसरत गेलेला असतो त्या बाजूला मध्यमान जाते. ज्या बाजूला प्राप्तांक जास्त प्रमाणात गोळा होतात त्या बाजुला बहुलक जाते व मध्यस्थानी मध्यांक राहतो. अशा प्रकारे तीनही केंद्रीय प्रवृत्ती आपली स्थाने बदलतात.

धन विषमित वक्र (Positively Skewed Curve) : धन विषमित वक्रात धन म्हणजे उजव्या बाजूला विषमितता निर्माण झालेली असते. वक्र उजव्या बाजूला पसरत गेलेला असतो व त्याचा तोल डाव्या बाजूला ढळलेला असतो. कारण जास्तीत जास्त प्राप्तांक डाव्या बाजूला जमा झालेले असतात.

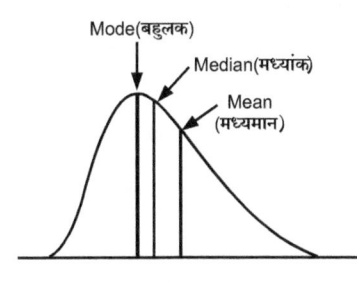

धन विषमित वक्रात धन बाजूला मध्यमान असते तर सर्वांत डावीकडे बहुलक व मध्यस्थानी मध्यगा राहते. त्यामुळे मध्यमानाची किंमत मध्यगेपेक्षा जास्त असते. म्हणून विषमिततेची किंमत ही धन चिन्हात येते.

धन विषमित वक्र असे दर्शवितो की गटात मध्यमानापेक्षा कमी गुण मिळविणाऱ्या विद्यार्थ्यांची संख्या खूप जास्त आहे.

$$sk = \frac{3\ (\text{मध्यमान} - \text{मध्यगा})}{\sigma}$$

धनविषमित वक्रात मध्यमान > मध्यगा

धन विषमित वक्र निर्माण होण्याची कारणे : धन विषमितता निर्माण होण्यास पुढीलपैकी एक किंवा अनेक कारणे असू शकतात.

1. गटात मंद विद्यार्थी खूप जास्त व हुशार विद्यार्थी खूप कमी असतात.
2. चाचणीची काठिण्यपातळी खूप जास्त असते.
3. परीक्षकाने अत्यंत काटेकोर मापन करून कमी गुण दिलेले असतात.
4. अध्यापन पद्धती अत्यंत निकृष्ट दर्जाची असते.
5. अभ्यासक्रमाची उद्दिष्टे सहजप्राप्त नसतात.
6. अभ्यासक्रमाची काठिण्यपातळी जास्त असते.
7. संस्थेचे वातावरण अध्ययनास पोषक नसते.
8. पाठ्यपुस्तकाचा दर्जा अत्यंत सुमार असतो.
9. अध्ययनाच्या सोईसुविधा दर्जेदार नसतात.

ऋण विषमित वक्र (Negatively Skewed Curve) : ऋण विषमित वक्रात ऋण बाजूला विषमितता निर्माण झालेली असते म्हणजेच हा वक्र डावीकडे पसरत गेलेला असतो. तर वक्राचा तोल उजवीकडे ढळलेला असतो. कारण जास्तीत जास्त प्राप्तांक उजवीकडे जमा झालेले असतात. ऋण विषमित वक्रात मध्यमान हे सर्वांत डावीकडे तर बहुलक उजव्या बाजूला असते व मध्यस्थानी मध्यगा असते. यात मध्यमानाची किंमत मध्यगेपेक्षा लहान असल्याने विषमिततेची किंमत ऋण चिन्हात येते.

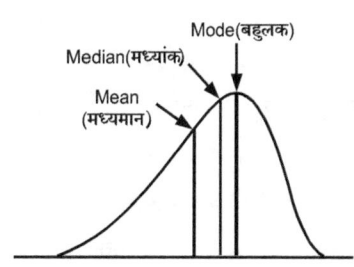

$$SK = 3 \frac{(\text{मध्यमान} - \text{मध्यगा})}{\sigma}$$

मध्यगा > मध्यमान

ऋण विषमित वक्र निर्माण होण्याची कारणे : ऋण विषमित वक्र मिळण्याची पुढीलपैकी एक किंवा अनेक कारणे असू शकतात.

1. गटात अत्यंत हुशार विद्यार्थी जास्त व मंद विद्यार्थी खूप कमी असतात.

2. चाचणीची काठिण्य पातळी खूप कमी असते. (प्रश्नपत्रिका अगदी सोपी असते.)

3. परीक्षकाने अत्यंत सढळ हाताने गुणदान केलेले असते.

4. अध्यापन अतिशय प्रभावी झालेले असते.

5. अभ्यासक्रमाची उद्दिष्टे सहजप्राप्त असतात.

6. अभ्यासक्रमाची काठिण्यपातळी कमी असते.

7. संस्थेचे वातावरण अध्ययनास पोषक असते.

8. पाठ्यपुस्तक उत्तम दर्जाचे असते.

9. अध्ययनासाठी उत्तम सोईसुविधा अस्तित्वात असतात.

(2) शिखरदोषयुक्त विभाजने (Kurtosis) : अनेक वेळा प्रसामान्य संभव वक्र समतोल राहतो पण त्याची उंची कमी/जास्त होते. त्यामुळे मध्यभागी प्राप्तांकांची गर्दी ही मूळ प्रसामान्य संभव वक्रापेक्षा कमी अथवा जास्त होते. तेव्हा प्रसामान्य संभव वक्रात शिखरदोष निर्माण झाला असे म्हणतात.

प्रसामान्य संभव वक्रापेक्षा ज्याची उंची कमी आहे अशा वक्राला चर्पटक शिखरी वक्र (Platykurtic Curve) म्हणतात. तर ज्याची उंची जास्त आहे अशा वक्रास उच्च शिखरी वक्र (Leptokurtic Curve) म्हणतात. चर्पटक शिखरी (बुटक्या) वक्रात प्राप्तांक मध्यस्थानापासून जास्त दूरवर गेलेले असतात. म्हणजेच विचलनशीलता जास्त असते. तर उच्च शिखरी वक्रात (उंच वक्रात) प्राप्तांक मध्यस्थानी जास्त प्रमाणात एकवटलेले असतात.

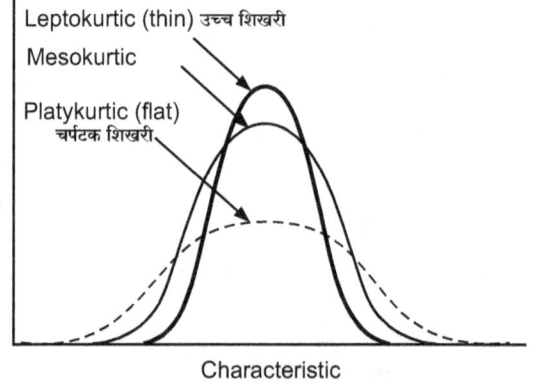

शिखरदोषाचे मापन : पुढील सूत्राने शिखरदोषाचे मापन करता येते.

$$Ku = \frac{Q}{P_{90} - P_{10}}$$

यात Q = चतुर्थक विचलन

P₉₀ = नव्वदावे शततमक

P₁₀ = दहावे शततमक

या सूत्राने प्रसामान्य संभव वक्राचे मूल्य 0.263 येते. म्हणून 0.263 हा संदर्भ बिंदू मानल्यास त्यापेक्षा कमी किंमत आल्यास वक्र हा उच्चशिखरी असतो (विचलनशीलता कमी) तर 0.263 पेक्षा किंमत जास्त आल्यास वक्र चर्पटक शिखरी (बुटका) असतो. चर्पटक शिखरी वक्राची विचलनशीलता जास्त असते.

शिखरदोष निर्माण होण्याची कारणे :

1. गटातील विद्यार्थी मंद, सर्वसामान्य व अत्यंत बुध्दिमान असे सर्व प्रकारचे जास्त संख्येने असल्यास बहुजिनसी वक्र मिळतो किंवा सर्वच्या सर्व विद्यार्थी अति बुध्दिमान, सर्वसामान्य किंवा मंद असल्यास उच्च शिखरी वक्र मिळतो.
2. चाचणी अत्यंत कठीण किंवा अति सोपी असल्यास उच्च शिखरी वक्र मिळतो. (कसोटी सदोष असल्यास)
3. चाचणीचे गुणदान अतिशय सढळ हाताने केल्यास उजवीकडे ढळलेला उच्चशिखरी वक्र मिळतो किंवा अत्यंत काटेकोर, कडकपणे गुणदान केल्यास डावीकडे ढळलेला उच्चशिखरी वक्र मिळतो.
4. गट प्रातिनिधिक नसेल तर शिखरदोषयुक्त वक्र मिळतो.

(3) द्विशिखरी वक्र (Bimodal Curve) : द्विशिखरी वक्रात नावाप्रमाणेच दोन शिखरे असतात. यात मध्यमान व मध्यांक यांच्या किमती समान असतात मात्र यात स्पष्टपणे दोन बहुलके दिसतात.

म्हणजेच एका मोठ्या गटात दोन स्पष्ट उपगट एकत्रित आलेले दिसतात. अशा वेळी अध्यापनासाठी हे दोन गट वेगळे करणेच श्रेयस्कर ठरते. अन्यथा अभ्यासक्रम व अध्यापन पद्धती येथे निष्प्रभ ठरतात.

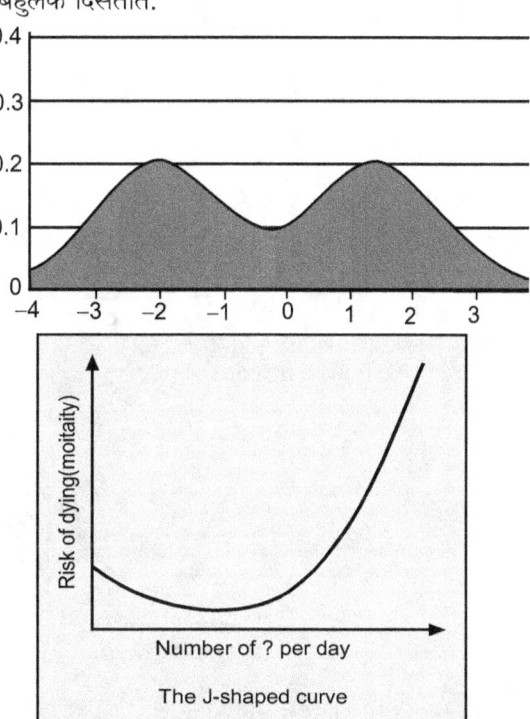

(4) 'J' आकाराचा वक्र : कधी-कधी एका विशिष्ट प्राप्तांकाजवळ प्राप्तांकाची गर्दी खूप जास्त झालेली दिसते. त्या ठिकाणी वक्र एकदम उंच जातो. उत्तीर्ण होण्याचे गुण, प्रथम श्रेणी मिळण्याचे गुण किंवा विशेष श्रेणी मिळण्याचे गुण या ठिकाणी हा वक्र उंच गेलेला आढळतो. कारण गुणदान करताना त्या विशिष्ट गुणाच्या जवळ असलेल्या सर्वांना तेवढ्या गुणांपर्यंत ओढून आणले जाते.

The J-shaped curve

वस्तुनिष्ठ गुणदानामुळे हा दोष कमी होऊ शकतो.

(5) 'U' यू आकाराचा वक्र : प्रसामान्य संभव वक्राच्या बरोबर उलट आकाराचा हा वक्र आहे. त्यामुळे याला असामान्य असंभव वक्र किंवा अपसामान्य असंभव वक्र म्हणता येईल. यात पूर्णपणे टोकाकडेच वारंवारता एकवटलेली असते. गटात निम्मे अत्यंत बुद्धिमान व निम्मे अत्यंत मंद असतात. शैक्षणिक क्षेत्रात असा वक्र अभावानेच आढळतो.

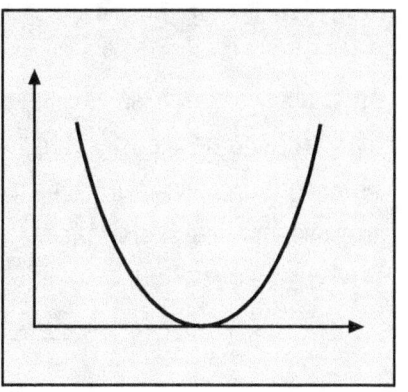

2.6.3 प्रसामान्य संभव वक्राचे उपयोग

प्रसामान्य संभव वक्रासंबंधित उदाहरणे सोडवताना दिलेल्या प्राप्तांकांचे σ अंतरात रूपांतर करावे लागते. प्रसामान्य सारणीत सर्व अंतरे मध्यमानापासूनच दिलेली असतात. प्रत्येक वेळी छोटीशी आकृती काढल्यास मध्यमानाच्या वर का खाली हे त्या प्राप्तांकाचे स्थान लक्षात येते. तसेच एखाद्या प्राप्तांकाच्या वरची संख्या काढायची असेल तर प्राप्तांकाची वरची मर्यादा लक्षात घ्यावी लागते. विशिष्ट प्राप्तांकाच्या खालची प्राप्तांक संख्या काढायची असेल तर त्याची खालची मर्यादा विचारात घ्यावी लागते. सर्वात शेवटी, आवश्यकतेनुसार शेकडेवारीचे रूपांतर एकूण संख्येत करावे लागते. अतिशय महत्त्वाचे म्हणजे यांत प्रसामान्य सारणी वापरावी लागते. त्यात प्राप्तांकांची शेकडेवारी किंवा 5/100 ⇨ 0.05 अशा अपूर्णांकातील संख्या दिलेल्या असतात.

दिलेल्या मर्यादेतील विद्यार्थिसंख्या काढणे (To Find out Number of Students/Scores within given Limits) :

उदा.,

(1) एका प्रसामान्य विभाजनाचे मध्यमान 40 व प्रमाण विचलन 10 आहे तर 30 ते 50 या गुणमर्यादेत शेकडा किती विद्यार्थी येतील ?

यांत एकूण विद्यार्थी संख्या 400 आहे व 30 ते 50 या प्राप्तांकाच्या दरम्यानची विद्यार्थी संख्या विचारली आहे. यासाठी प्रथम त्या प्राप्तांकांची मध्यमानापासूनची σ अंतरे काढू

$$30 \text{ चा } \sigma \text{ score} \Rightarrow \quad \frac{X - M}{\sigma} \quad = \quad \frac{30 - 40}{10} \quad = \quad -1\sigma$$

$$50 \text{ चा } \sigma \text{ score} \Rightarrow \quad \frac{X - M}{\sigma} \quad = \quad \frac{50 - 40}{10} \quad = \quad +1\sigma$$

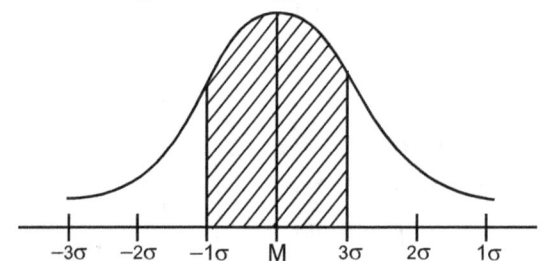

प्रसामान्य सारणीवरून मध्यमान ते 1σ या अंतरातील प्राप्तांकांची शेकडेवारी 34.13% इतकी आहे. तेवढीच शेकडेवारी 0 ते − 1σ दरम्यान आहे. म्हणून − 1σ ते + 1σ च्या दरम्यान 34.13 + 34.13 = 68.26 इतके प्राप्तांक येतील.

∴ 30 ते 50 च्या दरम्यान 68.26% इतके प्राप्तांक येतील. (यांची एकूण विद्यार्थी संख्या काढायची झाल्यास 100 मध्ये 68.26 तर 400 मध्ये किती ? म्हणजेच 68.24 × 4 = 273 विद्यार्थी असतील)

(2) एकूण 800 विद्यार्थी असलेल्या प्रसामान्य विभाजनात मध्यमान 15 व प्रमाण विचलन 4 आहे. तर 13 व 22 या प्राप्तांकादरम्यान किती विद्यार्थी येतील ?

13 चे σ अंतर काढू

$$\Rightarrow \qquad \frac{X - M}{\sigma} \quad = \quad \frac{13 - 15}{4} \quad = \quad \frac{-2}{4} \quad = \quad -\frac{1}{2}$$

$$\sigma \text{ अंतर} \quad = \quad 0.5\sigma$$

22 चे σ अंतर

$$\Rightarrow \quad \frac{X - M}{\sigma} = \frac{22 - 15}{4} = \frac{7}{4} = 1.75\ \sigma$$

$$\sigma \text{ अंतर} = 1.75\ \sigma$$

आता प्रसामान्य सारणीवरून मध्यमान व – 0.5 σ यामधील प्राप्तांकाची शेकडेवारी मिळेल.

मध्यमान ते 0.5σ मधील शेकडेवारी ⇨ 19.15%

मध्यमान ते 1.75 σ मधील शेकडेवारी 45.99%

यात दोन्ही प्राप्तांक मध्यमानाच्या दोन बाजूला असल्याने मधील प्राप्तांकांची बेरीज करावी लागेल. म्हणून 13 ते 22 च्या दरम्यान 19.15 + 45.99 = 65.14% प्राप्तांक येतील. आता विद्यार्थ्यांची संख्या काढण्यासाठी

100 ⇨ 64.15

तर 800 ? यानुसार $= \dfrac{64.15 \times 800}{100}$

$= 521.12$

म्हणजेच 800 पैकी 521 विद्यार्थी 13 ते 22 या प्राप्तांकादरम्यान असतील

(3) मध्यमान 20 व प्रमाण विचलन 5 असलेल्या एकूण 800 विद्यार्थी संख्या असलेल्या प्रसामान्य वितरणात 17 पेक्षा कमी व 29 पेक्षा जास्त गुण मिळविणारे शेकडा विद्यार्थी किती ?

17 पेक्षा कमी गुण मिळवणारे विद्यार्थी काढताना प्राप्तांका'च्यापेक्षा' कमी विचारलेले असल्याने 17 ची खालची मर्यादा विचारात घेऊ ती 16.5 आहे.

आता 16.5 चे σ अंतर काढू.

16.5 चे σ अंतर ⇨ $\dfrac{X - M}{\sigma} = \dfrac{16.5 - 17}{5} = \dfrac{3.5}{5}$

$= 0.7\ \sigma$

येथे लक्षात घ्या की प्रसामान्य सारणीवरून मध्यमान ते 0.7σ च्या दरम्यानची प्राप्तांकांची शेकडेवारी मिळेल. आपल्याला त्याच्या खालची प्राप्तांक संख्या हवी आहे. मध्यमान ते 0.7σ मध्ये 25.80% प्राप्तांक संख्या आहे. त्याच्याखालील प्राप्तांक संख्या काढण्यासाठी 50 मधून 25.80 वजा करावे लागतील. कारण मध्यमानापासून दोन्ही बाजूला 50-50% प्राप्तांक आहेत.

∴ 50 – 25.80 = 24.20% इतके विद्यार्थी 17 पेक्षा कमी गुण मिळवणारे विद्यार्थी 24.20% इतके आहेत.

29 पेक्षा जास्त गुण मिळवणारे विद्यार्थी काढताना 'च्यापेक्षा जास्त' असा प्रश्न असल्याने 29 ची वरची मर्यादा विचारात घेऊ.

29.5 चे σ अंतर काढू.

29.5 चे σ अंतर ⇨ $= \dfrac{X - M}{\sigma} = \dfrac{29.5 - 20}{5}$

$= 1.9\ \sigma$

प्रसामान्य सारणीवरून आपल्याला मध्यमान ते 1.9 σ च्या दरम्यानची प्राप्तांकांची टक्केवारी मिळेल. आपल्याला त्याच्यावरील प्राप्तांकांची टक्केवारी विचारली आहे. सारणीवरून मध्यमान ते 1.9 σ च्या दरम्यान 47.13% संख्या आहे. त्यावरील प्राप्तांक संख्येची टक्केवारी काढण्यासाठी 50 मधून 47.13 ही टक्केवारी वजा करावी लागेल.

∴ 50 - 47.13 = 2.87

∴ 29 च्या वर 2.87% इतके प्राप्तांक असतील.

उपयोग 2 : दिलेली प्राप्तांक संख्या कोणत्या दोन प्राप्तांकादरम्यान येईल ते प्राप्तांक शोधणे.

उदा., एका 700 विद्यार्थी असलेल्या प्रसामान्य वितरणाचे मध्यमान 150 व प्रमाण विचलन 40 आहे तर

(i) मधले 26% विद्यार्थी व

(ii) मधले 630 विद्यार्थी कोणत्या दोन मर्यादामध्ये येतील.

मधले 26% विद्यार्थी हे मध्यमानाच्या दोन्ही बाजूला 13-13% असे वितरित झालेले असतात म्हणून प्रसामान्य सारणीत 13% शी संबंधित σ गुण शोधावा (सारणी बघण्याचा क्रम उलटा. सारणीमध्ये आपल्याला हवी ती टक्केवारी बघून संबंधित σ गुण मिळवावा.)

सारणीत 12.93 शी संबंधित σ गुण आहे. 0.33 σ आता 0.33 σ हे कच्च्या प्राप्तांकात रूपांतरित करू.

$$\sigma \text{ score} = \frac{X - M}{\sigma} \qquad + 0.33\sigma = \frac{x - y}{\sigma}$$

$$- 0.33\,\sigma = \frac{X - M}{\sigma} \qquad +0.33 = \frac{x - y}{\sigma}$$

$$- 0.33 = \frac{X - 150}{40} \qquad + 0.33 = \frac{X - 150}{40}$$

$$\therefore \quad X = 150 - (0.33 \times 40) \qquad = 40$$

$$= 150 - 13.20 \qquad X = 150 + 13.20$$

$$= 136.80 \qquad = 163.20$$

मधले 26% विद्यार्थी 136.8 ते 163.2 या दोन प्राप्तांकादरम्यान राहतील (137 ते 163 च्या दरम्यान)

आता मधल्या 630 विद्यार्थ्यांसंदर्भात विचार करू. प्रथम 630 ची शेकडेवारी काढणे आवश्यक आहे. 700 पैकी 630 म्हणजे 100 पैकी 90. मधील 90% प्राप्तांक मध्यमानाच्या दोन्ही बाजूला 45 - 45% वितरित होतात. आता प्रसामान्य सारणीवरून 45% संबंधित σ अंतर काढणे आवश्यक आहे.

45% ⇨ 1.645 σ आहे. मध्यमानाच्या दोन्ही बाजूला 45 - 45% प्राप्तांक विचारात घ्यावयाचे असल्याने 1.645 σ धन व ऋण अंतरे कच्च्या प्राप्तांकात रूपांतरित करू.

+ 1.645 σ चा कच्चा प्राप्तांक

$$+ 1.645 = \frac{X - M}{\sigma} = \frac{X - 150}{40}$$

$$\therefore \quad X = (+ 1.645 \times 40) + 150$$

$$= 65.800 + 150$$

$$= 215.8$$

– 1.645 σ चा कच्चा प्राप्तांक

$$- 1.645 = \frac{X - M}{\sigma} = \frac{X - 150}{40}$$

$$40 \times (- 1.645) = - 150$$

$$\therefore \quad X = 150 - 65.80$$

$$= 84.20$$

म्हणजेच 84.20 ते 215.8 च्या दरम्यान मधील 90% विद्यार्थी राहातील. (84 ते 216 या प्राप्तांका दरम्यान मधील 90% विद्यार्थी राहतील)

उपयोग 3 प्रश्नांची काठिण्यपातळी ठरविणे.

चाचणीतील प्रश्नांची काठिण्यपातळी मूल्यांच्या स्वरूपात ठरविताना प्रसामान्य सारणीचा उपयोग होतो.

उदा., एका चाचणीत क्र. 1, 2, व 3 चे प्रश्न अनुक्रमे शेकडा 82, 54 व 11 विद्यार्थ्यांनी बरोबर सोडविले. वितरण प्रसामान्य असल्यास प्रश्नांची काठिण्यपातळी काढा.

प्रश्न क्र. 1 हा ⇨ हा 82% विद्यार्थ्यांनी बरोबर सोडविला. त्याचे 82%चे वितरण धन बाजूला 50% व ऋण बाजूला 32% असणार आहे. म्हणून 32% डावीकडे याच्याशी संबंधित σ मूल्य ऋण चिन्हात विचारात घ्यावे.

सारणीवरून 31.86 ⇨ संबंधित मूल्य 0. 91 σ इतके आहे. म्हणून प्रश्न क्र. 1ची काठिण्यपातळी -0.91 σ आहे.

प्रश्न क्र. 2 हा 54% विद्यार्थ्यांनी बरोबर सोडविला. त्याचे वितरण 50% उजवीकडे तर 4% मध्यमानाच्या डावीकडे असणार आहे. म्हणून 4% शी संबंधित डावीकडे म्हणजेच ऋण चिन्हात σ मूल्य सारणीवरून शोधू. ते (-0.01σ) इतके आहे.

प्रश्न क्र. 3 हा 11% विद्यार्थ्यांनी बरोबर सोडविला त्याचे वितरण उजवीकडील निम्म्या भागात टोकाकडे झालेले आहे. म्हणून मध्यमानापासून (50-11) म्हणजेच 39% शी संबंधित σ मूल्यसारणीवरून शोधू. ते (+1.225) इतके आहे. म्हणून प्रश्न क्र. 3ची काठिण्यपातळी +1.225σ इतकी आहे.

यावरून प्रश्न क्र. 1 अतिशय सोपा, प्रश्न क्र. 2 मध्यम काठिण्यपातळीचा तर प्रश्न क्र. 3 अतिशय कठीण आहे हे लक्षात येते.

उपयोग 4 क्षमतेनुसार विद्यार्थ्यांच्या गटाची विभागणी करणे : एखाद्या प्रमाणित चाचणीची प्रमाणके विकसित करताना प्रसामान्य वितरणानुसार गटवार विभागणी करावी लागते किंवा श्रेणी देताना प्रसामान्य वितरणानुसार गटविभागणी करून श्रेणीनिश्चिती करावी लागते.

उदा., एका विद्यालयातील 400 विद्यार्थ्यांची प्रावीण्यानुसार 5 गटात विभागणी करावयाची आहे. वितरण प्रसामान्य आहे. तर प्रत्येक गटात किती विद्यार्थी येतील ?

(क्षमता/प्रावीण्य विचारात न घेतल्यास 5 गट केल्यास प्रत्येक गटात 80-80 विद्यार्थी येतील पण ते गट एकजिनसी नसतील. क्षमतेनुसार एकजिनसी गटात विभागणी करावयाची झाल्यास. प्रत्येक गटात वेगवेगळ्या संख्येने विद्यार्थी येतील.) क्षमतेनुसार विभागणी करताना – 3σ ते 3σ या अंतराचा विचार करावा लागतो. कारण जवळजवळ सर्व म्हणजे 99.74% विद्यार्थी यात समाविष्ट असतात.

– 3σ ते +3σ या अंतराचे 5 समान भाग 'क्ष' अक्षावर मांडल्यास ते व त्यांच्या दरम्यानची प्राप्तांकांची शेकडेवारी पुढीलप्रमाणे राहील.

गट	σ अंतर	% विद्यार्थी	400 पैकी विद्यार्थी
1.	+3 ते +1.8	3.5 (50 – 46.41)	14
2.	+1.8 ते 0.6	24 (46.41 – 22.57)	96
3.	+ 0.6 ते – 0.6	45 (22.57 + 22.57)	180
4.	– 0.6 ते – 1.8	24 (46.41 – 22.57)	96
5.	– 1.8 ते +3.0	3.5 (50 – 46.41)	14

यावरून हे लक्षात घ्यावे की क्षमतेनुसार विद्यार्थ्यांचे गट करताना टोकाकडच्या गटात कमी विद्यार्थी तर मधल्या गटात सर्वांत जास्त विद्याथी राहतात.

उपयोग 5 दोन गटांची तुलना :

उदा., एका 65 विद्यार्थी असलेल्या गटाचे मध्यमान 60 व प्रमाण विचलन 10 आहे तर 200 विद्यार्थिनी असलेल्या एका गटाची मध्यगा 65 व प्रमाण विचलन 7 आहे. दोन्ही वितरण प्रसामान्य असल्यास शेकडा किती विद्यार्थ्यांचे गुण विद्यार्थिनींच्या मध्यांकापेक्षा कमी अथवा जास्त आहेत?

	एकूण संख्या	मध्यमान/मध्यांक	प्रमाण विचलन
विद्यार्थी	$N_1 = 300$	Mean = 60	$\sigma 1 = 10$
विद्यार्थिनी	$N_2 = 200$	Median = 65	$\sigma 2 = 7$

विद्यार्थिनींच्या गटाचा मध्यांक 65 आहे. त्याचे विद्यार्थ्यांच्या मध्यमानापासूनचे σ अंतर काढू

65 चे σ अंतर =

$$\sigma \text{ score} = \frac{X - M}{\sigma}$$

$$= \frac{65 - 60}{10}$$

$$= \frac{+5}{10}$$

$$= +0.5\,\sigma$$

येथे X = 65 घेऊ व विद्यार्थ्यांच्या गटाशी तुलना करावयाची असल्याने त्यांच्या गटाचे मध्यमान व प्रमाण विचलन घेऊ. प्रसामान्य सारणीनुसार मध्यमान ते 0.5 मधील प्राप्तांकांची शेकडेवारी काढू. ती 19.15% म्हणजे 19% इतकी आहे. आपल्याला याच्या पुढील टक्केवारी पाहिजे आहे. म्हणून 50 मधून 19% वजा करून ती 31% इतकी आली म्हणजेच 31% विद्यार्थ्यांना विद्यार्थिनींच्या मध्यांकापेक्षा जास्त गुण मिळालेले दिसतात.

2.7 प्रमाणित (रूपांतरित) प्राप्तांक (Standard / Modified Score)

एखाद्या चाचणीवरून जे प्रत्यक्ष प्राप्तांक मिळतात त्यांना कच्चे प्राप्तांक (Raw Scores) म्हणतात. कच्चे प्राप्तांक दुर्बोध असतात. त्यांचे अर्थनिर्वचन करण्यासाठी गटाची पार्श्वभूमी माहीत असणे आवश्यक असते. या प्राप्तांकावर कोणतीही अंकगणितीय प्रक्रिया करणे योग्य नसते. कारण प्रत्येक प्राप्तांकांची श्रेणी पूर्णपणे वेगळी असते. त्यांचे प्रत्येक गटाचे मध्यमान व प्रमाण विचलन वेगळे असते. जर एका विद्यार्थ्याच्या दोन विषयांतील प्राप्तांकाची तुलना करायची असेल तर ही सर्व पार्श्वभूमी लक्षात घेणे आवश्यक असते. उदा., अशोकला गणितात 81 आणि इंग्रजीत 62 गुण मिळाले. कोणत्या विषयातील त्याचे प्रावीण्य तुलनेने चांगले? या प्रश्नाचे उत्तर केवळ त्याच्या प्राप्तांकांवरून (कच्चा प्राप्तांकांवरून) देणे अशक्य आहे. वस्तुनिष्ठ तुलनेसाठी कच्च्या प्राप्तांकांचे रूपांतर प्रमाणित प्राप्तांकात करणे आवश्क ठरते. प्रमाणित प्राप्तांकांच्या अनेक श्रेणी वापरता येतात.

2.7.1 'Z' प्राप्तांक

Z प्राप्तांक ही रूपांतरित प्राप्तांकांची मूलभूत श्रेणी आहे. यात मध्यमान 0 व प्रमाण विचलन 1 असलेली श्रेणी संदर्भ म्हणून वापरली जाते. कच्च्या प्राप्तांकाच्या श्रेणीचे विशिष्ट मध्यमान व विशिष्ट प्रमाण विचलन असते. कच्च्या प्राप्तांकाच्या श्रेणीची तुलना Z प्राप्तांक श्रेणीशी करून त्या संदर्भ श्रेणीत कच्च्या प्राप्तांकांचे मूल्य रूपांतरित केली जाते. (जर कच्च्या प्राप्तांक श्रेणीत X गुण तर Z श्रेणीत किती?) यासाठी पुढील गुणोत्तर समान मांडून Z प्राप्तांकाचे मूल्य मिळविले जाते.

कच्च्या प्राप्तांकाची श्रेणी ⇨ Z प्राप्तांक श्रेणी

$$\frac{X - M}{\sigma} = \frac{Z - O}{1}$$

$$\therefore \quad \frac{X - M}{\sigma} = Z$$

(Z या श्रेणीत मध्यमान 0 व प्रमाण विचलन 1 असते.)

वरील समानतेवरून Z प्राप्तांकाचे सूत्र पुढील प्रकारे मांडता येते.

$$Z = \frac{X - M}{\sigma}$$

अशा प्रकारे कच्च्या प्राप्तांकाच्या श्रेणीतील गुणांचे रूपांतर Z प्राप्तांक श्रेणीत केले जाते - उदा., मध्यमान 62 व प्रमाण विचलन 4 असलेल्या विभाजनात लीनाचे गुण 57 व नीनाचे गुण 68 आहेत. त्यांचे Z प्राप्तांक किती

(1) लीनाचे Z गुण

$$Z = \frac{X - M}{\sigma} = \frac{57 - 62}{4} = \frac{-5}{4} = -1.25$$

नीनाचे Z गुण

$$Z = \frac{X - M}{\sigma}$$

$$= \frac{68 - 62}{4}$$

$$= \frac{+6}{4} \qquad = \qquad +1.5$$

लीनाचे Z गुण – 1.25 तर नीनाचे Z गुण + 1.5 आहेत.

'Z' प्राप्तांकाची वैशिष्ट्ये

1. Z प्राप्तांक म्हणजे मध्यमान 0 व प्रमाण विचलन 1 असलेल्या श्रेणीत रूपांतरित केलेले प्राप्तांक होत.

2. Z प्राप्तांक ही रूपांतरित प्राप्तांकामधील मूलभूत श्रेणी होय.

3. Z प्राप्तांकांचे मूल्य – 3 ते +3 च्या दरम्यात येते. ते क्वचित – 5 ते +5 च्या दरम्यान जाते.

4. Z प्राप्तांक चिन्हांकित असतात तसेच आकाराने लहान व अपूर्णांकात येतात.

5. Z प्राप्तांकात 0 हा संदर्भ बिंदू असतो.

6. या श्रेणीतील दोन खुणांमधील अंतर समान असते.

'Z' प्राप्तांकाचे उपयोग

1. विद्यार्थ्यांच्या प्रावीण्याचे वस्तुनिष्ठ मूल्यमापन करता येते.

2. विद्यार्थ्यांचे गटातील स्थान सांगता येते.

3. या प्राप्तांकांची सरासरी काढता येते. त्यांच्यावर अंकगणितीय प्रक्रिया करता येतात.

'Z' प्राप्तांकाच्या मर्यादा

1. या प्राप्तांकांचे मूल्य अपूर्णांकात येते तसेच ते चिन्हांकित असतात. आकाराने लहान असतात त्यामुळे प्रगतिपुस्तकावर त्यांची नोंद करणे योग्य ठरत नाही.

2. जरी Z प्राप्तांक वापरून वस्तुनिष्ठ तुलना करता येते व विद्यार्थ्यांचे गटातील स्थान सांगता येते तरीही सर्वसाधारणपणे ते दुर्बोध वाटतात. (–1.25 म्हणजे नेमके किती? असा प्रश्न पडतो.)

येथे हे लक्षात घेणे आवश्यक आहे की '+' धन चिन्ह तो प्राप्तांक मध्यमानापेक्षा मोठा आहे हे दर्शविते तर '–' ऋण चिन्ह तो प्राप्तांक मध्यमानापेक्षा लहान आहे हे दर्शविते.

2.7.2 'T' प्राप्तांक

Z प्राप्तांकाच्या मर्यादा दूर करण्यासाठी विल्यम मॅककॉल यांनी 'T' प्राप्तांक श्रेणी विकसित केली. थॉर्नडाईक यांच्या स्मृतीप्रित्यर्थ त्यास 'T' हे नाव देण्यात आले. ('T' Thorndike) 'T' प्राप्तांक म्हणजे मध्यमान 50 व प्रमाण विचलन 10 असलेल्या श्रेणीत रूपांतरित केलेले प्राप्तांक होत. यात पुढील गुणोत्तरे समान मांडल्यास 'T' चे सूत्र मिळते.

कच्च्या प्राप्तांकाची श्रेणी	Z प्राप्तांक श्रेणी	T प्राप्तांक श्रेणी
$\frac{X-M}{\sigma}$ =	$\frac{Z-0}{1}$ =	$\frac{T-50}{10}$
$\frac{X-M}{\sigma} = Z$		$Z = \frac{T-50}{10}$
$\therefore \quad Z = \frac{T-50}{10}$		$\therefore \quad T = (10 \times Z) + 50$

उदा., मध्यमान 57 व प्रमाण विचलन 12 असलेल्या गटात 'अ' चे प्राप्तांक 75 आहेत तर मध्यमान 66 व प्रमाण विचलन 7 असलेल्या गटात 'ब' चे प्राप्तांक 71 आहेत तर 'अ' व 'ब' च्या प्रावीण्याची तुलना करा.

प्रथम 'अ' चे 'Z' प्राप्तांक काढू.

$$Z = \frac{X_1 - M_1}{\sigma_1} = \frac{75-57}{12} = \frac{18}{12} = 1.5$$

आता 'ब' चे 'Z' प्राप्तांक काढू.

$$Z = \frac{X_2 - M_2}{\sigma_2} = \frac{71-66}{7} = \frac{5}{7} = 0.7$$

आता दोघांचे T प्राप्तांक काढू.

$$T = 10\,Z_1 + 50 = (10 \times 1.5) + 50 = 15 + 50 = 65$$

$$T_2 = 10\,Z_2 + 50 = (10 \times 0.7) + 50 = 7 + 50 = 57$$

T प्राप्तांकाची वैशिष्ट्ये

1. T प्राप्तांक म्हणजे मध्यमान 50 व प्रमाण विचलन 10 असलेल्या श्रेणीत रूपांतरित केलेले प्राप्तांक होय. T प्राप्तांकाचे मूल्य 20 ते 80 च्या दरम्यान येते क्वचित 0 ते 100च्या दरम्यान जाते.
2. हे प्राप्तांक Z प्राप्तांकाप्रमाणे चिन्हांकित नाहीत किंवा ते अपूर्णांकातही येत नाहीत.
3. यात Z प्राप्तांकाचे सर्व फायदे मिळतात व Z प्राप्तांकाचे तोटे दूर केले जातात.
4. ते समजण्यास सोपे आहेत. प्रगतिपुस्तकावर नोंद करण्यास उपयोग आहेत. विद्यार्थ्यांची वस्तुनिष्ठ तुलना करण्यास व गटातील स्थान निश्चित करण्यास T प्राप्तांकाचा उपयोग होतो.

2.7.3 रूपांतरित/प्रमाणित प्राप्तांक (Modified/Standard Score)

काही सुनिश्चित मध्यमान व प्रमाण विचलनाच्या आधारे रूपांतरित केलेल्या प्राप्तांकांना प्रमाणित प्राप्तांक म्हटले जाते. Z प्राप्तांक व T प्राप्तांक नंतर आवश्यकतेनुसार प्रमाणित प्राप्तांकाच्या अनेक श्रेणी विकसित केल्या गेल्या.

✦✦✦

❋ प्रस्तावना ❋

संशोधनासाठी वर्णनात्मक संख्याशास्त्राच्या पुढची पायरी म्हणजे अनुमानात्मक संख्याशास्त्र जाणून घेणे आवश्यक आहे. हे रिमाच्या लक्षात आले. आपल्या संशोधनात कोणती परीक्षिका उपयुक्त ठरेल याबद्दल तिची उत्सुकता जागृत झाली.

शैक्षणिक संशोधनात जनसंख्येतून नमुना निवड केली जाते. नमुन्यावर सर्व संशोधन प्रक्रिया राबवून संकलित माहितीचे विश्लेषण केले जाते. विश्लेषित केलेल्या माहितीच्या आधारे जनसंख्येबद्दल अनुमान काढले जाते. या सर्व प्रक्रियेसाठी संख्याशास्त्रीय चाचण्यांची आवश्यकता असते. त्यांचे पॅरामेट्रिक व नॉनपॅरामेट्रिक असे दोन प्रकार आहेत. त्या चाचण्यांसंदर्भात सविस्तर माहिती या प्रकरणात दिली आहे.

3.1 मूलभूत संकल्पनांची ओळख (Introduction of Basic Concepts)

संशोधक आपले संशोधन करण्यासाठी जनसंख्येतून छोटा गट निवडतो व माहिती संकलन, विश्लेषण करून निष्कर्ष काढतो. नमुन्यासंदर्भात मिळालेल्या निष्कर्षांचे सामान्यीकरण जनसंख्येवर करताना अनुमानात्मक संख्याशास्त्राचा वापर होतो.

अनुमानात्मक संख्याशास्त्रासाठी काही मूलभूत संकल्पना जाणून घेणे गरजेचे आहे. त्याबाबत सुरुवातीस स्पष्टीकरण दिले आहे.

जनसंख्या (Population)

❖ ''न्यादर्शन अभ्यासात ज्यांच्याबद्दल निष्कर्ष काढावयाचे असतात त्या सर्व व्यक्तींच्या/वस्तूंच्या समूहाला जनसंख्या म्हणतात.''

❖ ''जनसंख्येचे वास्तव व परिकल्पित असे दोन प्रकार असतात. वास्तव (Real) जनसंख्या –प्रत्यक्ष अस्तित्वात असणारी जनसंख्या म्हणजे वास्तव जनसंख्या होय.''   **– सर्वेक्षणातील जनसंख्या**

❖ ''परिकल्पित (Hypothetical) जनसंख्या – कल्पनेत असलेली जनसंख्या म्हणजे परिकल्पित जनसंख्या होय.''   **– प्रायोगिक अभ्यासातील जनसंख्या**

न्यादर्श / नमुना / प्रतिदर्श (Sample)

❖ ''जनसंख्येच्या तथ्याविषयी पूर्वानुमान करण्याकरिता जनसंख्येतून निवडलेल्या व्यक्ती किंवा वस्तू यांच्या लहान संचाला न्यादर्श म्हणतात.''

❖ ''न्यादर्शन / नमुना निवड – जनसंख्येतून विशिष्ट प्रकारे लहान गट निवडण्याच्या प्रक्रियेला न्यादर्शन किंवा नमुना निवड म्हणतात.''

प्राचलन समूहमान (Parameter)

❖ "A numerical index describing the behaviour of population is called as parameter."

❖ ''संपूर्ण जनसंख्येच्या निरीक्षणावरून काढलेल्या सांख्यिकीय मापाला प्राचलन म्हणतात.''

सांख्यिकी (Statistics)

❖ "A numerical index which describes the behaviour of a sample is called as statistics."

❖ ''न्यादर्शाच्या निरीक्षणावरून काढलेल्या सांख्यिकीय मापाला सांख्यिकी म्हणतात.''

न्यादर्शन घटक (Sampling Unit) : जनसंख्येतील प्रत्येक व्यक्ती, वस्तू किंवा घटना, जनसंख्येचा घटक असतो. सर्व घटकांची मिळून जनसंख्या असते. न्यादर्शाची निवड करताना जनसंख्येचे अनेक भाग करावे लागतात त्यांना न्यादर्शन घटक असे म्हणतात.

अभिनती (Bias) : अपेक्षित पूर्वानुमानाचे प्राचलनापासून असलेले विचलन म्हणजे अभिनती होय. चांगल्या न्यादर्शनात कमीत कमी अभिनती असते. न्यादर्शन विभाजनाचे मध्यमान संबंधित प्राचलनाशी जुळत असेल तर ती सांख्यिकी अनभिनत असते. जुळत नसेल तर ती अभिनत (Biased) असते.

न्यादर्शन विभाजन (Sampling Distribution) : संपूर्ण अनुमानात्मक सांख्यिकी ही संभाव्यतेच्या सिद्धान्तावर आधारलेली आहे.

जनसंख्या व न्यादर्श / नमुना यात जनसंख्या निश्चित असते. एकाच जनसंख्येतून एकच पद्धती वापरून असंख्य वेगवेगळे नमुने (Samples) निवडता येतात.

संशोधकाचा संबंध, या असंख्य नमुन्यांपैकी त्याने निवडलेल्या नमुन्याशीच केवळ असतो. त्याने निवडलेल्या एका नमुन्यावरून तो संपूर्ण जनसंख्येच्या प्रवृत्तीबद्दल अनुमान काढत असतो. अशा अनेक नमुन्यांच्या संदर्भात भिन्न-भिन्न सांख्यिकीय मापे मिळू शकतात.

उदा., 100 नमुने निवडल्यास आपल्याला 100 मध्यमाने मिळू शकतात.

N_1, N_2, N_3, N_4, N_5, ... N_{100}

M_1, M_2, M_3, M_4, M_5, ... M_{100}

मध्यमानांच्या या विविध सांख्यिकीय मापांच्या वितरणाला किंवा विभाजनाला (Distribution) मध्यमानाचे 'न्यादर्शन विभाजन' म्हणतात.

Sampling Distribution of Mean

एकाच जनसंख्येतून एकाच पद्धतीने निवडलेल्या समान आकाराच्या भिन्न-भिन्न नमुन्यांच्या / न्यादर्शांच्या संबंधात मिळालेल्या अनंत सांख्यिकीय मापांच्या मूल्यांच्या वारंवारिता विभाजनास त्या सांख्यिकीय मापाचे न्यादर्शन विभाजन म्हणतात.

न्यादर्शाचा / नमुन्याचा आकार पर्याप्त असल्यास ही विभाजने समतोल असतात.

Central Limit Theorem

एकाच जनसंख्येतून, एकाच नमुना निवड पद्धतीने, एकाच आकाराचे असंख्य नमुने निवडता येतात. त्यांच्या संदर्भात पुढील विधाने Central Limit Theorem स्पष्ट करतात.

1. नमुना मध्यमाने प्रसामान्य संभाव्यतेने विखुरलेली असतात.
2. जनसंख्येचे मध्यमान हे विविध नमुन्यांच्या मध्यमानांच्या मध्यमानाइतके असते.
3. नमुना मध्यमानांच्या वितरणाचे प्रमाण विचलन हे निवडलेल्या एका नमुन्याच्या प्रमाण विचलनापेक्षा लहान असते.

उदा., एका 10,000 विद्यार्थ्यांच्या जनसंख्येतून 100 आकाराचा नमुना निवडायचा आहे. या 10,000 जनसंख्येतून 100 विद्यार्थी यादृच्छिक पद्धतीने निवडायचे झाल्यास, अनेक वेगवेगळे नमुने निवडता येऊ शकतात

S_1, S_2, S_3, S_4, S_5, ...S_n.

या प्रत्येक नमुन्याला एखादी विशिष्ट चाचणी देऊन गुणदान केले तर प्रत्येक नमुन्याशी संबंधित मध्यमानाची वेगवेगळी किंमत मिळेल.

M_1, M_2, M_3, M_4, M_5,.........M_n

(कल्पना करू - $M_1 = 45.2$, $M_2 = 44$, $M_3 = 48$, $M_4 = 51$, $M_5 = 50$, $M_6 = 41$ ....

मध्यमानाच्या ज्या किमती वर दाखविल्या आहेत त्यांचे वितरण प्रसामान्य असते व या मध्यमानांच्या वितरणाचे प्रमाण विचलन हे संशोधकाने निवडलेल्या एकाच विशिष्ट नमुन्याच्या प्रमाण विचलनापेक्षा लहान असते.)

प्रमाणत्रुटी (Standard Error)

❖ "Standard deviation of different statistical measures of sampling distribution is called as standard error."

सांख्यिकीय मापांच्या न्यादर्शन विभाजनाच्या प्रमाण विचलनाला त्या सांख्यिकीय मापाची प्रमाणत्रुटी म्हणतात.

मध्यमानाची प्रमाणत्रुटी (Standard Error of Mean) : मध्यमानाच्या न्यादर्शन विभाजनाच्या प्रमाण विचलनाला मध्यमानाची प्रमाणत्रुटी म्हणतात. ती SE_M किंवा M_σ ने दर्शवितात.

$$SEM = \frac{(\sigma)}{\sqrt{N}} \qquad \sigma = \text{नमुन्याचे प्रमाण विचलन}$$

मध्यमानाच्या प्रमाणत्रुटीप्रमाणेच मध्यांकाच्या प्रमाणत्रुटीची किंवा प्रमाण विचलनाच्या प्रमाणत्रुटीचीही व्याख्या करता येते.

(5) एकपुच्छ व द्विपुच्छ परीक्षण (One Tailed & Two Tailed Testing) : जेव्हा दोन मध्यमानांतील फरकाच्या सार्थतेचे परीक्षण केले जाते तेव्हा परिकल्पना दोन प्रकारे मांडली जाऊ शकते.

(अ) दोन मध्यमानांत फरक राहील

(ब) विशिष्ट चलाच्या परिणामस्वरूप दुसऱ्या चलामध्ये वाढ किंवा घट होईल

पहिल्या परिकल्पनेत दोन मध्यमानांत केवळ फरक राहील असे म्हटलेले आहे. या परिकल्पनेच्या परीक्षणास द्विपुच्छ परीक्षण असे म्हणतात. यात फरकाची दिशा दर्शविलेली नसते.

दुसऱ्या परिकल्पनेत केवळ फरक राहील असे न म्हणता चलाच्या मध्यमान गुणांकात वाढ होईल किंवा घट होईल असे म्हटले आहे. या परिकल्पनेच्या परीक्षणास एकपुच्छ परीक्षण असे म्हणतात.

उदा., ''योग कार्यक्रमाच्या परिणामस्वरूप विद्यार्थ्यांच्या भावनिक बुद्ध्यांकांच्या मध्यमानात सार्थ वाढ होईल.''

या परिकल्पनेचे परीक्षण हे एकपुच्छ परीक्षण आहे. एकपुच्छ परीक्षणासाठी सारणीत वेगळा स्तंभ दिलेला असतो किंवा दिलेला नसल्यास 0.01 स्तरासाठी 0.02 च्या स्तंभाखालील मूल्य बघावे व 0.05 स्तरासाठी 0.10 च्या स्तंभाखालील मूल्य बघावे.

त्रुटींचे प्रकार (Types of Error -Type I & Type II) : जेव्हा परिकल्पना परीक्षणात प्राप्त किमती या 0.05 व 0.01 स्तरासाठींच्या सारणीमूल्यांच्या सीमारेषेवर असतात किंवा 0.05 व 0.01 स्तरासाठीच्या सारणीमूल्यांच्या मध्ये असतात तेव्हा शून्य परिकल्पना स्वीकृती किंवा अस्वीकृती संदर्भात संभ्रमाची स्थिती उद्भवते. अशा वेळी निर्णयासंदर्भात चूक घडण्याची शक्यता असते त्यालाच त्रुटी असे म्हणतात. त्रुटी दोन प्रकारच्या असतात. पुढील तक्त्यावरून त्या स्पष्ट होतील.

शून्य परिकल्पना	स्वीकार	अस्वीकार
सत्य	✓	I α त्रुटी
असत्य	II β त्रुटी	✓

तक्त्यामध्ये चार घटना दर्शविलेल्या आहेत

1. शून्य परिकल्पना सत्य असताना तिचा स्वीकार ⇨ योग्य निर्णय

2. शून्य परिकल्पना सत्य असताना तिचा त्याग/अस्वीकार ⇨ चुकीचा निर्णय प्रकार I ची त्रुटी किंवा α त्रुटी

3. शून्य परिकल्पना असत्य असताना तिचा स्वीकार ⇨ चुकीचा निर्णय प्रकार II ची त्रुटी किंवा β त्रुटी

4. शून्य परिकल्पना असत्य असताना तिचा त्याग/अस्वीकार ⇨ योग्य निर्णय

पहिल्या प्रकारची त्रुटी : शून्य परिकल्पना सत्य असताना तिचा स्वीकार करण्याऐवजी त्याग केल्यास पहिल्या प्रकारची त्रुटी घडते. येथे सार्थ नसलेला फरक सार्थ आहे असे सांगण्याची चूक घडते. यालाच Type I त्रुटी किंवा α त्रुटी म्हणतात.

दुसऱ्या प्रकारची त्रुटी : शून्य परिकल्पना असत्य असताना तिचा त्याग करण्याऐवजी स्वीकार केल्यास दुसऱ्या प्रकारची त्रुटी घडते. यात सार्थ असलेला फरक सार्थ नाही असे दर्शविण्याची चूक घडते. यालाच Type II त्रुटी किंवा β त्रुटी म्हणतात.

दोन्ही प्रकारच्या त्रुटी परस्परविरुद्ध आहेत. त्रुटी घडू नयेत यासाठी जेव्हा गोंधळाची परिस्थिती उद्भवेल तेव्हा प्रयोग पुन्हा एकदा राबविला जावा व त्यावरून अंतिम निर्णय घ्यावा.

सार्थतेचे स्तर

गृहीत कल्पनांचा खरे-खोटेपणा संशयास्पदरीत्या नाकारण्याची हमी घेणाऱ्या असंभवतेच्या अंशाला सार्थता स्तर म्हणतात.

संशोधकाने काढलेले निष्कर्ष ज्या स्तरावर स्वीकार करण्याजोगे किंवा योग्य ठरविता येतात, त्यांना सार्थतेचे स्तर म्हणतात. शैक्षणिक संख्याशास्त्रात प्रामुख्याने दोन स्तर निवडले जातात. → 0.05 व 0.01

0.05 स्तर म्हणजे 95% अचूकतेचा स्तर – 100 प्रयोगात 5 चुका घडण्याची शक्यता.

0.01 स्तर म्हणजे 99% अचूकतेचा स्तर – 100 प्रयोगात 1 चूक घडण्याची शक्यता.

विश्वासमर्यादा व विश्वासांतर

संशोधक ज्या वेळी संपूर्ण जनसंख्येतून न्यादर्श निवडून त्यांच्यावर काही प्रक्रिया करतो, त्यातून त्याला जी मूल्ये प्राप्त होतात. ती त्याज्य केव्हा करावीत व स्वीकारणीय केव्हा होतील हे ठरविणाऱ्या मर्यादेला विश्वासमर्यादा म्हणतात.

मध्यमानापासून दूरवर असणारी मूल्ये अधिक विश्वासाने त्याज्य ठरविली जातात. मध्यमानापासूनचे अंतर कमी होत गेले तर त्याज्य ठरविण्याचा विश्वास कमी होत जातो.

विश्वासांतराचा संबोध वापरून जनसंख्येच्या मध्यमानाच्या विश्वासमर्यादा ठरविता येतात.

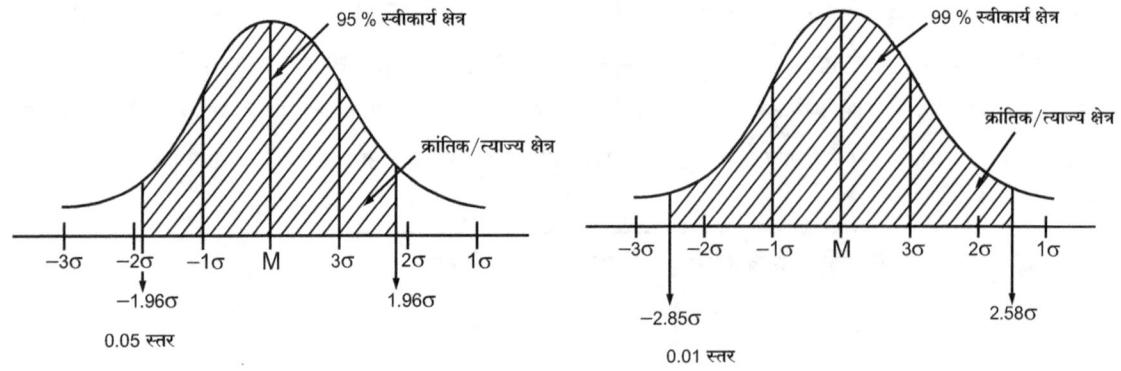

विश्वासमर्यादा / विश्वासांतर काढणे :

(1) एका नमुन्यासाठी मध्यमान 155 व प्रमाण विचलन 10 आहे. नमुन्याची संख्या 400 आहे. तर नमुन्याच्या मध्यमानावरून जनसंख्येच्या मध्यमानाच्या विश्वासमर्यादा किंवा विश्वासांतर काढा.

यासाठी पुढील सूत्राचा वापर करता येतो.

$$M_{pop} \;=\; M \pm (SE_m \text{ त्या स्तराची } \sigma \text{ value})$$

0.01 स्तरासाठी 'σ' मूल्य 2.58 व 0.05 स्तरासाठी 'σ' मूल्य 1.96 असते.

M_{pop} = **जनसंख्येचे मध्यमान**   M = **नमुन्याचे मध्यमान** SE_m = **मध्यमानाची प्रमाणत्रुटी**

$$SE_m \;=\; \frac{\sigma}{\sqrt{N}}$$

यासाठी प्रथम SE_m म्हणजे मध्यमानाची प्रमाणत्रुटी काढू.

$$SE_m \;=\; \frac{\sigma}{\sqrt{N}} \;=\; \frac{10}{\sqrt{400}} \;=\; \frac{10}{20} \;=\; 0.5$$

आता 0.05 स्तरासाठी विश्वासमर्यादा काढू (0.05 स्तरासाठी)

$$M_{pop} \;=\; M \pm SE_m \times 1.96$$
$$=\; 155 \pm 0.5 \times 1.96$$
$$\therefore M_{pop} \;=\; 155 \pm 0.98$$

आता विश्वासमर्यादा काढण्यासाठी 155 मधून एकदा 0.98 वजा करू व 155 मध्ये 0.98 एकदा मिळवू.

$$155 - 0.98 \quad \text{आणि} \quad 155 + 0.98$$

म्हणून 0.05 स्तरावर जनसंख्येच्या विश्वासमर्यादा या 154.02 ते 155.98 अशा मिळतील याचा अर्थ

1. नमुन्याचे मध्यमान 155 असेल तर 0.05 स्तरावर जनसंख्येचे मध्यमान 95 वेळा 154.02 ते 155.98 या दरम्यानच येईल हे विश्वासपूर्वक आपण सांगू शकतो किंवा

2. 100 पैकी 95 वेळा जनसंख्येचे मध्यमान 154.02 ते 155.98 या दरम्यानच असेल.

3. 154.02 ते 155.98 या दरम्यान 95% न्यादर्श मध्यमाने राहतील.

4. कोणतेही न्यादर्श मध्यमान वरील मर्यादेत असण्याची शक्यता 95% आहे.

5. न्यादर्श मध्यमान वरील मर्यादेत किंमत घेण्याची शक्यता 95% आहे किंवा न घेण्याची शक्यता 5% आहे.

आता 0.01 स्तरासाठी

$$M_{pop} \;=\; M \pm SE_m \times 2.58$$
$$=\; 155 \pm (0.5 \times 2.58)$$
$$=\; 155 \pm 1.29$$
$$155 - 1.29 \quad \text{आणि} \quad 155 + 1.29$$
$$155 - 1.29 \;=\; 153.71$$
$$155 + 1.29 \;=\; 156.29$$

म्हणून 153.71 ते 156.29 या दरम्यान 99% मध्यमाने राहतील. जनसंख्येचे मध्यमान या दोन मर्यादा दरम्यान असण्याची शक्यता 99% आहे.

जनसंख्येच्या 0.01 स्तरावरील विश्वासमर्यादा 153.71 ते 156.29 अशा आहेत.

मध्यांकाची प्रमाणत्रुटी व त्यावरून विश्वासमर्यादा : मध्यांकाच्या प्रमाणत्रुटीचे सूत्र पुढे दिले आहे.

$$SE_{mdn} = \frac{1.25\,\sigma}{N} \text{ किंवा } \frac{1.86\,Q}{N}$$

उदा., एका गटात 142 विद्यार्थी आहेत. त्याचा मध्यांक 40 व चतुर्थक विचलन 16 आहे. त्यावरून वास्तव मध्यमानाच्या (जनसंख्येच्या मध्यमानाच्या) विश्वासमर्यादा काढा.

प्रथम मध्यांकाची प्रमाणत्रुटी काढू.

$$SE_{mdn} = \frac{1.86\,Q}{N}$$

$$= \frac{1.86 \times 16}{142}$$

$$= \frac{29.76}{11.92}$$

$$= 2.50$$

0.05 स्तरासाठी

$$M_{pop} = Mdn \pm SE_{mdn} \times 1.96$$

$$= 40 \pm (2.5 \times 1.96)$$

$$= 40 \pm 4.9$$

$$\therefore \quad 40 - 4.9 \text{ आणि } 40 + 4.9$$

$$\therefore \quad 35.10 \text{ आणि } 44.9$$

0.05 स्तरावर वास्तव मध्यांकाच्या विश्वासमर्यादा 35.10 ते 44.90 इतक्या आहेत.

0.01 स्तरासाठी विश्वासमर्यादा

$$M_{dn\ pop} = M_{dn} \pm SE_{mdn}\,(2.58)$$

$$= 40 \pm 2.50 \times 2.58$$

$$= 40 \pm 6.45$$

$$= 40 - 6.45 \quad \bigg| \quad 40 + 6.45$$

$$= 33.55 \quad \bigg| \quad = 46.45$$

∴ 0.01 स्तरासाठी वास्तव मध्यांकाच्या विश्वासमर्यादा 33.55 ते 46.45 अशा आहेत. 100 पैकी 99 वेळा मध्यांकाची किंमत 33.55 ते 46.45 या दरम्यानच येईल हे आपण ठामपणे / विश्वासाने सांगू शकतो.

(इतर मुद्दे वरील उदाहरणाप्रमाणेच लिहावेत.)

3.2 पॅरामेट्रिक टेस्ट (Parametric Test)

Parametric Data & Tests : प्राचलित / प्राचलनयुक्त / समष्टिवादी माहिती व परीक्षिका

Parametric Data ही मापनक्षम माहिती असते. यात अंतरश्रेणी वापरलेली असते. यात असे साधन वापरलेले असते की ज्यात प्राप्तांक हे संख्या स्वरूपात उपलब्ध होतात. म्हणून जेव्हा माहिती ही स्वत:च प्राप्तांकाच्या स्वरूपात अंतर किंवा गुणोत्तर श्रेणी वापरून संकलित केलेली असेल तर प्राचलित परीक्षिका वापरता येतात.

दुसरे म्हणजे जर गट खूप मोठा व प्रसामान्य असेल तर Parametric Test वापरणे योग्य ठरते.

Non-Parametric Data ही माहिती केवळ मोजलेली माहिती (Counted Data) असते किंवा क्रमवारी लावलेली माहिती असते म्हणजे जेव्हा केवळ वारंवारिता मोजून गटवारी केलेली असेल तर ती नामांकन श्रेणीतील माहिती असते. तसेच काही वेळा प्राप्तांकाची केवळ चढत्या / उतरत्या श्रेणीने क्रमवारी लावलेली असते. ती क्रमांकन श्रेणीतील माहिती असते. जेव्हा माहिती नामांकन किंवा क्रमांकन श्रेणीत असते तेव्हा आपण केवळ अप्राचलित किंवा प्राचलनमुक्त परीक्षिका वापरू शकतो. तसेच जर गट खूप लहान किंवा प्रसामान्य रूपात वितरित झालेला नसेल तरीसुद्धा नॉन-पॅरामेट्रिक टेस्टस् वापरणे श्रेयस्कर ठरते. परंतु कधी-कधी लहान नमुन्यात माहिती ही अंतर श्रेणीतील असेल तर पॅरामेट्रिक टेस्ट्स वापरल्या जाऊ शकतात. कारण पॅरामेट्रिक टेस्ट्स या robust (खूप सामर्थ्यशाली) आहेत.

पॅरामेट्रिक टेस्ट्ससाठी माहितीने पूर्ण करावयाच्या अटी :

1. निरीक्षणे ही स्वतंत्र असावीत एकमेकांवर आधारलेली नसावीत. म्हणजेच येथे नमुना निवड ही यादृच्छिक असावी.
2. दोन किंवा अधिक नमुन्यांचे विचलन हे समान किंवा जवळ-जवळ समान असावे. जेव्हा गट लहान असतील तेव्हा हे विशेष महत्त्वाचे
3. चलांची मोजणी ही अंतरश्रेणीत (Interval Scale) किंवा गुणोत्तर श्रेणीत (Ratio Scale) केलेली असावी.

या अटी पूर्ण होत असतील तरच पॅरामेट्रिक टेस्ट्स वापरल्या जाव्यात.

3.2.1 '*t*' परीक्षिका ('*t*' Test)

जेव्हा दोन मध्यमानांतील फरक लक्षणीय (सार्थ) आहे का नाही ते तपासायचे असते तेव्हा 't' परीक्षण केले जाते. जेव्हा दोन गट पुरेसे मोठे असतात व त्यांचे वितरण प्रसामान्य असते तेव्हा या परीक्षणात सार्थतेच्या परीक्षणासाठी जे गुणोत्तर काढले जाते त्याला Critical Ratio क्रांतिक अंक / गुणोत्तर म्हटले जाते व प्राप्त गुणोत्तराची तुलना 0.01 स्तरावर 2.58 व 0.05 स्तरावर 1.96 शी केली जाते. तर जेव्हा गट लहान असतात तसेच अचूक निष्कर्षांची अपेक्षा असते तेव्हा संशोधनात क्रांतिक अंकांऐवजी t मूल्य शोधले जाते. प्राप्त t मूल्याची तुलना सारणीत दिलेल्या मूल्यांशी केली जाते व त्यावरून निर्णय घेतला जातो.

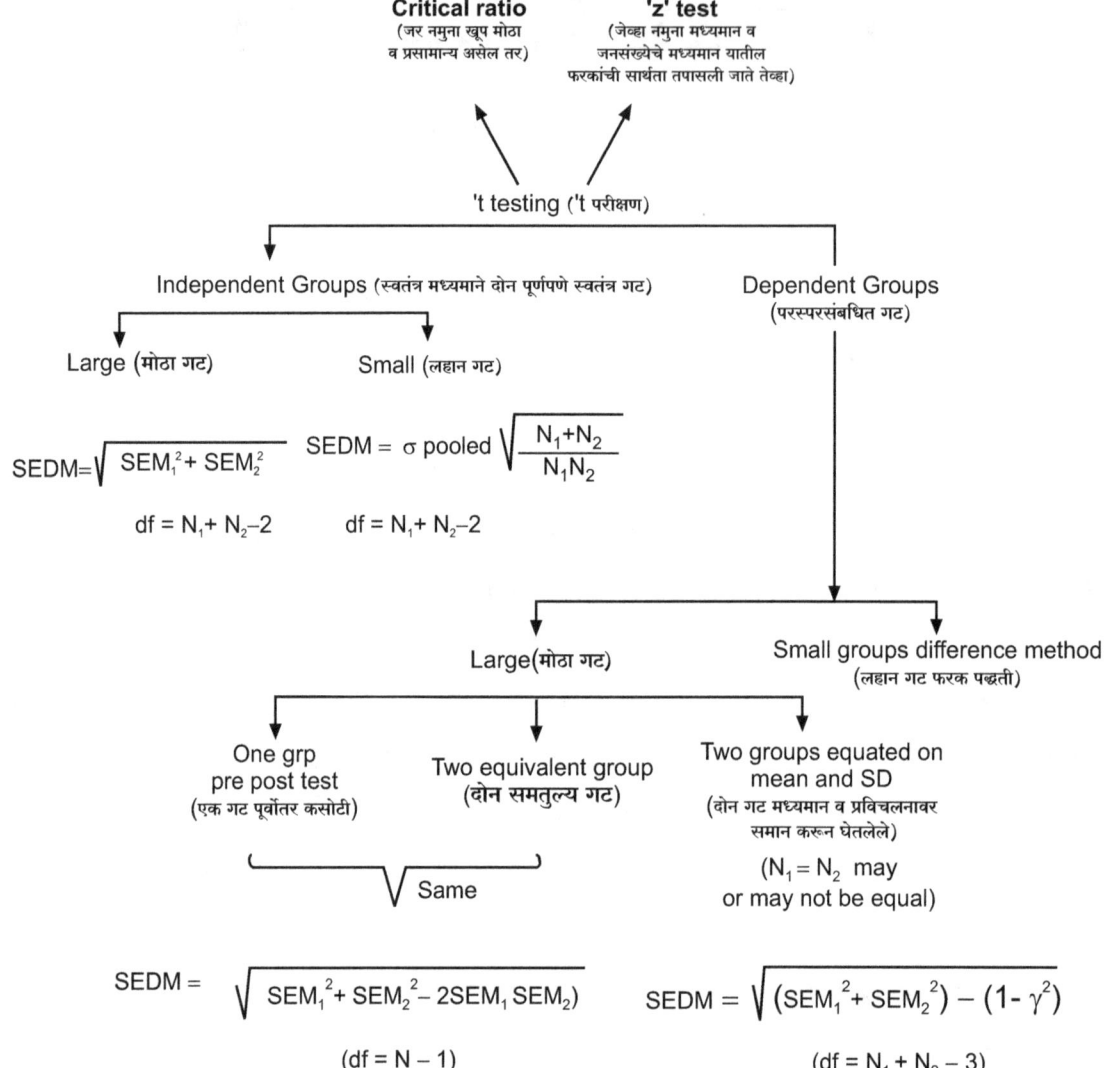

परिकल्पना परीक्षण 't' परीक्षण

जेव्हा दोन मध्यमानातील फरकाची विश्वासार्हता तपासायची असते तेव्हा 't' परीक्षिका वापरली जाते. जेव्हा दोन गट खूप मोठे व प्रसामान्य असतात तेव्हा या परीक्षणात जे गुणोत्तर काढले जाते त्या गुणोत्तरालाच क्रांतिक गुणोत्तर असे म्हणतात.

मोठे गट स्वतंत्र मध्यमाने असताना मध्यमान फरकाची सार्थता काढणे : उदा., एका शाळेतील 'अ' व 'ब' या दोन तुकड्यांमधील विद्यार्थ्यांची गणित विषयातील मध्यमाने अनुक्रमे 60 व 55 आहेत. तसेच प्रमाण विचलने अनुक्रमे 5 व 4 आहेत तर 0.01 व 0.05 स्तरावर मध्यमानातील फरकाची सार्थता पडताळून बघा येथे 'अ' गटात 70 व 'ब' गटात 65 विद्यार्थी आहेत. येथे गट मोठे असल्याने CR काढू.

$$CR = \frac{(DM)}{(SE_{DM})}$$

$$CR = \frac{|M_1 - M_2|}{\sqrt{\frac{\sigma_1^2}{N_1} + \frac{\sigma_2^2}{N_2}}}$$

$$= \frac{60 - 55}{\sqrt{\frac{(5)^2}{70} + \frac{(4)^2}{65}}}$$

$$= \frac{5}{\sqrt{\frac{25}{70} + \frac{16}{65}}}$$

$$= \frac{5}{\sqrt{0.603}}$$

$$= 6.438$$

येथे 0.01 स्तरासाठी 2.58 शी तुलना केल्यास 6.438 हे प्राप्त गुणोत्तर 2.58 पेक्षा मोठे असल्याने मध्यमानातील फरक 0.01 स्तरावर सार्थ आहे. म्हणून शून्य परिकल्पनेचा त्याग करावा लागेल.

उदा., 2 : 150 शहरी व 200 ग्रामीण विद्यार्थ्यांच्या दोन गटांची बुद्धिमत्ता चाचणीतील गुणांची मध्यमाने 113 व 110 आहेत प्रमाण विचलने 15 व 16 आहेत. मध्यमानांतील फरक कितपत विश्वासार्ह आहे ?

$$SE_{DM} = \sqrt{SE_{M1}^2 + SE_{M2}^2}$$

$$= \sqrt{\frac{(15)^2}{150} + \frac{(16)^2}{200}}$$

$$= \sqrt{\frac{225}{150} + \frac{256}{200}}$$

$$= \sqrt{1.5 + 1.28}$$

$$= \sqrt{2.78}$$

$$= 1.67$$

आता,

$$C_R = \frac{D_M}{SE_{DM}}$$

$$= \frac{3}{1.67}$$

$$= 1.796$$

प्राप्त 'C_R' मूल्य 0.05 स्तरावरील 1.96 या मूल्यापेक्षा लहान असल्याने मध्यमानातील फरक 0.05 स्तरावर सार्थ नाही. म्हणजेच तो 0.01 स्तरावरही सार्थ नाही. म्हणून शून्य परिकल्पना त्याज्य ठरवता येणार नाही. येथे हे लक्षात घ्या की वरील दोन्ही उदाहरणांत कोणताही प्रयोग केलेला नाही. सर्वेक्षणात दोन मध्यमानांतील फरकाची सार्थता तपासण्यासाठी परिकल्पना परीक्षण केले आहे.

(ii) मोठे गट दोन संबंधित मध्यमाने : एका विद्यालयातील 500 विद्यार्थ्यांना अध्यापनापूर्वी लेखनक्षमता चाचणी दिली. वर्षाखेरीस तीच चाचणी पुन्हा दिली. मध्यमाने अनुक्रमे 125 व 132 आणि प्रमाण विचलने अनुक्रमे 40 व 52 आली. पूर्व व उत्तर चाचणीतील सहसंबंध गुणक 0.73 आला. मध्यमानातील फरकाची सार्थता ठरवा.

येथे हे लक्षात घ्या की हा प्रयोग आहे. वर्षभराच्या अध्यापनाची परिणामकारकता पूर्वोत्तर कसोट्यांद्वारे तपासली जाणार आहे. हा एकलगट अभिकल्प आहे. प्रयोगातील दोन्ही मध्यमाने परस्परसंबंधित गटांची असतात. या ठिकाणी सहसंबंध गुणक विचारात घ्यावाच लागतो.

$$DM = | M_1 - M_2 | = | 125 - 132 | = 7$$

$$SEDM = \sqrt{SEM_1^2 + SEM_2^2 - 2r\, SEM_1\, SEM_2}$$

$$SEM_1 = \frac{\sigma_1}{\sqrt{N_1}} = \frac{40}{\sqrt{500}} = 1.79$$

$$SEM_2 = \frac{\sigma_2}{\sqrt{500}} = \frac{52}{\sqrt{500}} = 2.33$$

$$SEDM = \sqrt{(1.79)^2 + (2.33)^2 - 2 \times 0.73 \times 1.79 \times 2.33}$$

$$= \sqrt{3.20 + 5.43 - 6.09}$$

$$C_R = \frac{DM}{SE_{DM}}$$

$$= \frac{7}{1.59}$$

$$= 4.4025$$

$$= 4.40$$

प्राप्त CR चे मूल्य हे 0.01 स्तरावरील 2.58 या किमतीपेक्षा मोठे असल्याने मध्यमानातील फरक 0.01 स्तरावर सार्थ आहे. म्हणून शून्य परिकल्पनेचा त्याग करावा लागेल.

't' परीक्षणाची विविध प्रकारची उदाहरणे :

(I) लहान गट स्वतंत्र मध्यमाने : जेव्हा दोन स्वतंत्र नमुने लहान असतात तेव्हा CR ऐवजी 't' मूल्य काढले जाते. छोट्या गटासाठी Correction म्हणून यात प्रमाण विचलन काढताना N ऐवजी N – 1 ने विचलनाच्या वर्गाला भागले जाते.

$$\therefore \quad SD = \sigma = \sqrt{\frac{\sum X^2}{N-1}}$$

उदा., एका महाविद्यालयातील विज्ञानाच्या 7 मुलांना आणि मराठीच्या 12 मुलांना वैज्ञानिक अभिवृत्ती चाचणी दिली. त्यांची मध्यमाने अनुक्रमे 113 व 105 आली. मध्यमानातील फरकाची सार्थता ठरवा.

दिलेली माहिती	विज्ञान गट	मराठी गट	
	$M_1 = 113$	$M_2 = 105$	σ pooled = 7
	$N_1 = 7$	$N_2 = 12$	

येथे

$$SE_{DM} = \sigma \text{ pooled} \sqrt{\frac{N_1 + N_2}{N_1 N_2}}$$

$$= 7\sqrt{\frac{7 + 12}{7 \times 12}}$$

$$= 7\sqrt{\frac{19}{84}}$$

$$= 7 \times 0.476$$

$$= 3.332$$

आता $t = \dfrac{DM}{SED_M}$

$$= \frac{113 - 105}{3.332}$$

$$= \frac{8}{3.332}$$

$$= 2.401$$

$$df = 7 - 1 + 12 - 1$$

$$= 17$$

D table मध्ये 17 स्वाधीनता मात्रेसाठी 0.05 स्तरावरील मूल्य 2.11 आहे. प्राप्त 't' मूल्य त्यापेक्षा मोठे असल्याने मध्यमानातील फरक या स्तरावर सार्थ आहे. म्हणून 0.05 स्तरावर शून्य परिकल्पनेचा त्याग करावा लागेल परंतु 0.01 स्तरावरील सारणी मूल्य 2.90 आहे. प्राप्त 't' मूल्य त्यापेक्षा लहान असल्याने 0.01 स्तरावर मध्यमानातील फरक सार्थ नाही त्यामुळे 0.01 स्तरावर शून्य परिकल्पनेचा स्वीकार करावा लागेल.

't' परीक्षणाच्या पायऱ्या

1. दोन मध्यमानांतील फरक काढणे (Dm = | M₁ – M₂ |)
2. दोन्ही मध्यमानांची प्रमाणत्रुटी काढणे.

   SEM = $\dfrac{\sigma}{\sqrt{N}}$ हे सूत्र वापरून SEM₁ व SEM₂ काढणे.

3. अभिकल्पानुसार योग्य सूत्र वापरून मध्यमानातील फरकाची प्रमाणत्रुटी काढणे (SEDM)
4. t = $\dfrac{DM}{SEDM}$ हे सूत्र वापरून t गुणोत्तर काढणे.
5. स्वाधीनता मात्रा काढणे.
6. सार्थतेचा स्तर निश्चित करणे (0.01 किंवा 0.05)
7. प्राप्त 't' मूल्याची तुलना संबंधित स्वाधीनता मात्रा व सार्थतेनुसार सारणीमूल्याशी करणे.
8. शून्य परिकल्पनेसंदर्भात निर्णय घेणे (प्राप्त 't' मूल्य हे सारणीमूल्याइतके किंवा त्यापेक्षा मोठे असल्यास शून्य परिकल्पनेचा त्याग करणे. प्राप्त 't' मूल्य सारणीमूल्यापेक्षा लहान असल्यास शून्य परिकल्पनेचा स्वीकार करणे.)
9. निर्णयानुसार मध्यमानातील फरकाच्या सार्थतेसंदर्भात निष्कर्ष मांडणे.

(शून्य परिकल्पनेचा त्याग केल्यास मध्यमानांतील फरक सार्थ किंवा लक्षणीय असतो.

शून्य परिकल्पनेचा स्वीकार केल्यास — मध्यमानातील फरक सार्थ नसतो किंवा लक्षणीय नसतो.)

दोन सहसंबंधित मध्यमाने (Two Correlated Means)

(1) एकल गट अभिकल्प : जेव्हा एखाद्या प्रयोगात एकल गट पूर्वोत्तर कसोटी अभिकल्प वापरला जातो तेव्हा पूर्व व उत्तर कसोटीतील मध्यमानाच्या फरकाची सार्थता तपासण्यासाठी SEDM चे पुढील सूत्र वापरतात.

$$SEDM = \sqrt{SEM_1{}^2 + SEM_2{}^2 - 2r\ SEM_1 \times SEM_2}$$

उदा., 50 विद्यार्थ्यांच्या एका गटाला पूर्वचाचणी देऊन वैज्ञानिक अभिवृत्तीचे मापन केले. त्यानंतर वैज्ञानिक अभिवृत्ती वाढविण्यासाठी विज्ञानविषयक कार्यक्रमांचे आयोजन केले. त्यानंतर पुन्हा वैज्ञानिक अभिवृत्ती चाचणी दिली. वैज्ञानिक अभिवृत्तीच्या मध्यमानातील वाढ सार्थ आहे का हे 't' परीक्षणाद्वारे पडताळा.

$$M_1 = 47 \qquad\qquad M_2 = 52$$

$$\sigma_1 = 6 \qquad\qquad \sigma_2 = 5$$

$$r = 0.06$$

$$DM = M_2 - M_1$$

$$= 52 - 47$$

$$= 5$$

$$SE_{M1} = \frac{\sigma_1}{\sqrt{N_1}}$$

$$= \frac{6}{\sqrt{50}}$$

$$= 0.849$$

$$SE_{M2} = \frac{\sigma_2}{\sqrt{N_2}}$$

$$= \frac{5}{\sqrt{50}}$$

$$= 0.707$$

$$SEDM = \sqrt{SEM_1{}^2 + SEM_2{}^2 - 2r\ SEM_1 \times SEM_2}$$

$$= \sqrt{(0.849)^2 + (0.707)^2 - 2 \times 0.6 \times 0.848 \times 0.707}$$

$$= \sqrt{0.720 + 0.499 - 0.719}$$

$$= 0.499$$

$$SEDM = 0.707$$

$$t = \frac{DM}{SEDM}$$

$$= \frac{5}{0.707}$$

$$= 7.07$$

आलेल्या 't' गुणोत्तराची तुलना 'D' table मधील किमतीशी केली जाते.

येथे df = N − 1

            = 50 − 1

            = 49

49 स्वाधीनता मात्रेसाठी सारणीमध्ये 0.01 स्तरासाठीचे मूल्य 2.40 आहे. प्राप्त 't' मूल्य 7.07 हे त्यापेक्षा मोठे असल्याने मध्यमानातील फरक सार्थ ठरतो. म्हणून शून्य परिकल्पनेचा त्याग करावा लागेल.

(लक्षात घ्या हे एक पुच्छ परीक्षण आहे. म्हणून 0.01 स्तरासाठी 0.02 स्तंभाखालील t ची किंमत बघितली)

(2) गट लहान असताना : एकल गट पूर्वोत्तर कसोटी अभिकल्पाचा वापर - गट लहान असताना जर पूर्वोत्तर कसोटी अभिकल्प वापरला असेल तर तेव्हा मध्यमानातील फरकाची सार्थता पडताळण्यासाठी Difference Method प्राप्तांकातील फरक पद्धती वापरली जाते.

उदा., दहा विद्यार्थ्यांना वाचनक्षमता चाचणी दिली. त्यानंतर प्रभावी वाचनासंदर्भात कार्यक्रम राबवून तीच चाचणी पुन्हा दिली. मध्यमानातील फरकाची सार्थता ठरवा.

X	Y	Y − X	D − M$_D$	
		Diff	x	x^2
50	52	2	− 1	1
40	43	3	0	0
51	57	6	3	9
32	33	1	− 2	4
60	63	3	0	0
41	49	8	5	25
38	40	2	− 1	1
53	58	5	2	4
54	53	− 1	− 4	16
37	38	1	− 2	4
		$\Sigma(y-x) = 30$ $\frac{30}{10} = 3$		$\Sigma X^2 = 64$

Mean of D   =   3

Mean of D   = $\frac{30}{10} = 3$

S.D. of Difference   =   SD$_D$ = $\sqrt{\frac{\Sigma x^2}{N-1}}$ = $\sqrt{\frac{64}{10-1}}$

                      = $\sqrt{\frac{64}{9}}$ = 2.67

येथे गट लहान असल्याने N ऐवजी N − 1 ने भागले.

$$SEDm = \frac{\sigma D}{\sqrt{N}}$$

$$= \frac{2.67}{\sqrt{10}}$$

$$= \frac{2.67}{3.16}$$

$$= 0.845$$

$$t = \frac{\text{Mean of Diff.}}{\text{Stand Error for Diff.}}$$

$$= \frac{3}{0.845}$$

$$= 3.55$$

येथे $df = N - 1 = 10 - 1 = 9$

आता 9 स्वाधीनता मात्रेसाठी D सारणीमधील 0.01 स्तरासाठीचे मूल्य 2.82 आहे. प्राप्त 't' मूल्य 3.55 हे त्यापेक्षा मोठे असल्याने मध्यमानातील फरक सार्थ ठरतो. म्हणून शून्य परिकल्पनेचा त्याग करावा लागेल. (लक्षात घ्या हे एक पुच्छ परीक्षण आहे म्हणून 0.01 स्तरासाठी 0.02 च्या स्तंभाखालील t चे सारणीमूल्य विचारात घेतले आहे.)

(3) दोन गट जोड्या जुळवून संतुलित करून घेतलेले असताना (Two Groups Matched by Pairs) : उदा., दोन गट एका चाचणीच्या आधारे जोड्या जुळवून समतुल्य करून घेतले. प्रायोगिक गटाला नावीन्यपूर्ण पद्धतीने व नियंत्रित गटाला पारंपरिक पद्धतीने अध्यापन केले. त्यानंतर दोन्ही गटांना संपादन चाचणी दिली. मध्यमानातील फरकाची सार्थता ठरवा.

		M सुरुवातीचे	σ सुरुवातीचे	M अंतिम	σ अंतिम	N
गट I	प्रायोगिक	42.30	5.36	58.75	6.34	50
गट II	नियंत्रित	42.32	5.38	56.54	7.25	50

$$r = 0.50$$

$$SEM_1 = \frac{\sigma_1}{\sqrt{N_1}} \qquad\qquad SEM_1 = \frac{\sigma_2}{\sqrt{N_2}}$$

$$= \frac{6.34}{\sqrt{50}} \qquad\qquad = \frac{7.25}{\sqrt{50}}$$

$$= \frac{6.34}{7.07} \qquad\qquad = \frac{7.25}{7.07}$$

$$= 0.897 \qquad\qquad = 1.025$$

$$SE_{DM} = \sqrt{SE_{m1}^2 + SE_{m2}^2 - 2rSE_{m1}\,SE_{m2}}$$

$$= \sqrt{(0.897)^2 + (1.025)^2 - 2 \times 0.50 \times 0.897 \times 1.025}$$

$$= \sqrt{0.805 + 1.050 - 0.9194}$$

$$= \sqrt{1.854 - 0.9194}$$

$$= \sqrt{0.9356}$$

$$= 0.967$$

$$DM = |M_1 - M_2| = 2.21$$

$$t = \frac{DM}{SE_{DM}}$$

$$= \frac{2.21}{0.967}$$

$$\boxed{t = 2.29}$$

df येथे स्वाधीनता मात्रा $df = N - 1 = 50 - 1 = 49$

D सारणीत 49 स्वाधीनता मात्रेसाठी t चे मूल्य 0.01 स्तरासाठी 2.68 व 0.05 स्तरासाठी 2.01 इतके आहे.

प्राप्त t मूल्य हे 2.68 पेक्षा लहान पण 2.01 पेक्षा मोठे असल्याने मध्यमानातील फरक 0.05 स्तरासाठी सार्थ ठरतो. पण 0.01 स्तरासाठी सार्थ नाही. म्हणून 0.05 स्तरावर शून्य परिकल्पना त्यागावी लागेल.

लक्षात घ्या हे द्विपुच्छ परीक्षण आहे.

(4) दोन गट मध्यमान व प्रमाण विचलनावर समतुल्य करून घेतलेले असतील तर (Two groups matched for mean & S.D.) : जेव्हा दोन गटातील विद्यार्थी संख्या असमान असते व जोड्या जुळवणे शक्य नसते तेव्हा एखाद्या संबंधित पूर्वचाचणीद्वारे दोन गटांचे मध्यमान व प्रमाण विचलन समान आहे की नाही हे पडताळले जाते. ते समान असल्यास गट समतुल्य झाले आहेत हे निश्चित होते. त्यापैकी एक गट प्रयोगासाठी वापरला जातो तर दुसरा गट नियंत्रित ठेवला जातो.

उदा., दोन कमी-जास्त विद्यार्थी संख्या असलेल्या गटांना बुद्धिमत्ता चाचणी दिली तेव्हा मध्यमान व प्रमाण विचलन समान आढळले. त्यापैकी एका गटावर ज्ञानरचनावादी अध्ययन पद्धती वापरली तर दुसऱ्या गटास पारंपरिक पद्धतीने शिकविले व त्यानंतर दोन्ही संपादन चाचणी दिली. त्यासंदर्भात पुढील माहिती मिळाली.

	प्रायोगिक (A)	नियंत्रित (B)
N	$N_1 = 71$	$N_2 = 58$
M	112.50	112.30
σ	7.3	7.4
	$M_1 = 53.61$	$M_2 = 48.52$
	$\sigma_1 = 15.35$	$\sigma_2 = 10.60$
$\gamma_{AB} = 0.50$		

येथे γ_{AB} दोन्ही गटांचा एकत्रित बुद्धिमत्ता चाचणी व संपादन चाचणीतील सहसंबंध गुणक होय.

$$DM = |M_1 - M_2| = 53.61 - 48.52$$

$$= 5.09$$

$$SEM_1 = \frac{\sigma_1}{\sqrt{N_1}} \qquad\qquad SEM_2 = \frac{\sigma_2}{\sqrt{N_2}}$$

$$= \frac{15.35}{\sqrt{72}} \qquad\qquad\qquad = \frac{10.60}{\sqrt{58}}$$

$$= \frac{15.35}{8.49} \qquad\qquad\qquad = \frac{10.60}{7.616}$$

$$= 1.808 \qquad\qquad\qquad = 1.392$$

$$SE_{DM} = \sqrt{(SEM_1^2 + SEM_2^2)(1 - r^2)}$$

$$= \sqrt{[(1.808)^2 + (1.392)^2][1 - (0.5)^2])}$$

$$SE_{DM} = \sqrt{(3.269 + 1.938)(1 - 0.25)}$$

$$= \sqrt{(5.207)(0.75)}$$

$$= \sqrt{3.905}$$

$$= 1.976$$

$$t = \frac{DM}{SEDM}$$

$$= \frac{5.09}{1.976}$$

$$= 2.575$$

$$= 2.58$$

$$\text{येथे } df = N_1 + N_2 - 3$$

$$= 72 + 58 - 3$$

$$= 127$$

127 स्वाधीनता मात्रेसाठी D सारणीमध्ये 0.01 स्तरासाठी मूल्य 2.62 आहे तर 0.05 स्तरासाठी मूल्य 1.18 आहे. प्राप्त t मूल्य हे 2.62 पेक्षा कमी पण 1.18 पेक्षा मोठे असल्याने मध्यमानातील फरक 0.01 स्तरावर सार्थ नाही पण 0.05 स्तरासाठी सार्थ ठरतो. 0.05 स्तरावर शून्य परिकल्पनेचा त्याग करावा लागेल.

लक्षात घ्या हे द्विपुच्छ परीक्षण आहे.

मध्यांक फरकाची सार्थता / विश्वासार्हता

(I) **दोन स्वतंत्र गट :** उदा., 75 गरीब व 85 श्रीमंत विद्यार्थ्यांच्या गटाला भावनिक बुद्धिमत्ता चाचणी दिली. त्यांचे मध्यांक अनुक्रमे 145 व 137 आले. प्रमाण विचलन 4 व 5 आले. मध्यांक फरकाची सार्थता ठरवा. (येथे लक्षात घ्या. गट स्वतंत्र आहेत येथे प्रयोग केलेला नाही. सर्वेक्षण परीक्षण केले आहे. पण चलासंदर्भात तुलना करण्यासाठी परिकल्पना परीक्षण केले जाते.)

$$D_{Mdn} \ = \ 145 - 137 = 8$$

$$SE_{mdn_1} \ = \ \frac{1.25\sigma_1}{\sqrt{N_1}} \qquad\qquad SE_{mdn_1} \ = \ \frac{1.25\sigma_1}{\sqrt{N_2}}$$

$$= \ \frac{1.25 \times 4}{\sqrt{75}} \qquad\qquad\qquad = \ \frac{1.25 \times 5}{\sqrt{85}}$$

$$= \ \frac{5.00}{8.66} \qquad\qquad\qquad\quad = \ \frac{6.25}{9.22}$$

$$= \ 0.577 \qquad\qquad\qquad\quad = \ 0.678$$

$$SEDmdn \ = \ \sqrt{SEmdn_1{}^2 + SEmdn_2{}^2}$$

$$= \ \sqrt{(0.577)^2 + (0.678)^2}$$

$$= \ \sqrt{0.333 + 0.4596}$$

$$= \ \sqrt{0.7925}$$

$$= \ 0.890$$

$$t \ = \ \frac{D_{mdn}}{SED_{mdn}}$$

$$= \ \frac{8}{0.89}$$

$$= \ 8.989$$

$$df \ = \ N_1 + N_2 - 2$$

$$= \ 75 + 85 - 2$$

$$= \ 158$$

158 स्वाधीनता मात्रेसाठी D सारणीमध्ये किंमत 0.05 साठी 1.98 व 0.01 साठी 2.61 आहे. प्राप्त t मूल्य 8.47 हे 0.01 स्तरासाठीच्या 2.61 पेक्षा जास्त असल्याने मध्यांकातील फरक सार्थ ठरतो म्हणून शून्य परिकल्पनेचा त्याग करावा लागेल.

एम. एड. स्तरातील एका संशोधन परिकल्पनेचे परीक्षण

प्रत्यक्ष संकलित केलेल्या माहितीचे विश्लेषण : एम.एड. स्तरावर रूपाली या विद्यार्थिनीने दोन समतुल्य गट अभिकल्प वापरून प्रयोग केला. नियंत्रित गटास पारंपरिक पद्धतीने तर प्रायोगिक गटास प्रतिमानाद्वारे अनुदेशन केले. दोन्ही गटात प्रत्येकी 30 विद्यार्थी होते.

शून्य परिकल्पना : पारंपरिक पद्धतीच्या तुलनेत प्रतिमानांद्वारे अध्ययन केल्यास नियंत्रित व प्रायोगिक गटातील इयत्ता आठवीच्या विद्यार्थ्यांच्या नागरिकशास्त्राच्या निवडक घटकांच्या संपादनाच्या मध्यमानात सार्थ फरक असणार नाही. सदर शून्य परिकल्पनेचे परीक्षण करण्यासाठी 't' परीक्षण उपयुक्त ठरले कारण दोनच मध्यमानांतील फरकांची सार्थता तपासायची होती. संपादन चाचणीचे गुण अंतर श्रेणीत मांडता येतात.

दिलेली माहिती पुढील सारणीनुसार होती –

तपशील (विद्यार्थी संख्या N)	प्रायोगिक गट ($N_1 = 30$)	नियंत्रित गट ($N_2 = 30$)
मध्यमान	$M_1 = 18.5$	$M_2 = 15.9$
प्रमाण विचलन	$\sigma_1 = 2.65$	$\sigma_2 = 2.97$
प्रमाणत्रुटी	$SEm_1 = 0.48$	$SEm_2 = 0.54$
दोन्ही गटांच्या उत्तर चाचणीतील सहसंबंध	$\gamma = 0.45$	

दोन सहसंबंधित गट असल्याने

$$SE_{DM} = \sqrt{SEm_1^2 + SEm_2^2 - 2\,\gamma\,SEm_1\,SEm_2}$$

$$= \sqrt{(0.48)^2 + (0.54)^2 - 2 \times 0.45 \times 0.48 \times 0.54}$$

$$= \sqrt{0.2304 + 0.2916 - 0.233}$$

$$= \sqrt{0.289}$$

$$= 0.538$$

$$DM = M1 - M2 = 18.5 - 15.9 = 2.6$$

$$t = \frac{DM}{SE_{DM}}$$

$$= \frac{2.6}{0.54}$$

$$= 4.81$$

या ठिकाणी N = 30 आहे. ∴ df = N – 1 = 30 – 29

आता 29 स्वाधीनता मात्रेसाठी D Table मध्ये 0.01 स्तरासाठी सारणी मूल्य 2.76 आहे. प्राप्त 't' चे मूल्य 4.81 हे त्यापेक्षा मोठे असल्याने 0.01 स्तरावर मध्यमानांतील फरक सार्थ ठरला. म्हणून सार्थ फरक राहणार नाही असे सांगणाऱ्या शून्य परिकल्पनेचा त्याग करावा लागला व संबंधित धन परिकल्पनेचा स्वीकार करावा लागला म्हणजेच या ठिकाणी प्रतिमानांद्वारे अध्यापन केल्यास विद्यार्थ्यांच्या नागरिकशास्त्राच्या निवडक घटकांच्या संपादनात सार्थ फरक पडतो हे निदर्शनास आले. हे द्विपुच्छ परीक्षण होते.

3.2.2 F परीक्षिका

(ANOVA, ANCOVA, MANOVA)

'F' परीक्षिका ही एक परिमितीय परीक्षिका (Parametric Test) आहे.

F परीक्षण हे t परीक्षणाऐवजी केले जाऊ शकते. तसेच जेथे t परीक्षण उपयुक्त नाही. (दोनपेक्षा अधिक गट व समतुल्य नसलेले गट किंवा उपलब्ध असतील तसेच प्रयोगासाठी आहे तसेच निवडलेले गट) तेथेही F परीक्षण वापरता येते.

ANOVA = Analysis of Variance प्रसरण विश्लेषण

ANCOVA = Analysis of Co-Variance सहप्रसरण विश्लेषण

MANOVA = Multivariate analysis of variance बहुमार्गी प्रसरण विश्लेषण

प्रसरण म्हणजे प्रमाण विचलनाचा वर्ग :

$$V = (\sigma)^2 = \left(\sqrt{\frac{\Sigma d^2}{N}}\right)^2$$

$$= \frac{\Sigma d^2}{N}$$

'F' गुणोत्तर हे दोन प्रकारच्या प्रसरणांचे गुणोत्तर होय.

$$F = \frac{Vb}{Vw} = \frac{\text{Between the groups Variance}}{\text{Within the groups Variance}}$$

$$Vb = \frac{n\Sigma d^2}{K-1}$$

$$Vw = \frac{\Sigma \chi^2}{N-K}$$

d = गटाचे मध्यमान व सर्वसामान्य मध्यमान (GM) यातील फरक

n = प्रत्येक गटातील विद्यार्थी संख्या

K = गटांची संख्या

N = सर्व गटांची मिळून एकत्रित विद्यार्थी संख्या

X = प्राप्तांक व त्या गटाचे मध्यमान यातील फरक

F परीक्षणात दोन स्वाधीनता मात्रा असतात. अंशाची स्वाधीनता मात्रा = K- 1 = गटांची संख्या - 1

छेदाची स्वाधीनता मात्रा   =   N – K

           =   एकूण विद्यार्थी संख्या – गटांची संख्या

F परीक्षणाच्या पायऱ्या

1. संचांमधील प्रसरण Vb काढणे.

2. संचांतर्गत प्रसरण Vw काढणे.

3. F चे गुणोत्तर $\frac{Vb}{Vw}$ काढणे.

4. दोन्ही स्वाधीनता मात्रा काढणे.

           अंशाची   K – 1

           छेदाची   N – K

5. निश्चित केलेल्या सार्थतेच्या स्तराचे सारणीतील मूल्य बघणे.

           K – 1

           N – K

6. प्राप्त F किमतीची सारणीमूल्याशी तुलना करणे.

7. प्राप्त F चे मूल्य सारणीमूल्याएवढे किंवा त्यापेक्षा जास्त असेल तर फरक सार्थ असल्याने शून्य परिकल्पनेचा त्याग करणे.

8. प्राप्त F चे मूल्य सारणीमूल्यापेक्षा लहान असल्यास फरक सार्थ नसल्याने शून्य परिकल्पनेचा स्वीकार करणे.

प्रसरण विश्लेषण

प्रसरण विश्लेषण काढताना

Vb	=	संचांमधील किंवा गटांमधील प्रसरण म्हणजे प्रमाण विचलनांचा वर्ग आणि
Vw	=	म्हणजे संचांतर्गत प्रसरण म्हणजे संचांतर्गत प्रमाण विचलनाचा वर्ग काढावा लागतो.
Vb व Vw	=	काढण्यासाठीच्या पद्धतीत
Vw	=	काढण्यासाठी सर्व संचांचे एकत्रित प्रसरण काढून त्यातून संचांमधील प्रसरण वजा करतात.
Vt	=	Vb + Vw
Vw	=	Vt – Vb
Vb	=	काढण्यासाठीच्या सूत्रात Correction Term वापरावी लागते.
Vt	=	काढण्यासाठी सर्व प्राप्तांकांच्या वर्गाच्या बेरजेतून Correction वजा करतात.

म्हणून त्याचे सूत्र

$$S^2t = \sum X^2 - C$$

Correction term चे सूत्र आहे.

$$C = \frac{(\sum X)^2}{N} = \frac{\text{सर्व प्राप्तांकांच्या बेरजेचा वर्ग}}{\text{एकूण प्राप्तांक संख्या}}$$

Vb संचामधील प्रसरण काढण्यासाठी संचांमधील विचलनांचा वर्ग काढण्याचे सूत्र आहे.

$$Sb^2 = \frac{(\sum X_1)^2}{n_1} + \frac{(\sum X_2)^2}{n_2} + \frac{(\sum X_3)^2}{n_3} + \ldots\ldots\ldots\ldots - C$$

प्रत्येक गटाच्या एकूण प्राप्तांकांच्या बेरजेच्या वर्गाला त्या-त्या वर्गाच्या एकूण प्राप्तांक संख्येने भागून अशा सर्व मूल्यांची बेरीज व त्यातून 'C' वजा करणे.

त्यानंतर - संचांतर्गत विचलनांच्या वर्गांची बेरीज ही एकूण विचलनाच्या वर्गांच्या बेरजेतून संचांमधील विचलनाच्या वर्गाची बेरीज वजा करून मिळते.

$$S_w^2 = S_t^2 - S_b^2$$

त्यानंतर आपल्याला

Vb व Vw च्या किमती मिळतात.

$$Vb = \frac{Sb^2}{K-1}$$

$$Vw = \frac{Sw^2}{N-1}$$

सर्वांत शेवटी F गुणोत्तर काढले जाते. $F = \frac{Vb}{Vw}$ व सारणीमूल्याशी प्राप्त मूल्याची तुलना करून परिकल्पनेच्या संदर्भात निर्णय घेतला जातो.

उदा., पुढे तीन गटांतील प्रत्येकी 8 विद्यार्थ्यांचे वाचन कौशल्याचे गुण दिले आहेत. मध्यमान फरकाची सार्थता ठरवा.

गट I X_1	12	10	11	11	8	10	7	9	10	6	$\Sigma X_1 = 94$	एकूण बेरीज $\Sigma X = 301$
गट II X_2	14	8	19	15	10	11	13	12	9	12	$\Sigma X_2 = 123$	
गट III X_3	8	11	13	9	7	5	6	8	7	10	$\Sigma X_3 = 84$	

सर्व प्राप्तांकांची एकूण बेरीज = 301

एकूण प्राप्तांक संख्या = $N = n_1 + n_2 + n_3 = 30$

आता Correction Term 'C' काढू.

$$C = \frac{(\Sigma X)^2}{N} = \frac{\text{एकूण बेरजेचा वर्ग}}{\text{एकूण प्राप्तांक संख्या}}$$

$$= \frac{301 \times 301}{30}$$

$$= 3020$$

आता एकूण विचलनांच्या वर्गांची बेरीज St काढू.

$$St^2 = \Sigma x^2 - C$$

$$= \text{सर्व प्राप्तांकांच्या वर्गांची बेरीज} - C$$

यासाठी आपल्याला सर्व प्राप्तांकांच्या वर्गांची सारणी करावी लागेल.

वर्गांची सारणी

गट I X_1^2	144	100	121	121	64	100	49	81	100	36	$\Sigma X_1^2 = 916$	$\Sigma(X^2) = 3279$
गट II X_2^2	196	64	361	225	100	121	169	144	81	144	$\Sigma X_2^2 = 1605$	
गट III X_3^2	64	121	169	81	49	25	36	64	49	100	$\Sigma X_3^2 = 758$	

$$St^2 = \Sigma(x^2) - C$$

$$= 3279 - 3020$$

$$= 259$$

आता संचांमधील विचलन वर्गांची बेरीज काढू. त्यासाठीचे सूत्र आहे.

$$Sb^2 = \frac{(\Sigma x_1)^2}{n_1} + \frac{(\Sigma x_2)^2}{n_2} + \frac{(\Sigma x_3)^2}{n_3} - C$$

यासाठी सुरुवातीची सारणी बघा. त्यात प्रत्येक स्तंभांची बेरीज दिली आहे.

$$Sb^2 = \left[\frac{(94)^2}{10} + \frac{(123)^2}{10} + \frac{(84)^2}{10}\right] - C$$

$$= \left[\frac{94 \times 94}{10} + \frac{123 \times 123}{10} + \frac{84 \times 84}{10}\right] - C$$

$$= \left[\frac{8836}{10} + \frac{15129}{10} + \frac{7056}{10}\right] - C$$

$$= 883.6 + 1512.9 + 705.6 - 3020$$
$$= 3102.10 - 3020$$
$$= 82.1$$

आता Sw^2 काढू.

$$Sw^2 = St^2 - Sb^2$$
$$= 259 - 82.1$$
$$= 176.9$$

आता Vb व Vw काढू.

$$Vb = \frac{Sb^2}{K-1}$$
$$= \frac{82.1}{2}$$
$$= 41.05$$

$K - 1 =$

$3 - 1 = 2$

$K - 1$ ही अंशाची स्वाधीनता मात्रा होय. येथे $K =$ स्तंभांची संख्या

$$Vw = \frac{Sw^2}{N-K}$$
$$= \frac{176.9}{27}$$
$$= 6.55$$

$N - K =$

$30 - 3 = 27$

$N - K$ ही छेदाची स्वाधीनता मात्रा होय.

आता

$$F = \frac{Vb}{Vw}$$
$$= \frac{41.05}{6.55}$$
$$= 6.27$$

आता 2 व 27 स्वाधीनता मात्रेसाठी 0.01 स्तरावर F चे सारणीमूल्य 5.49 आहे. त्यापेक्षा प्राप्त मूल्य अधिक असल्याने मध्यमानातील फरक सार्थ ठरला. म्हणून शून्य परिकल्पनेचा त्याग करावा लागेल.

उदाहरण, पुढील माहितीवरून मध्यमानातील फरकाची सार्थता ठरवा.

I X_1	II X_2	III X_3	IV X_4
4	9	2	7
5	10	2	7
1	9	6	4
0	6	5	2
2	6	2	7
$\sum X_1 = 12$	$\sum X_2 = 40$	$\sum X_3 = 17$	$\sum X_4 = 27$

Grand Total = 96

$$(\Sigma X)^2 = 96 \times 96$$
$$= 9216$$
$$N = n_1 + n_2 + n_3 + n_4 = 20$$

Group Mean

$M_1 = 2.4$ $M_2 = 8$ $M_3 = 3.4$ $M_4 = 5.4$

प्राप्तांकाचे वर्ग X^2

16	81	4	49
25	100	4	49
1	81	36	16
0	36	25	4
4	36	4	49
एकूण 46	**334**	**73**	**167**
$\frac{\Sigma X_1^2}{n_1} = 9.2$	**66.8**	**14.6**	**33.4**

$$\Sigma x^2 = 620$$
$$St^2 = \Sigma X^2 - \frac{\text{Correction}}{\text{Term}}$$
$$\text{Correction term} = \frac{(\Sigma x)^2}{N} = \frac{96 \times 96}{20}$$
$$= 460.8$$
$$\text{Total sum of Square } St^2 = \Sigma x^2 - C$$
$$= 620 - 460.8$$
$$= 159.2$$

गटांमधील विचलनांच्या वर्गांची बेरीज

$$= \frac{(\Sigma x_1)^2}{N_1} + \frac{(\Sigma x_2)^2}{N_2} + \frac{(\Sigma x_3)^2}{N_3} + \frac{(\Sigma x_4)^2}{N_4} - C$$
$$= \left[\left(\frac{12 \text{ x } 12}{5}\right) + \left(\frac{40 \text{ x } 40}{5}\right) + \left(\frac{17 \text{ x } 17}{5}\right) + \left(\frac{27 \text{ x } 27}{5}\right)\right]$$
$$= \frac{144}{5} + \frac{1600}{5} + \frac{289}{5} + \frac{729}{5} - C$$
$$= (28.8 + 320 + 57.8 + 145.8) - 460.8$$
$$= (552.4) - (460.\ 8)$$
$$Sb^2 = 91.6$$

गटांतर्गत विचलन वर्गांची बेरीज

$$Sw^2 = St^2 - Sb^2$$
$$= 159.2 - 91.6$$
$$= 67.6$$

(b) अंशाची स्वाधीनता मात्रा $= K - 1$
$$= 4 - 1$$
$$= 3$$

(w) छेदाची स्वाधीनता मात्रा $= N - K$
$$= 20 - 4$$
$$= 16$$

$$Vb = \frac{Sb^2}{K-1} \qquad Vw = \frac{Sw^2}{N-K}$$

$$= \frac{91.6}{3} \qquad = \frac{67.6}{16}$$

$$= 30.53 \qquad = 4.225$$

$$F = \frac{Vb}{Vw}$$

$$= 7.23$$

3 व 16 स्वाधीनता मात्रेसाठी F सारणीमध्ये 0.01 स्तरासाठी मूल्य 5.29 आहे. प्राप्त F चे मूल्य 7.23 हे त्यापेक्षा मोठे असल्याने मध्यमानातील फरक सार्थ ठरला. म्हणून शून्य परिकल्पनेचा त्याग करावा लागेल.

3.3 नॉन-पॅरामेट्रिक टेस्ट (Non - Parametric Test)

3.3.1 χ^2 काय स्क्वेअर (Chi Square)

अप्राचलित (Non-parametric) परीक्षिकांमधील काय स्क्वेअर ही एक प्रमुख परीक्षिका आहे. जेव्हा संकलित माहिती ही नामांकन श्रेणीमध्ये असते किंवा जेथे केवळ Counting केलेले असते व वारंवारिता मोजलेली असते तेव्हा वारंवारितांमधील फरकाची सार्थता तपासण्यासाठी ही परीक्षिका उपयुक्त ठरते. कधी-कधी संशोधनात एखाद्या प्रश्नाच्या विविध प्रतिसादांना मिळालेल्या वारंवारिता मोजल्या जातात किंवा काही गोष्टीसंदर्भात व्यक्तींची मते मोजली जातात. त्या वारंवारितांमधील फरकाची सार्थता मोजण्यासाठी काय स्क्वेअर चाचणीचा उपयोग होतो.

χ^2 ची व्याख्या

❖ "प्रत्यक्षातील वारंवारिता (Observed Frequency-Fo) व अपेक्षित वारंवारिता (Expected Frequency Fe) यांच्यातील फरकाच्या वर्गाला अपेक्षित वारंवारितेने भागल्यास प्रत्येक स्थितीत जी स्वतंत्र मूल्ये प्राप्त होतात त्या सर्वांची बेरीज म्हणजे काय स्क्वेअर होय."

$$\chi^2 = \frac{\sum (fo - fe)^2}{fe}$$

यामध्ये Fo ही प्रत्यक्षातील किंवा निरीक्षित वारंवारिता होय तर Fe ही अपेक्षित वारंवारिता दोन भिन्न परिकल्पनांच्या आधारे ठरविली जाते –

(a) समान संभाव्यता परिकल्पना तत्त्व

(b) प्रसामान्य संभाव्य वितरण परिकल्पना तत्त्व

उदा., (1) हो, नाही, सांगता येत नाही अशी तीन पर्यायी उत्तरे असलेला एक प्रश्न 180 विद्यार्थ्यांच्या गटास दिला. प्रतिक्रियांमधील अंतराची सार्थता ठरवा.

	हो	नाही	सांगता येत नाही
fo	80	25	75

येथे समान संभाव्यता परिकल्पना तत्त्वानुसार फरकाची सार्थता ठरवताना एकूण संख्येचे पर्यायांइतके समान गट केले जातात. येथे तीन पर्याय असल्याने 180 ला तीनने भागून प्रत्येकी 60 ही अपेक्षित वारंवारिता घ्यावी लागेल.

	fo	fe	|fo – fe|	(fo – fe)²	$\frac{\|fo-fe\|^2}{Fe}$	
हो	80	60	20	400	$\frac{400}{60}$	6.67
नाही	25	60	35	1225	$\frac{1225}{60}$	20.42
सांगता येत नाही	75	60	15	225	$\frac{225}{60}$	3.75

$$\chi^2 = \frac{\sum [fo-fe]^2}{fe}$$

$$= 6.67 + 20.42 + 3.75$$

$$\chi^2 = 30.84$$

येथे $df = (r-1)(c-1)$

$$= (\text{आडव्या ओळी} -1)(\text{उभे स्तंभ} - 1)$$

$$= (2-1)(3-1)$$

$$df = 2$$

यात 2 स्वाधीनता मात्रेसाठी χ^2 सारणीमूल्य 0.01 स्तरासाठी 9.21 व 0.05 स्तरासाठी 5.991 इतके आहे. प्राप्त मूल्य 30.84 हे 0.01 स्तरासाठीच्या मूल्यापेक्षा मोठे असल्याने वारंवारितांमधील फरक सार्थ आहे. वारंवारिताचे वितरण समान नाही.

उदा., (2) एका मतावलीच्या पंचबिंदू श्रेणीस 100 जणांचे पुढील प्रकारे प्रतिसाद मिळाले. प्रतिसादातील फरकाची सार्थता समान वारंवारिता परिकल्पनेच्या आधारे ठरवा.

	पूर्णपणे सहमत	सहमत	तटस्थ	असहमत	पूर्णपणे असहमत
fo	22	16	25	18	19
fe	20	20	20	20	20
$\lvert fo - fe \rvert$	2	4	5	2	1
$\lvert fo - fe \rvert^2$	4	16	25	4	1
$\frac{\lvert fo - fe \rvert^2}{fe}$	4/20	16/20	25/20	16/20	1/20
	0.2	**0.8**	**1.25**	**0.8**	**0.05**

$$\chi^2 = \frac{\sum [fo - fe]^2}{fe}$$

$$= 0.2 + 0.8 + 1.25 + 0.8 + 0.05$$

$$= 3.10$$

$$df = (r - 1)(c - 1)$$

$$= (2 - 1)(5 - 1)$$

$$= 4$$

4 df साठी 0.05 स्तरावर χ^2 चे सारणीमूल्य 9.488 आहे व 0.01 स्तरावर χ^2 चे सारणीमूल्य 13.277 आहे. प्राप्त X^2 चे मूल्य 0.05 स्तरावरील 9.488 या सारणीमूल्यापेक्षा लहान असल्याने वारंवारितांमधील फरक सार्थ नाही. म्हणून समान वारंवारिता वितरण सांगणारी शून्य परिकल्पना स्वीकारावी लागेल.

उदा., (3) काही सेल्समनचे त्यांच्या कार्यमानानुसार वर्गीकरण केले. प्रसामान्य वितरणानुसार वारंवारितांच्या फरकाची सार्थता ठरवा.

उत्तम	मध्यम/समाधानकारक	निकृष्ट
17	21	4
	एकूण : 42	

यात तीन गट असल्याने प्रसामान्य वितरणाचे तीन भाग विचारात घ्यावे लागतील. प्रसामान्य वितरणानुसार तीन गटात पुढील शेकडेवारी मिळते.

उत्तम	मध्यम	निकृष्ट
16%	68%	16%

ही शेकडेवारी असल्याने एकूण विद्यार्थ्यांची प्रसामान्य वितरणानुसार गटातील अपेक्षित वारंवारिता काढावी लागेल.

तर

$$\left.\begin{array}{lcl} 100 & \equiv & 16 \\ 42 & \equiv & ? \end{array}\right\} 6.72$$

$$\left.\begin{array}{lcl} 100 & \equiv & 68 \\ 42 & \equiv & ? \end{array}\right\} 28.56$$

	उत्तम	मध्यम	निकृष्ट
fo	17	21	4
fe	6.72	28.56	6.72
|fo – fe|	10.28	7.56	2.72
|fo – fe|^2	105.68	57.15	7.398
$\dfrac{\|fo – fe\|^2}{Fe}$	$\dfrac{105.68}{6.72}$	$\dfrac{57.15}{28.56}$	$\dfrac{7.398}{6.72}$
	15.726	2.00	1.1

$$\chi^2 = \frac{\sum |fo – fe|^2}{fe}$$

$$= 15.726 + 2.00 + 1.1$$

$$= 18.826$$

$$= 18.83$$

$$df = (r – 1)(c – 1)$$

$$= (2 – 1)(3 – 1)$$

$$= 2$$

(2) स्वाधीनता मात्रेसाठी 0.01 स्तरासाठी χ^2 सारणीत मूल्य 9.210 आहे व 0.05 स्तरासाठी मूल्य 5.991 इतके आहे.

प्राप्त χ^2 चे मूल्य 18.83 हे 9.210 पेक्षा मोठे असल्याने वारंवारितांमधील फरक 0.01 स्तरावर सार्थ आहे. म्हणजेच सेल्समनच्या क्षमतांमधील फरकाचे वितरण प्रसामान्य नाही. तसे सांगणाऱ्या शून्य परिकल्पनेचा त्याग करावा लागेल.

जर पंचबिंदू श्रेणी असेल तर प्रसामान्य वितरणातील शेकडेवारी पुढीलप्रमाणे असते.

गट 1	गट 2	गट 3	गट 4	गट 5
3.5%	24%	45%	24%	3.5%

जेव्हा एखाद्या प्रश्नाला केवळ दोनच पर्याय असतात त्यामुळे 2 × 2 सारणी असते व वारंवारिता 10 पेक्षा कमी असते. तेव्हा लहान गटासाठी येटची दुरुस्ती वापरावी लागते. सारणी 2 × 2 असेल पण प्राप्तांक संख्या जास्त असेल तर येटची दुरुस्ती वापरणे श्रेयस्कर असते. (It is preferable to use yate's correction) वारंवारिता शेकडेवारीत दिली असेल तरी yate ची correction करावी. येटच्या दुरुस्तीमध्ये fo – fe मधून 0.5 वजा करावे लागतात.

उदा.,

	बरोबर	चूक	एकूण
Fo	7	3	10
Fe	5	5	10
$\mid fo - fe \mid$	2	2	
Yate's Correction $- 0.5$	1.5	1.5	
$\mid fo - fe \mid^2$	2.25	2.25	
$\dfrac{\mid fo - fe \mid^2}{Fe}$	2.25/5	2.25/5	
	0.45	0.45	

$$\chi^2 = \frac{\sum \mid fo - fe \mid^2}{fe}$$

$$= 0.45 + 0.45$$

$$= 0.90$$

$$df = (r - 1)(c - 1)$$

$$= 1$$

स्वाधीनता मात्रा 1 साठी 0.05 स्तरासाठी (0.10 स्तंभाखालील) किंमत 3.441 इतकी आहे. प्राप्त मूल्य त्यापेक्षा लहान असल्याने फरक सार्थ नाही म्हणून शून्य परिकल्पनेचा स्वीकार करावा लागेल.

येथे एकपुच्छ परीक्षण आहे.

3.3.2 मॅन व्हिटने U परीक्षिका (Mann Whitney U Test)

ही परीक्षिका t परीक्षिकेचा अपरिमितीय पर्याय म्हणून वापरता येते. हिच्या पायऱ्या पुढीलप्रमाणे आहेत.

1. यात दोन समतुल्य असणाऱ्या किंवा नसणाऱ्या गटांना एकत्रित गुणानुक्रम दिले जातात.

2. गुणानुक्रम देण्याची विशिष्ट पद्धती वापरली जाते.

    गुणानुक्रम लहान गुणांकाकडून मोठ्याकडे चढत्या श्रेणीने दिले जातात. (सर्वांत कमी गुणास प्रथम क्रमांक अशा प्रकारे) समान गुणांकांस त्या-त्या गुणानुक्रमांच्या सरासरीइतका गुणानुक्रम दिला जातो.

3. त्यावरून गटाचे स्वतंत्र U मूल्य काढले जाते. (U_1 & U_2)

$$\text{गट 1} \quad U_1 = N_1 N_2 + \frac{N_1(N_1 + 1)}{2} - \sum R_1$$

$$\text{गट 2} \quad U_2 = N_1 N_2 + \frac{N_2(N_2 + 1)}{2} - \sum R_2$$

4. त्यावरून Z चे मूल्य काढले जाते.

$$Z = \frac{U - \frac{N_1 N_2}{2}}{\sqrt{\frac{(N_1N_2)\,(N_1 + N_2 + 1)}{12}}}$$

$$U_1 = N_2 N_2 - U_2$$

5. प्राप्त Z मूल्याची 0.05 स्तरासाठी 1.96 व 0.01 स्तरासाठी 2.58 या मूल्याशी तुलना करून निष्कर्ष काढला जातो. (प्राप्त Z मूल्य या किमतीएवढे किंवा मोठे असल्यास शून्य परिकल्पनेचा त्याग केला जातो.)

3.3.3 चिन्ह परीक्षिका (Sign Test)

दोन समतुल्य गटांच्या (किंवा एकल गटाच्या पूर्वोत्तर कसोट्यांच्या) मध्यमानातील फरकाची सार्थता बघण्यासाठी उपयुक्त. यामध्ये दोन संबंधित गुणसंचांमधील फरकाचे चिन्ह बघितले जाते. ऋण व शून्य फरकांची संख्या मोजली जाते. यातील शून्य परिकल्पना पुढील प्रकारे मांडली जाते. गुणाकांच्या जोडीतील फरकाचा मध्यांक शून्य असेल.

$\frac{X}{N}$ = हे गुणोत्तर काढले जाते

X = कमी चिन्हांची संख्या

N = जास्त चिन्हांची संख्या

गुणोत्तराच्या सार्थतेची पडताळणी J सारणीतील मूल्याशी तुलना करून केली जाते. उदा.,

फरकाचे चिन्ह	I	II
+	25	24
–	15	16
–	22	24
+	23	20
0	12	12
–	17	18

X = 2 (कमी चिन्हांची संख्या +)

N = 3 (जास्त चिन्हांची संख्या –)

Sign ratio = 2 / 3 = 0.67

3.3.4 विल्कॉक्सन परीक्षिका

जेव्हा संकलित माहिती ही क्रमांकन श्रेणीत असते आणि दोन गट सहसंबंधित (समतुल्य/जोड्या जुळविलेले) असतील तर किंवा एकल गट पूर्वोत्तर कसोटी अभिकल्प वापरलेला असेल तर गुणांमधील फरकाची सार्थता ठरविण्यासाठी ही परीक्षिका वापरतात येथे माहिती क्रमांकन श्रेणीत दिलेली असते. उदा.,

विद्यार्थी	A	B	C	D	E	F	G	H
पहिले गुणदान (पदनिश्चयन)	6	18	14	10	20	17	12	8
दुसरे गुणदान (पदनिश्चयन)	3	15	16	12	13	11	8	9

या दिलेल्या माहितीसाठी पुढे दोन्ही गुणदानांतील फरक काढला जातो. फरकाच्या निरपेक्ष मूल्याला क्रमवारी (Ranking) केले जाते. क्रमवारी देताना विशिष्ट पद्धती वापरली जाते. (दोन सारख्या मूल्यांना क्रमवारीच्या सरासरीइतके समान क्रम) त्यानंतर धनात्मक गुणानुक्रम व ऋणात्मक गुणानुक्रम विलग करून चिन्ह विचारात न घेता त्यांची बेरीज केली जाते. जे निरपेक्ष बेरजेचे मूल्य लहान असेल त्याला 'T' मूल्य म्हणून विचारात घेतले जाते. प्राप्त 'T' मूल्याची सारणीमूल्यांशी तुलना केली जाते. जर प्राप्त मूल्य सारणी मूल्यापेक्षा लहान असेल तर फरक सार्थ असतो. येथे शून्य परिकल्पनेचा त्याग करावा लागतो.

प्राप्त 'T' मूल्य सारणी मूल्यापेक्षा मोठे असेल तर फरक सार्थ नसतो. येथे शून्य परिकल्पनेचा स्वीकार करावा लागतो. उदा.,

विद्यार्थी	पहिली पदनिश्चयन श्रेणी	दुसरी पदनिश्चयन श्रेणी	फरक	निरपेक्ष फरक	क्रमवारी	(+) R	(–) R
A	6	3	3	3	4.5	4.5	
B	18	15	3	3	4.5	4.5	
C	14	16	-2	2	2.5		2.5
D	10	12	-2	2	2.5		2.5
E	20	13	7	7	8	8	
F	17	11	6	6	7	7	
G	12	8	4	4	6	6	
H	8	9	-1	1	1		1
						$\sum + R = 30$	$\sum - R = 6$

येथे $\sum - R = 6$ ही लहान किंमत असल्याने ती 'T' म्हणून विचारात घेतली जाते. सारणीत N = 8 साठी 0.05 स्तरावर 'T' चे मूल्य 4 आहे. प्राप्त 'T' मूल्य 6 हे त्यापेक्षा मोठे असल्याने फरक सार्थ नाही. म्हणून शून्य परिकल्पनेचा स्वीकार करावा लागेल.

येथे लक्षात घ्या जेव्हा गुणांमधील फरक 0 असतात तेव्हा ते फरक विचारात घेत नाही. म्हणून N ची संख्या तितक्याने कमी होते.

3.3.5 मध्यांक परीक्षिका (Median Test)

जेव्हा दोन पूर्णपणे भिन्न परस्परसंबंधित नसलेले गट असतील तेव्हा ही अपरिमितीय परीक्षिका उपयुक्त ठरते. यात दोन्ही गटांची (ज्यांची प्रयुक्त संख्या समान असेल वा नसेल) एकत्रित मध्यांक काढला जातो. त्यावरून मध्यांकापेक्षा मोठ्या असणाऱ्या प्राप्तांकांची संख्या व मध्यांकापेक्षा लहान असणाऱ्या प्राप्तांकांची संख्या शोधली जाते.

	I	II
मध्यांकापेक्षा मोठ्या असणाऱ्या प्राप्तांकाची संख्या	A	B
मध्यांकापेक्षा लहान असणाऱ्या प्राप्तांकांची संख्या	C	D

या सारणीस χ^2 वापरून Contingency गुणक काढला जातो.

3.4 सहसंबंध गुणक इतर प्रकार

3.4.1 पिअर्सन गुणन विभ्रमिषा पद्धत/परिघात परिगुणन पद्धत

(Pearson Product Moment Method)

पिअर्सन पद्धतीने सहसंबंध गुणक काढण्याची पद्धत ही सर्वांत अचूक व विश्वसनीय पद्धत आहे.

संशोधनासाठी हीच पद्धत वापरली जाते.

पिअर्सनची म्हणजे प्राप्तांकांच्या गुणाकारांची सरासरी होय.

मध्यमानापासून प्रत्येक गुणांकाच्या विचलनाच्या बेरजेला N ने भागले असता जी संख्या मिळते तिला परिघात म्हणतात. दोन गुणसंचांच्या परिघातांच्या गुणाकाराला परिघात परिगुणन म्हणतात.

The sum of deviation of the scores from Mean divided by N is called Moment. The corresponding deviations X & Y are multiplied together, summed and divided by N. So this method is product moment method.

γ चे मूळ सूत्र

$$\gamma = \frac{\Sum Z_1 Z_2}{N} \quad \text{(i)}$$

$$= \frac{\Sum \frac{x}{\sigma_1}\frac{y}{\sigma_2}}{N} \quad \text{(ii)}$$

$$= \frac{\Sum xy}{N\sigma x\, \sigma y} \quad \text{(iii)}$$

$$= \frac{\Sum xy}{N\sqrt{\frac{\Sum x^2}{N}}\sqrt{\frac{\Sum y^2}{N}}} \quad \text{(iv)}$$

$$= \frac{\Sum xy}{\sqrt{\Sum x^2 \Sum y^2}}$$

उदा., (1) खालील माहितीवरून पिअर्सन सहसंबंध गुणक काढा.

विद्यार्थी	A	B	C	D	E	F	G	H	I	J
X	8	7	15	13	6	9	12	8	11	11
Y	18	15	25	20	15	18	16	10	15	8

दिलेल्या माहितीवरून 'γ' सहसंबंध गुणक काढण्यासाठी प्राप्तांकांची मध्यमानापासूनची विचलने x व y काढावी लागतात. त्यासाठी दोन्ही चलांतील मध्यमाने M_1 व M_2 काढावी लागतील.

विद्यार्थी	चाचणी	चाचणी	x	y	x^2	y^2	xy
	I	II	$X - M_1$	$Y - M_1$			
A	8	18	-2	2	4	4	-4
B	7	15	-3	-1	9	1	3
C	15	25	5	9	25	81	45
D	13	20	3	4	9	16	12
E	6	15	-4	-1	16	1	4
F	9	18	-1	2	1	4	-2
G	12	16	2	0	4	0	0
H	8	10	-2	-6	4	36	12
I	11	15	1	-1	1	1	-1
J	11	8	1	-8	1	64	-8
	$M_1 = 10$	$M_2 = 16$			$\Sigma x^2 = 74$	$\Sigma y^2 = 208$	$\Sigma xy = 61$

$$\gamma = \frac{\Sigma xy}{\sqrt{\Sigma x^2 \, \Sigma y^2}}$$

$$= \frac{61}{\sqrt{74 \times 208}} = \frac{61}{\sqrt{15392}}$$

$$\gamma = \frac{61}{124}$$

$$= 0.4919$$

$$= 0.49$$

उदा., 2 : पुढे दिलेल्या माहितीवरून पिअर्सन पद्धतीने सहसंबंध गुणक काढा.

विद्यार्थी	A	B	C	D	E	F	G	H	I	J
X 'क्ष' गुण	27	29	21	19	26	25	24	21	28	20
Y 'य' गुण	19	18	12	14	11	10	13	12	15	16

X गुणांचे मध्यमान $M_1 = 24$

Y गुणांचे मध्यमान $M_2 = 14$

विद्यार्थी	X	Y	x	y	x^2	y^2	xy
A	27	19	3	5	9	25	15
B	29	18	5	4	25	16	20
C	21	12	-3	-2	9	4	6
D	19	14	-5	0	25	0	0
E	26	11	2	-3	4	9	-6
F	25	10	1	-4	1	16	-4
G	24	13	0	-1	0	1	0
H	21	12	-3	-2	9	4	6
I	28	15	4	1	16	1	4
J	20	16	-4	2	16	4	-8
	$M_1 = 24$	$M2 = 14$			$\sum x^2 = 114$	$\sum y^2 = 80$	$\sum xy = 33$

$$\gamma = \frac{\sum xy}{\sqrt{\sum x^2 \sum y^2}}$$

$$= \frac{33}{\sqrt{114 \times 80}}$$

$$= \frac{33}{\sqrt{9120}}$$

$$= \frac{33}{95.50}$$

$$= 0.35$$

येथे सहसंबंध गुणक 0.35 आला आहे. याची सार्थता बघण्यासाठी सहसंबंध गुणक सारणीचा वापर करावा. त्यासाठी N–2 इतक्या स्वाधीनता मात्रेसाठीचे मूल्य सारणीत बघून त्याच्याशी प्राप्त मूल्याची तुलना करावी.

3.4.2 सहसंबंध गुणकाचे इतर प्रकार (Other Methods of Correlation)

सहसंबंध गुणकासंदर्भात एकावेळी दोनच चले विचारात घेऊन त्यातील सहसंबंध काढल्यास त्याला रेषीय सहसंबध म्हणतात पण एका वेळी दोनपेक्षा अधिक चलांमधील सहसंबंध काढायचा असतो तेव्हा Partial किंवा Multiple सहसंबंध काढला जातो. म्हणून चलांच्या संख्येनुसार सहसंबंध गुणकाचे पुढील प्रकार पडतात.

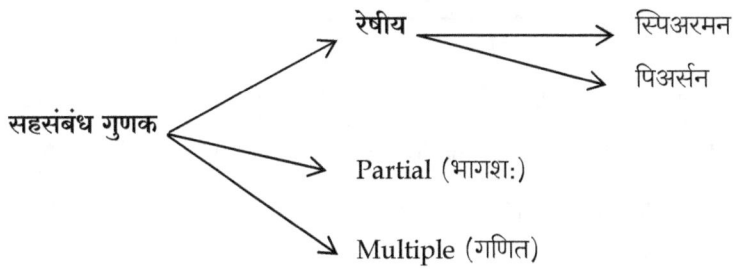

रेषीय सहसंबंध गुणक शोधण्याच्या दोन पद्धती या आधीच्या प्रकरणात चर्चिल्या गेल्या आहेत. आता Partial व Multiple Correlation म्हणजे काय ते पाहू.

Partial Correlation याला भागशः सहसंबंध म्हणता येईल. कधी-कधी एकावेळी तीन चले परस्परांशी संबंधित असतात. उदाहरणार्थ गायन, वादन व नर्तन या तीन कला किंवा भौतिकशास्त्र, रसायनशास्त्र व गणित हे तीन विषय किंवा वैज्ञानिक अभिरुची, वैज्ञानिक अभिवृत्ती व विज्ञानातील संपादन ही तीन चले परस्परांशी संबंधित आहेत. तेव्हा प्रत्येकी तीनपैकी कोणत्याही दोन चलांचा एकमेकांशी निरपेक्ष सहसंबंध, तिसऱ्या चलाचा प्रभाव न्यूनतम करून (Partialling Out) काढला जातो. तेव्हा त्यास Partial सहसंबंध गुणक म्हणतात.

Partial correlation is helpful in estimating independant and reliable relationship between any two variables eliminating and ruling out any undesirable influence or interference of a third or an additinal variable on the variables being correlated.

Partial सहसंबंध गुणक काढताना प्रथम तीन चलांमधील तीन रेषीय सहसंबंध गुणक काढावे लागतात.

उदा., चल 1, 2 व 3 यांमधील r_{12}, r_{13} व r_{23} असे तीन सहसंबंध गुणक काढावे लागतात. त्यानंतर तीन Partial सहसंबंध गुणक काढण्याची सूत्रे पुढील प्रकारे आहेत.

$$ \gamma_{12.3} = \frac{r_{12} - (r_{13} \times r_{23})}{\sqrt{1 - r_{13}^2}\sqrt{1 - r_{23}^2}} \qquad \text{......................(1)} $$

(सूत्र – 1 म्हणजेच हा पहिल्या व दुसऱ्या चलातील सहसंबंध आहे ज्यात तिसऱ्या चलाचा परिणाम न्यूनतम केला आहे.) तशीच इतर सूत्रे

$$ \gamma_{13.2} = \frac{r_{13} - (r_{12} \times r_{23})}{\sqrt{1 - r_{12}^2}\sqrt{1 - r_{23}^2}} \qquad \text{......................(2)} $$

(सूत्र – 2 पहिल्या व तिसऱ्या चलातील सहसंबंध दुसऱ्या चलाचा परिणाम न्यूनतम करून)

$$ \gamma_{23.1} = \frac{r_{23} - (r_{12} \times r_{13})}{\sqrt{1 - r_{12}^2}\sqrt{1 - r_{13}^2}} \qquad \text{......................(3)} $$

(सूत्र – 3 दुसऱ्या व तिसऱ्या चलातील सहसंबंध पहिल्या चलाचा परिणाम न्यूनतम करून)

गुणित सहसंबंध (Multiple Correlation) : कधी तीन चले परस्परांशी संबंधित असताना एक चल व उरलेली दोन चले एकत्रित असा सहसंबंध काढला जातो. तेव्हा त्यास Multiple Correlation म्हणतात.

It is the relationship between one variable and a combination of two or more variables.

$$ R_{1.23} = \sqrt{\frac{r_{12}^2 + r_{13}^2 - 2\, r_{12}\, r_{13}\, r_{23}}{1 - r_{23}^2}} $$

$R_{1.23}$ यात 1 हे dependent परतंत्र चल आणि 23 हे दुसऱ्या व तिसऱ्या स्वतंत्र चलांचे Combination दर्शवते. म्हणून $R_{1.23}$ म्हणजे एक स्वतंत्र चल व दोन परतंत्र चलांचे Combination यातील सहसंबंध होय.

विद्यार्थ्यांची बुद्धिमत्ता व सामाजिक तसेच आर्थिक दर्जा यांचा एकत्रित परिणाम विद्यार्थ्यांच्या संपादनावर अभ्यासताना Multiple Correlation काढता येतो.

1. संपादन - परतंत्र चल
2. बुद्धिमत्ता
3. सामाजिक आर्थिक दर्जा

(2 व 3) } दोन स्वतंत्र चलांचा एकत्रित परिणाम

r_{12} - पहिल्या व दुसऱ्या चलातील रेषीय सहसंबंध

r_{13} - पहिल्या व तिसऱ्या चलातील रेषीय सहसंबंध

r_{23} - दुसऱ्या व तिसऱ्या चलातील रेषीय सहसंबंध

Multiple Correlation दुसऱ्या सूत्राच्या आधारे सुद्धा काढता येऊ शकतो. जे रेषीय व Partial Correlation वर आधारलेले आहे.

$$R_{1.23} = \sqrt{1- (1 - r_{12}^2)(1 - r^2_{13.2})}$$

यात पहिले परतंत्र चल व दुसऱ्या-तिसऱ्या स्वतंत्र चलांचे एकत्रीकरण यातील सहसंबंध काढण्यासाठी पहिल्या व दुसऱ्या चलांतील रेषीय सहसंबंध व दुसऱ्या चलाचा परिणाम नाहीसा करणारा पहिल्या व तिसऱ्या चलातील Partial सहसंबंध यांचा विचार केला जातो.

सहसंबंध गुणकाच्या इतर पद्धती

चलांच्या स्वरुपानुसार सहसंबंध गुणकाचे पुढील प्रकार पडतात.

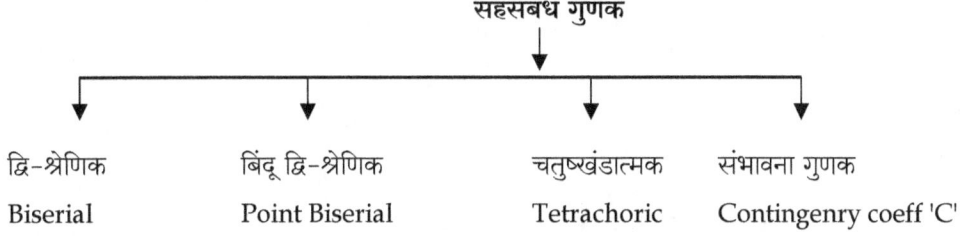

सहसंबंध गुणक

द्वि-श्रेणिक	बिंदू द्वि-श्रेणिक	चतुष्खंडात्मक	संभावना गुणक
Biserial	Point Biserial	Tetrachoric	Contingenry coeff 'C'

दोन चलांच्या स्वरूपातील भिन्नतेमुळे (खंडित-अखंडित/सतत इत्यादी) हे प्रकार पडले आहेत.

(1) द्वि-श्रेणिक सहसंबंध (Biserial Correlation (rbis)) : यातील एक चल संतत (continuous) असून दुसरे चल हे कृत्रिमरीत्या केलेल्या दोन गटांत विभागलेले असते. कृत्रिम द्विभाजन (Artificial Dichotomy) म्हणजे पास-नापास, श्रीमंत-गरीब, समायोजित-असमायोजित असे सापेक्ष दोन गट जे मापनाच्या सोईसाठी काही निकषांच्या आधारे केले जातात.

उदा., गणित विषयात पास झालेले व नापास झालेले अशा दोन गटांचे विज्ञानाच्या परीक्षेतील गुणांचे वितरण पुढे दिले आहे.

विज्ञान चाचणीचे गुण	गणितात	
	पास झालेले विद्यार्थी	नापास झालेले विद्यार्थी
185 – 194	7	0
175 – 184	16	0
165 – 174	10	6
155 – 164	35	15

(क्रमशः)

विज्ञान चाचणीचे गुण	गणितात	
	पास झालेले विद्यार्थी	नापास झालेले विद्यार्थी
145 – 154	24	40
135 – 144	15	26
125 – 134	10	13
115 – 124	3	5
105 – 114	0	5
	120	**110**

$$R_{bis} = \frac{M_p - M_q}{\sigma 1} \times \frac{P_q}{y}$$

येथे M_p = उच्च गटाचे मध्यमान

M_q = निम्न गटाचे मध्यमान

p = उच्च गटाचे एकूण विद्यार्थी संख्येतील प्रमाण

q = निम्न गटाचे एकूण विद्यार्थी संख्येतील प्रमाण

σ_1 = सर्व गटांचे एकत्रित प्रमाण विचलन

y = p व q बिंदू अलग करणाऱ्या बिंदूवर प्रसामान्य संभव वक्राची उंची

वरील उदाहरणात

$M_p = 156.75$

$M_q = 144.05$

p = उच्च गटाचे (पास) प्रमाण $\frac{120}{120 + 110} = 0.52$

q = निम्न गटाचे (नापास) प्रमाण $\frac{110}{120 + 110} = 0.48$

σ_1 दोन्ही गटांचे एकत्रित प्रमाण विचलन = 16.83

y = NPC वक्राची 0.52 व 0.48 अलग करणाऱ्या बिंदूवरील उंची (सारणीनुसार) 0.3984

$$R_{bis} = \frac{M_p - M_q}{\sigma_1} \times \frac{pq}{y}$$

$$R_{bis} = \frac{(156.75 - 144.05)}{16.83} \times \frac{0.52 \times 0.48}{0.3984}$$

$$= \frac{12.7 \times 0.52 \times 0.48}{16.83 \times 0.3984}$$

$$= 0.47$$

गणितात पास आणि नापास झालेल्या विद्यार्थ्यांच्या विज्ञानातील गुणांमधील द्वि-श्रेणिक सहसंबंध 0.47 इतका आहे.

द्विश्रेणिक सहसंबंध पुढील दुसऱ्या सूत्राद्वारेसुद्धा काढता येतो.

$$R_{bis} = \frac{M_p - M_t}{\sigma_1} \times \frac{P}{y}$$

येथे Mp = उच्च गटाचे मध्यमान

Mt = दोन्ही गटांचे एकत्रित मध्यमान

σ_1 = दोन्ही गटांचे एकत्रित प्रमाण विचलन

p = उच्च गटाचे एकूण गटातील संख्येशी प्रमाण

y = उच्च व निम्न गट अलग करणाऱ्या बिंदूवर प्रसामान्य संभव वक्राची उंची जी सारणीमधून बघावी लागते.

कृत्रिम द्विभाजनाची (Artificial Dichotomy) इतर उदाहरणे : खेळाडू - खेळाडू नसणारे, बहिर्मुखी - अंतर्मुखी, यशस्वी-अयशस्वी, नैतिक - अनैतिक, सामाजिक - असामाजिक इत्यादी. येथे दोन्ही भागात प्रसामान्य वितरण दिसते म्हणून हे कृत्रिम द्विभाजन आहे.

(2) बिंदू द्वि-श्रेणिक सहसंबंध (Point Biserial Coefficient) : जेव्हा दोनपैकी एक चल दोन खंडात स्पष्टपणे विभाजित (Natural Dichotomy) करता येत असल्यास बिंदू द्वि-श्रेणिक सहसंबंध काढतात.

नैसर्गिक द्विभाजन (Natural Dichotomy) : काही उदाहरणे

स्त्री-पुरुष, परीक्षेत 1 गुण व 0 गुण मिळवणारे, बरोबर-चूक, जिवंत-मृत, पी.एच.डी. पदवी मिळवणारे – न मिळवणारे, स्वतःचे घर असणारे-नसणारे, नोकरी करणारे - न करणारे

यासाठीचे सूत्र

$$\gamma p.bis = \frac{M_p - M_q}{\sigma_1} \times \sqrt{Pq}$$

येथे Mp = पहिल्या उच्च गटाचे मध्यमान

Mq = दुसऱ्या निम्न गटांचे मध्यमान

σ_1 = दोन्ही गटांचे मिळून एकत्रित प्रमाण विचलन

p = पहिल्या गटाचे एकूणाशी प्रमाण

q = दुसऱ्या गटाचे एकूणाशी प्रमाण

(3) चतुष्खंडात्मक सहसंबंध (Tetrachoric Co-efficient) जेव्हा दोन्ही चले ही कृत्रिम द्वि-विभाजनाने दर्शविली जातात तेव्हा त्या दोन चलांतील सहसंबंध हा Tetrachoric Co-efficient असतो.

उदा., नैतिक-अनैतिक आणि यशस्वी-अयशस्वी लोक यांतील सहसंबंध काढा.

यासाठी सूत्र

$$rt = \cos \frac{\left(180° \times \sqrt{BC}\right)}{\sqrt{AD} + \sqrt{BC}}$$

यात A, B, C, D या दिलेल्या वितरण सारणीतील चार गटांच्या वारंवारिता असतात.

← X चल →

Y चल ↕		यशस्वी	अयशस्वी	एकूण
	नैतिक	35 (A)	15 (B)	50
	अनैतिक	20 (C)	30 (D)	50
	एकूण	**55**	**45**	**100**

लक्षात घ्या यात AD > BC असताना rt ची किंमत धन येते.

BC > AD असताना rt ची किंमत ऋण येते.

BC = AD असताना rt ची किंमत 0 येते.

$$rt = \cos \frac{\left(180° \times \sqrt{BC}\right)}{\sqrt{AD} + \sqrt{BC}}$$

$$= \cos \frac{\left(180° \times \sqrt{15 \times 20}\right)}{\sqrt{35 \times 30} + \sqrt{15 \times 20}}$$

$$= \cos \frac{\left(180° \times \sqrt{300}\right)}{\sqrt{1050} + \sqrt{300})}$$

$$rt = \cos \frac{(180 \times 17.32)}{(32.40 + 17.32)}$$

$$= \cos \frac{(3117.6)}{49.72}$$

$$= \cos\ (62.70)$$

$$= 0.454$$

$$\therefore rt = 0.454$$

$$\therefore rt = 0.45$$

(4) Ø - Phi coefficient फाय गुणक : जेव्हा दोन चलांपैकी एकही चल संतत नसते व दोन्ही असंतत चले natural dichotomy मध्ये (नैसर्गिक द्वि-विभाजनात) द्वि-विभाजीत झालेले असतात. तेव्हा **Ø** गुणक काढला जातो.

उदा., स्त्री व पुरुषांनी एका सर्वेक्षणात एका प्रश्नाला हो व नाही असे प्रतिसाद दिले ते पुढील वितरणात दिले आहेत.

X Variable

Y Variable

	हो	**नाही**	**एकूण**
स्त्री	40 (A)	60 (B)	100
पुरुष	55 (C)	45 (D)	100
एकूण	**95**	**105**	**200**

Ø गुणक काढा.

$$Ø = \frac{AD - BC}{\sqrt{(A + B)\ (C + D)\ (B + D)\ (A + C)}}$$

$$= \frac{(40 \times 45) - (60 \times 55)}{\sqrt{(40 + 60)\ (55 + 45)\ (60 + 45)\ (40 + 55)}}$$

$$\emptyset = \frac{1800 - 3300}{\sqrt{(100 \times 100 \times 105 \times 95)}}$$

$$= \frac{-1500}{\sqrt{9,97,50,000}}$$

$$= \frac{-1500}{9,987.49}$$

$$= -0.15$$

येथे गुणक − 0.15 आला आहे.

(5) संभावना गुणक (Contingency Coefficient - 'C') : जेव्हा दोन चलांपैकी प्रत्येक चल दोन किंवा अधिक घटकांमध्ये विभागलेले असते तेव्हा 'C' गुणक काढतात. यात X^2 काढला जातो व त्यावरून पुढील सूत्र वापरून 'C' काढला जातो.

$$C = \sqrt{\frac{x^2}{N + x^2}}$$

$$X^2 = \text{Chi square}$$

$$N = \text{Total no. of scores.}$$

उदा., प्राथमिक, माध्यमिक व महाविद्यालयीन शिक्षकांचे सहशिक्षणासंदर्भातील मत हो, नाही, सांगता येत नाही या तीन प्रतिसादांमध्ये संकलित केल्यास त्यांच्या सहसंबंधासाठी 'C' गुणक काढला जातो.

शिक्षक	हो	नाही	तटस्थ/सांगता येत नाही	एकूण
प्राथमिक	20	30	10	60
माध्यमिक	10	35	25	70
महाविद्यालयीन	25	25	15	65
	55	90	50	195

या ठिकाणी X^2 ची किंमत काढून मग 'C' ची किंमत मिळवता येते.

परिकल्पना परीक्षण करताना पुढील गोष्टी लक्षात घ्या :

परिकल्पना परीक्षण करताना सारणीमूल्य पाहून प्राप्त मूल्याची तुलना करताना –

1. जो फरक 0.05 स्तरावर सार्थ असतो तो 0.01 स्तरावर सार्थ आहे की नाही ते तपासून पाहावे लागते. असेल की नाही हे सांगता येत नाही. (95% अचूक असलेला फरक 99% आहे की नाही हे तपासावे लागते.)

2. जो फरक 0.05 स्तरावर सार्थ नसतो तो 0.01 स्तरावरही सार्थ असत नाही. (95% अचूकता नसेल तर 99% असणारच नाही)

3. जो फरक 0.01 स्तरावर सार्थ असतो तो 0.05 स्तरावर असतोच (99% अचूकता आहे म्हणजे 95% असणारच आहे.)

4. जो फरक 0.01 स्तरावर सार्थ नसतो तो 0.05 स्तरावर सार्थ आहे की नाही हे तपासावे लागते. असेल किंवा नसेल (99% अचूकता नाही तर 95% आहे का? ते तपासून पाहावे लागते.)

संख्याशास्त्रीय विश्लेषणासाठी योग्य चाचणीची निवड

परिमितीय चाचण्या		
क्र.	**हेतू**	**परीक्षिका**
1.	सर्वेक्षणात दोन स्वतंत्र (पूर्णपणे भिन्न) गटांच्या मध्यमानातील फरकाच्या सार्थतेची पडताळणी	t परीक्षिका
2.	प्रायोगिक पद्धतीमध्ये एकलगट पूर्वोत्तर कसोटी अभिकल्प किंवा दोन समतुल्य गट अभिकल्पातील दोन संबंधित गटांच्या मध्यमानातील फरकाच्या सार्थतेची पडताळणी	t परीक्षिका
3.	प्रायोगिक पद्धतीमधील दोन असमतुल्य गटांच्या मध्यमानातील फरकाच्या सार्थतेची पडताळणी	F - ANCOVA
4.	घटकात्मक अभिकल्पातील किंवा तीन किंवा तीनपेक्षा अधिक समतुल्य गटांच्या मध्यमानातील फरकाच्या सार्थतेची पडताळणी	F - ANOVA
5.	तीन किंवा तीनपेक्षा अधिक असमतुल्य गटांतील किंवा घटकात्मक अभिकल्पातील तीन असमतुल्य गटांच्या मध्यमानातील फरकाच्या सार्थतेची पडताळणी	F - ANCOVA
अपरिमितीय चाचण्या (Nonparametric Tests)		
1.	दोन किंवा अधिक गटांच्या विशिष्ट वारंवारितांमधील फरकाची सार्थता तपासणे (नामांकन श्रेणी)	χ^2
2.	दोन स्वतंत्र गटातील प्रयुक्तांच्या गुणानुक्रमातील फरकाची सार्थता तपासणे (क्रमांकन श्रेणी)	Mannwhitney U Test
3.	दोन स्वतंत्र गटांतील प्राप्तांकांच्या मध्यांकातील फरकाची सार्थता तपासणे.	मध्यांक चाचणी (Mediantest)
4.	दोनपेक्षा अधिक स्वतंत्र गटांच्या प्रयुक्तांच्या गुणानुक्रमातील फरकाची सार्थता तपासणे	Kruskal wall's Test
5.	दोन समतुल्य गटातील प्राप्तांकाच्या फरकाची सार्थता तपासणे	चिन्ह चाचणी (Sign Test)

3.5 संगणकाद्वारे माहितीचे विश्लेषण (Computer Data Analysis)

एकविसाव्या शतकात संगणकाने मानवी जीवन पूर्णपणे प्रभावित करून टाकलेले दिसून येते. संशोधनाचे सर्व स्वरूप संगणकाने बदलून टाकलेले आहे व बऱ्याच अंशी संशोधनाचे काम सोपे करून टाकले आहे. मानवी कामे संगणकाद्वारे सहजपणे, अचूकतेने व कमी वेळेत उत्तम दर्जाची करणे मानवास शक्य झाले आहे.

संशोधनातील किचकट संख्याशास्त्रीय विश्लेषण संगणकाद्वारे चुटकीसरशी करता येऊ शकते.

संख्याशास्त्रीय विश्लेषण संगणकाद्वारे तीन प्रकारे करता येऊ शकते.

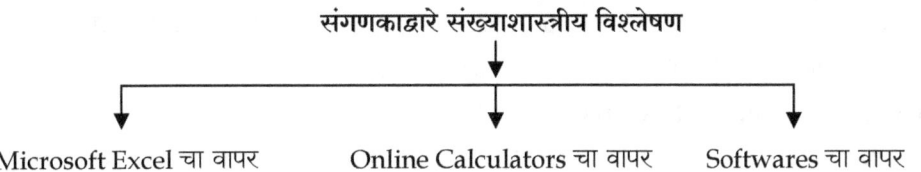

संगणकाद्वारे संख्याशास्त्रीय विश्लेषण

Microsoft Excel चा वापर   Online Calculators चा वापर   Softwares चा वापर

(1) Microsoft Excel चा वापर : संख्याशास्त्रीय विश्लेषणाचा हा अत्यंत कमी खर्चीक पण वापरण्यास सोपा असा मार्ग आहे. एम.एड. स्तरावरच्या लघुसंशोधनासाठी 'Excel' चा वापर पुरेसा ठरू शकतो.

Excel Sheet उघडल्यावर Function मध्ये Click केल्यावर Category चे Options येतात. त्यात 'Average' Select केल्यास आपल्याला मध्यमान मिळते.

अशा प्रकारे excel मध्ये Data Enter केल्यास आपल्याला सुलभतेने क्षणार्धात केंद्रीय प्रवृत्तीची परिमाणे, विचलनशीलतेची परिमाणे, शततमक, शततमक क्रम इत्यादी परिमाणे मिळवता येतात.

Excel वावरून 't' परीक्षणही करता येते. परंतु येथे हे लक्षात घेणे अत्यंत आवश्यक आहे की, 'Excel' वरून आपल्याला संभावना अंक मिळतो व त्याची तुलना आपल्याला 0.01 व 0.05 या अंकांशी करावयाची असते.

उदा., प्राप्त संभावना अंक 0.0008 आला आहे. हा संभावना अंक 0.01 पेक्षा लहान असल्याने फरक सार्थ नसण्याची शक्यता खूप कमी आहे म्हणजेच फरक सार्थ आहे.

'Excel' वापरून आपल्याला उत्तम आलेखही काढता येतात.

(2) Online Calculators चा वापर : संगणकावर इंटरनेटची सुविधा उपलब्ध असल्यास आपल्याला फ्री Online Calculators चा वापर करून संख्याशास्त्रीय विश्लेषण करता येते. F test (ANOVA) सारख्या किचकट परीक्षिकांसाठी असे Calculators वापरणे सोईचे जाते.

(3) विविध Softwares चा वापर : आता संख्याशास्त्रीय विश्लेषणासाठी अनेक Softwares उपलब्ध होऊ शकतात. परंतु बहुसंख्य Softwares ची किंमत ही एका व्यक्तीला परवडण्यासारखी नसते. संशोधन संस्थांमध्ये अशी Softwares आपल्याला वापरायला मिळू शकतात. Consulting Agencies कडेसुद्धा अशी Softwares उपलब्ध होऊ शकतात. अनेक वेळा या Softwares चे Student Version कमी किमतीत मिळू शकते. तसेच याव्यतिरिक्त विविध Online Programmes सुद्धा आपल्याला वापरायला मिळू शकतात.

संख्याशास्त्र व संगणकाचे बऱ्यापैकी ज्ञान असलेली व्यक्ती या Softwares चा वापर करून आपली बौद्धिक शक्ती व वेळ यांचा कमीत कमी वापर करून संख्याशास्त्रीय विश्लेषण करून देऊ शकते. Softwares चा वापर करण्यापूर्वी आपली गरज, आपले ज्ञान, Software ची वैशिष्ट्ये आणि किंमत या सगळ्यांचा विचार आवश्यक ठरतो.

प्रत्येक Software बरोबर Manual असते. काही Software साठी प्रशिक्षण दिले जाते.

काही उपयुक्त Software ची नावे –

Statistical package for the Social Science (SPSS) www.spss.com

Minitab 16 (www.minitab.com)

SYSTAT (www.systat.com)

JMP (www.jmp.com)

SAS (www.SAS.com)

या Softwares मध्ये माहितगार व्यक्ती Data Enter करून Manaul मधील सूचनांनुसार कृती करून संख्याशास्त्रीय विश्लेषण करून देऊ शकतात व आपले काम अतिशय सोपे होऊन जाते.

गुणात्मक संशोधनात संगणकाचा उपयोग

गुणात्मक संशोधनात संशोधक माहितीचे परीक्षण हाताने किंवा त्यासाठी संगणकाचा वापर करू शकतो. गुणात्मक माहितीचे विश्लेषण करताना संशोधक प्रथम माहिती वाचतो, हाताने त्यावर खुणा करू शकतो आणि त्याची वर्गवारी विभागात रूपांतर करू शकतो. पूर्वी महत्त्वाचे शब्द वेगवेगळ्या रंगांनी दाखवायचे तसेच वेगळ्या खुणा दाखवायचे. परंतु माहिती कमी प्रमाणात असेल तरच हाताने विश्लेषण करणे सोपे जाते. त्यासाठी संशोधकाकडे भरपूर वेळ हवा.

परंतु संगणकाद्वारे विश्लेषण करणे हे जास्त चांगले ठरेल. संगणकाद्वारे विश्लेषण करण्यासाठी संशोधकाने गुणात्मक संगणक प्रोग्रॅम वापरावा. संशोधक माहितीचा साठा करणे (Storing), विश्लेषण करणे (Analyzing) वर्गीकरण करणे (Sorting) तसेच माहितीचे सादरीकरण करणे, यासाठी संगणकाचा वापर करतो. अशा प्रकारे माहितीचा साठा केल्यानंतर संशोधक हाताने वर्गीकरण करायचे का संगणकावर विश्लेषण करायचे याविषयी ठरवू शकतो.

गुणात्मक संगणक प्रोग्रॅम हा माहितीचे विश्लेषण तंतोतंत करत नाही. परंतु या संगणक प्रोग्रॅममध्ये संशोधकाला माहितीचे विश्लेषण करणे सोपे जावे अशा प्रकारची सोय आहे. या गुणात्मक संगणक माहिती विश्लेषणामध्ये हा प्रोग्रॅम माहिती साठवितो, माहिती संघटित करतो, माहितीचे वर्गीकरण करतो तसेच साठविलेल्या माहितीतून विशिष्ट शब्द शोधून देतो.

संगणक प्रोग्रॅम वापरण्याची पद्धत

1. प्रथम वर्ड प्रोसेसिंग फाईल ही Text File मध्ये रूपांतरित करा. वर्ड प्रोसेसिंग फाईमध्ये मुलाखत, क्षेत्रनोंदी, महत्त्वाची कागदपत्रे असतील.
2. संगणक प्रोग्रॅम निवडा. या प्रोग्रॅममध्ये माहिती साठविणे, संघटित करणे, वर्गीकरण करणे अशी वैशिष्ट्ये असली पाहिजेत. यासाठी SPSS, SAS, PSPP यासारखी संगणक सॉफ्टवेअर उपलब्ध आहेत.
3. सदर फाईल प्रोग्रॅममध्ये समाविष्ट करा आणि त्याला नाव द्या.
4. फाईलचे निरीक्षण करा आणि संशोधकाला ज्या गोष्टी महत्त्वाच्या आहेत अशा वाक्यांना खुणा करा.
5. महत्त्वाच्या माहितीचे सांकेतिकीकरण करा. अशा प्रकारे संपूर्ण माहितीचे सांकेतिकीकरण करा.
6. अशा प्रकारे माहितीचे सांकेतिकीकरण केल्यावर, संपूर्ण माहितीचे सांकेतिकीकरण एकमेकांना योग्य आहे की नाही ते तपासा.
7. केलेल्या सांकेतिकीकरणावरून ठरावीक मोठ्या वर्गीकरणात माहितीचे रूपांतर करा आणि सर्व पुरावा यामध्ये समाविष्ट करा.

गुणात्मक संशोधनातील वर्गीकरणाची पद्धत (Coding Process in Qualitative Research)

1.	प्रथम संपूर्ण माहिती वाचावी.	भरपूर पानांची माहिती
2.	माहिती छोट्या घटकांमध्ये विभागावी.	माहितीचे छोटे घटक
3.	त्या घटकांचे सांकेतिकीकरण करावे.	30-40 संकेतन
4.	एकसारखी माहिती वगळावी आणि एकाच संकेतनाखालील घटक वाढवावे.	20 संकेतन
5.	केलेल्या सांकेतिकीकरणाचे ठरावीक मुख्य विषयात रूपांतर करावे.	5 ते 6 मुख्य विषय ठरवावे.

✦✦✦

4

भाकितात्मक संख्याशास्त्र
(Predictive Statistics)

※ प्रस्तावना ※

रिमाच्या लक्षात आले की, संख्याशास्त्रात पूर्वमाहितीच्या आधारे काही भाकित करणे शक्य आहे. म्हणून भाकितात्मक संख्याशास्त्राकडे ती आकर्षित झाली.

संख्याशास्त्रात दोन चलांच्या संदर्भात सहसंबंध अभ्यासला जातो. या सहसंबंधाच्या आधारे एका चलातील प्राप्तांकाची किंमत माहिती असेल तर दुसऱ्या चलाचा अंदाज करता येतो. त्याला भाकित म्हणतात. प्रतिगमन व भाकित यांच्याबद्दल सविस्तर माहिती प्रस्तुत प्रकरणात दिलीआहे.

दैनंदिन व्यवहारात असे दिसते की अत्यंत बुध्दिमान मात्यापित्यांची मुले ही त्यांच्यापेक्षा कमी बुध्दिमान असतात. अत्यंत उंच मात्यापित्यांची मुले त्यांच्यापेक्षा थोडी कमी उंच असतात किंवा बुटक्या मात्यापित्यांची मुले त्यांच्यापेक्षा कमी बुटकी म्हणजे थोडी उंच असतात. म्हणजेच प्रत्येक पुढच्या पिढीचा कल हा मध्यमानाकडे वळण्याचा स्पष्टपणे दिसून येतो यालाच प्रतिगमन असे म्हणतात.

To regress म्हणजे मागे वळणे किंवा परतून येणे.

प्रत्येक पुढील पिढीत किंवा पुढील गणनात नेहमी टोकाकडील प्राप्तांक मध्यमानाकडे वळतात.

❖ "The tendency for subgroups to regress towards the general or overall mean is known as the phenomenon of regression." **- Bomers. 1960 - 528**

म्हणजेच वितरणाचे मध्यमान स्थिर होण्यासाठी टोकाकडील गुणांकांची मध्यमानाकडे वळण्याची प्रवृत्ती म्हणजे प्रतिगमन होय.

सर फ्रान्सिस गाल्टन यांनी सर्वप्रथम Regression या संज्ञेचा वापर केला. जर दोन चलांमधील सहसंबंध गुणक माहीत असेल तर प्रतिगमन सिद्धांताच्या आधारे एका चलाच्या प्राप्तांकावरुन दुसऱ्या चलातील प्राप्तांका संदर्भात अंदाज किंवा भाकित करता येते.

4.1 प्रतिगमन व भाकीत (Regression and Prediction)

प्रतिगमन रेषांच्या समीकरणाचा भाकितासाठी उपयोग : दोन चलांतील सहसंबंधानुसार आपल्याला विस्तरण चित्रानुसार प्रतिगमनाच्या दोन रेषा मिळतात. त्यांच्या समीकरणाचा उपयोग भाकितासाठी होतो. पुढील दोन समीकरणे बघा.

$$Y - M_y = r \frac{\sigma Y}{\sigma X} (X - Mx)$$ समी 1 Y चलाच्या भाकितासाठी

$$X - M_x = r \frac{\sigma X}{\sigma Y} (Y - My)$$ समी 2 X चलाच्या भाकितासाठी

समी 1 ज्यात डाव्या बाजूला Y – My आहे हे Y चलातील समीकरण Y चलाच्या भाकितासाठी उपयुक्त ठरते.

तर समी 2 ज्यात डाव्या बाजूला X – Mx आहे हे X चलातील समीकरण X चलाच्या भाकितासाठी उपयुक्त ठरते.

जेव्हा दोन चलांतील सहसंबंध ± 1 पेक्षा कमी असतो तेव्हाच अशा प्रकारे दोन रेषा भाकितासाठी उपयुक्त ठरतात. येथे लक्षात घ्या की ही समीकरणे एकमेकांच्याऐवजी वापरता येत नाहीत. त्या-त्या चलाच्या भाकितासाठी तेच समीकरण स्वतंत्रपणे वापरावे लागते.

अशा प्रकारे प्रतिगमन समीकरणांचा वापर करून भाकित करण्यासाठी दोन्ही श्रेणींचे मध्यमान, प्रमाण विचलन व सहसंबंध गुणक आणि एका चलातील गुण दिलेले असतात. त्याच व्यक्तीच्या दुसऱ्या चलातील गुणाचे किंवा प्राप्तांकाचे भाकित आपल्याला करता येते.

उदा., 1 खाली दिलेल्या माहितीवरून ज्या विद्यार्थ्यांचे गणितातील गुण 120 आहेत, त्याच्या विज्ञानातील गुणांचे भाकित करा.

	गणित (X)	विज्ञान (Y)
मध्यमान	Mx = 100	My = 80
प्रमाण विचलन	σ x = 20	σy = 10
r_{xy} = 0. 60		

प्रथम आपण दोन्ही चलांतील समीकरणे मांडू.

$$Y - My = r \frac{\sigma y}{\sigma x} (x - Mx)$$ y च्या भाकितासाठी

$$\therefore Y - 80 = 0.6 \times \frac{10}{20} (X - 100)$$

$$\therefore Y - 80 = 0.3 (X - 100)$$

आता दुसरे समीकरण

$$X - Mx = r \frac{\sigma x}{\sigma y} (Y - My)$$ x च्या भाकितासाठी

$$\therefore X - 100 = \frac{0.6 \times 20}{10} (Y - 80)$$

$$X - 100 = 1.2 (Y - 80)$$

आता ज्या विद्यार्थ्यांचे गणितातील म्हणजेच X चलातील गुण 120 आहेत, त्याचे विज्ञानातील म्हणजेच Y चलातील गुणाचे भाकित करण्यासाठी Y चलातील समीकरण वापरले पाहिजे. त्यात X चलाची किंमत 120 घातल्यास आपल्याला त्याच्या Y चलाचे भाकित करता येईल.

$$Y - My = r\frac{\sigma y}{\sigma x}(X - Mx)$$

$$\therefore Y - 80 = 0.3\,(120 - 100)$$

$$\therefore Y - 80 = 0.3\,(20)$$

$$\therefore Y - 80 = 6$$

$$\therefore Y = 6 + 80$$

$$Y = 86$$

म्हणून ज्या विद्यार्थ्यांचे गणितातील गुण 120 आहेत त्याचे विज्ञानातील गुण 86 असतील.

प्रतिगमन समीकरणे विचलनाच्या स्वरूपात ही मांडता येतात.

(1) $$Y - My = \frac{r\,\sigma y}{\sigma x}(X - Mx)$$

$$y = \left(\frac{r\,\sigma y}{\sigma x}\right)x \quad \text{.............. y चलातील समीकरण}$$

(2) $$X - M_X = \left(\frac{r\,\sigma x}{\sigma y}\right)(Y - My)$$

$$x = \left(\frac{r\,\sigma x}{\sigma y}\right)y \quad \text{.............. x चलातील समीकरण}$$

उदा., 2 पुढील माहितीवरून

(i) ज्या विद्यार्थ्यांचे इंग्रजीतील गुण 58 आहेत त्याचे हिंदीतील गुणांचे भाकित करा.

(ii) ज्या विद्यार्थ्यांचे हिंदीतील गुण 65 आहेत त्याच्या इंग्रजीतील गुणाचे भाकित करा.

(iii) प्रतिगमन समीकरणे विचलन स्वरूपात लिहा.

	हिंदी (X)	**इंग्रजी (Y)**
मध्यमान	Mx = 75	My = 70
प्रमाण विचलन	σx = 6	σy = 8
	r_{xy} = 0. 60	

प्रथम प्रतिगमन समीकरणे तयार करू.

$$Y - My = \frac{r\,\sigma y}{\sigma x}(X - Mx) \quad \text{........... Y च्या (इंग्रजीच्या) भाकितासाठी}$$

$$Y - 70 = \frac{0.6}{6} \times 8\,(X - 75)$$

$$Y - 70 = 0.8\,(X - 75) \quad \text{(i) .... Y च्या (इंग्रजीच्या) भाकितासाठी}$$

आणि

$$X - Mx = \frac{r\,\sigma x}{\sigma y}(Y - My) \quad (i) \ldots\ldots\ldots \quad X \text{ (हिंदीच्या) भाकितासाठी}$$

$$X - 75 = \frac{0.6 \times 6}{8}(Y - 70)$$

$$X - 75 = 0.45(Y - 70) \quad\quad\quad (ii) \ldots\ldots \text{ Y च्या भाकितासाठी}$$

(i) ज्या विद्यार्थ्यांचे इंग्रजीचे (Y) गुण 58 आहेत. त्याचे हिंदीतील गुणाचे (X) भाकित करण्यासाठी X चलातील 2 रे समीकरण वापरावे लागेल.

$$X - 75 = 0.45(Y - 70)$$
$$X - 75 = 0.45(58 - 70)$$
$$X - 75 = 0.45(-12)$$
$$X - 75 = -5.4$$
$$\therefore X = 75 - 5.4$$
$$X = 69.6$$

म्हणून ज्या विद्यार्थ्यांचे इंग्रजीचे गुण 58 आहेत त्याचे हिंदीतील गुण 69.6 असण्याची शक्यता खूप जास्त आहे.

(ii) ज्या विद्यार्थ्यांचे हिंदीतील (X) गुण 65 आहेत, त्याचे इंग्रजीतील (Y) गुणांचे भाकीत करण्यासाठी Y चलातील पहिले समीकरण वापरता येईल.

$$Y - 70 = 0.8(X - 75)$$
$$\therefore Y - 70 = 0.8(65 - 75)$$
$$\therefore Y - 70 = 0.8(-10)$$
$$\therefore Y - 70 = -8$$
$$\therefore Y = 70 - 8$$
$$Y = 62$$

म्हणून ज्या विद्यार्थ्यांचे हिंदीतील गुण 65 आहेत त्याचे इंग्रजीचे भाकित गुण 62 आहेत (त्याला 62 गुण असण्याची शक्यता जास्त आहे.)

आता विचलन स्वरूपातील प्रतिगमन समीकरणे मांडू

$$Y - My = \frac{r\,\sigma y}{\sigma x}(X - Mx)$$

$$y = 0.8\,x$$

आणि

$$X - Mx = \frac{r\,\sigma x}{\sigma y}(Y - My)$$

$$x = 0.45\,y$$

अतिशय महत्त्वाचे :

दोन्ही प्रतिगमन समीकरणे ही X व Y या चलातच असतात पण दोन समीकरणे एकमेकांच्या ऐवजी किंवा बदल्यात वापरता येत नाहीत. (cannot be used interchangeably) आणि X व Y दोन्ही चलांच्या भाकितासाठी एकच समीकरण ही वापरता येत नाही.

$$X - Mx = \frac{r\sigma x}{\sigma y}(Y - My)$$

हे समीकरण केवळ X चलाच्या भाकितासाठीचवापरलेजाते. येथे X हा आश्रयी चल असतो व Y हा स्वाश्रयी किंवा दिलेला चल असतो.

जेव्हा दोन्ही चलांतील सहसंबंध ± 1 पेक्षा कमी असतो तेव्हाच दोन रेषा मिळतात. सहसंबंध पूर्ण असेल तर एकच रेषा मिळते.

$$X = \frac{r\sigma x}{\sigma y} - Y \text{ आणि } Y = \frac{r\sigma y}{\sigma x} - X$$

ही दोन्ही समीकरणे समान असतात.

$$\therefore \quad X = \frac{\sigma x}{\sigma y} - Y \quad = Y = \frac{\sigma y}{\sigma x} - X$$

$$\therefore \quad \frac{\sigma x}{\sigma y} - Y = \frac{\sigma y}{\sigma x} - X$$

4.2 भाकिताची प्रमाणत्रुटी (Standard Error of Estimate)

प्रतिगमन समीकरणांवरून ज्यांचे भाकीत केले जाते, त्या म्हणजे चलाच्या सर्वाधिक संभाव्य किंमत होत. या किंमती स्वाश्रयी चलाची किंमत दिल्यास मिळवता येतात. येथे हे लक्षात घेणे आवश्यक आहे की या त्या चलाच्या सर्वाधिक संभाव्य किंमती आहेत (most probable score) व त्या किंमती सद्य: परिस्थितीत सत्य असणार आहेत. कधी-कधी त्या व्यवहारात वापरण्या योग्य, अचूक नसतीलही. म्हणून आपण भाकीत केलेल्या सर्वाधित संभाव्य किंमतींची अचूकता किती हे सांगण्यासाठी आपल्या भाकिताची अचूकता दर्शविणारे इंडेक्स असणे गरजेचे आहे. त्यालाच भाकिताची प्रमाणत्रुटी म्हणतात.

भाकिताची प्रमाणत्रुटी σ estimate ने दर्शवितात.

$$\sigma \text{ est} = \sigma\sqrt{1 - r^2}$$

जेव्हा Y चे भाकित केले जाते तेव्हा Y आश्रयी व X स्वाश्रयी (दिलेले चल) असते.

$$\sigma \text{ est } Y = \sigma y \sqrt{1 - r^2}$$ .... Y चलाच्या भाकिताची प्रमाणत्रुटी

तर जेव्हा X चे भाकीत केले जाते तेव्हा X हा आश्रयी असतो व Y हा स्वाश्रयी असतो. तेव्हा

$$\sigma \text{ est } X = \sigma x \sqrt{1 - r^2}$$

ही **σ est** जेवढी मोठी तेवढी भाकितातील त्रुटी ही जास्त असते.

उदा., जर $\sigma x = 6$ व $\sigma y = 8$ असेल

आणि $r = 0.72$ तर

x व y चलाच्या भाकिताची प्रमाणत्रुटी काढा.

$$\sigma (\text{est } x) = \sigma x \sqrt{1 - r^2}$$

$$= 6 \times \sqrt{1 - (0.72)^2}$$

$$= 6 \times \sqrt{1 - 0.5184}$$

$$= 6 \times \sqrt{0.4816}$$

$$= 6 \times 0.6939$$

$$= 4.164$$

$$= 4.16$$

X चलाच्या भाकिताची प्रमाणत्रुटी 17.34 इतकी आहे.

$$\sigma \,(\text{est Y}) = \sigma y \sqrt{1 - r^2}$$

$$= 8 \sqrt{1 - (0.72)^2}$$

$$= 8 \sqrt{1 - 0.5184}$$

$$= 8 \sqrt{0.4816}$$

$$= 8 \times 0.6939$$

$$= 5.552$$

$$= 5.55$$

लक्षात घ्या, सहसंबंध जेवढा मोठा तेवढी ही त्रुटी कमी होत जाते. जर सहसंबंध गुणक 0.70 पेक्षा कमी असतो तेव्हा भाकिताची प्रमाणत्रुटी वाढते व तेव्हा भाकिताची विश्वासार्हता कमी होते आणि जेव्हा सहसंबंध गुणक 0.90 च्या जवळ असतो तेव्हा भाकिताची प्रमाणत्रुटी कमी होते व भाकिताची विश्वासार्हता वाढते व अचूकता वाढते.

4.3 प्रतिगमन रेषा (Regression Lines)

जेव्हा दोन चलांमध्ये पूर्ण धन सहसंबंध असतो तेव्हा आरंभबिंदूतून जाणारी 45 अंशाचा कोन करणारी एकच रेषा मिळते.

X	1	2	2	2	2	3	3	3	3	3	3	4	4	4	4	5
Y	1	2	2	2	2	3	3	3	3	3	3	4	4	4	4	5

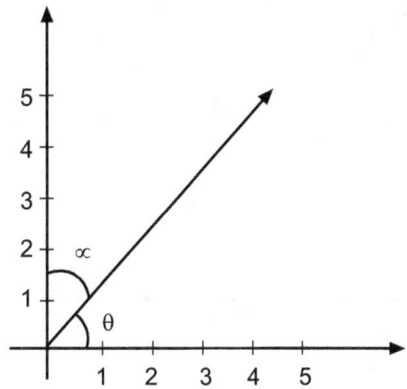

विस्तरण चित्र :

		1	2	3	4	5	Mean
	5					x	5
	4				xx xx		4
Y	3			xxx xxx			3
	2		xx xx				2
	1	x					1
	X	1	2	3	4	5	
				X			

$$\gamma = \sqrt{tan45 \ x \ tan \ 45}$$

$$\gamma = 1$$

जेव्हा दोन चलांमध्ये पूर्ण ऋण सहसंबंध असतो तेव्हा 'क्ष' व 'य' अक्षाशी 135 अंशाचा कोन करणारी एकच रेषा मिळते.

X	1	2	2	2	2	3	3	3	3	3	3	4	4	4	4	5
Y	5	4	4	4	4	3	3	3	3	3	3	2	2	2	2	1

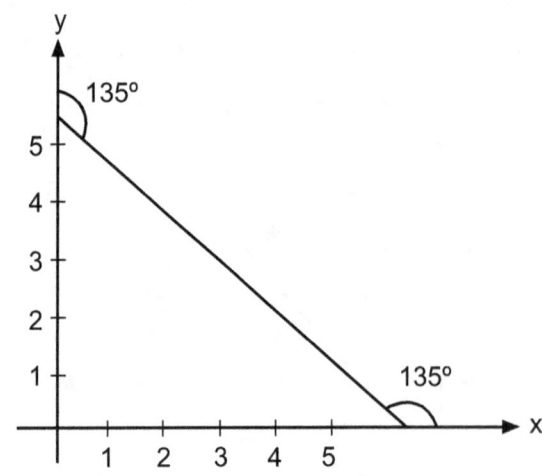

विस्तरण चित्र :

		5	4	3	2	1	Mean
	5	x					1
	4		xx xx				2
Y	3			xxx xxx			3
	2				xx xx		4
	1					x	5
	X	1	2	3	4	5	
	X						

$$\gamma = \sqrt{tan135\ x\ tan\ 135}$$

$$\gamma = -1$$

जेव्हा दोन चलांमध्ये शून्य सहसंबंध असतो तेव्हा परस्परांना लंब असणाऱ्या दोन रेषा मिळतात.

X	1	2	2	2	2	3	3	3	3	3	3	4	4	4	4	5
Y	3	2	3	3	4	1	2	2	4	4	5	2	3	3	4	3

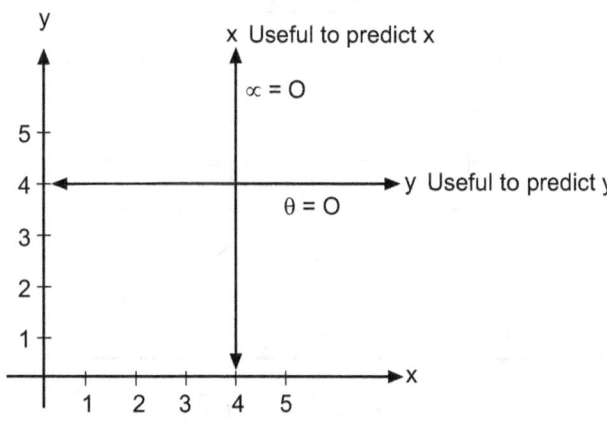

y

विस्तरण चित्र :

		3	3	3	3	3	Mean
	5			x			3
	4		x	xx	x		3
Y	3	x	xx		xx	x	3
	2		x	xx	x		3
	1			x			3
	X	1	2	3	4	5	
	X						

$$\gamma = \sqrt{tan\ 0\ x\ tan\ 0}$$

$$\gamma = 0$$

जेव्हा दोन चलांमधील सहसंबंध –1 ते + 1 च्या दरम्यान अपूर्ण अंकात असतो तेव्हा दोन रेषा मिळतात व त्यांमधील कोन सहसंबंध गुणकाच्या मूल्यानुसार बदलतो.

X	2	2	5	3	2	4	3	3	3	3	1	4	3	3	3	4
Y	1	3	4	4	3	3	3	4	3	2	2	3	2	4	2	5

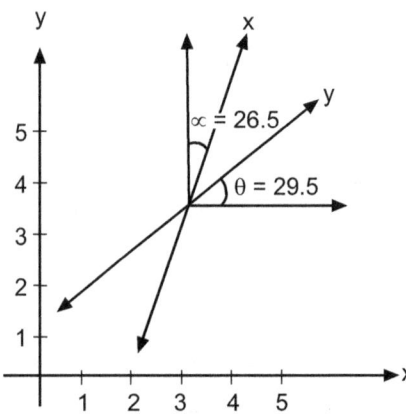

विस्तरण चित्र :

Y		2	2.33	3	3.σ7	4	Mean
	5				x		4
	4			xxx		x	3.5
	3		xx	xx	xx		3
	2	x		xxx			2.5
	1		x				2
	X	1	2	3	4	5	
X							

$$\gamma = \sqrt{tan\ \theta \times tan\ \alpha}$$

$$= \sqrt{tan\ 29.5 \times tan\ 26.5}$$

$$\gamma = \sqrt{0.56 \times 0.5}$$

$$\gamma = 0.53$$

अशाप्रकारे प्रतिगमन रेषांवरून दोन चलांमधील सहसंबंधाचे चित्र स्पष्ट होते.

(वरील सर्व आलेखांमध्ये α म्हणजे x चलातील रेषेचा y अक्षाशी झालेला कोन होय आणि θ म्हणजे y चलातील रेषेचा x अक्षाशी झालेला कोन होय.)

❈ पारिभाषिक संज्ञा सूची ❈

(अ)

- अन्वयार्थ/ अर्थनिर्वचन – Interpretation
- अभिकल्प – Design
- अभियोग्यता – Aptitude
- आंतरपरीक्षण – Internal Criticism
- आंतरिक सप्रमाणता – Internal Validity
- अहवाल लेखन – Report Writing
- आराखडा – Plan/Proposal
- अवलंबित – Dependent
- अनुधावन पद्धती – Follow up Method
- अभिक्रमित अध्ययन – Programmed Learning
- आलेख – Graph
- अनुमान – Inference
- अवर्गीकृत – Unclassified

- अन्वेषण – Investigator
- अभिक्रिया – Activity
- अभिरुची शोधिका – Interest Inventory
- आंतरक्रिया – Interaction
- अभ्युपगम – Hypothesis
- आनुमानिक – Conjectural
- आश्रित चल – Dependent Variable
- असंभाव्यता – Non-Probability
- अनुमानात्मक सांख्यिकी – Inferential Statistics
- अखंडित – Continuous
- अन्वयार्थ (अर्थ निर्वचन) – Interpretation
- अंकगणितीय – Arithmatical

(उ)

- उपयोजित संशोधन – Applied Research
- उद्गामी – Inductive
- उत्तर परीक्षण – Post Test
- उतरता क्रम – Descending Order

- उद्दिष्टे – Objectives
- उपपत्ती – Rationale
- उच्च शिखरी वक्र – Leptokurtic Curve
- ऊर्ध्वगामी वक्र – Ogive

(ए)

- एकक – Unit
- ऐतिहासिक पद्धती – Historical Method

- एकजिनसी – Homogenous

(क)

- क्रांतिक गुणोत्तर – Critical Ratio
- काय स्क्वेअर – Chi-Square
- केंद्रिय प्रवृत्ती – Central Tendency
- क्रमांकांतर – Rank Difference
- कृती संशोधन – Action Research
- कार्याभिमुख व्याख्या – Operational Definition

- किमान मर्यादा – Lower Limit
- कृतिसंशोधन – Action Research
- क्रम – Order
- काठिण्य पातळी – Difficulty Level
- कार्यकारण संबंध – Causal Relationship

(ग)

- गुणक विभ्रमिषा (गुणन फल) - Product Moment
- गणन - Compulation
- गुणक - Co-efficient
- गृहीतक - Assumption
- गुणधर्म - Attribute
- गुणांक - Score
- गुच्छ - Cluster
- गुणात्मक - Qualitative

(घ)

- घंटाकृती - Bell Shaped
- घटक विश्लेषण - Factorial Analysis
- घटकात्मक अभिकल्प - Factorial Design

(च)

- चतुर्थक - Quarter/Quartile
- चतुर्थक विचलन - Quartile Deviation
- चढता क्रम - Ascending order
- चर्पटक शिखरी वक्र - Platykurtic Curve
- चल - Variable

(ज)

- जनसंख्या - Population

(ट)

- टोकाचे प्राप्तांक - Extreme Scores end Scores

(ढ)

- ढोबळ - Crude

(त)

- तपशील - Details
- त्रुटी - Error
- त्रोटक - Discrete
- तथ्य - Data Fact
- तथ्य संकलन - Data Collection
- तोंडी परीक्षा - Viva Voce
- तिर्यंक संस्कृती - Cross - Cultural
- तुलनात्मक पद्धती - Comparative Method
- तौलनिक कार्यकारण पद्धती - Ex-post - Facto Research

(द)

- दस्तऐवज विश्लेषण - Content Analysis
- दुय्यम स्त्रोत - Secondary Source

(ध)

- धनविषमित - Positively Skewed

(न)

- निरीक्षण - Observation
- निष्कर्ष - Conclusion
- निर्मितीक्षमता - Creativity
- न्यादर्शन, नमुना निवड - Sampling
- नियंत्रण बाह्य चल - Extraneous Variables
- नियंत्रित गट - Controlled Group
- निर्णायक चल - Moderator Variables
- निकष - Criterion
- नोंदी - Records
- न्यादर्श - Sample
- निकष संदर्भित कसोटी - Criterion Referenced Test
- निर्दिष्टांक्ष नमुना पद्धती, हिश्शेखानी पद्धती - Quota Sampling

(प)

- प्रतिदर्श, नमुना, न्यादर्श - Sample
- प्रमाणके - Norms
- पद विश्लेषण - Item Analysis
- प्रसामान्यता - Normality
- पुरावा - Evidence
- पडताळा - Verification
- परीक्षा फल - Result
- प्रत्यक्षातील वारंवारिता - Observed Frequencies
- प्रसामान्य संभाव्यता - Normal Probability
- परतंत्र चल - Dependent Variable
- प्रसरण विश्लेषण - Analysis of Variance
- प्रमाणित प्राप्तांक - Standard Scores
- परिकल्पना - Hypothesis
- प्राप्तांक - Scores
- परीक्षण - Testing
- प्रशासन - Administration
- प्रवृत्ती - Tendency
- प्रतिगमन - Regression
- प्रशोधन नीती - Strategy of Investigation
- प्राय: प्रायोगिक अभिकल्प - Quasi Experimental Design
- प्रघटनाशास्त्र - Phenomenology
- प्रायोगिक मर्त्यता - Experimental Mortality
- प्राप्त जनसमुदाय - Accessible Population
- प्रमाणत्रुटी - Standard Error
- प्रमाणित कसोट्या - Standardised Tests
- प्रबंध - Thesis
- प्रवृत्ती अध्ययन पद्धती - Trend Studies
- प्रसरण - Variance
- प्रसरण विश्लेषण - Analysis of Variance (ANOVA)
- प्राथमिक स्त्रोत - Primary Source
- परीक्षण - Assessment
- पडताळा सूची - Check List
- पडताळणी - Verification
- परिणामोत्तर कारणमीमांसा अभिकल्प - Ex Post Facto Design
- प्रायोगिक पद्धती - Experiment Method
- परिकल्पना - Hypothesis
- पारस्परिक क्रिया - Interaction
- पूर्वग्रहयुक्त - Biased
- प्रासंगिक - Incidental
- पथदर्शी अभ्यास - Pilot Study
- प्रश्नावली - Questionnaire
- पदनिश्चयन श्रेणी - Rating Scale
- पूर्वपरीक्षण - Pretest
- प्रमाण विचलन - Standard Deviation
- पूर्वप्रायोगिक अभिकल्प - Pre Experimental Design
- प्रयोगवस्तू - Subject of Experiment

(ब)

- बुद्ध्यांक – Intelligence Quotient
- बहुलक – Mode
- बहुजिनसी – Heterogenous
- बहुमार्गी प्रसरण विश्लेषण – Multivariate Analysis of Variance
- बाह्य परीक्षण – External Criticism
- बाह्य सप्रमाणता – External Validity
- बाह्य चल – Extraneous Variable
- बहुस्तरीय – Multistage

(भ)

- भाकित – Prediction
- भेदभाव क्षमता – Discriminating Power
- भागशः सहसंबंध – Partial Correlation
- भाकितात्मक संख्याशास्त्र – Predictive Statistics
- भेदात्मक – Differential

(म)

- मध्यमान – Mean
- मध्यांक/मध्यगा – Median
- माला – Series
- मूल्यमापन – Evaluation
- मूलभूत – Basic
- मुलाखत – Interview
- मनोवृत्ती मापन – Opinionnaire
- मध्यमान – Mean
- मापन – Measurement
- मध्यस्थ चल – Intervening Variable

(य)

- यादृच्छिक – Random
- यादृच्छिकरण – Randomization

(र)

- रेषीय सहसंबंध – Linear Correlation
- रूपांतरित प्राप्तांक – Modified Scores

(ल)

- लक्षणीय – Significant
- लक्ष्य समुदाय – Target Population

(व)

- विस्तरण चित्र – Scatter diagram
- विश्लेषण – Analysis
- वर्णनात्मक – Descriptive
- विभेदकारिता – Descrimination
- वर्णनात्मक संख्याशास्त्र – Descriptive Statistics
- वितरण – Distribution
- विषमित – Skewed
- विषमितता निर्देशांक – Skewness Index
- वारंवारिता – Frequency
- वारंवारिता बहुभुज – Frequency Polygon
- विचलन – Deviation
- विस्तार – Range
- विचलनशीलता वर्गीकृत – Variability Classified
- विश्वासांतर – Confidence Interval
- विचलन सहगुणक – Co-efficient of Variation
- वर्तुळालेख – π Chart
- विशुद्ध प्रायोगिक अभिकल्प – True Experimental Design
- वैज्ञानिक चिकित्सा – Scientific Inquiry
- वर्णनात्मक पद्धती – Descriptive Method
- वर्णनात्मक सांख्यिकी – Descriptive Statistics
- विश्वसनीयता – Reliability
- व्याप्ती – Scope
- विषय – Topic
- वर्गीकरण – Classification

(श)

⊙	शततमक – Percentile	⊙	शिफारशी – Recommendations
⊙	शून्य परिकल्पना – Null Hypothesis	⊙	शीर्षक – Title
⊙	शिखर दोष – Kurtosis	⊙	शततमक क्रम – Percentile Rank
⊙	शततमकालेख श्रेणी – Ogive Series		

(स)

⊙	संख्याशास्त्र – Statistics	⊙	सहसंबंध – Correlation
⊙	संयुक्त सहसंबंध – Multiple Correlation	⊙	संकेत – Symbol
⊙	संभाव्यता – Probability	⊙	संकलन – Collection
⊙	स्तंभालेख – Histogram	⊙	स्तंभ – Column
⊙	स्तरीकृत – Stratified	⊙	सप्रमाणता – Validity
⊙	संभावना – Probability	⊙	संस्कृतीअभ्यास – Ethnography
⊙	संयुक्त मध्यमान – Combined Mean	⊙	स्वतंत्र चल – Independent Variable
⊙	सहप्रसरण विश्लेषण – Analysis of Covariance	⊙	सारणीकरण – Tabulation
⊙	सर्वेक्षण – Survey	⊙	सैद्धान्तिक – Theoretical
⊙	संभावना अंक – Contingency Co-efficient	⊙	समवाय – Correlation
⊙	संपादन – Achievement	⊙	साहचर्य – Nearness
⊙	सार्थता – Significance	⊙	संकल्पना – Concept
⊙	सापेक्ष – Relative	⊙	सरासरी विचलन – Mean Deviation
⊙	संचयी (संचित) – Cumulative	⊙	संशोधन – Research
⊙	संशोधन पूर्वानुमान – Research Prediction	⊙	संपादन कसोटी – Achievement Test
⊙	संदर्भ ग्रंथसूची – Bibliography	⊙	सांकेतीकरण – Coding
⊙	सहसंबंध – Correlation	⊙	समकालीन घटना – History
⊙	सहसंप्रसरण विश्लेषण – Analysis of Covariance (ANCOVA)		
⊙	सांख्यिकी – Statistics	⊙	संकलित माहिती – Data
⊙	संस्करण – Editing	⊙	सामान्य विधान – Generalization
⊙	स्वतंत्र, स्वाश्रयी – Independent	⊙	सांख्यिकी समाश्रयण – Statistical Regression
⊙	सार्थकता स्तर – Level of Significane	⊙	स्वाधीनता मात्रा – Degree of Freedom
⊙	सिद्धांत – Theory	⊙	संभाव्यता – Probability
⊙	समस्या – Problem	⊙	स्तरीय – Stratified
⊙	संबंधित साहित्य व संशोधनाचे परिशीलन – Review of Related Literature		
⊙	समाजमिती – Sociometry	⊙	समस्या कथन – Statement of the Problem
⊙	सारणी – Table	⊙	सारणीकरण – Tabulation
⊙	सारांश – Abstract	⊙	साधने – Tools
⊙	सप्रमाणता – Validity	⊙	संख्यात्मक – Quantitative
⊙	श्रेणी खंडित – Discrete Series	⊙	श्रेणी अखंडित – Continuous Series

(ह)

⊙	हेतू – Purpose	⊙	हाताळणी – Manipulation

संख्याशास्त्रीय सारणी

TABLE -A : प्रसामान्य संभव वक्रातील एकूण क्षेत्र (100 पैकी)

$\frac{x}{\delta}$	00	0.01	0.02	0.03	0.04	0.05	0.06	0.07	0.08	0.09
0.0	00.00	00.40	00.80	01.20	01.60	01.99	02.39	02.79	03.19	03.59
0.1	03.98	04.38	04.78	05.17	05.57	05.96	06.36	06.75	07.14	07.53
0.2	07.93	08.32	08.71	09.10	09.48	09.87	10.26	10.64	11.03	11.41
0.3	11.79	12.17	12.55	12.93	13.31	13.68	14.06	14.43	14.80	15.17
0.4	15.54	15.91	16.28	16.64	17.00	17.36	17.72	18.08	18.44	18.79
0.5	19.15	19.50	19.85	20.19	20.54	20.88	21.23	21.57	21.90	22.24
0.6	22.57	22.91	23.24	23.57	23.89	24.22	24.54	24.86	25.17	25.49
0.7	25.80	26.11	26.42	26.73	27.04	27.34	27.64	27.94	28.23	28.52
0.8	28.81	29.10	29.39	29.67	29.95	30.23	30.51	30.78	30.06	31.33
0.9	31.59	31.86	32.12	32.38	32.64	32.90	33.15	33.40	33.65	33.89
1.0	34.13	34.38	34.61	34.85	35.08	35.81	35.54	35.77	35.99	36.21
1.1	36.43	36.65	36.86	37.08	37.29	37.49	37.70	37.90	38.10	38.30
1.2	38.49	38.69	38.88	39.07	39.25	39.44	39.62	39.80	39.97	40.15
1.3	40.32	40.49	40.66	40.82	40.99	41.15	41.31	41.47	41.62	41.77
1.4	41.92	42.07	42.22	42.36	42.51	42.65	42.79	42.92	43.06	43.19
1.5	43.32	43.45	43.57	43.70	43.83	43.94	44.06	44.18	44.29	44.41
1.6	44.52	44.63	44.74	44.84	44.95	45.05	45.15	45.25	45.35	44.45
1.7	45.54	45.64	45.73	45.82	45.91	45.99	46.08	46.16	46.25	46.33
1.8	46.41	46.49	46.56	46.64	46.71	46.78	46.86	46.93	46.99	47.06
1.9	47.13	47.19	47.26	47.32	47.38	47.44	47.50	47.56	47.61	47.67
2.0	47.72	47.78	47.83	47.88	47.93	47.98	48.03	48.08	48.12	48.17
2.1	48.21	48.26	48.30	48.34	48.38	48.42	48.46	48.50	48.54	48.57
2.2	48.61	48.64	48.68	48.71	48.75	48.78	48.81	48.84	48.87	48.90
2.3	48.93	48.96	48.98	49.01	49.04	49.06	49.09	49.11	49.13	49.16
2.4	48.18	49.20	49.22	49.25	49.27	49.29	49.32	49.32	49.34	49.36
2.5	49.38	49.40	49.41	49.43	49.45	49.46	49.48	49.49	49.51	49.52
2.6	49.53	49.55	49.56	49.57	49.59	49.60	49.61	49.62	49.63	49.64
2.7	49.65	49.66	49.67	49.68	49.69	49.70	49.71	49.72	49.73	49.74
2.8	49.74	49.75	49.76	49.77	49.77	49.88	49.79	49.79	49.80	49.81
2.9	49.81	49.82	49.82	49.83	49.84	49.84	49.85	49.85	49.86	49.86
3.0	49.86	49.86	49.87	49.87	49.88	49.88	49.88	49.89	49.89	49.90
3.1	49.90	49.90	49.91	49.91	49.91	49.91	49.92	49.92	49.92	49.92
3.2	49.93	49.93	49.94	49.94	49.94	49.94	49.94	49.95	49.95	49.95
3.3	49.95	49.95	49.95	49.96	49.96	49.96	49.96	49.96	49.96	49.97
3.4	49.96	49.6	49.96	49.96	49.97	49.97	49.97	49.97	49.97	49.98
3.5	49.98									

TABLE - C : फिशरचे Z सहसंबंध गुणक

r	Z	r	Z	r	Z	r	Z	r	Z
0.25	0.26	0.40	0.42	0.55	0.62	0.70	0.87	0.85	1.26
0.26	0.27	0.41	0.44	0.56	0.63	0.71	0.89	0.86	1.29
0.27	0.28	0.42	0.45	0.57	0.65	0.72	0.91	0.87	1.33
0.28	0.29	0.43	0.46	0.58	0.66	0.73	0.93	0.88	1.38
0.29	0.30	0.44	0.47	0.59	0.68	0.74	0.95	0.89	1.42
0.30	0.31	0.45	0.48	0.60	0.69	0.75	0.97	0.90	1.47
0.31	0.32	0.46	0.50	0.61	0.71	0.76	1.00	0.91	1.53
0.32	0.33	0.47	0.51	0.62	0.73	0.77	1.02	0.92	1.59
0.33	0.34	0.48	0.52	0.63	0.74	0.78	1.05	0.93	1.66
0.34	0.35	0.49	0.54	0.64	0.76	0.79	1.07	0.94	1.74
0.35	0.36	0.50	0.55	0.65	0.78	0.80	1.10	0.95	1.83
0.36	0.37	0.51	0.56	0.66	0.79	0.81	1.13	0.96	1.95
0.37	0.38	0.52	0.58	0.67	0.81	0.82	1.16	0.97	2.09
0.38	0.39	0.53	0.59	0.68	0.83	0.83	1.19	0.98	2.30
0.39	0.40	0.54	0.60	0.69	0.85	0.84	1.22	0.99	2.65

TABLE - D : 1 मूल्य

स्वाधीनता मात्रा df	विश्वास स्तर 05	विश्वास स्तर 01	स्वाधीनता मात्रा df	विश्वास स्तर 05	विश्वास स्तर 01	स्वाधीनता मात्रा df	विश्वास स्तर 05	विश्वास स्तर 01
1	12.71	63.66	16	2.12	2.32	35	2.03	2.72
2	4.30	9.92	17	2.11	2.90	40	2.02	2.71
3	3.18	5.84	18	2.10	2.88	45	2.02	2.69
4	2.78	4.60	19	2.09	2.86	50	2.01	2.68
5	2.57	4.03	20	2.09	2.84	60	2.00	2.66
6	2.45	3.71	21	2.08	2.83	70	2.00	2.65
7	2.36	3.50	22	2.07	2.82	80	1.99	2.64
8	2.31	3.36	23	2.07	2.81	90	1.99	2.63
9	2.26	3.25	24	2.06	2.80	100	1.98	2.63
10	2.23	3.17	25	2.06	2.79	200	1.97	2.60
11	2.20	3.11	26	2.06	2.78	300	1.97	2.59
12	2.18	3.05	27	2.05	2.77	400	1.97	2.59
13	2.16	3.01	28	2.05	2.76	500	1.96	2.59
14	2.14	2.98	29	2.04	2.76	1000	1.96	2.58
15	2.13	2.95	30	2.04	2.75	00	1.96	2.58

TABLE -E : χ^2 – मूल्य

स्वाधीनता मात्रा df	विश्वास स्तर 05	विश्वास स्तर 01	स्वाधीनता मात्रा df	विश्वास स्तर 05	विश्वास स्तर 01
1	3.841	6.635	16	26.296	32.000
2	5.991	9.210	17	27.587	33.409
3	7.815	11.345	18	28.869	34.805
4	9.488	13.277	19	30.144	36.191
5	11.070	15.086	20	31.410	37.566
6	12.592	16.812	21	32.671	38.932
7	14.067	18.475	22	33.924	40.289
8	15.507	20.090	23	35.172	41.638
9	16.919	21.666	24	36.415	42.980
10	18.307	23.209	25	37.652	44.314
11	19.675	24.725	26	38.885	45.642
12	21.026	26.217	27	40.113	46.963
13	22.362	27.688	28	41.337	48.278
14	23.635	29.141	29	42.577	49.588
15	24.996	30.578	30	43.773	50.892

◆◆◆

❋ संदर्भ ग्रंथसूची ❋

- **उपासनी, ना.के., कुलकर्णी, के.वि.** (1987) : नवे शैक्षणिक मूल्यमापन आणि संख्याशास्त्र, पुणे, श्रीविद्या प्रकाशन
- **कदम, चा. प.** (2007) : शैक्षणिक संख्याशास्त्र, नित्य नूतन प्रकाशन
- **कदम, चा. प., प्रा. बा. आ. चौधरी** (2008) : शैक्षणिक मूल्यमापन, पुणे, नित्यनूतन प्रकाशन
- **कर्डिले, वसंतराव, महाले, संजीवनी** (2006) : संशोधनात सांख्यिकी तंत्राचे उपयोजन, नाशिक, यशवंतराव चव्हाण महाराष्ट्र मुक्त विद्यापीठ.
- **कुंभोजकर, ग. वि.** (1990) : 'संशोधन पद्धती व संख्याशास्त्र', कोल्हापूर, फडके प्रकाशन
- **डॉ. कला घोरमोडे, घोरमोडे, के. यु.** (2008) : शैक्षणिक संशोधनाची मूलतत्त्वे, नागपूर, विद्या प्रकाशन
- **जगताप, ह. ना.** (2009) : शैक्षणिक संशोधन, अनमोल प्रकाशन
- **जोशी, अनंत, महाले, संजीवनी** (1999) : मुक्त विद्यापीठीय संशोधन, नाशिक, यशवंतराव चव्हाण महाराष्ट्र मुक्त विद्यापीठ
- **दांडेकर, वा. ना.** (1985) : 'शैक्षणिक मूल्यमापन आणि संख्याशास्त्र', पुणे, श्री विद्या प्रकाशन.
- **देव, नेहा** (2012) : आराखडा ते अहवाल, पुणे, श्री प्रकाशन
- **देव, नेहा, कुलकर्णी, अपर्णा** (2013) : शैक्षणिक संशोधन, पुणे, नित्यनूतन प्रकाशन
- **देशपांडे, प्रकाश, पाटोळे, एन.के.** (1996) : संशोधन पद्धती, नाशिक, यशवंतराव चव्हाण महाराष्ट्र मुक्त विद्यापीठ
- **देशमुख, राम** (2005) : मूलभूत सांख्यिकी, नागपूर, विद्या प्रकाशन
- **पंडित, बन्सी बिहारी** (2007) : शिक्षणातील संशोधन (संख्यात्मक व गुणात्मक), पुणे, नित्यनूतन प्रकाशन
- **बर्वे, बी. एन्.** (2007) : 'शैक्षणिक मानसशास्त्रीय संख्याशास्त्र'
- **बापट, भा. गो.** (1987) : 'मूल्यमापनआणि संख्याशास्त्र' आग्रा, विनोद पुस्तक मंदिर
- **भांडारकर, के. म.** (2010) : 'सुलभ शैक्षणिक संख्याशास्त्र', पुणे, नित्य नूतन प्रकाशन
- **भिंताडे, वि. रा.** (2005) : शैक्षणिक संशोधनाची पद्धती, श्री. नूतन प्रकाशन
- **मस्के, टी. ए.** (1990) : 'शैक्षणिक संशोधन पद्धती' पुणे : नूतन प्रकाशन
- **मुळे, रा. शं. वि. तु. उमाठे** (1997) : शैक्षणिक संशोधनाची मूलतत्त्वे, महाराष्ट्र विद्यापीठ ग्रंथ निर्मिती
- **मुळे, रा. शं. वि. तु. उमाठे** (1998) : 'शैक्षणिक संशोधनाची मूलतत्वे' (3री आवृत्ती), पुणे : पिंपळखरे प्रकाशन
- **वीरकर, प्र. के. गद्रे, प्र. ध., सामंत, द. गो.** (1963) : 'प्रायोगिक शैक्षणिक मानसशास्त्र' पुणे ठोकळप्रकाशन
- **Arora, A.N. (2014)** : Research Methodology, Principles & Techniques, ALP Books, New Delhi.
- **Best & Kahn (2006)** : Research in Education, PHI Learning Private Limited, New Delhi.
- **Creswell, John (2011)** : Educational Research, Planning Conducting and Evaluating Qualitative & Quantitative Research, PHI Learning Private Limited, New Delhi.

- **Chandra, Soti, Shiven Dra & Sharma, Rajendra K. (2004)** : Research in Education, Atlatic Publishers & Distributors (P) Ltd, New Delhi.

- **Flick IWE (2010)** : An Introduction to Qualitative, Research, New Delhi, SAGE Publication.

- **Garrett, H. E. (1971)** : 'Statistics in Psychology and Education.' 6th Indian Ed. Bombay : Valkils, feffer & Simon

- **Gupta, Santosh (2001)** : Research Methodology and Statistical Techniques, New Delhi, Deep & Deep Publications.

- **Gupta, S. C. (2005)** : 'Fundamentals of Statistics.' (6th Edn) Mumbai, Himalaya Publication

- **Guilford, J. P. (1954)** : Psychometric Methods' 2nd edn New Delhi, Tata Mc Graw Hill.

- **Koul, Lokesh (2004)** : Methodology of Educational Research, Vikas Publishing House Pvt. Ltd., New Delhi.

- **Khan, J.A. (2009)** : Research Mythology, New Delhi, APH Publishing Corporation.

- **Mangal, S. K. (2008)** : 'Statistics in Psychology and Education' (2nd Edn). New Delhi, Prentice Hall of India Pvt. Ltd.

- **Marshall, Catherine (2011)** : Rossman Gretchen B, Designing Qualitative Research, 5th Edition, SAGE Publication, USA.

- **Patel Rambhau N. (1978)** : Educational Evaluation, Theory & Practice, Bombay, Himalaya Publishing House.

- **Sidhu Kulbir Singh (1985)** : Methodology of Research in Education, Sterling Publishers Private Limited, New Delhi.

- **Siddiqui Mujibul Hasan (2009)** : Educational Evaluation, New Delhi A.P.H. Publishing Corporation.

- **Stodda and Stordahi (1967)** : Basic Educational Tests and Measurement, New Delhi, Thomson Press (India) Limited.

- **Rosander, A. C. (1965)** : 'Elementary Principles of Statistics' New York, D.Van.Nostrand C.

- **Wall (2008)** : Man Nicholas, **Your** Research Project, Vistaar Publication, New Delhi.

- **Walkman, Nicholas (2008)** : Research Methodology, Vistaar Publication, New Delhi.

- https//en.m.wikipedia org/ Pilot Experiment

- https//en.m.wikipedia org/ Fax

- https//en.m.wikipedia org/ E-mail

- www. slide share.net